രാധാകൃഷ്ണൻ പട്ടാന്നൂർ

എഴുത്തുകാരനും പത്രപ്രവർത്തകനും.

അച്ഛൻ: പരേതനായ കെ.പി.നാരായണൻ. അമ്മ: കല്ല്യാണി.

മികച്ച അന്വേഷണാത്മക റിപ്പോർട്ടിനുള്ള വാടപ്പുറം ബാവ ഫൗണ്ടേഷൻ അവാർഡ്, ഫാ. കൊളംബിയർ അവാർഡ്,സുരേന്ദ്രൻ നീലേശ്വരം അവാർഡ്,കൃഷി വകുപ്പിന്റെ ഫാം ജേണലിസം അവാർഡ്, കൊല്ലം പ്രസിഡൻഷ്യൽ ട്രോഫി വള്ളംകളിയുടെ മികച്ച റിപ്പോർട്ടിനുള്ള അവാർഡ്,കിഷോർ സ്മാരക അവാർഡ്, ഇന്ത്യൻ അസോസിയേഷൻ ഓഫ് ക്ലിനിക്കൽ സൈക്കോളജിസ്റ്റ്സ് ഏർപ്പെടുത്തിയ മാധ്യമ പുരസ്കരം എന്നിവ ലഭിച്ചു.

പോർനിലങ്ങളിൽ ഇടവേളകളില്ലാതെ, മറ്റുള്ളവർക്കായി ഒരു ജീവിതം, ടി.പി.ചന്ദ്രശേഖരൻ: ജീവിതം, രാഷ്ട്രീയം, രക്തസാക്ഷിത്വം, (ജീവചരിത്രങ്ങൾ) എഡിറ്റേഴ്സ് ഡസ്ക്, ന്യൂസ് ഫ്ളാഷ് (മാധ്യമ പ്രവർത്തകരുടെ അനുഭവക്കുറിപ്പുകൾ), വർഗീയത: പ്രത്യയശാസ്ത്രം, പ്രയോഗം, പ്രതിരോധം (പ്രൊഫ.എം.എൻ. വിജയന്റെ പ്രഭാഷണങ്ങളുടെ സമാഹാരം), നേർരേഖകൾ, വിരലടയാളം (ജീവിതരേഖകൾ), ഒളിയിടം, ലൗജിഹാദ് (കഥകൾ), ദേശാന്തരം, നഖമുന (നോവൽ) ബർലിൻ കുഞ്ഞനന്തൻ നായരുടെ ആത്മകഥ പൊളിച്ചെഴുത്ത്, ഒളിക്യാമറകൾ പറയാത്തത്, ഏകാധിപതികൾ അർഹിക്കുന്നത് എന്നീ പുസ്തകങ്ങൾ തയ്യാറാക്കി.

1993 മുതൽ 2008 വരെ ദേശാഭിമാനിയിൽ. ചീഫ് സബ് എഡിറ്ററായിരിക്കെ രാജിവെച്ചു. 2008 ഫെബ്രുവരി ഒന്നു മുതൽ മാതൃഭൂമിയിൽ. ദേശാഭിമാനിയുടെയും മാതൃഭൂമിയുടെയും ഡൽഹി ബ്യൂറോയിൽ പ്രവർത്തിച്ചു. ഇപ്പോൾ മാതൃഭൂമി സീനിയർ സബ് എഡിറ്റർ.

ഭാര്യ: പ്രീത, മക്കൾ: വരുൺ, വർഷ, മരുമകൾ: ഡോ.അഞ്ജലി.

ഫോൺ: 9496705444.

Malayalam Language
Shalabha Deshatanam
(Novel)
by
Radhakrishnan Pattanur
♦
Published in September 2020
Second Impression May 2023
by Kairali Books Private Limited
Thalikkavu Road, Kannur.
Ph : 0497-2761200
E-Mail : Kairalibooksknr@gmail.com
♦
Cover Painting
Murali Nagappuzha
♦
Cover Design
Prasanth Mangad
♦
Printed at
Papyrus Printers, Kozhikode

Price ₹: 350.00
74/20-21/Sl.No.1144/50/NS 18.6
ISBN.978-93-89250-61-9

ശലഭ ദേശാടനം

രാധാകൃഷ്ണൻ പട്ടാന്നൂർ

കൈരളി ബുക്സ്

സമർപ്പണം

തൊഴിൽ ജീവിതത്തിലേക്ക് എന്നെ കൈപിടിച്ചുയർത്തുകയും
മുന്നോട്ടുള്ള ജീവിതസഞ്ചാരത്തിൽ ഊർജം പകരുകയും ചെയ്ത,
ടി.സി.മാഷ് എന്ന് ഞങ്ങൾ സ്നേഹ ബഹുമാനങ്ങളോടെ
വിളിച്ചിരുന്ന പ്രഗല്ഭ ഇംഗ്ലീഷ് അധ്യാപകനായിരുന്ന
ടി. കുഞ്ഞുകൃഷ്ണക്കുറുപ്പിന്.

വായനക്കാരോട്

പട്ടാന്നൂർ കെ. പി. സി. ഹയർ സെക്കൻഡറി സ്കൂളിന്റെ സുവർണ ജൂബിലി ആഘോഷങ്ങളുമായി ബന്ധപ്പെട്ട് പ്രവർത്തിക്കുന്ന സന്ദർഭത്തിലാണ് ഈ നോവലിന്റെ ആശയം മനസ്സിൽ വന്നത്. ഈ സ്കൂളിലെ പൂർവവിദ്യാർത്ഥിയാണ് ഞാൻ.

മനുഷ്യജീവിതം പൂർവനിശ്ചിതമല്ലെന്നും പിറവിയല്ല, കർമവും സാഹചര്യങ്ങളുമാണ് ഓരോരുത്തരുടെയും ജീവിതഗതി നിർണയിക്കുന്നതെന്നും പലരുടെയും ജീവിതാനുഭവങ്ങൾ നമ്മളെ ഓർമിപ്പിക്കുന്നു. ആ സത്യമാണ് ഈ നോവലിലൂടെ വെളിപ്പെടുത്തുന്നതും.

'ശലഭദേശാടനം' എന്നത് ഒരു ജൈവിക പ്രതിഭാസമാണ്. ക്ഷണികമായ ജീവിതമാണ് ശലഭങ്ങളുടേത്. ആ ഹ്രസ്വജീവിതത്തിനിടയിലും ചിലയിനം ശലഭങ്ങൾ അനുയോജ്യമായ ആവാസവ്യവസ്ഥ തേടി സഞ്ചരിക്കുന്നു. ആ സഞ്ചാരത്തിനിടയിൽ മിക്കതും ചത്തൊടുങ്ങുകയും ചെയ്യുന്നു. മനുഷ്യാവസ്ഥയും ഏതാണ്ട് ഇതുപോലെ തന്നെ.

ലക്ഷക്കണക്കായ മനുഷ്യരുടെ ജീവൻ അപഹരിച്ച കൊറോണ എന്ന മഹാമാരിക്കു മുന്നിൽ ലോകം പകച്ചുനിൽക്കുന്ന സന്ദർഭത്തിലാണ് ഈ നോവൽ പൂർണമാക്കുന്നത്. മൂന്ന് മാസം കൊണ്ട് ലോകം കീഴ്മേൽ മറിഞ്ഞു. ലോകത്തെ എല്ലാ വിമാന സർവീസുകളും നിർത്തി. ഇന്ത്യൻ റെയിൽവേയുടെ 167 വർഷത്തെ ചരിത്രത്തിൽ ആദ്യമായി രാജ്യത്തെ എല്ലാം യാത്രാവണ്ടികളും അനിശ്ചിതമായി നിർത്തിയിട്ടു.

ആരാധനാലയങ്ങൾക്ക് താഴുവീണു. മതമേധാവികളും ആൾദൈവങ്ങളും അനുയായികളെ പെരുവഴികളിലാക്കി സുരക്ഷിത കേന്ദ്രങ്ങളിലേക്ക് ഉൾവലിഞ്ഞു. എന്നിട്ടും മനുഷ്യർ പ്രതീക്ഷയോടെ മുന്നോട്ട് പോകുന്നു.

അഞ്ചു വർഷമെടുത്തു ഈ നോവൽ പൂർത്തിയാക്കാൻ. ഇതിനിടയിൽ വേറെ നാലു പുസ്തകങ്ങൾ പ്രസിദ്ധീകരിക്കുകയും ചെയ്തു. എന്റെ പത്തൊൻപതാമത് പുസ്തകവും മൂന്നാമത്തെ നോവലുമാണിത്. ഈ നോവലും വായനക്കാർ സ്വീകരിക്കുമെന്നാണ് എന്റെ പ്രത്യാശ.

പലരും പല ഘട്ടങ്ങളിൽ ഈ നോവലിന്റെ പൂർത്തീകരണത്തിന് സഹായികളായിട്ടുണ്ട്. അവരുടെയെല്ലാം പേരുകൾ ഞാൻ കൃതജ്ഞ

തയോടെ ഓർക്കുന്നു. എഴുത്തുകാരായ എൻ. ശശിധരൻ, എ. പദ്മനാഭൻ, മികച്ച വായനക്കാരൻ കൂടിയായ എന്റെ അമ്മാമൻ വി. നാരായണൻ (റിട്ട. ഹെഡ് മാസ്റ്റർ, കെ. പി. സി. ഹയർ സെക്കണ്ടറി സ്കൂൾ, പട്ടാന്നൂർ), പല യാത്രകളിലും എന്നെ അനുഗമിച്ച സുഹൃത്തും നടനുമായ മുരളി വായാട്ട്, മാതൃഭൂമിയിലെ പ്രൂഫ് റീഡർ ദേവരാജൻ എന്നിവരുടെ പേരുകൾ പ്രത്യേകം പരാമർശിക്കുന്നു.

എല്ലാറ്റിലുമുപരി, കണ്ണൂർ കൈരളി ബുക്സ് സാരഥി ഒ. അശോക് കുമാറോടും അവിടുത്തെ പ്രവർത്തകരോടും പ്രത്യേകം നന്ദി. കൈരളി ബുക്സ് പ്രസിദ്ധീകരിക്കുന്ന എന്റെ അഞ്ചാമത്തെ പുസ്തകമാണിത്.

സ്നേഹപൂർവ്വം

കണ്ണൂർ **രാധാകൃഷ്ണൻ പട്ടാന്നൂർ**

10.10.2020

ഒരു മാധ്യമ പ്രവർത്തകന്റെ സർഗാത്മക സാന്നിധ്യം

പി. ശ്രീരാമകൃഷ്ണൻ

(നോവലിന്റെ ആദ്യ പതിപ്പ് പ്രകാശനം ചെയ്തു കൊണ്ട് നടത്തിയ പ്രസംഗത്തിലെ പ്രസക്ത ഭാഗങ്ങൾ.)

എന്റെ സുഹൃത്തും എഴുത്തുകാരനും മാധ്യമപ്രവർത്തകനുമായ രാധാകൃഷ്ണൻ പട്ടാന്നൂർ എഴുതിയ പത്തൊൻപതാമത്തെ പുസ്തകവും മൂന്നാമത്തെ നോവലുമായ 'ശലഭ ദേശാടനം' പ്രകാശനം ചെയ്യാൻ അവസരം കിട്ടിയതിൽ എനിക്ക് അതിയായ സന്തോഷമുണ്ട്.

അദ്ദേഹം പഠിച്ച പട്ടാന്നൂർ കെ.പി.സി.ഹയർ സെക്കൻഡറി സ്കൂളിന്റെ സുവർണ ജൂബിലി ആഘോഷത്തിന്റെ ഭാഗമായി പ്രവർത്തിച്ചപ്പോഴാണ് ഈ നോവലിന്റെ ആശയം ഉയർന്നു വന്നതെന്ന് ഈ പുസ്തകത്തിന്റെ ആമുഖത്തിൽ പറയുന്നുണ്ട്.

ഒരു മാധ്യമ പ്രവർത്തകൻ എഴുത്തുകാരനാവണമെന്നില്ല. മാധ്യമ പ്രവർത്തനത്തെ ഒരു സർഗാത്മക പ്രവർത്തനമായി പൊതുവിൽ ആരും കണക്കാക്കാറുമില്ല. അത് വിവരങ്ങളുടെ വിതരണവും പ്രസരണവും ആണെന്നതാണ് സാമാന്യ ബോധ്യം.

എന്നാൽ, ഉൾക്കാഴ്ചയും സർഗാത്മകമായ ചിന്തകളുമുള്ള ആൾ മാധ്യമ പ്രവർത്തകൻ കൂടിയാവുമ്പോൾ മാധ്യമ പ്രവർത്തനത്തിനും പ്രത്യേകമായ മാനം കൈവരും.

മാധ്യമ പ്രവർത്തനത്തെ ഒരു പ്രത്യേക വിതാനത്തിലേക്ക് എത്തിക്കാൻ കഴിഞ്ഞ സർഗാത്മകതയുള്ള മാധ്യമ പ്രവർത്തകനാണ് രാധാകൃഷ്ണൻ പട്ടാന്നൂർ. അദ്ദേഹത്തിന്റെ സർഗാത്മകതയുടെയും, മാധ്യമ പ്രവർത്തകൻ എന്ന നിലയിലുള്ള നിരീക്ഷണങ്ങളുടെയും അനുഭവത്തിന്റെയും ശക്തമായ സൂചനകൾ ഈ നോവലിലുണ്ട്.

ഡൽഹിയിൽ,എം.പി.മാരുടെ വാസസ്ഥലമായ വി.പി.ഹൗസിൽ, ഫ്രീലാൻസ് മാധ്യമ പ്രവർത്തകനായ പ്രദീപ്, തന്റെ പ്രിയ കാമുകിയും ജെ.എൻ.യു.വിലെ ഗവേഷണ വിദ്യാർത്ഥിനിയുമായ നാദിയയുമൊത്ത് എത്തുന്നത് മുതലാണ് 'ശലഭ ദേശാടനം' എന്ന ഈ നോവൽ ആരംഭി

ക്കുന്നത്. ഉത്തരേന്ത്യക്കാരനായ ഒരു സ്വതന്ത്ര എം.പി.യുടെ പേർസണൽ അസിസ്റ്റന്റ് കൂടിയാണ് പ്രദീപ്.

ഡൽഹിയിലെ അധികാരത്തിന്റെ ഇടനാഴിയിലും അകത്തളങ്ങളിലും ഇടപെടലുകൾ സൃഷ്ടിച്ചുകൊണ്ട്, നിശബ്ദ നേതൃത്വമായി പ്രവർത്തിക്കുന്ന ബുദ്ധിജീവി വൃന്ദവും മാധ്യമ പ്രവർത്തകരും നടത്തിക്കൊണ്ടിരിക്കുന്ന ഇടപെടലുകളുടെ വിശദാംശങ്ങൾ നോവൽ നൽകുന്നുണ്ട്.

ഡൽഹി പ്രസ്സ് ക്ലബ്ബിനോട് ചേർന്ന ബാറിലും ഹോട്ടലിലും വൈകുന്നേരങ്ങളിൽ എങ്ങിനെയാണ് അവർ ഡൽഹിയിലെ അധികാര രാഷ്ട്രീയത്തെ നിയന്ത്രിക്കുന്നത് എന്നും സൂക്ഷ്മമായി നോവൽ വിലയിരുത്തുന്നു.

ചെറിയ കാലമെങ്കിലും, യുവജന പ്രസ്ഥാനത്തിന്റെ ദേശീയ നേതൃത്വത്തിൽ ഡൽഹി കേന്ദ്രീകരിച്ചു പ്രവർത്തിച്ചിരുന്ന കാലം അല്പം ഗൃഹാതുരത്വത്തോടെ ഇതെല്ലാം വായിക്കുമ്പോൾ ഞാൻ ഓർത്തു പോയി.

ഒരു പത്രപ്രവർത്തകൻ എഴുതിയ നോവൽ എങ്ങിനെയായിരിക്കും എന്ന ആകാംക്ഷ വായിച്ചു തുടങ്ങുമ്പോൾ എനിക്കുണ്ടായി.

ഒറ്റയിരിപ്പിന് വായിച്ചു തീർക്കാൻ പറ്റുന്ന തരത്തിലുള്ളതാണ് നോവലിൽ സ്വീകരിച്ച രചനാ ശൈലി. നോവലിന്റെ എല്ലാ ചിട്ടകളും ശില്പഭംഗിയും ഉള്ളടക്കവും ഇതിനുണ്ട്. വായിക്കാൻ എടുത്തവരെ ഒരിക്കലും നോവൽ നിരാശപ്പെടുത്തില്ല.

ശക്തമായ സ്ത്രീ കഥാപാത്രങ്ങളുടെ സാന്നിധ്യമാണ് ഈ നോവലിന്റെ വേറൊരു സവിശേഷത. ഇതൊരു സ്ത്രീപക്ഷ നോവൽ ആണെന്ന് കൂടി പറയാം. നായിക കഥാപത്രമായ നദിയ തന്നെ ഉദാഹരണം.

ഡൽഹിക്ക് പുറമെ, അന്തമാൻ ദ്വീപ്, കുടജാദ്രി, വയനാട് എന്നീ പ്രദേശങ്ങളെല്ലാം നോവലിൽ കടന്നുവരുന്നുണ്ട്. അവിടുത്തെ ചരിത്രവും ഭൂമിശാസ്ത്രവും വായനക്കാരുടെ മുന്നിൽ നേർ അനുഭവമായി തെളിഞ്ഞു നിൽക്കും.

മലയാളത്തിലെ മികച്ച നോവലുകളിൽ ഒന്നായി ആസ്വാദകലോകം 'ശലഭദേശാടന'ത്തെയും പരിഗണിക്കും എന്ന് തന്നെയാണ് എന്റെ അഭിപ്രായം.

അധ്യായം-1

സൗഹൃദങ്ങൾ

“..ദീപൂ.. നീ കാറിന്റെ ഗ്ലാസൊന്ന് താഴ്ത്ത്.. പുറത്ത് നല്ല തണുപ്പുണ്ട്. ഞാനീ തണുപ്പൊന്നാസ്വദിക്കട്ടെ.. ഇത്രയും തണുപ്പുള്ള രാത്രിയിൽ നമ്മളെന്തിനാ അടച്ചു പൂട്ടിയ കാറിൽ യാത്ര ചെയ്യുന്നത്..”

“..പുറത്ത് നല്ല തണുപ്പല്ല, കൊടും തണുപ്പാണ്.. നീയാ മൊബൈലെടുത്തൊന്ന് നോക്കു.. ടെമ്പറേച്ചർ മൂന്ന് ഡിഗ്രിയാ.. നീ തണുത്ത് മരവിച്ചുപോകും. ശരീരത്തിൽ സ്വെറ്റർ പോലുമില്ല..”- നാദിയയുടെ ആവശ്യത്തെ പ്രദീപ് ലഘുവായി വിലക്കി.

“..ഡൽഹിയിലെ വിന്റർ ആസ്വദിക്കാനാ ഞാനിപ്പോൾ വന്നതുതന്നെ.. എന്റെ പേപ്പർ സബ്മിറ്റ് ചെയ്യാൻ ഇനിയും സമയമുണ്ട്..”

“എന്നാൽ ആ ബാഗിൽ ഒരു സ്വെറ്ററുണ്ട്. അതെടുത്ത് ഇട്ടോളു. എനിക്ക് പ്രശ്നമില്ല. നല്ല ചൂടുള്ള ഇന്നർ ഷർട്ടിനുള്ളിലുണ്ട്”- പ്രദീപ് നിർദേശിച്ചു.

“നമ്മൾ അശോക റോഡിലെത്തിയില്ലേ.. ഇനി സ്വെറ്ററൊന്നും വേണ്ട. ഞാനും ഇന്നറിട്ടിട്ടുണ്ട്.. എന്നെ പട്ടേൽ ചൗക്കിൽ ഇറക്കിയാൽ മതി. കരോൾബാഗിലേക്ക് മെട്രോ കിട്ടും...”

“അയ്യടാ.. ഇത്രയും ത്യാഗം ചെയ്ത് നിന്നെ ജെ.എൻ.യു വിൽ നിന്ന് കൂട്ടിക്കൊണ്ടുവന്നത് ഗീതാ ചൗധരിക്ക് കൂട്ട് കിടക്കാൻ വിട്ടുകൊടുക്കാനാ...”-

പ്രദീപിന്റെ കമന്റ് കേട്ട് നാദിയ ലഘുവായി ചിരിച്ചു.

“..പിന്നെ എന്താ നിന്റെ പരിപാടി...ടെൽ മി ?...”

“നമ്മൾ നേരെ പ്രസ് ക്ലബ്ബിലേക്ക് പോകും.. ഭക്ഷണം കഴിക്കും.... ഭക്ഷണത്തിന് മുമ്പ് ഞാനൽപ്പം വിസ്കി കഴിക്കും... കുറച്ചു സമയം അവിടെ സുഹൃത്തുക്കളോട് സംസാരിക്കും.. പിന്നെ വി.പി.ഹൗസിൽ എന്റെ മുറിയിലേക്ക് പോകും.... നേരം പുലരും വരെ നമ്മൾ സംസാരിച്ചിരിക്കും... രാവിലെ നിന്നെ കരോൾബാഗിൽ മിസ്സിസ് ചൗധരിയു

ടെ അപ്പാർട്ടുമെന്റിൽ വിടും. ഇതാണ് പ്ലാൻ .. എന്താ പോരേ?.."

"എന്നെ വിളിച്ചുകൊണ്ടു വരുന്നതിന് പിന്നിൽ നിനക്കിങ്ങനെയൊരു ഹിഡൺ അജണ്ടയുണ്ടെന്നറിയില്ലായിരുന്നു.. പാവം ദീദീ എന്നെ കാത്തു നിൽക്കുന്നുണ്ടാവും. ഞാൻ ഒൻപതു മണിക്ക് മുമ്പ് എത്തുമെന്ന് അറിയിച്ചതാ.."

"നീ ഓവർ സെന്റിയാവല്ലേ.. നാളെ രാവിലെയെത്തുമെന്ന് മാഡത്തോട് വിളിച്ചു പറഞ്ഞേക്ക്.. രാത്രി ഒരു ഫ്രണ്ടിന്റെ വീട്ടിലാണെന്ന് പറയൂ..."

നാദിയ ഫോണെടുത്ത് മിസ്സിസ് ചൗധരിയുടെ നമ്പർ സർച്ച് ചെയ്തു.

"..അല്ലെങ്കിൽ വേണ്ട.. രാത്രി ഒരു ഫ്രണ്ടിന്റെ വീട്ടിലാണെന്ന് പറഞ്ഞാൽ ആരുടെ വീട്ടിലാണെന്ന് ചോദിക്കും.. ഇങ്ങോട്ട് വിളിച്ചാൽ ഹോസ്റ്റലിൽ തന്നെയാണെന്ന് പറയാം..."

-നാദിയ ഫോൺ ഓഫ് ചെയ്തു.

"മിസ്സീസ് ചൗധരിക്ക് കുറേ പൂച്ചകളും ചെടികളുമില്ലേ കൂട്ടിന്.. പല ഇനങ്ങളിൽപ്പെട്ടവ. അവർക്ക് ഇവയെല്ലാം കഴിഞ്ഞിട്ടേ മനുഷ്യരുള്ളൂ.. നീ അതുകൊണ്ട് ടെൻഷനടിക്കേണ്ട.. ഏതായാലും ഇങ്ങനെയുള്ള ഒരാളെ റിസർച്ച് ഗൈഡായിക്കിട്ടിയതുകൊണ്ട് നീ രക്ഷപ്പെട്ടു."

"പാവം ദീദി.. തനിച്ച് താമസിക്കുന്ന അവരുടെ സ്വകാര്യ ദു:ഖം നിനക്കൊരിക്കലും മനസ്സിലാവില്ല.. അവർ എത്ര സ്നേഹമുള്ള സ്ത്രീയാ... നിന്നെ രണ്ടു തവണയല്ലേ അവർ കണ്ടിട്ടുള്ളൂ. പിന്നെ കാണുമ്പോഴൊക്കെ നിന്നെപ്പറ്റി ചോദിക്കും... നീ അധികം പൊങ്ങേണ്ടെന്നു കരുതി ഞാൻ പറയാതിരുന്നതാ... ഒരിക്കൽ എന്നോട് പറഞ്ഞു, പ്രദീപ് നായരില്ലേ.. നിന്റെ ഫ്രണ്ട്.. അവനെപ്പോലൊരു മകനുണ്ടായിരുന്നെങ്കിൽ.. എന്ന്..."

നാദിയയുടെ വാക്കുകൾ ആർദ്രമായി.

"എന്നാലവരോട് എന്നെ ദത്തെടുക്കാൻ പറയൂ.. നഗരത്തിൽ ഗംഭീരമായ അപ്പാർട്ടുമെന്റും ലക്ഷങ്ങളുടെ ബാങ്ക് ബാലൻസും.. അവകാശികളായി ആരുമില്ല... അങ്ങനെയാണെങ്കിൽ ഞാൻ രക്ഷപ്പെട്ടു..."

"നിനക്കെല്ലാം തമാശയാണ്.. അവരുടെ ആരോഗ്യം വളരെ മോശമാണ്. ഒരാഴ്ചയായി മെഡിക്കൽ ലീവിലാ.." -നാദിയ ചൊടിച്ചു.

പ്രദീപ് ഒന്നും പറഞ്ഞില്ല.

കാർ കൃഷിഭവൻ പിന്നിട്ട് പ്രസ് ക്ളബ്ബ് റോഡിലേക്ക് കയറി.

കാർ പാർക്കിങ്ങ് ഏരിയയിൽ നിർത്തിയിട്ട് കൗണ്ടറിൽ പാസ് രേഖപ്പെടുത്തി ഇരുവരും ബാറും ഭക്ഷണശാലയും പ്രവർത്തിക്കുന്ന പ്രസ്

ക്ലബ്ബ് കെട്ടിടത്തിന്റെ മുറിയിലേക്ക് കടന്നു.

പ്രസ്ക്ലബ്ബ് അങ്കണം നിബിഡവും ശബ്ദമുഖരവുമായിരുന്നു.

പുൽത്തകിടിയിൽ നിരത്തിയിട്ട കസേര മുഴുവൻ പതിവുകാർ കൈവശപ്പെടുത്തിയിരുന്നു.

എഴുത്തുകാർ, പത്രപ്രവർത്തകർ, പത്രാധിപൻമാർ, കോളമിസ്റ്റുകൾ, പരിസ്ഥിതി പ്രവർത്തകർ, ആക്ടിവിസ്റ്റുകൾ, രാഷ്ട്രീയ ദല്ലാളൻമാർ, പിമ്പുകൾ, ബ്യൂറോക്രാറ്റുകൾ, ബ്രോക്കർമാർ, വ്യവസായികൾ, ബുദ്ധിജീവികൾ... എന്നിങ്ങനെ, രാഷ്ട്രീയത്തിന്റെ അരങ്ങിലും അണിയറയിലും പ്രവർത്തിക്കുന്നവരെല്ലാം പതിവുപോലെ സമ്മേളിച്ചിരിക്കുന്നു.

തീപാറുന്ന ചർച്ചകൾക്ക് പശ്ചാത്തല സംഗീതമെന്നോണം കുപ്പിയും ഗ്ലാസും കൂട്ടിമുട്ടുന്ന ശബ്ദം ഇടയ്ക്കിടെ ഉയരുന്നുണ്ട്.

പരിചയക്കാരോട് ചിരിയാലെ സൗഹൃദം പുതുക്കി പ്രദീപും നാദിയയും ഒരു മൂലയിൽ ഒഴിവുവന്ന ടേബിളിനരികിലേക്ക് നീങ്ങി. അടുത്തടുത്ത കസേരകളിൽ ഇരുവരും ഇരുന്നു.

വെയിറ്റർ നേപ്പാളി പയ്യൻ ഉപചാരപൂർവം ഓർഡർ സ്വീകരിച്ചു.

പ്രദീപ് രണ്ട് പെഗ്ഗ് മാക്ഡോവൽ വിസ്കിക്ക് ഓർഡർ ചെയ്തു.

കൂടാതെ സലാഡും നട്സും.

"നിനക്കെന്തു വേണം.. വിസ്കി കഴിക്കുന്നോ..?"

-ചെറു ചിരിയോടെ പ്രദീപ് നാദിയയോട് അന്വേഷിച്ചു.

"അയ്യോ..വേണ്ട.. സമ്മറാണെങ്കിൽ ബിയർ കഴിക്കാമായിരുന്നു.. എനിക്ക് തണുക്കാത്ത ഒരു കോള മതി".

പ്രദീപ് വെയിറ്റർ പയ്യനെ വിളിച്ച് ഒരു കോളക്ക് ഓർഡർ ചെയ്തു.

"മിസ്റ്റർ പ്രദീപ് നായർ.. ഹലോ..?"

നീട്ടിയുള്ള വിളികേട്ട് പ്രദീപ് ചുറ്റും നോക്കി.

മുറിയുടെ മൂലയിലെ കസേരയിൽ നിന്ന് ഒരു കൈ ഉയർന്നു.

'കൽക്കത്താ ന്യൂസി'-ലെ പ്രശാന്ത് മിത്രയാണ്.

പ്രദീപ് കയ്യുയർത്തി പ്രത്യഭിവാദ്യം ചെയ്തു.

അടുത്തു വന്നിരുന്ന് സംസാരിക്കാൻ അവൻ താൽപര്യം കാണിക്കാത്തതിൽ പ്രദീപ് ആശ്വാസം കൊണ്ടു.

അടുത്തു വന്നാൽ അവനെ എളുപ്പത്തിലൊന്നും ഒഴിവാക്കാൻ പറ്റില്ല.

ബംഗാൾ രാഷ്ട്രീയം മുഴുവൻ വിളമ്പേണ്ടിവരും. മമതാ ബാനർജിയുടെ വലിയ ആരാധകനാണ്. അവന്റെ അരികിൽ 'ടൈംസി'ലെ നീനാ

അഗർവാളുമുണ്ട്.

പ്രദീപ് കസേര കുറേക്കൂടി നാദിയയുടെ അടുത്തേക്ക് വലിച്ചിട്ട ശേഷം പറഞ്ഞു;

"നാദിയാ.. എനിക്ക് പലപ്പോഴും തോന്നിയിട്ടുണ്ട്, നമ്മുടെ രാജ്യത്തിന്റെ രാഷ്ട്രീയ തലച്ചോർ പ്രവർത്തിക്കുന്ന സ്ഥലം ഡൽഹി പ്രസ് ക്ലബ്ബിലെ ഈ ബാറാണെന്ന്.. നോക്കൂ. രാജ്യത്തെ പ്രധാന പാർട്ടി നേതാക്കളുടെയെല്ലാം ഉപദേഷ്ടാക്കൾ ഇവിടെയുണ്ട്. നമ്മുടെ സർക്കാരുകൾ പല സുപ്രധാന തീരുമാനങ്ങളും കൈക്കൊള്ളുന്നത് ഇവരുടെ നിർദേശങ്ങളുടെ അടിസ്ഥാനത്തിലാണ്. ഇവരുടെ ചിന്തകളെ മദ്യം ഉത്തേജിപ്പിക്കുന്നു.. ഇവർ ഇവിടെ വെച്ച് ആശയങ്ങൾ കൈമാറുന്നു... വലിയ നേതാക്കൻമാരെയൊന്നും ഇവിടെയധികം കാണാറില്ല. എന്നാൽ നേതാക്കൻമാർക്ക് വേണ്ട ഉപദേഷ്ടാക്കളെ അവർ ഔദ്യോഗിക വസതിയിൽ സൽക്കരിക്കുന്നു... ആ മരത്തിന്റെ ചുവട്ടിലെ ടേബിളിന് ചുറ്റുമിരിക്കുന്ന നാലു പേരിൽ ബ്രൗൺ ഓവർക്കോട്ട് ഇട്ടിരിക്കുന്ന ആളെ ശ്രദ്ധിച്ചോ..? കാഴ്ചയിൽ കഥകളി നടനെപ്പോലെയുള്ളയാളെ...? ആരും ഇതുവരെ കാണാത്ത ഒരു ഹിന്ദി പത്രത്തിന്റെ ലേഖകൻ എന്ന പേരിലാണ് അയാൾ കുറേക്കാലമായി ഡൽഹിയിൽ വിലസുന്നത്. എല്ലാ പരിപാടികളിലും അയാളുണ്ടാവും. പാർലമെന്റിലെ മീഡിയാറൂമിൽ മന്ത്രിമാരും പാർലമെന്ററി പാർട്ടി നേതാക്കളും പത്രസമ്മേളനം നടത്തുമ്പോൾ തൊട്ടടുത്ത സീറ്റ് പതിവായി ഇയാൾ കയ്യടക്കും. നേതാക്കൻമാരുടെകൂടെ ഇയാളുടെ മുഖവും ടി.വിയിൽ നാട്ടുകാർ കാണണം... രാഷ്ട്രീയത്തിൽ പിടിപാടുള്ള ആളാണെന്ന് ബോധ്യമായാൽ അവിഹിതമായി കാര്യങ്ങൾ നേടാൻ പലരും സമീപിക്കും... ആരുടെ ഭരണമായാലും ഇതുപോലുള്ളവർക്ക് പ്രശ്നമില്ല.. നൂറു കോപ്പി പോലും അച്ചടിക്കാത്ത ഒരു പത്രത്തിന്റെ ഈ പ്രതിനിധിക്ക് ഇവിടെ കാറും വീടുമുണ്ട്.. പ്രസ് അക്രഡിറ്റേഷൻ കൃത്യമായി പുതുക്കിക്കിട്ടുന്നു.. ഇങ്ങനെ കുറേപ്പേർ ഇവിടെയുണ്ട്.. ബ്ലഡി ഫക്കിങ്ങ് ബെഗ്ഗേഴ്സ്...".

പ്രദീപ് രണ്ട് പെഗ്ഗ് വിസ്കി ഇതിനകം അകത്താക്കിക്കഴിഞ്ഞിരുന്നു.

"എല്ലാവരും തല പുകഞ്ഞാലോചിക്കുന്നതു കൊണ്ടായിരിക്കാം ഇവിടുന്ന് ഇത്രയധികം പുകയുയരുന്നത്..."

-അന്തരീക്ഷത്തിലേക്ക് പടരുന്ന സിഗരറ്റ് പുക നോക്കി അസഹ്യത പ്രകടിപ്പിച്ചുകൊണ്ട് നാദിയ പറഞ്ഞു.

"അതിരിക്കട്ടെ.." - നാദിയ വേറൊരു വിഷയത്തിലേക്ക് കടന്നു;

"ഈ മദ്യശാലക്ക് പുറത്ത് നിരവധി കാറുകളുണ്ട്. മിക്കവരും മദ്യം കഴിക്കാൻ വന്നവരായിരിക്കും. ഇവർ ലഹരിയിൽ തന്നെയായിരിക്കില്ലേ വാഹനമോടിച്ച് താമസ സ്ഥലത്തേക്ക് പോവുക?"

നീണ്ട ചിരിക്ക് ശേഷം പ്രദീപ് പറഞ്ഞു;

"അതേ.. പല നിയമങ്ങളും ഡൽഹിയിൽ അധികാര സ്ഥാനങ്ങളിൽ പിടിപാടില്ലാത്ത സാധാരണ മനുഷ്യർക്ക് മാത്രം ബാധകമാണ്. മദ്യപിച്ച് ലക്കില്ലാതെ വി.ഐ.പി. കാറിൽക്കയറി പോകുമ്പോൾ ഡ്യൂട്ടിയിലുള്ള സാധാരണ പോലീസുകാരൻ അയാൾക്ക് സല്യൂട്ട് നൽകും. അയാൾക്കെതിരെ കേസെടുത്തെങ്കിൽ ഒരുപക്ഷെ പാവം പോലീസുകാരന്റെ പണിപോകും... നീ വായിച്ചോ എന്നറിയില്ല, ബി.എം.ഡബ്ല്യൂ. കേസ് എന്ന് പ്രചാരം നേടിയ കേസുണ്ടായിരുന്നു ഡൽഹിയിൽ. 1999-ലാണ് സംഭവം. ഇന്ത്യൻ നേവിയുടെ തലവന്റെ ചെറുമകനും ആയുധ വ്യാപാരി സുരേഷ് നന്ദയുടെ മകനുമായ സഞ്ജീവ്നന്ദ മദ്യപിച്ച് ലക്ക് കെട്ട് ഓടിച്ച കാറിടിച്ച് മൂന്ന് പോലീസ് ഉദ്യോഗസ്ഥർ ഉൾപ്പെടെ ആറുപേർ കൊല്ലപ്പെട്ട കേസാണിത്. അന്ന് ഡൽഹിയിൽ ബി.എം.ഡബ്ല്യൂ.ഡി. കാറുള്ള അപൂർവം പേരിൽ ഒരാളായിരുന്നു ആ പയ്യൻ. ജനുവരി പത്തിന് പുലർച്ചെയായിരുന്നു സംഭവം. ഗുഡ്ഗാവിലെ ഒരു മദ്യ സൽക്കാരപ്പാർട്ടി കഴിഞ്ഞു വരികയായിരുന്നു അയാൾ. ലോദി റോഡിലെ പോലീസ് ചെക്ക് പോസ്റ്റിൽ ഡ്യൂട്ടിയിലുണ്ടായിരുന്ന പോലീസുകാരുടെ മേലെ പയ്യൻ കാർ കയറ്റി. രണ്ട് പോലീസുകാർ തൽക്ഷണം മരിച്ചു. ഒരാൾ ആസ്പത്രിയിൽ വെച്ചും. തുടർന്ന് മൂന്ന് വഴിയാത്രക്കാരെയും കാർ കയറ്റിക്കൊന്നു. പിന്നെ ഒരിടത്തു വെച്ച് കാർ വൃത്തിയാക്കി. നമ്പർ പ്ലേറ്റ് മാറ്റി. പ്രതിയുടെ ഉന്നതങ്ങളിലുള്ള സ്വാധീനം കാരണം കേസിന്റെ തെളിവുകൾ നശിപ്പിക്കാൻ പോലീസുകാർ തന്നെ രംഗത്തെത്തി. പോലീസുകാരുടെ കള്ളക്കളികൾക്കെതിരെ മാധ്യമങ്ങൾ രംഗത്തു വന്നു. ഒടുവിൽ പതിമൂന്ന് വർഷങ്ങൾക്ക് ശേഷം പ്രതിക്ക് സുപ്രീം കോടതി രണ്ടു വർഷത്തെ തടവു ശിക്ഷയും വൻ തുക പിഴയും വിധിച്ചു.."

നാദിയ ഒന്നും മിണ്ടാതെ കഥ കേട്ടു.

"ശരി.. നിനക്ക് ബോറടിക്കുന്നുണ്ടാവും.. നമുക്കിനി ഭക്ഷണം കഴിക്കാം.."-പ്രദീപ് പറഞ്ഞു.

"അതാ നല്ലത്... കള്ളു കുടിച്ചാൽ നിന്റെ ധാർമികരോഷം പതഞ്ഞു പൊങ്ങുമല്ലോ..."

നാദിയ എഴുന്നേറ്റു.

വെയിറ്റർ പയ്യനെ വിളിച്ച് പത്തു രൂപ ടിപ്പ് നൽകിയ ശേഷം രണ്ടു പേരും ഭക്ഷണശാലയിലേക്ക് നടന്നു.

ഭക്ഷണശാലയിൽ തിരക്ക് കുറവായിരുന്നു.

കുടുംബവുമായി എത്തിയ ഏതാനും പേരും അമിതമായി മദ്യപിച്ചത് കാരണം പെട്ടെന്ന് കാറോടിച്ച് പോകാൻ കഴിയാത്തവരുമാണ് അവിടെ അവശേഷിച്ചത്.

“നാദിയാ നിനക്കെന്തുവേണം..?”

“റൊട്ടി, ചിക്കൻചില്ലി”.

“എനിക്ക് തന്തൂരി റൊട്ടി, പനീർമസാല..”

ഭക്ഷണം കഴിക്കുന്നതിനിടയിൽ നാദിയയുടെ മൊബൈൽ ഫോൺ ശബ്ദിച്ചു.

ജീൻസിന്റെ പോക്കറ്റിൽനിന്ന് ഇടതുകൈകൊണ്ട് ഫോണെടുത്ത് നാദിയ തലയിൽ കൈവെച്ചു.

“മൈഗോഡ്..ദീദി..ഞാനെന്താ പറയാ....?”

“തൽക്കാലം അറ്റന്റ് ചെയ്യേണ്ട..പിന്നെ അങ്ങോട്ട് വിളിക്കാം.”- പ്രദീപ് നിർദേശിച്ചു.

ഫോണിൽ നിന്ന് ഒരുവട്ടം കൂടി ഗസൽ നാദം ഉയർന്ന ശേഷം നിശ്ശബ്ദമായി.

ഭക്ഷണം കഴിച്ചതിന് ശേഷം രണ്ടുപേരും വി.പി ഹൗസിലെത്തി.

പതിവായി കാർ നിർത്തിയിടാറുള്ള മരച്ചുവട്ടിൽ വലിയ പുലിയുടെ വലുപ്പമുള്ള കുറേ നായ്കൾ നിരനിരയായി കിടക്കുന്നു.

കാർ അടുത്തെത്തിയിട്ടും അവയൊന്നും ഗൗനിക്കുന്നേയില്ല. ഹോണടിച്ചപ്പോൾ ഒന്നുരണ്ടെണ്ണം മനസ്സില്ലാ മനസ്സോടെ എഴുന്നേറ്റ് അൽപ്പമകലേക്ക് മാറിക്കിടന്നു.

-നിന്നോടുള്ള ബഹുമാനം കൊണ്ടൊന്നുമല്ല; വെറുതേയൊരു പ്രശ്നത്തിന് നിൽക്കേണ്ടെന്ന് കരുതിയാണ് എന്ന മട്ടിൽ

“ഈ വി.പി ഹൗസ് പരിസരത്ത് മാത്രം പത്തമ്പത് കൂറ്റൻ പട്ടികളുണ്ട്.. എപ്പോഴാണാവോ ഇവക്കെല്ലാം പേയിളകുന്നത്.. ഇവിടുത്തെ സർവന്റ് ക്വാർട്ടേഴ്സിലെ താമസക്കാരെല്ലാം പട്ടികളെ വളർത്തുന്നു. ഇവർക്ക് കിടന്നുറങ്ങാൻ ഒരു മുറിയേ ഉണ്ടാവൂ. അതിൽ പട്ടിക്കും ഉണ്ടാവും ഒരിടം..ഇത്തരം പട്ടി പ്രേമികൾ മറ്റൊരിടത്തും ഉണ്ടാവില്ല.“

-രോഷം കലർന്ന സ്വരത്തിലുള്ള പ്രദീപിന്റെ വാക്കുകൾ കേട്ട് നാദിയ ചിരിച്ചു കൊണ്ട് പ്രതികരിച്ചു

‘മനേകാ ഗാന്ധി ഇഫക്ട്’.

ഒന്നാം നിലയിലാണ് പ്രദീപിന്റെ മുറി.

മുറിയിൽ വെളിച്ചം പരന്നു.

ബാഗ് മേശപ്പുറത്ത് വെച്ച ശേഷം നാദിയ മുറിയാകെ കണ്ണോടിച്ചു.

"..നീ ഈ മുറി വളരെ നീറ്റായി സൂക്ഷിച്ചിരിക്കുന്നല്ലോ.. സാധാരണ ബാച്ചിലേഴ്സിന്റെ മുറിയെക്കുറിച്ചുള്ള സങ്കൽപ്പം നീ മാറ്റിയിരിക്കുന്നു..."

നാദിയയുടെ കമന്റ് കേട്ട് പ്രദീപ് ചിരിച്ചു.

"ഞാനെന്റെ മുറിയും കാറും ഓഫീസും എന്റെ ശരീരം പോലെ വൃത്തിയായി സൂക്ഷിക്കും.. ഈ ശുചിത്വശീലം അമ്മയിൽ നിന്ന് പഠിച്ചതാണ്. അമ്മ ഇക്കാര്യങ്ങളിലെല്ലാം കർക്കശക്കാരിയാണ്. മുഷിഞ്ഞ വസ്ത്രങ്ങൾ കിടക്കയിൽ വലിച്ചെറിഞ്ഞു പോകുന്നതായിരുന്നു പഠിക്കുന്നകാലത്ത് എന്റെ ശീലം. ഒരിക്കൽ എനിക്കതിന് അമ്മയുടെ ചുട്ട അടി കിട്ടി. സ്വന്തം വസ്ത്രങ്ങൾ കഴുകാനും മുറി വൃത്തിയാക്കാനും ശീലിപ്പിച്ചു. ഇപ്പോൾ ഇതെല്ലാം ശീലമായി. എന്റെ വസ്ത്രം അലക്കാൻ ഒരിക്കലും ദോബിയെ ഏൽപ്പിക്കാറില്ല.ഇസ്തിരിയിടാൻ മാത്രം കൊടുക്കും... ഒരിക്കൽ ഒരു സുഹൃത്തിന്റെ ശുപാർശയിൽ ഐ.എ.എസ് കോച്ചിങ്ങിന് ചേർന്ന പയ്യൻ രണ്ടാഴ്ചത്തെ താമസത്തിനായി എത്തിയിരുന്നു.ഒരു ബീഹാറി. വസ്ത്രങ്ങൾ അലക്കില്ലെന്നു മാത്രമല്ല, മുഷിഞ്ഞ വസ്ത്രങ്ങൾ മുഴുവൻ കിടക്കയിൽ കൂട്ടിയിടും. ടോയിലറ്റിൽ പോയാൽ വെള്ളമൊഴിക്കില്ല. ഞാൻ പല തവണ പയ്യനെ ഉപദേശിച്ചു.ഒരു മാറ്റവും കാണാതായപ്പോൾ ഇറക്കി വിട്ടു..".

നാദിയ കുലുങ്ങിച്ചിരിച്ചശേഷം പറഞ്ഞു ;

"സാധാരണ ബീഹാറികൾ അങ്ങിനെയാണ്... അവർ വീട്ടിന്റെ ചുമരിൽപ്പോലും മുറുക്കിത്തുപ്പും..".

"അതിരിക്കട്ടെ.. എം.പി മാർക്ക് മാത്രം കിട്ടുന്ന ഈ വാസസ്ഥലം നീയെങ്ങിനെ ഒപ്പിച്ചെടുത്തു?"

കട്ടിലിൽ കാൽ നീട്ടിയിരുന്നു കൊണ്ട് നാദിയ ചോദിച്ചു.

"ഈ മുറി ബീഹാറിൽ നിന്നുള്ള ഒരു സ്വതന്ത്ര എം.പി യുടേതാണ്. -വി.പി.യാദവിന്റെ. ഒരു എം.പിക്ക് ഇതു പോലെയുള്ള മൂന്ന് മുറികൾ കിട്ടും. പുറമെ ഒരു സർവന്റ് ക്വാർട്ടേഴ്സും. പുള്ളിക്കാരൻ വലിയ ജന്മിയാണ്. പക്ഷെ വിദ്യാഭ്യാസം പ്രാഥമികം മാത്രം. അറിയുന്ന ഏക ഭാഷ ഹിന്ദി. മിക്ക എം.പി മാർക്കും ഡൽഹിയിലും മണ്ഡലത്തിലും ഓരോ പേഴ്സണൽ അസിസ്റ്റന്റുമാരുണ്ടാവും. ഇദ്ദേഹത്തിന്റെ ഡൽഹിയി

ലെ അസിസ്റ്റന്റിന്റെ റോളിലാണ് ഞാനിപ്പോൾ. പാർലമെന്റിൽ ഉന്നയിക്കേണ്ട ചോദ്യങ്ങൾ തയ്യാറാക്കിക്കൊടുക്കുക, കത്തുകൾക്ക് മറുപടി തയ്യാറാക്കുക, പല പദ്ധതികളുമായി ബന്ധപ്പെട്ട് മന്ത്രാലയങ്ങളിലും ഓഫീസുകളിലും പോവുക തുടങ്ങിയ കാര്യങ്ങളും ചെയ്തു കൊടുക്കണം. പേഴ്സണൽ അസിസ്റ്റന്റുമാർക്ക് നിശ്ചിത അലവൻസുണ്ട്. ഞാൻ അലവൻസു വാങ്ങാറില്ല. പകരം ഈ മുറി വാങ്ങി. ഇത്രയും സൗകര്യമുള്ള സ്ഥലത്ത്, ഇങ്ങനെയൊരു താമസ സൗകര്യം മറ്റെവിടെ കിട്ടാനാ..? ടൈംസിൽ ജോലിചെയ്യുന്ന ബീഹാറുകാരനായ ഒരു സുഹൃത്ത് മുഖേനയാ ഈ പണി കിട്ടിയത്.. എന്നെ എം.പി. അദ്ദേഹത്തിന് വലിയ കാര്യമാണ്. മിസ്റ്റർ നായർ എന്നേ എന്നെ വിളിക്കൂ.. ഇംഗ്ലീഷറിയുന്നവരോട് അദ്ദേഹത്തിന് വലിയ ബഹുമാനമാണ്..."

"ഇതിനൊക്കെ എങ്ങനെ നീ സമയം കണ്ടെത്തുന്നു...?"

"ഇതൊന്നും അത്ര വലിയ പണിയുള്ള കാര്യമൊന്നുമല്ല. പാർലമെന്റ് സമ്മേളനം തുടങ്ങിയാൽ കുറച്ചു തിരക്കുവരും. അല്ലാത്തപ്പോൾ കാര്യമായ പണിയൊന്നുമുണ്ടാവില്ല.ഞാനീ ജോലി നന്നായി എൻജോയ് ചെയ്യുന്നു. എനിക്ക് പാർലമെന്റിൽ പോകാനുള്ള പാസ്സുണ്ട്. എനിക്ക് അറിയാൻ താൽപര്യമുള്ള വിഷയങ്ങൾ എം.പിയുടെ ചോദ്യമായി ഉന്നയിച്ച് ഉത്തരം കണ്ടെത്താം.. പല മിനിസ്ട്രികളിലും ഞാൻ സോഴ്സുണ്ടാക്കിയിട്ടുണ്ട്. എന്റെ പല റിപ്പോർട്ടുകളുടെയും സോഴ്സ് ഇങ്ങനെ കിട്ടിയതാ.. പത്രക്കാർക്ക് സോഴ്സുകളാണല്ലോ ദൈവം... ആദിവാസി ക്ഷേമ പദ്ധതിയുടെ പേരിൽ നടന്ന തട്ടിപ്പിനെക്കുറിച്ചുള്ള എന്റെ ലേഖനം എല്ലാവരെയും ഞെട്ടിച്ചില്ലേ.. എം.പി ഉന്നയിച്ച ഒരു ചോദ്യത്തിന് കിട്ടിയ ഉത്തരത്തിൽ നിന്നാണ് ഇതിനെക്കുറിച്ചുള്ള അന്വേഷണം തുടങ്ങിയത്..."

നാദിയയുടെ ഫോണിൽനിന്ന് വീണ്ടും ഗസൽ നാദം ഉയർന്നു.

നാദിയ ഫോണിലേക്ക് നോക്കി. പിന്നെ ചാടിയെഴുന്നേറ്റ് തലയിൽ കൈ വച്ചു.

"ആരാ ചൗധരി മാഡം തന്നെയോ?" -പ്രദീപ് അന്വേഷിച്ചു.

"അല്ല... ഉമ്മ"

നാദിയ ഫോണെടുത്ത് പുറത്തേക്ക് പോയി.

പ്രദീപ് ഷൂസ് അഴിച്ചുമാറ്റി.ഷർട്ടഴിച്ച് ഹാങ്ങറിൽ തൂക്കിയശേഷം ബാത്ത് റൂമിലേക്ക് പോയി.

പുറത്ത് കട്ടപിടിച്ചുകിടക്കുന്ന മഞ്ഞാണ്.

മഞ്ഞിലൂടെ അരിച്ചെത്തുന്ന വൈദ്യുതി വെളിച്ചത്തിന് മഞ്ഞ നിറം.

വി.പി ഹൗസിന്റെ പ്രധാന കവാടത്തിൽ മണൽച്ചാക്കുകൊണ്ടുണ്ടാക്കിയ സുരക്ഷാവലയത്തിനുള്ളിൽ ഒരു ഭടൻ തോക്കുമായി ജാഗ്രതയോടെ കാവലിരിപ്പുണ്ട്.

ഡൽഹിയിലെ കൊടും ശൈത്യവും ചൂടും ബാധകമാവാത്ത ഒരു വിഭാഗം സുരക്ഷാ ഭടൻമാരാണ്.

നഗരത്തിന്റെ മുക്കിലും മൂലയിലും കണ്ണിലെണ്ണയൊഴിച്ച് അവർ കാവലിരിക്കുന്നു.

ഏത് സമയത്തും ഏതു രൂപത്തിലും തീവ്രവാദികളുടെ ആക്രമണം പ്രതീക്ഷിച്ചുകൊണ്ട്.

എൺപതുകളുടെ തുടക്കത്തിൽ, സിഖ് തീവ്രവാദം തല പൊക്കിയ കാലം മുതൽ ഡൽഹി അശാന്തമാണ്.അജ്ഞാതനായ ശത്രുവിന്റെ ആക്രമണം തലസ്ഥാന നഗരിയിലെ ഓരോ പൗരനും ഏതു സമയത്തും പ്രതീക്ഷിക്കുന്നു.

പ്രദീപ് പുറത്തിറങ്ങി.

വരാന്തയുടെ മൂലയിൽ നിന്ന് നാദിയ ഫോണിൽ സംസാരം തുടരുന്നു.

പ്രദീപ് അകത്തേക്ക് തിരിച്ചു കയറി.

മേശപ്പുറത്തു കിടന്ന ഒരു വാരികയുടെ താളുകൾ അലക്ഷ്യമായി മറിച്ചു നോക്കുന്നതിനിടയിൽ നാദിയയെത്തി.

“അരമണിക്കൂർ കഴിഞ്ഞല്ലോ... ഉമ്മക്കെന്താ ഇത്ര കൂടുതൽ വിശേഷം അറിയിക്കാൻ....?”

“ഉമ്മയോട് സംസാരിക്കുന്നതിനിടയിൽ ദീതി വീണ്ടും വിളിച്ചു... രണ്ടു പേരോടും സംസാരിച്ചു...ഞാൻ ഹോസ്റ്റലിൽ തന്നെയാണുള്ളതെന്ന് ദീതിയോട് കള്ളം പറഞ്ഞു..ഞാൻ രാവിലെയെത്താം എന്നു അറിയിച്ചിട്ടുണ്ട്....”

നാദിയ കട്ടിലിൽ പ്രദീപിന്റെ അരികിലായി ഇരുന്നു.

“ഉമ്മയെന്ത് പറയുന്നു..?”

“ഉമ്മയും ബാപ്പയും അനുജനും ദുബായിൽ അങ്കിളിന്റെ വീട്ടിൽ പോയിരുന്നു. ഇന്ന് രാവിലെയാണ് തിരിച്ചെത്തിയത്. അങ്കിളിന്റെ മകന്റെ ഫസ്റ്റ് ബർത്ത്ഡേയായിരുന്നു... കുറേക്കാലം കാത്തിരുന്ന് കിട്ടിയ കുഞ്ഞായതിനാൽ ഗംഭീരമായി ആഘോഷിച്ചുവത്രെ... നാട്ടിൽ നിന്ന് മൂത്ത അങ്കിളും ഫാമിലിയും കൂടെയുണ്ടായിരുന്നു.. എന്നെ പല വട്ടമായി അങ്ങോട്ടു ചെല്ലാൻ വിളിക്കുന്നു..പോവാത്തതിൽ അവർക്കൊക്കെ പരിഭവമാണ്... ഇനി എനിക്ക് ഗൾഫിൽ പോകാൻ ഒട്ടും താൽപര്യമി

ല്ല.പതിനെട്ടു കൊല്ലം അവിടെ ജീവിച്ചില്ലേ... മടുത്തിട്ടാണ് നാട്ടിൽ വന്നത്. സത്യത്തിൽ ബാപ്പക്കും ഉമ്മക്കുമൊക്കെ ഗൾഫ് ജീവിതം മടുത്തു. അനുജന് മാത്രമാണ് അവിടെ ഇഷ്ടം. അവനും എന്നെപ്പോലെ പ്ലസ്ടു വരെ അവിടെ തുടരുമായിരിക്കും... ഇനി രണ്ടു വർഷം കൂടിയുണ്ട്.... പിന്നെ, എന്റെ കല്ല്യാണക്കാര്യമായിരുന്നുവത്രെ അവിടെ നടന്ന പ്രധാന ചർച്ച... നിനക്കറിയില്ലേ.. ഉമ്മ എപ്പോഴും സംസാരം അവസാനിപ്പിക്കുന്നത് ഇക്കാര്യം സൂചിപ്പിച്ചാണെന്ന്..."

നാദിയ കട്ടിലിൽ കാൽ നീട്ടി വെച്ച് തലയിണയിൽ ചാരിക്കിടന്നു.

"നാട്ടിൽ ഒരു നായർ പയ്യനുണ്ട് .. ഞാൻ കെട്ടിക്കോട്ടെയെന്ന് ഉമ്മയോട് ചോദിക്ക്... എന്താ....?"

-പ്രദീപ് ചെറു ചിരിയോടെ പറഞ്ഞു.

"സമയമാവട്ടെ...ചോദിക്കാം..."

"എന്തായിരിക്കും ബാപ്പയുടെയും ഉമ്മയുടെയുമൊക്കെ പ്രതികരണം....?"

"ഞാൻ അക്കാര്യം ഇതുവരെ ഊഹിച്ചില്ല... ബാപ്പ ഒരു കമ്യൂണിസ്റ്റും പുരോഗമനവാദിയുമാണെന്നുമൊക്കെയാണ് വെയ്പ് .. ഇത്തരം കാര്യം വരുമ്പോൾ പുരോഗമന വാദികളും യാഥാസ്ഥിതികരുമൊക്കെ ഒരുപോലെയായിരിക്കും.. കുടുംബ പാരമ്പര്യം, തറവാട്ടുമഹിമ, സമുദായ മാമൂലുകൾ... ഇക്കാര്യത്തിൽ ഏറ്റവും വലിയ ഭീഷണി എന്റെ ഒരു വലിയ കാരണവരായിരിക്കും.. അതായത്, ഉമ്മയുടെ കാരണവർ. ഒരു മുസലിയാരാണ് -അബ്ദുൾ റഹ്മാൻ മുസലിയാർ. നാട്ടുകാർ അന്ത്രു മുസലിയാരെന്ന് വിളിക്കും.. ഞാൻ ബിൻലാദനെന്നും"

-നാദിയ ഒന്ന് ചിരിച്ച ശേഷം തുടർന്നു;

"കാഴ്ചയിൽ അയാൾ ബിൻലാദനെപ്പോലെയാണ്. വയറുവരെ നീളുന്ന ജഢ പിടിച്ച താടി. വെളുത്ത് നേരിയ മുണ്ടു കൊണ്ടുള്ള തലയിൽക്കെട്ട്... അസഹിഷ്ണുത ജ്വലിക്കുന്ന നോട്ടം.. കാഴ്ചയിൽ മാത്രമല്ല, സ്വഭാവം കൊണ്ടും അയാൾക്ക് ബിൻലാദനുമായി സാദൃശ്യമുണ്ട്. കടുത്ത മത യാഥാസ്ഥിതികൻ. വായ തുറന്നാൽ അന്യമത വിരോധമേ പുറത്തു വരൂ... മൂന്നു ഭാര്യമാരിലായി ഒൻപത് മക്കളുണ്ട് അയാൾക്ക്. ചെറുപ്പത്തിൽ ഞാൻ എന്തിനെങ്കിലും ശാഠ്യം പിടിച്ചു കരയുമ്പോൾ, '..ദാ മുസലിയാർ അങ്കിൾ വരുന്നു..' എന്നു പറഞ്ഞ് ഉമ്മ പേടിപ്പിക്കും. ബന്ധുക്കളുടെ കല്ല്യാണത്തിനും മറ്റും നാട്ടിൽ വന്നപ്പോഴാണ് ഞാൻ അയാളെ കണ്ടത്. അന്നേ അയാളെ എനിക്ക് വെറുപ്പും പേടിയുമാണ് .. എന്റെ ബാപ്പക്കും ഉമ്മക്കും ഏതാണ്ട് ഇതു പോലെത്ത

ന്നെ.. ഞാൻ ആരുടെയും വരുതിയിൽ നിൽക്കില്ലെന്ന് ഉപ്പക്കും ഉമ്മക്കും നന്നായി അറിയാം. പ്ലസ്ടു കഴിഞ്ഞപ്പോൾ വീട്ടുകാരുടെ സമ്മർദം കൊണ്ട് മെഡിസിന്റെയും എഞ്ചിനീയറിങ്ങിന്റെയും എൻട്രൻസ് എഴുതി. എഞ്ചിനീയറിങ്ങിൽ ടോപ്പ് റാങ്കിൽ വന്നു. മെഡിസിന് അൽപ്പം പിറകിലായിരുന്നു. മംഗലാപുരത്ത് ഒരു മെഡിക്കൽ കോളേജിൽ ബാപ്പ ഒരു സീറ്റും ഉറപ്പിച്ചിരുന്നു. ഇതിനൊന്നും നിൽക്കാതെയാണ് ഞാൻ ബി.എസ്സി സുവോളജിക്ക് ചേർന്നത്.. വീട്ടുകാർ മൊത്തം എന്റെ തീരുമാനത്തിനെതിരായിരുന്നു... എന്നെ ഡോക്ടറാക്കിയാലേ അടങ്ങൂ എന്ന് അവർക്ക് വാശിയുള്ളതുപോലെ... എനിക്ക് ബി.എസ്സിക്ക് രണ്ടാം റാങ്ക് കിട്ടിയതറിഞ്ഞപ്പോൾ വീട്ടുകാരൊന്നയഞ്ഞു. ആന്ത്രോപോളജിയിൽ പി.ജി.യെടുത്തു. ഒന്നാം റാങ്കും കിട്ടി.

വലിയ തമാശ വേറെയുണ്ട്... ഒമ്പതാം ക്ലാസിൽ പഠിക്കുമ്പോൾ എന്നെ ഡാൻസ് പഠിക്കാൻ ഉമ്മ നിർബന്ധിച്ചു. ഞങ്ങളുടെ അപ്പാർട്ടുമെന്റിന് തൊട്ടടുത്ത് താമസിക്കുന്നതും എന്റെ ക്ലാസിൽ പഠിച്ചതുമായ കുട്ടിയുണ്ടായിരുന്നു-രാധിക.

അവൾ നന്നായി ഡാൻസ് ചെയ്യും. അതുകൊണ്ട് ഉമ്മക്കും ആഗ്രഹം ഞാനും ഡാൻസ് പഠിക്കണമെന്ന്... പാട്ടിന് എനിക്കായിരുന്നു എന്നും സ്കൂളിൽ ഫസ്റ്റ്. അതു പോരാ ഡാൻസും പഠിക്കണമെന്ന് ഉമ്മക്ക് നിർബന്ധം. എന്നാൽ ഞാൻ ചേർന്നത് കരാട്ടെ പഠിക്കാനായിരുന്നു. പ്ലസ് വണ്ണിനെത്തിയപ്പോൾ ബ്ളാക്ക് ബെൽട്ട് കിട്ടി.... ഉമ്മയുടെ നിരാശ മാറ്റാൻ അനുജൻ നൃത്തം പഠിക്കുന്നുണ്ട്.. അവന് ഭരത നാട്യത്തിൽ കുറേ സമ്മാനങ്ങളൊക്കെ കിട്ടി..“ –നാദിയ ലഘുവായി ചിരിച്ചു.

“ഇക്കഥകളൊന്നും ഞാനറിയില്ല കെട്ടോ.. നീയാളൊരു ഭയങ്കരി തന്നെ....”

രണ്ടു പേരും കുലുങ്ങിച്ചിരിച്ചു.

“രക്ഷിതാക്കൾ ഡോക്ടറായിക്കാണാൻ ആഗ്രഹിച്ച മകൾ നരവംശ ശാസ്ത്രത്തിൽ ബിരുദാനന്തര ബിരുദമെടുത്ത്, രാജ്യത്ത് നിന്ന് അപ്രത്യക്ഷമായിക്കൊണ്ടിരിക്കുന്ന ആദിവാസി വിഭാഗങ്ങളെക്കുറിച്ച് ഗവേഷണം നടത്തുന്നു... നൃത്തത്തിന് പകരം പഠിച്ചത് കരാട്ടെ... കുടുംബക്കാരേക്കാൾ സ്നേഹിക്കാൻ വിധവയായ ബംഗാളി പ്രൊഫസർ... പ്രേമിക്കാൻ അന്യ ജാതിക്കാരനായ ഫ്രീലാൻസ് ജേണലിസ്റ്റ്.... എഴുതാൻ പോകുന്ന നോവലിൽ നിന്നെത്തന്നെ നായികയാക്കിയാലോ.....”

“കൊള്ളാം... നല്ല സ്കോപ്പുണ്ട്...”

നാദിയ വീണ്ടും ചിരിച്ചു.

എന്തോ ഓർമയിൽ വന്നിട്ടെന്നപോലെ പെട്ടെന്ന് നാദിയയുടെ മുഖത്തെ ചിരി മാഞ്ഞു.

കുറച്ചു സമയത്തെ നിശ്ശബ്ദതക്ക് ശേഷം അവൾ പറഞ്ഞു; "ദീപൂ.. നീ തമാശ പറയുന്നതല്ലെങ്കിൽ ഒരു കാര്യം ഞാൻ ഉറപ്പിച്ചു പറയാം, നോവലിന് വിഷയമാക്കാൻ പറ്റുന്ന ജീവിതമാണ് ഗീത ചൗധരിയുടേത്. അത്രയും സംഭവ ബഹുലവും വിഷാദപൂർണവുമാണ് ആ ജീവിതം. അവരെക്കുറിച്ച് എല്ലാ കാര്യവും നീ അറിയുകയോ ഞാൻ പറയുകയോ ചെയ്തിട്ടില്ല..... അവർക്ക് നിന്നോടുള്ള ഇഷ്ടത്തിന് കാരണം എന്റെ അടുത്ത സുഹൃത്തെന്ന നിലയിലായിരിക്കും. അവർ എന്തെങ്കിലും ഊഹിക്കുന്നുണ്ടാവാം... അവരുടെ ജീവിതത്തെക്കുറിച്ച് ഞാൻ വിശദമായി പിന്നെ പറയാം.."

"പറയൂ.. കേൾക്കട്ടെ.. പിന്നേക്ക് വെക്കേണ്ട... ഒന്നും പിന്നേക്ക് വെക്കുന്നത് എനിക്കിഷ്ടമല്ല... പിന്നേക്ക് വെച്ചാൽ നഷ്ടപ്പെടും എന്നാണ് വാർത്തകളുടെ കാര്യത്തിൽ ജേണലിസ്റ്റുകളുടെ വിശ്വാസം"

"എനിക്കിപ്പോൾ നല്ല ഉറക്കം വരുന്നു... സമയമെത്രയായെന്ന് നോക്കൂ... ഒന്നരയായി.."

നാദിയ കട്ടിലിൽ നിന്ന് എഴുന്നേറ്റു.

"പിന്നെ നീ അടുത്ത ദിവസം നാട്ടിലേക്ക് പോകുന്നുവെന്ന് പറഞ്ഞല്ലോ.. എന്താ അത്യാവശ്യം...?"

-നാദിയ ചോദിച്ചു.

"ഞാനത് പറയാനിരിക്കുകയായിരുന്നു... നാട്ടിലെ ഹയർ സെക്കന്ററി സ്കൂളിന്റെ... അതായത്, കണ്ണാടിപ്പൊയിൽ ഹയർ സെക്കന്ററി സ്കൂളിന്റെ സുവർണ ജൂബിലി ഈ വർഷം ആഘോഷിക്കുകയാണ്. ഈ മാർച്ചു മുതൽ അടുത്ത വർഷം മാർച്ചു വരെ, ഒരു വർഷം നീണ്ടു നിൽക്കുന്ന പരിപാടികളാണ് അവർ ആലോചിക്കുന്നത്. പരിപാടിയുടെ സംഘാടക സമിതി യോഗം ഈ വരുന്ന ഇരുപത്തി നാലിന് വിളിച്ചിട്ടുണ്ടെന്ന് പ്രിൻസിപ്പൽ മോഹൻദാസ് അറിയിച്ചിരുന്നു.. ഞാൻ നിർബന്ധമായും എത്തണമെന്നും. ഞങ്ങളുടെ പ്രായത്തിൽ വലിയ അന്തരമുണ്ടെങ്കിലും നാട്ടിലെ എന്റെ ഏറ്റവും അടുത്ത സുഹൃത്തുക്കളിൽ ഒരാളാണ് മോഹൻദാസ് മാഷ്. അദ്ദേഹം വിളിച്ച സ്ഥിതിക്ക് പോവാതെ പറ്റില്ല... ഞാൻ ഏറ്റവും സ്നേഹിച്ചിരുന്ന കരുണാകരൻ മാസ്റ്ററുടെ മകൻ കൂടിയാണ് മോഹൻദാസ്. പ്രഗല്ഭനായ ഇംഗ്ലീഷ് അധ്യാപകനായിരുന്നു കരുണാകരക്കുറുപ്പ് സാർ. അദ്ദേഹം ഇതേ സ്കൂളിലെ ഹെഡ് മാസ്റ്ററായിരുന്നു. പത്തു വർഷം മുമ്പാണ് മരിച്ചത്... എന്റെ എസ്.എ

സ്.എൽ.സി ബാച്ചിൽ ഇംഗ്ലീഷിൽ ടോപ്പ് മാർക്ക് എനിക്കായിരുന്നു. അതിന്റെ ക്രെഡിറ്റ് കരുണാകരൻ സാറിന് തന്നെ... മാത്രമല്ല, എന്റെ ചേച്ചി പ്രീത ഇതേ സ്കൂളിലെ അധ്യാപികയാണല്ലോ..“

“എപ്പോൾ തിരിച്ചു വരും ?”

“അതിപ്പോൾ പറയാനാവില്ല”

“ശരി.. എനിക്കു നല്ല ഉറക്കം വരുന്നു...”

നാദിയ കോട്ടുവായിട്ടു കണ്ണു തിരുമ്മി.

“ശരി.. ഉറങ്ങാം... നീ ആ മുറിയിൽ കിടന്നോളൂ... ഞാൻ ഇവിടെ കിടന്നോളാം.” -പ്രദീപ് നിർദേശിച്ചു

“അപ്പോൾ ഗുഡ് നൈറ്റ്”

-നാദിയ എഴുന്നേറ്റ് കട്ടിലിൻ നിന്ന് ബാഗുമെടുത്ത് മുറിയിലേക്ക് നടന്നു.

“ഗുഡ് നൈറ്റല്ല... ഗുഡ് മോണിങ്ങ്... സമയം പുലർച്ചെ രണ്ടു മണി....”

നാദിയ മധുരമായ ഒരു ചിരി സമ്മാനിച്ച് മുറിയുടെ വാതിലടച്ചു.

അധ്യായം-2

പ്രണയവൃത്താന്തം

കൊടും ശൈത്യത്തിലേക്കുണർന്ന പ്രഭാതം. ഡൽഹിയുടെ ദിവസത്തിന് പതുക്കെ ജീവൻവെച്ചു തുടങ്ങി. വി.പി.ഹൗസിന്റെ വിശാലമായ മുറ്റവും ഇടനാഴികളും പരിസരത്തെ റോഡുകളും പ്രഭാത സവാരിക്കാർ കയ്യടക്കിത്തുടങ്ങി.

മുറ്റത്തെ കൂറ്റൻ ആൽമരത്തിൽ തണുത്തു വിറച്ച് ചിറകുകളൊതുക്കി, കഴുത്ത് ഉടലിലേക്ക് താഴ്ത്തി, കൂനിക്കൂടിയിരുന്ന പക്ഷികൾ ചിറകുകൾ കുടഞ്ഞ് ഇരതേടിയിറങ്ങാൻ തയ്യാറെടുത്തു കഴിഞ്ഞു.

സ്വെറ്ററും മങ്കിക്യാപ്പുകളും ഷൂസും ധരിച്ച്, തോളിൽ വലിയ ബാഗും തൂക്കി കുട്ടികളും സ്കൂളുകളിലേക്ക് പോകാൻ റെഡിയായി ഇറങ്ങിത്തുടങ്ങി.

തോളത്തുതൂക്കിയ ബാഗിന്റെ കനം കാരണം കുനിഞ്ഞ് നടക്കുന്ന കുട്ടികൾ ബഹിരാകാശ സഞ്ചാരികളെ അനുസ്മരിപ്പിച്ചു.

സർവന്റ്സ് ക്വാർട്ടേഴ്സുകളിലെ അന്തേവാസികൾ ഉണങ്ങിവീണ മരച്ചില്ലകളും പലചരക്കുകടക്കാർ ഉപേക്ഷിച്ച പീഞ്ഞപ്പെട്ടികളുടെയും ഹാർഡ് ബോർഡിന്റെയും അവശിഷ്ടങ്ങൾ കുട്ടിയിട്ട് തീ വെച്ച് തണുപ്പിനെ അകറ്റുന്നു.

ചായയുണ്ടാക്കിക്കുടിച്ച് ടോയിലറ്റിൽപ്പോയി പ്രദീപും പതിവ് പ്രഭാത സവാരിക്ക് തയ്യാറെടുത്തു.

സമയം എട്ടു മണിയായിട്ടും നാദിയ ഉണർന്നില്ല.

വൈകിക്കിടന്നതിനാൽ അവൾ എഴുന്നേൽക്കാൻ വൈകും.

നേരം വെളുത്ത ശേഷം തണുപ്പത്ത് മൂടിപ്പുതച്ച് കിടക്കുന്നതാണ് തനിക്കേറ്റവും ഇഷ്ടമുള്ള കാര്യമെന്ന് അവൾ പലപ്പോഴും പറയാറുണ്ട്.

നടത്തം കഴിഞ്ഞ് മുക്കാൽ മണിക്കൂർ കൊണ്ട് തിരിച്ചെത്താം.

മുറി പുറത്തു നിന്ന് പൂട്ടാം.

അവൾ ഉണർന്നാൽ വിളിക്കുമല്ലോ.

പാർലമെന്റ് സ്ട്രീറ്റ് വഴി ജന്തർമന്തിർ ചുറ്റി ഫിറോസ്ഷാ റോഡു വഴി തിരിച്ചെത്താം.

അല്ലെങ്കിൽ പാർലമെന്റ് മന്ദിരത്തിന് മുന്നിലൂടെ നടന്ന് ഇന്ത്യാ ഗേറ്റ് ചുറ്റി തിരിച്ചു വരാം.

അതുമല്ലെങ്കിൽ ഗോൾ മാർക്കറ്റിൽ കറങ്ങി തിരിച്ചെത്താം.

പ്രഭാതത്തിൽ സുന്ദരക്കാഴ്ചകൾ ഇന്ത്യാ ഗേറ്റിലേക്ക് നടന്നാലാണ്.

വി.പി.ഹൗസിലെ അന്തേവാസികളിൽ പ്രഭാത സവാരിക്കിറങ്ങിയവരിൽ നല്ലൊരു പങ്ക് നടത്തം നിർത്തി മുറികളിലേക്ക് മടങ്ങിയിരുന്നു.

പ്രദീപ് യോജനഭവന്റെ മുന്നിലൂടെ നടന്ന് പാർലമെന്റ് സ്ട്രീറ്റിലെത്തി.

റിസർവ് ബാങ്കിന്റെ മുന്നിലെത്തിയപ്പോൾ പുത്തൻ കറൻസി നോട്ടിന്റെ കൊതിപ്പിക്കുന്ന മണം.

പുതുതായി അച്ചടിച്ച കറൻസി നോട്ടുകളുടെ സംഭരണകേന്ദ്രത്തിൽ നിന്നുയരുന്നതാണ്.

കുറച്ചുകൂടിക്കഴിഞ്ഞാൽ ചില്ലറ നാണയത്തിന് വേണ്ടി കച്ചവടക്കാരുടെയും മറ്റും നീണ്ട ക്യൂ ഇവിടുത്തെ കൗണ്ടറിൽ രൂപപ്പെടും.

ഇന്ത്യാഗേറ്റിലേക്ക് നടക്കാൻ പോയ പലരും തിരിച്ചു വന്നുകൊണ്ടിരുന്നു.

പരിചയക്കാരോടുള്ള സൗഹൃദം ചിരിയിലൊതുക്കി.

മാഘമാസമാണ്.

ഡൽഹി പൂത്തുലഞ്ഞു നിൽക്കുന്ന സമയം.

ഇന്ത്യാ ഗേറ്റിലേക്കുള്ള പാതയോരങ്ങളിലെ അസംഖ്യം പൂച്ചെടികൾ പല വർണ്ണങ്ങളിൽ പുഞ്ചിരിക്കുന്നു.

മുഗൾഗാർഡൻ തുറന്നതോടെ ഡൽഹിയിൽ സഞ്ചാരികളുടെ തിരക്കാണ്.

ലോകത്ത് തന്നെ അപൂർവമായി കാണുന്ന മനോഹരങ്ങളായ പുഷ്പങ്ങൾ സൗരഭ്യം പരത്തി നിൽക്കുന്ന ഉദ്യാനവും അവയിൽ നിന്ന് തേൻ നുകരുന്ന വർണശലഭങ്ങളും മീനുകൾ നീന്തിത്തുടിക്കുന്ന ജലാശയങ്ങളും ജലധാരകളും കാണുമ്പോഴൊക്കെ തോന്നും ലോകത്തിലെ ഏറ്റവും മനോഹരക്കാഴ്ച മുഗൾ ഗാർഡനാണെന്ന്.

തലസ്ഥാന നഗരിയിലേക്കുള്ള കവാടംപോലെ ഇന്ത്യാഗേറ്റ് ദൃശ്യമായി.

ആധുനിക ഡൽഹിയുടെ ശില്പിയായ എഡ്വിൻ എൽ ല്യൂട്ട്യൻസിന്റെ അതുല്യമായ ഭാവനയുടെ മറ്റൊരു സാക്ഷാത്കാരം.

ഒന്നാം ലോക മഹായുദ്ധത്തിൽ ജീവൻ ബലികൊടുത്ത എൺപത്തി രണ്ടായിരത്തിൽപ്പരം സൈനികരുടെ ഓർമക്കായുള്ള ഈ സ്മാരകം ഇന്നും എത്രയോ പേരുടെ ഉൾത്തുടിപ്പുകൾ ഏറ്റുവാങ്ങുന്നു.

ഡൽഹിയിലെ പാതയോരങ്ങളിലൂടെയുള്ള പ്രഭാത സവാരികൾ ചരിത്രത്തിലേക്കുള്ള യാത്രകളായി പലപ്പോഴും പ്രദീപിന് തോന്നിയിട്ടുണ്ട്.

ആധുനിക ഡൽഹിയുടെ ഓരോ മൺതരിയിലും ല്യൂട്ട്യൻസ് എന്ന ലോകോത്തര വാസ്തുശില്പിയുടെ പ്രതിഭയുടെ ശേഷിപ്പുകളുണ്ട്.

യൂറോപ്പിൽ അറുപത്തിനാല് യുദ്ധസ്മാരകങ്ങൾ രൂപകൽപ്പന ചെയ്ത ല്യൂട്ട്യൻസിന്റെ ഏറ്റവും കമനീയ ശിൽപ്പങ്ങളിൽ ഒന്നത്രെ ഇന്ത്യാ ഗേറ്റ്.

പഴയ വൈസ്രോയി ഹൗസായ രാഷ്ട്രപതി ഭവൻ, പാർലമെന്റ് മന്ദിരം, ഹൈദരാബാദ് ഹൗസ്, ബറോഡ ഹൗസ്.... അതുല്യനായ ഈ ശില്പിയുടെ ഭാവനയിൽ വിരിഞ്ഞ മഹാസൗധങ്ങൾ എത്രയെത്ര...

എല്ലാ ഭരണാധികാരികളും ജനവിരുദ്ധരും മർദകരും മനുഷ്യാവകാശ നിഷേധകരുമായിരിക്കും.

എന്നാൽ പലപ്പോഴും അവരുടെ പൊങ്ങച്ചങ്ങളും ധൂർത്തും ആർഭാടങ്ങളുമാണ് ചരിത്രത്തെ വർണ ശബളമാക്കുന്നത്. ഷാജഹാൻ എന്ന ധൂർത്തനായ മുഗൾ രാജാവില്ലായിരുന്നെങ്കിൽ വിശ്വാത്ഭുതങ്ങളുടെ പട്ടികയിൽ ഒരിക്കലും താജ്മഹൽ ഉണ്ടാകുമായിരുന്നില്ലല്ലോ.

പത്താം ക്ലാസ് കഴിഞ്ഞു നിൽക്കുന്ന സമയത്ത്, എയർ ഫോഴ്സിലുള്ള അമ്മാവന്റെ കൂടെ ഡൽഹിയിൽ വന്നത് പ്രദീപിന്റെ ഓർമയിലെത്തി.

റിപ്പബ്ലിക് ദിന പരേഡ് കാണാനാണ് വന്നത്.

ഇന്ത്യൻ പ്രതിരോധ സേനയുടെ കരുത്തും ഓജസ്സും കെട്ടുറപ്പും വിളംബരം ചെയ്യുന്ന റിപ്പബ്ലിക് ദിന പരേഡിന്റെ വർണ ശബളവും പ്രൗഢ ഗംഭീരവുമായ കാഴ്ച മനസ്സിൽനിന്ന് ഒരിക്കലും വിട്ടുമാറിയിട്ടില്ല.

അമ്മാമന്റെ കുടുംബത്തോടൊപ്പം ഡൽഹിയും ആഗ്രയുമൊക്കെ ചുറ്റിക്കണ്ടതന്നാണ്.

താജ്മഹലും ചെങ്കോട്ടയും രാഷ്ട്രപതി ഭവനും പാർലമെന്റ് മന്ദിരവും രാജ്ഘട്ടും.

പാഠപുസ്തകങ്ങളിലൂടെ മാത്രമറിഞ്ഞ ചരിത്ര സ്മാരകങ്ങൾ അന്ന് നേരിട്ട് കണ്ട് അത്ഭുതം കൂറി.

മനസ്സ് ചരിത്രത്തിലേക്ക് അറിയാതെ സഞ്ചരിച്ചതുകാരണം മുക്കാൽ മണിക്കൂർ നടന്ന് വി.പി.ഹൗസിൽ തിരിച്ചെത്തിയതു തന്നെ പ്രദീപ് അറിഞ്ഞില്ല.

വിളിക്കുകയൊന്നും ചെയ്യാത്തതുകൊണ്ട് നാദിയ ഉറക്കം തുടരുകയാണെന്ന് പ്രദീപ് ഊഹിച്ചു.

മുറിയുടെ പുറത്തെ ചുവരിൽ സ്ഥാപിച്ച ലെറ്റർ ബോക്സിൽ കുറേ തപാൽ ഉരുപ്പടികൾ കിടപ്പുണ്ട്.

റാപ്പർ പൊട്ടിച്ചു നോക്കുകപോലും ചെയ്യാതെ വെയിസ്റ്റ് ബോക്സിലിടുന്ന കുറേ ചവറ് പ്രസിദ്ധീകരണങ്ങളാണധികവും.

പലതും മതസംഘടനകൾ അയക്കുന്നത്.

മുറിയുടെ വാതിൽ തുറന്നപ്പോൾ പ്രദീപ് അമ്പരന്നുപോയി.

നാദിയ കുളിച്ച് ഡ്രസ് ചെയ്ത് സുന്ദരിയായി കസേരയിലിരിക്കുന്നു!

"..നീ വിളിക്കുകയൊന്നും ചെയ്യാത്തതുകൊണ്ട് ഉറങ്ങുകയാണെന്നാണ് കരുതിയത്.."

"ഒരു സർപ്രൈസാവട്ടെയെന്നു കരുതി.. ഞാനെപ്പൊഴും നിന്റെ കണക്കുകൂട്ടലുകൾ തെറ്റിക്കും... ഞാനെണീറ്റ് എല്ലാ പരിപാടികളും കഴിഞ്ഞ് ബ്രേക്ക്ഫാസ്റ്റും ഉണ്ടാക്കി വെച്ചു. കോഫിയും ബ്രഡ് റോസ്റ്റും ഓംലറ്റും. വേഗം കുളിക്ക് നമുക്ക് കഴിക്കാം.."

"ഓ.. നീ അടുക്കളയുടെ ഭരണവും ഏറ്റെടുത്തു അല്ലേ..? നല്ല കുടുംബിനിയാകാൻ പറ്റും.. സത്യത്തിൽ ഇവിടെ ബ്രഡും മുട്ടയും ഉള്ളത് ഞാനോർത്തില്ല. ബ്രേക്ക് ഫാസ്റ്റ് പുറത്തു നിന്ന് കഴിക്കാമെന്നാണ് കരുതിയത്... ദാ.. ഞാൻ വേഗം കുളിച്ചിട്ടുവരാം..."

പ്രദീപ് പ്രസിദ്ധീകരണങ്ങൾ മേശപ്പുറത്തിട്ട് ബാത്ത് റൂമിലേക്ക് പോയി.

നാദിയ പ്രസിദ്ധീകരണങ്ങളുടെ റാപ്പറുകൾ പൊട്ടിച്ച് തുറന്നു നോക്കിക്കൊണ്ടിരുന്നു.

അതിലൊന്ന് 'മാതൃഭൂമി' വാരികയാണ്.

കവർ കണ്ടപ്പോൾ നാദിയയുടെ കണ്ണുകൾ വിടർന്നു.

ഒ.എൻ.വി. പ്രത്യേക പതിപ്പ്.

'എന്റെ മൺവീണയിൽ കൂടണയാനൊരു
മൗനം പറന്നു പറന്നു വന്നു

പാടാൻ മറന്നൊരാ പാട്ടിലെ തേൻ കണം
പാറിപ്പറന്നു വന്നു..'

ഒ.എൻ.വി യുടെ രേഖാചിത്രം ആലേഖനം ചെയ്ത കവറിൽ തേൻ കണം പോലെയുള്ള അദ്ദേഹത്തിന്റെ വരികളും രേഖപ്പെടുത്തിയിരിക്കുന്നു.

പ്രദീപ് ഇതു കണ്ടിരിക്കാൻ ഇടയില്ല.

കണ്ടിരുന്നെങ്കിൽ ഒന്നു മറിച്ചു നോക്കുകയെങ്കിലും ചെയ്യാതെ ബാത്ത് റൂമിലേക്കായാലും പോവില്ലായിരുന്നുവെന്ന് നാദിയ ഉറപ്പിച്ചു.

ഒ.എൻ.വി.യുടെ കടുത്ത ആരാധകനാണ് പ്രദീപ്.

നാദിയയുടെ കണ്ണുകൾ വാരികയുടെ താളുകളിലൂടെ സഞ്ചരിക്കുന്നതിനിടയിൽ പ്രദീപ് കുളി കഴിഞ്ഞ് തിരിച്ചെത്തി.

മുറിയിൽ പിയേഴ്സ് സോപ്പിന്റെ നേർത്ത മണം പരന്നു.

"ദാ.. മാതൃഭൂമിയുടെ ഒ.എൻ.വി. സ്പെഷ്യൽ..."

-കൊച്ചുകുട്ടികളെ കളിപ്പാട്ടം കാട്ടി പ്രലോഭിപ്പിക്കുന്നതുപോലെ വാരിക ഉയർത്തിക്കാട്ടി നാദിയ പറഞ്ഞു.

"ഓ.. ഞാനിത് കണ്ടില്ലായിരുന്നു... ഇങ്ങ് തരൂ... നീ പോയി കോഫിയെടുത്തു വാ.."

നാദിയ അടുക്കളയിലേക്കുപോയി.

പ്രദീപ് ഡൈനിങ്ങ് ടേബിളിന്റെ അരികിലെ കസേരയിലിരുന്ന് വാരിക മറിച്ചു നോക്കി.

കോഫി നിറച്ച ഫ്ളാസ്കും രണ്ടു കപ്പുകളും നാദിയ മേശപ്പുറത്തു വെച്ചു.

പിന്നെ പ്ലേറ്റിൽ ഓംലറ്റും ബ്രഡ്ഡും.

അവൾ പ്രദീപിന്റെ തൊട്ടടുത്ത കസേരയിലിരുന്ന് രണ്ടു കപ്പുകളിൽ കാപ്പി പകർന്നു.

"ഒ.എൻ.വി എഴുതിയ ഒരു പാട്ടാണ് ചൗധരി ദീദിയുമായുള്ള എന്റെ അടുപ്പത്തിന് വഴിയൊരുക്കിയത്.. ആ കഥ ദീപുവിനറിയോ..?"

"നീ പറയാതെ എങ്ങിനെയാ ഞാനറിയാ..."

"അതൊരു കഥയാണ്"

കാപ്പി കഴിക്കുന്നതിനിടയിൽ നാദിയ പറഞ്ഞു നിർത്തി.

വാരികയിൽ മുഖം പൂഴ്ത്തിക്കൊണ്ടു പ്രദീപ് കാപ്പി കഴിക്കുകയായിരുന്നു.

അൽപ്പസമയത്തെ നിശ്ശബ്ദതക്കു ശേഷം പ്രദീപ് പറഞ്ഞു;

"കഥ പറയൂ.. ഞാനിതാ കപ്പും പ്ലേറ്റും കഴുകിയിട്ടു വരാം.."

നാദിയയും ഭക്ഷണം കഴിച്ച പാത്രങ്ങളുമായി അടുക്കളയിലേക്കു പോയി.

“ചരിത്രം സൃഷ്ടിച്ച പല സംഭവങ്ങൾക്കും വിനീതമായ നിമിത്തങ്ങളായിരുന്നു.. ഇന്ത്യയിലെ ഡച്ചു കച്ചവടക്കാർ ഒരു റാത്തൽ കുരുമുളകിന് അഞ്ചു ഷില്ലിങ്ങ് വില വർധിപ്പിച്ചതാണ് ഇംഗ്ലീഷ് ഈസ്റ്റ് ഇന്ത്യാ കമ്പനി തുടങ്ങാനും അതുവഴി ഇന്ത്യയിൽ കോളനിവാഴ്ചക്കും നിമിത്തമായത്... ആസ്ത്രേലിയൻ രാജകുമാരൻ ഫ്രാൻസ് ഫെർഡിനന്റ് കൊല്ലപ്പെട്ടതല്ലേ ഒന്നാം ലോക മഹായുദ്ധത്തിന് ഇടയാക്കിയത്... അന്ന് രാജധാനി എക്സ്പ്രസ്സിൽ വെച്ച് നിന്നോട് മൊബൈൽ ചാർജർ കടം വാങ്ങിയതല്ലേ നമ്മൾ തമ്മിലുള്ള ബന്ധത്തിന് വഴിയൊരുക്കിയത്... പറയൂ നിന്റെ ആ കഥ കേൾക്കട്ടെ....”

പ്രദീപ് ടവ്വലിൽ കൈ തുടച്ചു കൊണ്ട് കസേരയിലിരുന്നു.

പിറകെ നാദിയയും തൊട്ടടുത്ത കസേരയിൽ ഇരുന്നു.

കുറച്ചു സമയത്തെ നിശ്ശബ്ദതക്ക് ശേഷം അവൾ ദീദി എന്നു വിളിക്കുന്ന ഗീതാ ചൗധരിയുടെ ജീവിത കഥ പറഞ്ഞു.

ഇന്ത്യൻ കരസേനയിൽ കേണലായിരുന്ന ത്രിലോക് ചൗധരിയുടെയും ലീല ചൗധരിയുടെയും ഏക മകളാണ് ഗീതാ ചൗധരി. കേണൽ ചൗധരിയും കുടുംബവും ഡൽഹിയിൽ താമസിക്കുമ്പോഴായിരുന്നു ഗീതാചൗധരിയുടെ വിവാഹം. കേണൽ ചൗധരിയുടെ കൂടെ ജോലി ചെയ്തിരുന്ന ക്യാപ്റ്റൻ കാർത്തികേയൻ നായരെയാണ് ഗീതാ ചൗധരി വിവാഹം ചെയ്തത്. അതൊരു പ്രേമ വിവാഹമായിരുന്നു. ഡൽഹി യൂണിവേഴ്സിറ്റിയിൽ നിന്ന് ഗീതാ ചൗധരി ബിരുദാനന്തര ബിരുദം പൂർത്തിയാക്കിയ ശേഷമായിരുന്നു വിവാഹം.

തിരുവനന്തപുരം സ്വദേശിയാണ് കാർത്തികേയൻ നായർ. ഇവർക്കും ഒരു മകളേയുണ്ടായിരുന്നുള്ളൂ -ഗീതാഞ്ജലി.

പഠനത്തിൽ മാത്രമല്ല, സംഗീതത്തിലും നൃത്തത്തിലുമൊക്കെ നല്ല കഴിവുള്ള കുട്ടിയായിരുന്നു ഗീതാഞ്ജലി.

ക്യാപ്റ്റൻ കാർത്തികേയൻ നായരുടെ സുഹൃത്തിന്റെ മകളുടെ വിവാഹ സൽക്കാരത്തിൽ പങ്കെടുത്ത് നോയിഡയിൽ നിന്ന് തിരിച്ചു വരുന്ന വഴി ഈ കുടുംബം സഞ്ചരിച്ച കാർ അപകടത്തിൽപ്പെട്ടു. കാർ ട്രക്കുമായി കൂട്ടിയിടിക്കുകയായിരുന്നു. കാർത്തികേയൻ നായരും മകൾ ഗീതാഞ്ജലിയും സംഭവസ്ഥലത്തുവെച്ചുതന്നെ മരിച്ചു. കാർത്തികേയൻ നായർ നന്നായി മദ്യപിച്ചിട്ടുണ്ടായിരുന്നു. ലഹരി മാറിയിട്ട് കാർ ഓടിച്ചാൽ മതിയെന്ന് ഗീതാ ചൗധരി നിർബന്ധിച്ചിരുന്നുവത്രെ. പ

ക്ഷെ, അദ്ദേഹം വഴങ്ങിയില്ല.

സാരമായ പരിക്കുകളോടെ ഗീതാ ചൗധരി രക്ഷപ്പെട്ടു.

ഗീതാഞ്ജലി അപ്പോൾ ഒന്നാം വർഷ ബിരുദ വിദ്യാർഥിനിയായിരുന്നു.

പിന്നീട് ഗീതാ ചൗധരി ഒറ്റക്കായി താമസം. ഇരു വീട്ടുകാരുമായും അടുത്ത ബന്ധമൊന്നും ഉണ്ടായിരുന്നില്ല. ബന്ധുക്കളാരും വരാറുമുണ്ടായിരുന്നില്ല. എന്നാൽ വാഹനാപകടത്തിന്റെയും മറ്റും നഷ്ടപരിഹാരമായി വലിയ തുക കിട്ടിയതറിഞ്ഞപ്പോൾ ബന്ധുത്വം അവകാശപ്പെട്ട് പലരും വരാൻ തുടങ്ങി. പണം പിടുങ്ങുകയായിരുന്നു അവരുടെ ലക്ഷ്യം. ഉദ്ദേശ്യം മനസ്സിലാക്കിയതോടെ ഗീത ചൗധരി അവരെ അടുപ്പിച്ചില്ല. ഒറ്റക്കുള്ള ജീവിതം വിരസമായപ്പോൾ തുടർ പഠനത്തിൽ ശ്രദ്ധിച്ചു. ചില സാമൂഹിക-സാംസ്കാരിക സംഘടനകളുമായും ബന്ധപ്പെട്ട് പ്രവർത്തിക്കാൻ തുടങ്ങി. ഇതിനിടയിൽ അവർ നരവംശ ശാസ്ത്രത്തിൽ ഡോക്ടറേറ്റ് നേടുകയും ജവാഹർലാൽ നെഹ്രു യൂനിവേഴ്സിറ്റിയിൽ അധ്യാപികയാവുകയും ചെയ്തു.

ഇപ്പോൾ ഗീത ചൗധരി കടുത്ത ഹൃദ്രോഗിയാണ്... രണ്ട് സിവ്യർ അറ്റാക്കുകളെ അതിജീവിച്ച ഹൃദ്രോഗി...

"ദീപൂ നീ എന്താ ഇങ്ങിനെ തരിച്ചിരിക്കുന്നത്..?"

"ഏ.. ഒന്നുമില്ല.. പിന്നെ.... ഒ.എൻ.വി.യുടെ പാട്ട് എങ്ങിനെ നിങ്ങളെ ബന്ധിപ്പിച്ചു എന്ന് പറഞ്ഞില്ല.."

-പ്രദീപ് മയക്കത്തിൽ നിന്ന് ഞെട്ടിയുണർന്നിട്ടെന്നപോലെ പറഞ്ഞു.

"അതും ഒരു കഥയാണ്... ജെ.എൻ.യു.വിൽ ഞങ്ങളുടെ ഡിപ്പാർട്ടുമെന്റിന്റെ ഒരു ആർട്സ് പ്രോഗ്രാം നടക്കുകയായിരുന്നു. വിദേശത്തും സ്വദേശത്തുമുള്ള കുട്ടികളെല്ലാം അതതു ഭാഷയിൽ പരിപാടികൾ അവതരിപ്പിച്ചു. 'നഖക്ഷതങ്ങ'ളിലെ 'മഞ്ഞൾ പ്രസാദവും നെറ്റിയിൽ ചാർത്തി...' എന്ന പാട്ടായിരുന്നു ഞാൻ പാടിയത്.

പരിപാടി കഴിഞ്ഞപ്പോൾ സദസ്സിലുണ്ടായിരുന്ന ചൗധരി മാഡം എന്നെ അരികിലേക്ക് വിളിച്ച് കെട്ടിപ്പിടിച്ച് ഒരൊറ്റ കരച്ചിൽ!

ഞാൻ മാത്രമല്ല, കണ്ടു നിന്നവരും അമ്പരന്നുപോയി.

തേങ്ങലടങ്ങിയപ്പോൾ അവർ പറഞ്ഞു. "എന്റെ അഞ്ജലിമോൾ എപ്പൊഴും മൂളി നടക്കുന്ന പാട്ടാണ് നീ പാടിയത്. മലയാളി അസോസിയേഷന്റെയും മറ്റും പരിപാടിക്ക് ഈ പാട്ടു പാടി അവൾക്ക് കുറേ സമ്മാനങ്ങളൊക്കെ കിട്ടിയിരുന്നു... നീ എന്റെ അഞ്ജലിമോൾ തന്നെയാണോ..? അവളുടെ അതേ ശബ്ദം. അതേ ഛായ.. കവിളത്ത് അതേ

നുണക്കുഴി..”

‘അവർ പരിസര ബോധമില്ലാതെ, ഒരു ഉന്മാദിനിയെപ്പോലെ പറയുന്നത് കേട്ട് കുറേപ്പേർ ചുറ്റും കൂടി.

മലയാളത്തിൽ അവർ സംസാരിച്ചതു കൊണ്ട് അധികം പേർക്കും മനസ്സിലായില്ല. ഞാനും പൊട്ടിക്കരഞ്ഞു പോയി..

അവരുടെ ഭർത്താവ് കാർത്തികേയൻ നായർ നല്ലൊരു വായനക്കാരനായിരുന്നുവത്രെ. ഭാഷാ സ്നേഹിയും. മാഡത്തെയും മകളെയും അദ്ദേഹം മലയാളം എഴുതാനും വായിക്കാനും പഠിപ്പിച്ചു. അദ്ദേഹം വാങ്ങിവെച്ച ഒരുപാട് മലയാള പുസ്തകങ്ങൾ ദീദിയുടെ ഷെൽഫിൽ ഇപ്പോഴുമുണ്ട്. ഞാൻ കുറേ മലയാള നോവലുകളും കവിതകളും വായിച്ചത് അവിടുന്ന് എടുത്തിട്ടാണ്... ദീദിയും നന്നായി മലയാളം വായിക്കുന്നു..”

കുറേ നേരത്തേക്ക് പ്രദീപ് ഒന്നും സംസാരിച്ചില്ല.

എന്തോ ആലോചിച്ചിരുന്നു. കുറേക്കഴിഞ്ഞ ശേഷം പറഞ്ഞു;

“അതാണ് കലയും സാഹിത്യവും ജീവിതവും തമ്മിലുള്ള ബന്ധം... നാദിയാ.. എന്നെ കവിതകളോട് ആഭിമുഖ്യമുള്ള ആളാക്കിയത് ക്ലാസിൽ മലയാളം പഠിപ്പിച്ച ആരുമല്ല. മറിച്ച്, ഹൈസ്കൂളിലെ ചിത്ര കലാധ്യാപകനായ കരുണാകരൻ മാസ്റ്ററായിരുന്നു. ഞാൻ എട്ടാം ക്ലാസിൽ പഠിക്കുമ്പോൾ മലയാളം ടീച്ചർ വരാത്ത ഒരു ദിവസം പകരം ക്ലാസിൽ വന്നത് കരുണാകരൻ മാഷായിരുന്നു. കൈയിൽ കുമാരനാശാന്റെ ‘കരുണ’. മാഷ് ആ കവിത മനോഹരമായി ആലപിക്കുകയും വ്യാഖ്യാനിക്കുകയും ചെയ്തു. ആ ക്ലാസിൽ ‘കരുണ’ വായിച്ചു തീർന്നില്ല. പിന്നെ ഒഴിവുകിട്ടിയപ്പോഴൊക്കെ വന്ന് മാഷ് വായിച്ച് പൂർത്തിയാക്കി. കവിതയെക്കുറിച്ച് ഇത്രയും മനോഹരമായ ക്ലാസ് ഞാനൊരിക്കലും പിന്നീട് കേട്ടിട്ടില്ല. കുട്ടികൾക്ക് ഓരോ വിഷയത്തോട് താൽപ്പര്യമുണ്ടാക്കുന്നതിൽ അധ്യാപകർക്ക് വലിയ പങ്കുണ്ടെന്ന് ബോധ്യമായത് അന്നാണ്... നമ്മുടെ പല ടീച്ചർമാരും എത്ര ബോറായിട്ടാണ് ഭാഷ പഠിപ്പിക്കുന്നത്...

പിന്നീട് ഞാൻ പറശ്ശിനിക്കടവ് ക്ഷേത്രത്തിൽ അമ്മയോടൊപ്പം പോയപ്പോൾ, അവിടെയുള്ള ബുക്ക് സ്റ്റാളിൽ നിന്ന് ആശാന്റെ കവിതകളെല്ലാം വാങ്ങി വായിച്ചു. ആശാനും ഒ.എൻ.വി.യുമാണ് എന്റെ പ്രിയപ്പെട്ട കവികൾ. ഒ.എൻ.വി.യുടെ പാട്ടുകളും കവിതകളും എനിക്ക് ഒരുപോലെ പ്രിയപ്പെട്ടത്... ഭൂമിക്കൊരു ചരമഗീതവും രണ്ടു ശാർങ്ങഗ പക്ഷികളും കോതമ്പു മണികളുമൊക്കെ ഞാൻ കാണാപ്പാഠം പഠിച്ചത്

കാസറ്റ് കേട്ടാണ്. സ്വന്തം കവിതകൾ എത്ര മനോഹരമായാണ് ഒ.എൻ.വി. ആലപിച്ചത്.. കേരളത്തിൽ കമ്യൂണിസ്റ്റ് പ്രസ്ഥാനം വളർത്തുന്നതിൽ കമ്യൂണിസ്റ്റ് മാനിഫെസ്റ്റോയെക്കാൾ കൂടുതൽ പങ്കു വഹിച്ചത് ഒ.എൻ.വി.യുടെ പാട്ടുകളാണെന്ന് ഞാൻ വിശ്വസിക്കുന്നു. പ്രത്യകിച്ച് കെ.പി.എ.സി.ക്കുവേണ്ടി എഴുതിയ നാടകഗാനങ്ങൾ...”

നാദിയയുടെ മൊബൈൽ ശബ്ദിച്ചു.

“ദീദിക്ക് നൂറായുസ്സ്... ഒരു മണിക്കൂറിനകം എത്തുമെന്ന് പറയാം അല്ലേ? എത്തുന്ന സമയം അൽപ്പം കൂട്ടിപ്പറയുന്നതാണ് നല്ലത്..”

“പറഞ്ഞോളൂ.. നമുക്കിനി വേഗത്തിൽ ഇറങ്ങാം”

നാദിയ സംസാരിച്ചുകൊണ്ട് പുറത്തിറങ്ങി.

പ്രദീപ് പുറപ്പെടാൻ തയ്യാറെടുത്തു.

“പാവം ദീദി.. ബ്രേക്ക് ഫാസ്റ്റുണ്ടാക്കി എന്നെ കാത്തിരിക്കുകയാണെന്ന്..”

“ഞാൻ നിന്നെ കാറിൽ കരോൾ ബാഗിൽ വിടാം.”

“വേണ്ട.. ഞാൻ മെട്രോയിൽ പോയ്ക്കോളാം... നമുക്ക് ലോകോത്തരമായ മെട്രൊ ഉണ്ടാവുമ്പോൾ പിന്നെയെന്തിനാ തിരക്കിനിടയിൽ കാറിൽ പോകണം...? നീ പട്ടേൽ ചൗക്കുവരെ കൂടെ വന്നാൽമതി... അതുവരെ നമുക്ക് സംസാരിച്ചു നടക്കാം”

“ഞാൻ നാട്ടിൽപ്പോയി വന്നതിന് ശേഷമേ നമ്മളിനി കാണൂ... അല്ലേ..?”

“നമ്മുടെ പദ്ധതികൾ പലതും ബാക്കിയുണ്ട്. അന്തമാൻ യാത്ര അനന്തമായി മുടങ്ങി. വയനാട് യാത്രയുടെ കാര്യവും അങ്ങിനെതന്നെ.”

അന്തമാനിലെ ജറാവകൾ രാജ്യത്തെ ഏറ്റവും പ്രാക്തനഗോത്ര വിഭാഗത്തിൽപ്പെട്ടവരാണെന്നും കൊടും കാടുകളിൽ വെറും നഗ്നരായി ജീവിക്കുന്നവരാണെന്നുമല്ലേ പറയുന്നത്. അതുപോലെ വയനാട്ടിലെ ചോല നായ്കരും... രണ്ട് സ്ഥലത്തും വൈകാതെ പോകണം. നിന്റെ തിരക്കുകൾ വേഗം തീർക്ക്..”

“ഗോത്രവർഗക്കാരെക്കുറിച്ച് ഗവേഷണം നടത്തുന്നുണ്ടെന്ന് വെച്ച് എല്ലാ വിഭാഗക്കാരെയും നേരിട്ട് കാണണമെന്നൊന്നുമില്ല. ഇപ്പോഴത്തെ റിസർച്ച് ഒരു തരത്തിൽ തട്ടിക്കൂട്ടി ഒപ്പിക്കലല്ലേ.? പലരുടെയും റിസർച്ച് ഗൂഗിൾ കേന്ദ്രീകരിച്ചല്ലേ.. ഏതായാലും ഈ രണ്ടു സ്ഥലത്തും പോകാം. കൂടെ വരാമെന്ന് ഞാൻ ഓഫർ ചെയ്തതല്ലേ.. അന്തമാനിൽ പോയിവരാൻ ഒരാഴ്ചയെടുക്കും. എനിക്ക് അവിടെ ചില കണ

ക്ഷൻസുണ്ട്. അവിടെ പോയി വന്നതിന് ശേഷം വയനാട്ടിൽപോകാം...

പിന്നെ, നിനക്കെന്റെ നാട് കാണുകയും വേണ്ടേ... വീട്ടുകാരെയും.

ചിത്രാരി മനോഹരമായ നാടാണ്. പുഴയും വയലുകളും വെളിമ്പറമ്പുകളും കുന്നുകളും താഴ്വാരങ്ങളും ഒക്കെയുള്ള ഗ്രാമം. ഒരു പാട് ചരിത്രങ്ങൾ ഉറങ്ങിക്കിടക്കുന്ന നാട്...“

മുറി പൂട്ടി രണ്ടുപേരും ഇറങ്ങി നടന്നു തുടങ്ങി.

“നീ നമ്മൾ തമ്മിലുള്ള ബന്ധം വീട്ടിൽ പറഞ്ഞിരുന്നോ...?”

“ഇല്ല.. ചേച്ചിക്ക് ചെറിയ സൂചന നൽകിയിരുന്നു.. അവൾ ഞാൻ പറഞ്ഞാലേ വീട്ടിൽ പറയൂ.”

“അവരുടെ പ്രതികരണമെന്തായിരിക്കും?”

“അച്ഛൻ ഒരു പ്രശ്നമാവില്ല... അമ്മ വലിയ തറവാട്ടുകാരിയാണ്. അമ്മയും രണ്ടുസഹോദരിമാരും പ്രൈമറി സ്കൂൾ അധ്യാപികമാർ. സൈനികനായ ഒരു കാരണവർ. അമ്മ വിരമിച്ചു. അമ്മയുടെ കുടുംബം നല്ല ജാതി സ്പിരിറ്റുള്ള കൂട്ടത്തിലാ.. അമ്മയാ അവരുടെ കൂട്ടത്തിൽ ഇത്തിരി മെച്ചം. ഇത്തരം പശ്ചാത്തലമുള്ള ഒരാളുടെ ഏകമകൻ മുസ്‌ലീം പെണ്ണിനെ കല്യാണം കഴിക്കുന്നത് സ്വാഭാവികമായും ഇഷ്ടപ്പെടില്ലല്ലോ... എന്നാലും നീ പറഞ്ഞതുപോലെ, എന്റെ താൽപ്പര്യത്തിനെതിരായി അമ്മ നിൽക്കാൻ വഴിയില്ല... അച്ഛൻ സഹകരണ ബാങ്കിന്റെ സെക്രട്ടറിയായിരുന്നു. റിട്ടയർ ചെയ്തതിനു ശേഷം പൂർണമായും കാർഷിക രംഗത്താണ്. നാട്ടിൽ ജൈവകൃഷിയുടെ പ്രചാരകൻമാരിലൊരാളാണ് അച്ഛനിപ്പോൾ. അച്ഛൻ ഞങ്ങളുടെ വ്യക്തിപരമായ കാര്യങ്ങളിലൊന്നും പൊതുവിൽ ഇടപെടാറില്ല. ചേച്ചിയും രണ്ട് കുട്ടികളും ഇപ്പോൾ വീട്ടിലുണ്ട്. ചേച്ചിയുടെ ഭർത്താവ് ഗൾഫിലാണ്...’

രണ്ടു പേരും പട്ടേൽ ചൗക്ക് മെട്രോ സ്റ്റേഷനിലെത്തി.

നാദിയയെ യാത്രയാക്കി പ്രദീപ് മുറിയിലേക്ക് മടങ്ങി.

അദ്ധ്യായം 3

അന്തമാനിലെ വിസ്മയക്കാഴ്ചകൾ

വിമാനം ലാൻഡ് ചെയ്യാൻ പോകുന്നുവെന്നും യാത്രക്കാർ സീറ്റ് ബെൽറ്റ് ധരിക്കണമെന്നുമുള്ള അറിയിപ്പുവന്നു. താഴ്ന്നുപറക്കുന്ന വിമാനത്തിൽ നിന്ന് ആ ചരിത്ര ദ്വീപിന്റെ കമനീയ കാഴ്ചകൾ ദൃശ്യമായി. നീലക്കടലും സ്വർണ്ണ വർണ്ണത്തിലുള്ള മണൽ പരപ്പുകളും സമൃദ്ധിയോടെ തഴച്ചുവളർന്ന തെങ്ങിൻ തോപ്പുകളും സംഗമിക്കുന്ന കാഴ്ച.

യാത്രക്കാർ ആ ദൃശ്യങ്ങൾ മൊബൈൽ ഫോണിലും ചെറിയ വീഡിയോ ക്യാമറകളിലും പകർത്തിക്കൊണ്ടിരുന്നു. യാത്രക്കാരിൽ പതിനഞ്ചുപേർ അടങ്ങിയ മാധ്യമ പ്രവർത്തകരുമുണ്ട്. ആവേശത്തോടെ ദൃശ്യങ്ങൾ പകർത്തുന്നത് അവരാണ്. എയർ ഹോസ്റ്റസ്സുമാർ പുഞ്ചിരിയോടെ അവരുടെ ആകാംക്ഷകൾ ആസ്വദിച്ചു.

അന്തമാനിലേക്കുള്ള വിമാനങ്ങളിൽ യാത്ര ചെയ്യുന്നവരിൽ നല്ലൊരു ശതമാനവും വിനോദ സഞ്ചാരികളായിരിക്കും. അതിനാൽ എയർ ഹോസ്റ്റസ്സുമാർക്ക് ഇതൊക്കെ പതിവ് കാഴ്ചകൾ.

നാദിയയും ജസ്മിയും സ്മിതയും ഹാൻഡി ക്യാമറയിൽ ദൃശ്യങ്ങൾ കൗതുകത്തോടെ പകർത്തികൊണ്ടിരുന്നു .

പ്രദീപ് കാഴ്ചകൾ നിശ്ശബ്ദം നോക്കി ആസ്വദിച്ചതേയുള്ളൂ.

നഹാസ് ഇതിലൊന്നും ശ്രദ്ധിക്കാതെ വായനയിലാണ്.

വിമാനം പോർട്ട് ബ്ലെയർ വീരസവർക്കർ അന്താരാഷ്ട്ര വിമാനത്താവളത്തിൽ ലാൻഡ് ചെയ്തപ്പോൾ എല്ലാവരും ക്യാമറകളും മൊബൈൽ ഫോണുകളും യഥാസ്ഥാനങ്ങളിൽ വെച്ച് ഇറങ്ങാൻ തയ്യാറെടുത്തു. ചരിത്രത്തിൽ ഇതിഹാസ തുല്യമായ സ്ഥാനമുള്ള വിസ്മയ ദ്വീപിലേക്കുള്ള യാത്രയായതിനാൽ എല്ലാവരും നല്ല ത്രില്ലിലായിരുന്നു.

ഇന്ത്യയുടെ ഭൂപടത്തിൽ, ബംഗാൾ ഉൾക്കടലിൽ ചിതറിക്കിടക്കുന്ന പാറക്കൂട്ടം പോലെയുള്ള ദ്വീപു സമൂഹം.

ഇന്ത്യയേക്കാൾ ഭൂമി ശാസ്ത്രപരമായ അടുപ്പം മിയാൻമറിനോട്.

ഇന്ത്യയുടെ ഭൂമുഖത്തു നിന്നും 1200കിലോമീറ്റർ അകലെയുള്ള പ്രദേശം ഇന്ത്യയുടെ ഭാഗമാണെന്നു വിശ്വസിക്കാൻ തന്നെ പ്രയാസം.

ഇന്ത്യയുടെ സ്വാതന്ത്ര്യസമര ചരിത്രത്തിൽ ഇതിഹാസ തുല്യമായ സ്ഥാനം വഹിക്കുന്ന സെല്ലുലാർ ജയിലും രാജ്യത്തെ ഏറ്റവും പ്രാചീനരായ ഗോത്രവർഗക്കാർ വസിക്കുന്ന വനങ്ങളും ഉൾക്കൊള്ളുന്ന ഈ ഭൂമി, ചരിത്രാന്വേഷികൾക്കും നരവംശ ശാസ്ത്രം പഠിക്കുന്നവർക്കും ഒരുപോലെ പ്രിയപ്പെട്ടത്.

പ്രദീപിന്റെ സുഹൃത്ത് നഹാസും നാദിയയുടെ സുഹൃത്തുക്കളായ ജസ്മിയും സ്മിത മൽഹോത്രയും യാത്രയിൽ ചേർന്നതാണ്.

ഒരാഴ്ച നീളുന്ന യാത്രയിൽ രണ്ടുപേർ മാത്രം ഒരുമിച്ച് പോകുന്നതിൽ ശരികേടുണ്ടെന്ന് നാദിയയാണ് പറഞ്ഞത്. പ്രദീപും അത് ശരിവെച്ചു. "നമ്മൾ ഒരുമിച്ച് ജീവിക്കാൻ തീരുമാനിച്ചവരാണെങ്കിലും അവിവാഹിതരാണ്. അതിനാൽ രണ്ടുപേർ മാത്രം പോകുന്നത് ശരിയല്ല. വീട്ടുകാരോടും ഫ്രണ്ട്സിനോടും നുണകൾ പറയേണ്ടിവരും. അന്തമാനിൽ പോകാൻ ഉദ്ദേശിക്കുന്നുവെന്ന് പറയുമ്പോൾ തന്നെ പലരും വരാൻ റെഡിയായിട്ടുണ്ട്..'- നാദിയ പറഞ്ഞു.

ജസ്മി തിരുവനന്തപുരക്കാരി. സ്മിത മൽഹോത്ര ഡൽഹിക്കാരിയും. ഇരുവരും ജെ.എൻ.യൂ.വിൽ ഗവേഷണ വിദ്യാർത്ഥിനികൾ.

എറണാകുളത്തുകാരനായ നഹാസ് സുപ്രീം കോടതിയിൽ അഭിഭാഷകൻ.

രണ്ടുവർഷമേ ആയുള്ളൂ ഡൽഹിയിൽ പ്രാക്റ്റീസ് തുടങ്ങിയിട്ട്.

വിമാനത്താവളത്തിന് പുറത്ത് അബ്ബാസ് പുത്തൻ ഇന്നോവയുമായി കാത്തുനിൽക്കുന്നുണ്ടായിരുന്നു. അന്തമാനിലെ പ്രധാന ടൂറിസ്റ്റു കൺസൽട്ടന്റുമാരിൽ ഒരാളാണ് അബ്ബാസ്.

മലപ്പുറം വളാഞ്ചേരിക്കാരനാണ് നാല്പത്തിയഞ്ചുകാരനായ അബ്ബാസ്.

1921-ലെ മലബാർ മാപ്പിള ലഹളക്കാലത്ത് പിടികൂടിയ പലരെയും അന്തമാനിലേക്ക് നാടുകടത്തിയിരുന്നു. ഇങ്ങിനെ നാടുകടത്തപ്പെട്ടവരിൽ അബ്ബാസിന്റെ ബാപ്പ ഷെയ്ഖ് അലിയും ഉണ്ടായിരുന്നു. ശിക്ഷയുടെ കാലാവധി കഴിഞ്ഞിട്ടും പലരും തിരിച്ചു വന്നില്ല. ഷെയ്ക്ക് അലിയും

അവിടെത്തന്നെ തങ്ങി. അങ്ങിനെ അവിടെ ജീവിതം പടുത്തുയർത്തി.

ഒരു സുഹൃത്ത് മുഖേനയാണ് പ്രദീപ് അബ്ബാസുമായി ബന്ധപ്പെട്ടത്.

തുറമുഖത്തിനടുത്തുള്ള ഹോട്ടൽ ഡാബാ ഇന്നിൽ ആണ് താമസം ഏർപ്പാട് ചെയ്തതെന്ന് അബ്ബാസ് പറഞ്ഞു. രണ്ടു മുറികളാണ് ബുക്ക് ചെയ്തത്. ഒരു മുറിയിൽ മൂന്ന് പേർക്ക് താമസിക്കാം.

യാത്രക്കിടയിൽ കാറിലിരുന്ന് അബ്ബാസ് നാട്ടുവിശേഷങ്ങൾ പറഞ്ഞു.

അബ്ബാസിന്റെ ബാപ്പ കുറേക്കാലം ഇവിടെ തീപ്പെട്ടിക്കമ്പനി നടത്തി. ഉമ്മ നബീസ നാട്ടിൽ തന്നെയായിരുന്നു. നാടും വീടും വിട്ട് എങ്ങോട്ടും പോകാൻ അവർക്ക് താൽപ്പര്യമുണ്ടായിരുന്നില്ല. 18 വയസ്സുള്ളപ്പോഴാണ് അബ്ബാസ് അന്തമാനിൽ എത്തിയത്. കുറേക്കാലം ബിസിനസ്സിൽ ബാപ്പയെ സഹായിച്ചു. പിന്നീടാണ് ടൂറിസ്റ്റ് ഗൈഡായത്. ഇദ്ദേഹത്തിന്റെ കുടുംബം നാട്ടിലാണ്. രണ്ടോ മൂന്നോ മാസം കൂടുമ്പോൾ നാട്ടിൽ പോകും. മുമ്പ് കപ്പലിലായിരുന്നു യാത്ര. ചെന്നൈയിൽ നിന്ന് കപ്പൽ കയറിയാൽ നാലാം ദിവസം ഇവിടെയെത്തും. ഇപ്പോൾ വിമാനത്തിൽ. നേരത്തെ എടുത്താൽ ചെറിയ വിലക്ക് വിമാന ടിക്കറ്റ് കിട്ടും.

"ചേട്ടാ മലയാളികളൊക്കെ ഇവിടെ ധാരാളമുണ്ടോ..?"-നാദിയയാണ് അന്വേഷിച്ചത്.

അബ്ബാസ് സംസാരിക്കുന്നത് നാദിയ ശ്രദ്ധിക്കുന്നുണ്ടെന്ന് പ്രദീപിന് അപ്പോഴാണ് തോന്നിയത്.

ജസ്മിയും സ്മിതയും പുറംകാഴ്ചകളിൽ മുഴുകിയിരിക്കുകയാണ്.

നാദിയ ചോദിച്ചത് എന്താണെന്ന് സ്മിത ജസ്മിയോട് ആരാഞ്ഞു.

ജസ്മി ഇംഗ്ലീഷിൽ അക്കാര്യം പരിഭാഷപ്പെടുത്തി .

"ഇവിടെ എല്ലാ നാട്ടുകാരുമുണ്ട്. ഇവിടുത്തെ തദ്ദേശീയർ ആദിവാസികൾ മാത്രമാണ്. മറ്റെല്ലാവരും കുടിയേറ്റക്കാർ. ബംഗാളികളും ബീഹാറുകാരും തമിഴൻമാരും ധാരാളമുണ്ട്. മലയാളികൾ ഇഷ്ടം പോലെ. ഇവിടുത്തെ ജനസംഖ്യയിൽ 12ശതമാനം മലയാളികളാണ്. എല്ലാ ജോലികളും ചെയ്യുന്ന മലയാളികൾ ഉണ്ട്. സർക്കാർ ജീവനക്കാർ, ടൂറിസ്റ്റു ഗൈഡുമാർ, ഓട്ടോ ഡ്രൈവർമാർ, തട്ടുകട നടത്തുന്നവർ.. ഇങ്ങിനെ എല്ലാ വിഭാഗത്തിൽപ്പെട്ടവരും.

നിങ്ങൾക്ക് താമസത്തിനായി മുറിയെടുത്ത ഹോട്ടലിനടുത്ത് സ്റ്റേഷനറിക്കട നടത്തുന്നത് മലയാളിയാണ്.." അബ്ബാസ് വിവരിച്ചു.

"ചേട്ടന് മാന്യമായി ജീവിക്കാനുള്ള വരുമാനം ഈ തൊഴിലുകൊണ്ടു കിട്ടുന്നുണ്ടോ..?"

പ്രദീപ് ആരാഞ്ഞു.

"ഒക്ടോബർ മുതൽ മെയ് വരെയാണ് ഇവിടുത്തെ ടൂറിസ്റ്റ് സീസൺ. ഈ സമയത്ത് മോശമല്ലാത്ത വരുമാനം കിട്ടും"

"നമ്മുടെ നാട്ടിലല്ലേ ഇപ്പോൾ നല്ല കൂലിയും വരുമാനവും. ഉത്തരേന്ത്യക്കാർ കൂട്ടത്തോടെ ജോലിതേടി കേരളത്തിലേക്കല്ലേ വരുന്നത്. നമ്മുടെ നാട്ടുകാർ ഗൾഫിൽ പോകുന്നതുപോലെ. പിന്നെ എന്തിനാണ് കേരളക്കാർ ഇവിടെ വന്ന് കൂലിപ്പണിയെടുക്കുന്നത്..?"

പ്രദീപിന്റെ ചോദ്യത്തിന് കുറേ സമയത്തെ ആലോചനക്ക് ശേഷമാണ് അബ്ബാസ് മറുപടി പറഞ്ഞത്.

"നിങ്ങൾ പറഞ്ഞത് ശരിയാണ്. നമ്മുടെ നാട്ടിൽ പണിയും പണിയെടുത്താൽ നല്ല കൂലിയുമുണ്ട്. എന്നാൽ സമാധാനം ഉണ്ടോ..?. പണ്ടത്തെ നാടാണോ ഇപ്പോൾ?.. ആഴ്ചയിൽ ഹർത്താൽ. കൊള്ളയും കവർച്ചയും രാഷ്ട്രീയക്കൊലപാതകങ്ങളും ഇല്ലാത്ത ദിവസം ഉണ്ടോ അവിടെ. ഇവിടെ ബന്ദും ഹർത്താലും ഒന്നും ഇല്ല. രാഷ്ട്രീയ സംഘട്ടനങ്ങളും. സമാധാനം. ആരെയും പേടിക്കാതെ ജീവിക്കാം.... സത്യത്തിൽ ഇവിടെയുള്ള ആർക്കും നാട്ടിലേക്ക് തിരിച്ചു പോകണം എന്നില്ല..."

-ഒരു ദുരന്തകഥ പറയുംപോലെയാണ് അബ്ബാസ് ഇത്രയും കാര്യം പറഞ്ഞത്.

പിന്നെ ഈ വിഷയം ആരും സംസാരിച്ചില്ല.

ഡൽഹിയിലും മറ്റും ജീവിക്കുന്ന മലയാളികളുടെ കാര്യം പ്രദീപ് ഓർത്തു.

പലതരം തൊഴിലുകളിൽ ഏർപ്പെട്ടിരിക്കുന്ന മലയാളികൾ ഡൽഹിയിലുണ്ട്. ഉന്നതരായ ഉദ്യോഗസ്ഥർ തൊട്ട് ഫാക്ടറിത്തൊഴിലാളികൾ വരെ.

അവർക്കെല്ലാം ജീവിതത്തിന്റെ സായാഹ്ന കാലത്ത് നാട്ടിൽ കഴിയണമെന്നാണ് ആഗ്രഹിക്കുന്നത്. എന്നാൽ പുതിയ തലമുറയ്ക്ക് നാടിനോട് ഇത്തരം വൈകാരിക ബന്ധമൊന്നുമില്ല. അവർ നഗര ജീവിതവുമായി ഇണങ്ങിച്ചേർന്നു. അവർക്ക് കൂടുതൽ തൊഴിൽ സാധ്യതയും ഡൽഹിയിൽ തന്നെ.

"നമ്മുടെ ഹോട്ടൽ എത്താറായി.. സമയം രണ്ടായി.. എല്ലാവർക്കും നല്ല വിശപ്പുണ്ടാവും അല്ലേ.. ഭക്ഷണം ഏർപ്പാട് ചെയ്തിട്ടുണ്ട്.." അബ്ബാസ് ഒരറിയിപ്പുപോലെ പറഞ്ഞു.

എല്ലാവരും ഇറങ്ങാനുള്ള തയ്യാറെടുപ്പായി.

"മുരുകൻ.. ഹോട്ടൽ ഡാബാ ഇൻ"

അബ്ബാസ് ഡ്രൈവർക്ക് നിർദേശം നൽകി.

ലഗേജുകളുമായി ഇറങ്ങുമ്പോൾ അബ്ബാസ് ഓർമിപ്പിച്ചു;

"സെല്ലുലാർ ജയിൽ ഇവിടെ അടുത്താണ്. വൈകുന്നേരം ലൈറ്റ് ആൻഡ് സൗണ്ട് ഷോ ഉണ്ട്. നാലുമണിക്ക് യാത്ര തിരിക്കണം. ഭക്ഷണം കഴിച്ച് അതുവരെ വിശ്രമിക്കാം.. ഇനി നിങ്ങളുടെ കൂടെ ഡ്രൈവർ മാത്രമേ ഉണ്ടാവൂ. എല്ലാ ദിവസവും നമുക്ക് കാണാം. മുരുകന് എല്ലാ കാര്യങ്ങളും അറിയാം. എല്ലാ ഭാഷയും.."

ഭക്ഷണത്തിന് ശേഷം എല്ലാവരും മുറികളിലേക്ക് പോയി.

പ്രദീപും നഹാസും ഒരു മുറിയിൽ.

തൊട്ടടുത്ത മുറികളിൽ മറ്റ് മൂന്നുപേരും.

ഒരു വാതിൽ തുറന്നാൽ രണ്ടു മുറികളും ഒന്നാകും.

....

സ്വാതന്ത്ര്യ സമര ചരിത്രത്തിലെ അദ്ധ്യായം പോലെ സെല്ലുലാർ ജയിൽ നീണ്ടു നിവർന്ന് കിടക്കുന്നു. പൊടുന്നനെ പെയ്ത മഴയിൽ സഞ്ചാരികൾ മിക്കവരും നനഞ്ഞു കുതിർന്നു.

അന്തമാനിലെ ഒരു സവിശേഷതയാണ് പൊടുന്നനെ പെയ്യുന്ന മഴ.

ഒന്നോ രണ്ടോ മിനുട്ടുകൾ മാത്രം നീണ്ടു നിൽക്കുന്ന മഴ.

ഉടനെ പ്രത്യക്ഷമാകുന്ന വെയിൽ നനവുകളെ ഉണക്കിയെടുക്കുകയും ചെയ്യും.

സെല്ലുലാർ ജയിലിന്റെ മുകളിൽ നിന്നുള്ള മനോഹരദൃശ്യം ക്യാമറയിൽ പകർത്തുന്ന തിരക്കിലാണ് സഞ്ചാരികൾ.

കൊല്ലത്തു നിന്നുള്ള പത്രപ്രവർത്തകരുടെ സംഘവും അവിടെയെത്തി.

കടലും കടൽക്കരയിൽ സമൃദ്ധിയുടെ പര്യായമായ തെങ്ങുകളും ക്യാമറക്കണ്ണുകളെ കുളിർപ്പിച്ചു.

ചോള രാജാക്കന്മാരുടെ നാവിക ആസ്ഥാനങ്ങളിൽ ഒന്നായിരുന്നു അന്തമാൻ.

ബ്രിട്ടീഷുകാർ ഈ ദ്വീപിന്റെ അനന്ത സാധ്യത കണ്ടെത്തുന്നത് 1857ലെ ഒന്നാം സ്വാതന്ത്ര്യസമരകാലത്താണ്.

സ്വന്തം നിലയിൽ ഒരിക്കലും രക്ഷപ്പെടാൻ കഴിയാത്ത ദ്വീപിൽ പാർപ്പിച്ചാൽ സ്വാതന്ത്ര്യ സമര ഭടൻമാരുടെ മനോവീര്യം തകർക്കാൻ കഴിയും. കൂടാതെ രക്ഷപ്പെടാനുള്ള ശ്രമം ഉണ്ടാവുകയുമില്ല.

എത്ര ഭേദ്യം ചെയ്താലും ബാഹ്യലോകം അറിയുകയുമില്ല.

1858മാർച്ച് നാലിന് കൽക്കത്തയിൽ നിന്നുള്ള ഇരുന്നൂറു സ്വാതന്ത്ര്യ സമര ഭടൻമാരുമായി ആദ്യ കപ്പൽ അന്തമാനിലെത്തി. സംഘത്തിൽ 50 സായുധരായ നാവികരും രണ്ടു ഡോക്ടർമാരും ഉണ്ടായിരുന്നു.

തടവുകാരെ ഉപയോഗിച്ച് റോസ് ദ്വീപും പോർട്ട് ബ്ലെയറും വാസ യോഗ്യമാക്കി.

ആവശ്യത്തിന് ഭക്ഷണമോ വിശ്രമത്തിനും താമസത്തിനുമുള്ള സൗകര്യമോ ഇല്ലാതെയായിരുന്നു തടവുകാർക്ക് ജോലി ചെയ്യേണ്ടി വന്നത്.

തടവുകാരിൽ ഒരാൾ ബീഹാറിൽ നിന്നുള്ള ജീവപര്യന്തക്കാരനായ നാരായൺ ആയിരുന്നു.

നിൽക്കപ്പൊറുതിയില്ലാതെ ഒരു ചെറുവഞ്ചിയിൽ രക്ഷപ്പെടാൻ ശ്രമിച്ച നാരായണെ ഗാർഡുമാർ വെടിവെച്ചു കൊന്നു.

-ഈ ദുരിത ദ്വീപിലെ ആദ്യത്തെ രക്തസാക്ഷി.

പിന്നെ പലരെയും കൊണ്ടു വന്നു.

പലരും രക്ഷപ്പെടാൻ ശ്രമിച്ചു.

അവരെയെല്ലാം കഴുവിലേറ്റി- 87പേരെ.

കാലം കഴിയുംതോറും തടവുകാരുടെ എണ്ണം കൂടി വന്നു.

അവരെ പാർപ്പിക്കാൻ പുതിയ തടവറകൾ നിർമിക്കേണ്ടി വന്നു. അങ്ങിനെയാണ് 1896ൽ സെല്ലുലാർ ജയിലിന്റെ പണി തുടങ്ങുന്നത്. പത്തു വർഷമെടുത്തു പൂർത്തിയാവാൻ. മ്യാൻമറിൽ നിന്ന് കപ്പലിലാണ് ഇഷ്ടിക ഉൾപ്പെടെയുള്ള സാമഗ്രികൾ കൊണ്ടു വന്നത്. തടവുകാർ തന്നെ അവരെ അടയ്ക്കാനുള്ള തടവറയുണ്ടാക്കി.

തടവുമുറികൾ ചെറിയൊരു കിളിവാതിൽ മാത്രമുള്ളതാണ്.

കാറ്റും വെളിച്ചവും അതിലൂടെ മാത്രമേ കടന്നു വരൂ.

രണ്ടാം നിലയിൽ, 1935-36കാലത്ത് അവിടെ തടങ്കലിൽ ഇട്ടവരുടെ പേര് ആലേഖനം ചെയ്തിട്ടുണ്ട്. പഞ്ചാബ്, ഉത്തർപ്രദേശ്, ബംഗാൾ എന്നിവിടങ്ങളിൽ നിന്നുള്ളവരാണ് ഇവരിൽ കൂടുതൽ.

1979 ഫെബ്രുവരി 11ന് സെല്ലുലാർ ജയിൽ രാഷ്ട്രത്തിന് സമർപ്പിച്ചു.

ജയിൽ കവാടത്തിൽ ഒരുക്കിയ ചരിത്ര മ്യൂസിയവും ഒരു മണിക്കൂറോളം നീണ്ടുനിൽക്കുന്ന ലൈറ്റ് ആന്റ് സൗണ്ട് ഷോയും സെല്ലുലാർ ജയിലിന്റെ ചരിത്രം ദൃശ്യങ്ങളായും ശബ്ദങ്ങളായും അവതരിപ്പിക്കുന്നു.

അധ്യായം 4

ജലകേളികൾ

രാധാനഗർ ബീച്ചിൽ നാദിയയും ജസ്മിയും സ്മിതയും ജലകേളി കളിലാണ്.

ആർക്കും നീന്തൽ വശമില്ലെങ്കിലും നീന്തൽ വേഷത്തിലാണ് അവർ തിരമാലകളുമായി സല്ലപിക്കുന്നത്. തെളിഞ്ഞ നീല നിറമുള്ള കടലിലെ ലോലമായ തിരമാലകൾ അവരെ തഴുകി തിരിച്ചുപോകുന്നു.

വയോജനങ്ങൾ മുതൽ കൊച്ചുകുട്ടികൾ വരെ ശാന്തമായ കടലിൽ ഉല്ലസിക്കുന്നു.

കടലിൽ ചിതറിക്കിടക്കുന്ന ചെറിയ തുരുത്തുകളും പാറക്കെട്ടുകളും പ്രതിരോധിക്കുന്നതിനാൽ തീരത്തെത്തുമ്പോൾ തിരമാലകൾ ദുർബലമാകും. അതിനാൽ ഭയപ്പെടാതെ ആർക്കും കടലിലിറങ്ങാം.

പ്രദീപ് മണൽപ്പരപ്പിൽ നിന്ന് എണ്ണിനോക്കി.

നീരാടുന്നവർ നൂറിലധികമുണ്ട്. കരയിലും അത്ര തന്നെ.

സുന്ദരിമാർ അവരുടെ വെളുത്തുതുടുത്ത തുടകളും കൊഴുത്ത മാറിടങ്ങളും പരമാവധി പ്രദർശിപ്പിച്ചാണ് നീരാടുന്നത്.

നനഞ്ഞ ശരീരത്തിൽ ഒട്ടിച്ചേർന്ന വസ്ത്രങ്ങൾ അവരുടെ അംഗലാവണ്യവും നിമ്നോന്നതങ്ങളും പരമാവധി വെളിപ്പെടുത്തുന്നുണ്ട്.

തീരത്തെ പടുകൂറ്റൻ വൃക്ഷങ്ങളുടെ തണൽപറ്റി കുറേപ്പേർ, കടലിന്റെ സൗന്ദര്യം ആസ്വദിക്കുന്നുവെന്ന വ്യാജേന നോക്കി നിൽക്കുന്നത് നീരാടുന്ന പെൺകുട്ടികളുടെ ഈറൻ സൗന്ദര്യം.

കടലിൽ കുളിക്കാൻ നാദിയയും മറ്റും എത്ര നിർബന്ധിച്ചിട്ടും പ്രദീപും നഹാസും വഴങ്ങിയില്ല.

“ഞാൻ കുട്ടിയായിരിക്കുമ്പോൾ മുതൽ പുഴയിൽ എല്ലാ കളികളും കളിച്ചു വളർന്നതാ.. എനിക്ക് ഇതിലൊന്നും ഒരു താൽപ്പര്യവുമില്ല.. നിങ്ങൾ പോയി കുളിച്ചോളൂ... ശ്രദ്ധിക്കണമെന്നു മാത്രം..”

-പ്രദീപ് പറഞ്ഞു.

”എനിക്കാണെങ്കിൽ കടൽ കാണുന്നത് തന്നെ പേടിയാ.. '-നഹാസും പിന്മാറി.

മൂന്ന് പേരും കുട്ടികളെപ്പോലെ വെള്ളത്തിൽ കളിക്കുകയാണ്.

ഇടക്ക് കരക്ക് കയറി ഓടും. വീണ്ടും കടലിൽ ചാടും.

തീരത്തെ ബെഞ്ചിലിരുന്ന് പ്രദീപ് മൂന്ന് പേരുടെയും സൗന്ദര്യം നിരൂപണം ചെയ്തു.

സ്മിത തടിച്ചു കൊഴുത്തിട്ടാണ്. ഗോതമ്പിന്റെ നിറമാണെങ്കിലും അവൾ അത്ര സുന്ദരിയല്ല. നാദിയയെക്കാൾ സുന്ദരിയാണ് ജെസ്മിയെന്ന് പലപ്പോഴും തോന്നിയിട്ടുണ്ട്. എന്നാൽ നിരയായ പല്ലുകളും നുണക്കുഴികളും പ്രഭ ചൊരിയുന്ന ചിരിയും കവിളത്തെ ചെറിയ മറുകും നാദിയക്കുള്ള അനുഗ്രഹങ്ങളാണ്.

നല്ല ശരീരവടിവാണ് ജെസ്മിയെ കൂടുതൽ സുന്ദരിയാക്കുന്നത്. നർത്തകിയുടെ ശരീരഘടന. തിളങ്ങുന്ന കണ്ണുകളും. ഫോട്ടോജെനിക്കാണവൾ. ഏത് പോസിൽ ഫോട്ടോയെടുത്താലും ജെസ്മി തിളങ്ങി നിൽക്കും.

വെളുത്ത് കൊഴുത്ത ഒരു പെണ്ണ് ഇറുകിയ ബിക്കിനിയിട്ട് കടലിലേക്ക് ഇറങ്ങുന്നു.

കരയിൽ നിൽക്കുന്നവരുടെ കണ്ണുകൾ അങ്ങോട്ടായി.

ഇതേ വേഷത്തിൽ പിന്നാലെ അവളുടെ അമ്മയും.

കരയിൽ അവരുടെ വസ്ത്രങ്ങൾക്ക് കാവലായി അച്ഛൻ.

അയാൾ വിമുക്തഭടനാണെന്ന് പ്രദീപ് ഊഹിച്ചു.

നാട്ടിൻ പുറത്ത് ജനിച്ചു വളർന്നത് കൊണ്ടാവാം, ശരീരം മുഴുവൻ പുറത്ത് കാണിച്ചു കൊണ്ട് സ്ത്രീകൾ നടക്കുമ്പോൾ, ഇവർക്കൊന്നും ലജ്ജയില്ലേയെന്ന് ചോദിക്കാൻ പ്രദീപിന് തോന്നാറുണ്ട്. പുരുഷന്മാർ വളരെ കൂടുതലും സ്ത്രീകൾ ഏറ്റവും കുറവും വസ്ത്രം ധരിക്കുന്നതുമായ രീതി ഇപ്പോൾ സാർവത്രികമായി. എന്നിട്ടും തന്റെ മനസ്സ് ഇതുമായി പൊരുത്തപ്പെടുന്നില്ലല്ലോ എന്ന് പ്രദീപിന് തോന്നാറുണ്ട്.

നഹാസ് ചാരുബെഞ്ചിലിരുന്ന് വായനയിലാണ്.

പുസ്തകം വായിക്കാൻ വേണ്ടി ഇയാൾ ഇങ്ങോട്ട് വരേണ്ടതുണ്ടോ എന്ന് ചോദിക്കാൻ പ്രദീപിന് തോന്നിപ്പോയി.

“നഹാസ്, നമുക്ക് ഓരോ ഇളനീർ കഴിക്കാം.. നല്ല ദാഹം.. നല്ല വലുപ്പമുള്ള ഇളനീർ കൂനയായി ഇട്ടിട്ടുണ്ട്. നമ്മുടെ നാട്ടിലുള്ളത് പോലെ മണ്ഡരി ബാധിച്ചതല്ല.. കുളിക്കുന്നവർ ഇപ്പോഴൊന്നും കയറുന്ന ല

ക്ഷണമില്ല '- പ്രദീപ് ക്ഷണിച്ചു.

"ഞാനും അതാലോചിക്കുകയാണ്. വല്ലാത്ത ദാഹം"

നഹാസ് എഴുന്നേറ്റു.

"എന്ത് മനോഹരമായ ബീച്ച് അല്ലേ.. ഈ വെള്ളത്തിന്റെ നിറമാണ് ഏറെ മനോഹരം. ശരിക്കും നീലക്കടൽ. ഏഷ്യയിലെ ഏറ്റവും മികച്ച ബീച്ചായി ടൈം വാരിക തിരഞ്ഞെടുത്തത് ഈ ബീച്ചിനെയാണ്. ഹാവ്ലോക് അയലന്റിൽ നിരവധി ബീച്ചുകൾ ഉണ്ടെങ്കിലും ഇതാണത്രേ മനോഹരം..." -നഹാസ് വിവരിച്ചു.

ഓരോ സ്ഥലത്തെത്തുമ്പോഴും ആ സ്ഥലത്തിന്റെ ചരിത്രവും പ്രാധാന്യവും വിവരിക്കുക നഹാസിന്റെ രീതിയാണ്.

ഇളനീർ കൂനക്ക് മുന്നിൽ, ഏതോ ചരിത്രാതീത കാലത്ത് കരക്കടിഞ്ഞ തിമിംഗലത്തിന്റെ അസ്ഥികൂടമെന്ന് തോന്നിക്കുന്ന മരത്തടിയിൽ രണ്ടുപേരും ഇരുന്നു.

നല്ല മൂർച്ചയുള്ള വെട്ടുകത്തികൊണ്ട് ഞൊടിയിടയിൽ കടക്കാരൻ ഇളനീർ വെട്ടി നൽകി.

അതിനകത്തെ നേർത്ത പാട ചുരണ്ടിയെടുക്കാൻ തൊണ്ടു കൊണ്ട് സ്പൂണും.

സ്ട്രോ ഉപയോഗിച്ച് ഇളനീർ കുടിക്കുന്നതിനിടയിൽ ചെറു ചിരിയോടെ പ്രദീപ് സ്വകാര്യം ചോദിച്ചു; "നഹാസ് ഒന്ന് ചോദിക്കട്ടെ, നീയും ജെസ്മിയും പ്രണയമാണോ..?"

നഹാസ് പ്രത്യേകിച്ച് ഭാവപ്പകർച്ചയില്ലാതെ ഇളനീർ വലിച്ചു കുടിച്ച് തീർത്തു.

"എന്ന് അവൾ ആരോടെങ്കിലും പറഞ്ഞോ..?"

"എന്നോട് പറഞ്ഞില്ല. എന്നാൽ പറയാതെ തന്നെ ചില കാര്യങ്ങൾ ഊഹിക്കാമല്ലോ.. ഞാനും നാദിയയും തമ്മിലുള്ള ബന്ധം ഞാൻ പറയാതെ നിങ്ങളെല്ലാം അറിഞ്ഞില്ലേ.."

"കൃത്യമായ തെളിവുകളോടെ ഊഹിക്കുന്ന കാര്യങ്ങൾ പലപ്പോഴും ശരിയായിരിക്കും."

-നഹാസ് ചെറുതായൊന്നു ചിരിച്ചു.

ബീച്ചിലേക്ക് നടക്കുന്നതിനിടയിൽ നഹാസ് തുടർന്നു;

"ഞങ്ങൾ രണ്ടു വർഷമായി നല്ല അടുപ്പത്തിലാണ്. പക്ഷെ ഒന്നിച്ചു ജീവിക്കാനുള്ള കാര്യങ്ങളൊന്നും ഇതുവരെ സംസാരിച്ചിട്ടില്ല. നിനക്കറിയാമല്ലോ ചില നിലപാടുകളിൽ അവൾ വളരെ ബോൾഡാ... അവളുടെ ജീവിത സങ്കല്പങ്ങൾ കുറേ വ്യത്യസ്തം. എങ്കിലും എനിക്ക്

പൊരുത്തമാകാത്ത നിലപാടുകൾ ആണെന്ന് തോന്നിയിട്ടില്ല... '

"എന്നാൽ ഇന്ന് രാത്രി ഇക്കാര്യം തുറന്ന് സംസാരിച്ചാലോ..? അതായത്, നിങ്ങൾ തമ്മിലുള്ള പ്രണയം ഔപചാരികമായി പ്രഖ്യാപിക്കുക.. അങ്ങിനെ ഈ അന്തമാൻ യാത്ര അവിസ്മരണീയമാക്കുക... ഐഡിയ എന്റേതല്ല, നാദിയയുടെയും സ്മിതയുടെയും.'

"എന്നാൽ നിങ്ങൾ ജെസ്മിയോട് സംസാരിച്ചോളൂ.."

"ഹായ്.. അവരുടെ ഐഡിയ വിജയിച്ചു... ഇതിനകം തന്നെ അവർ ജെസ്മിയോട് ഇക്കാര്യം പറഞ്ഞിരിക്കണം."

പ്രദീപും നഹാസും എത്തുമ്പോഴേക്കും മൂന്നുപേരും കരക്ക് കയറി വസ്ത്രം മാറാനായി പോകാൻ തയ്യാറെടുക്കുകയായിരുന്നു.

അവരുടെ നിക്കറിൽ നിന്ന് ഇറ്റു വീഴുന്ന ജല കണികൾ തുടകളിലെ നനുത്ത രോമങ്ങളെ തലോടി താഴേക്കു പതിച്ചു കൊണ്ടിരുന്നു.

"ദിവസേന എത്ര പേർ വരുന്ന സ്ഥലമാണിത്. എന്നിട്ടും വൃത്തിയുള്ള ബാത്ത് റൂമും ക്ലോക്ക് റൂമും ഇവർക്ക് ഉണ്ടാക്കിക്കൂടെ.. വൃത്തികെട്ട സ്ഥലമാണിത്.. "- നാദിയ ക്ഷോഭിച്ചു.

മൂന്നുപേരും ഡ്രസ്സ് മാറാനായി പോയി.

ഇതിനിടയിൽ കടലിന്റെയും തീരത്തിന്റെയും കുറേ ചിത്രങ്ങൾ പ്രദീപ് ക്യാമറയിൽ പകർത്തി.

"നോക്കൂ നഹാസ്, കടൽക്കരയിൽ ഇത്രയും നിബിഡവനങ്ങൾ ഇവിടുത്തെ മാത്രം പ്രത്യേകതയാണെന്ന് തോന്നുന്നു... ഈ തീരങ്ങളിൽ എത്ര പടുകൂറ്റൻ മരങ്ങളാണ്... ' ചിത്രങ്ങൾ പകർത്തുന്നതിനിടയിൽ പ്രദീപ് പറഞ്ഞു.

"അതെ.. ശരിക്കും കന്യാവനങ്ങൾ '- ദൂരേക്ക് കണ്ണയച്ചുകൊണ്ട് നഹാസ് പറഞ്ഞു.

വസ്ത്രങ്ങൾ മാറി മൂന്നുപേരും തിരിച്ചെത്തി.

"ഇനി നമുക്ക് ഭക്ഷണം കഴിക്കാം.. അവിടെ കാണുന്ന റെസ്റ്റോറന്റിലാണ് ഭക്ഷണം ഏർപ്പാട് ചെയ്തത്. അധികം പ്രതീക്ഷയൊന്നും വേണ്ട. വലിയ കുഴപ്പമില്ലെന്നാണ് പറയുന്നത്.."

-പ്രദീപ് എല്ലാവരെയും ഹോട്ടലിലേക്ക് നയിച്ചു.

"ഇവിടുത്തെ ഡ്രൈവറും മുരുകനും കാറിൽ ഉറങ്ങുന്നുണ്ട്.. ഞാൻ അവരെ വിളിച്ചു വരാം"

-നഹാസ് പോയി.

പച്ചരിയുടെ ചോറും സാമ്പാറോ രസമോ എന്ന് തിരിച്ചറിയാൻ കഴിയാത്ത കറിയും പൂരിയോളം വട്ടമുള്ള പപ്പടവും ബീൻസ് കൊണ്ടു

ള്ള തോരനും മോരും...

വിശപ്പാണ് രുചി നിർണയിക്കുന്നത്.

കടലിൽ ഒന്നര മണിക്കൂറോളം തിമർത്തതുകാരണം മൂന്ന് പേരും ഭക്ഷണം നന്നായി കഴിച്ചു.

“നാലു മണിക്കാണ് ഷിപ്പ്. വൈകാതെ പുറപ്പെടണം..”- മുരുകൻ ഓർമിപ്പിച്ചു.

മടക്കയാത്രയിൽ ചെറിയ ചാറ്റൽ മഴയുണ്ടായിരുന്നു.

വീതികുറഞ്ഞതും പൊട്ടിപ്പൊളിഞ്ഞതുമായ റോഡിലൂടെ പതുക്കെയായിരുന്നു യാത്ര.

രാധാനഗർ ബീച്ചിലേക്ക് പോകാൻ പ്രത്യേകം വാഹനം ഏർപ്പാട് ചെയ്തിരുന്നു.

പ്രദീപ് പുറത്തേക്ക് കണ്ണോടിച്ചു.

ഇവിടുത്തെ ഭൂപ്രകൃതിക്ക് കേരളവുമായി അസാധാരണ സാദൃശ്യം. തെങ്ങും കവുങ്ങും വാഴകളും നിറഞ്ഞു നിൽക്കുന്ന തൊടികൾ. കാട്ടുചെടികളും കേരളത്തിൽ കാണുന്നത് തന്നെ.

രാവിലെ എട്ടുമണിക്കാണ് ‘മാർക്രസ് ’എന്ന ചെറിയ ആഡംബര കപ്പലിൽ പോർട്ട് ബ്ലെയറിൽനിന്നും യാത്ര പുറപ്പെട്ടത്.

അഞ്ചുപേരുടെയും ആദ്യത്തെ കപ്പൽ യാത്ര.

എയർ കണ്ടീഷൻ ചെയ്ത കപ്പലിൽ നിന്ന് കടൽ കാഴ്ചകളൊന്നും കൃത്യമായി ദൃശ്യമായിരുന്നില്ല. ഇടക്കിടെ പെയ്യുന്ന മഴ നേർത്ത കാഴ്ചകളെപ്പോലും മറച്ചു.

യാത്രക്കാരിൽ കുറേ വിദേശികളുണ്ടായിരുന്നു.

കപ്പലിൽ ചെറിയ റെസ്റ്റോറന്റ് പ്രവർത്തിക്കുന്നുണ്ട്. കാപ്പിയും പഫ്സും പഴം പൊരിയും ബിസ്കറ്റുകളും കിട്ടും. വില ഇരട്ടിയാണെന്ന് മാത്രം.

കപ്പലിൽ അഞ്ചുപേർക്കും തുടർച്ചയായ സീറ്റുകൾ കിട്ടി.

കപ്പൽ പോർട്ട് ബ്ലെയറിൽ നിന്ന് ഹാർലോക്ക് ദ്വീപിലെത്താൻ ഒന്നേ മുക്കാൽ മണിക്കൂറെടുത്തു.

“കാഴ്ചകൾ കാണുമ്പോൾ നമ്മുടെ നാടുപോലെ തന്നെ തോന്നി അല്ലേ..? ”

പ്രദീപ് പുറം കാഴ്ചകളിൽനിന്ന് പിൻവാങ്ങിക്കൊണ്ട് പറഞ്ഞു.

“ഏറക്കുറെ കേരളത്തിലെ കാലാവസ്ഥ തന്നെയാണ് ഇവിടെയും. നല്ല മഴകിട്ടുന്ന സ്ഥലം..”

-തമിഴ് ചുവയുള്ള മലയാളത്തിൽ മുരുകനാണ് പ്രതികരിച്ചത്.

എന്താണ് സംസാരിക്കുന്നതെന്ന് മനസ്സിലാവാതെ സ്മിത നാദിയയുടെ മുഖത്തേക്ക് നോക്കി. നാദിയ ഹിന്ദിയിൽ വിശദമായി പറഞ്ഞു കൊടുത്തു.

മൂന്നര കഴിയുമ്പോഴേക്കും ഹാവ് ലോക് പോർട്ടിൽ എത്തി.

ആ ചെറിയ പട്ടണത്തിൽ ഏറെയും ഫാൻസി കടകളാണ്.

ധാരാളം ഇളനീർ വിൽപ്പന കേന്ദ്രങ്ങളുമുണ്ട്. ചായയും പലഹാരങ്ങളും വിൽക്കുന്ന തട്ട് കടകളും എല്ലാം ടൂറിസ്റ്റുകളെ ലക്ഷ്യം വെച്ചുള്ളത്.

കൃത്യം നാലു മണിക്ക് കപ്പൽ 'മക്രൂസ്' എത്തി.

കപ്പലിൽ കയറാൻ കാത്തിരുന്നവരിലധികം പേരും മൊബൈൽ ഫോണിൽ ഫോട്ടോ എടുക്കുന്ന തിരക്കിലായിരുന്നു.

അവിസ്മരണീയമായ യാത്രയുടെ അവസാനത്തെ കാഴ്ചകളും ഒപ്പിയെടുക്കാനുള്ള ആവേശത്തിൽ.

കപ്പലിൽ കയറിയ ഉടനെ സുരക്ഷാ നിർദേശങ്ങളാണ്.

അപകടമുണ്ടായാൽ സ്വീകരിക്കേണ്ട മുൻ കരുതലുകൾ.

നേരത്തെ റെക്കോർഡ് ചെയ്തു വെച്ചത് ടി.വി.യിലൂടെ പ്രദർശിപ്പിക്കുന്നു.

നീണ്ട യാത്രയും കടലിലെ കുളിയുമൊക്കെ കാരണം എല്ലാവരും ക്ഷീണത്തിലായിരുന്നു.

കപ്പൽ അരമണിക്കൂർ സഞ്ചരിക്കുമ്പോഴേക്കും അധിക പേരും മയക്കത്തിലായി.

പുറത്ത് കനത്ത മഴ പെയ്യുന്നത് കാരണം കാഴ്ചകളൊന്നും വ്യക്തമല്ല.

മയങ്ങാത്തവർ ടി.വി.യിൽ ഹിന്ദി സിനിമകളിലെ ഗാനരംഗങ്ങൾ ആസ്വദിച്ചിരുന്നു.

കപ്പൽ പോർട്ട് ബ്ലയറിൽ തിരിച്ചെത്തുമ്പോഴേക്കും സന്ധ്യ മയങ്ങിയിരുന്നു.

വേലിയിറക്കമാണ്.

തുറമുഖത്തുനിന്ന് വെള്ളം പിന്മാറിയ സ്ഥലത്ത് അവശേഷിച്ച ചതുപ്പിൽ ആഹാരം ചികയുന്ന കൊക്കുകളുടെ കൂട്ടം.

ഞണ്ടുകളെയും ചെറു മത്സ്യങ്ങളെയും അവ മത്സര ബുദ്ധിയോടെ കൊത്തിയെടുക്കുന്നു.

തിരകൾ കരക്കെത്തിച്ച പ്ലാസ്റ്റിക്ക് കുപ്പികൾക്കിടയിലും കുറേ കൊക്കുകൾ ആഹാരം തിരയുന്നു.

ഡ്രൈവർ മുരുകനും പ്രദീപും നഹാസും മുന്നിൽ നടന്നു.

മറ്റു മൂന്നുപേർ അൽപ്പം പിറകിൽ.

പ്രദീപ് മൂന്ന് പേരോടും വേഗം നടക്കാൻ ആംഗ്യം കാണിച്ചു.

കപ്പലിൽ വരുന്ന യാത്രക്കാരെക്കാത്ത് ചെറുതും വലുതുമായ വാഹനങ്ങളുടെ നീണ്ട നിര റോഡരികിൽ.

കുറേ ഓട്ടോറിക്ഷകളും.

എല്ലാവരും കാറിൽ കയറി.

ഹോട്ടലിലേക്ക് അധികം ദൂരമില്ല.

റൂമിലെത്തി കുളിച്ച് വസ്ത്രങ്ങൾ മാറ്റി.

താഴത്തെ നിലയിലാണ് ഭക്ഷണം. ബുഫേയാണ്. പലതരം വിഭവങ്ങൾ നിരത്തിയിട്ടുണ്ട്.

എല്ലാവരും വേണ്ടുവോളം കഴിച്ച് മുറിയിലേക്ക് മടങ്ങി.

പലതും സംസാരിക്കുന്നതിനിടയിൽ നാദിയ ചാടി എണീറ്റ് നാടകീയമായി പറഞ്ഞു;

"സുഹൃത്തുക്കളെ, നമ്മുടെ ജീവിതത്തിലെ ആഹ്ലാദ മുഹൂർത്തങ്ങളിൽ ഒന്നായിരിക്കും ഈ യാത്ര. ഇത്തരം യാത്രകളാണ് നമ്മളെ കൂടുതൽ അടുപ്പിക്കുന്നത്. ഈ യാത്ര നമ്മുടെ രണ്ടു സുഹൃത്തുക്കളുടെ ജീവിതത്തിലെയും വഴിത്തിരിവാകാൻ പോകുന്നു.. ഞാൻ മറച്ചു വെക്കാതെ കാര്യം തുറന്ന് പറയാം, നമ്മുടെ പ്രിയ സുഹൃത്തുക്കളായ നഹാസും ജെസ്മിയും വിവാഹിതരാവാൻ ആഗ്രഹിക്കുന്നു..."

നാദിയയുടെ പ്രഖ്യാപനം കേട്ട് ജെസ്മി മുഖം പൊത്തി കിടക്കയിൽ കമഴ്ന്നു കിടന്നു.

നഹാസ് കസേരയിൽ നിർവികാരനായി ദൂരേക്ക് നോക്കി നിന്നു.

നീ എന്ത് പണിയാണ് കാണിച്ചത് എന്ന മട്ടിലായിരുന്നു പ്രദീപിന്റെ ഇരിപ്പ്.

കാര്യം കൃത്യമായി മനസ്സിലാവാതെ വാപൊളിച്ചു നിന്ന സ്മിതയെ നാദിയ ചെവിയിൽ കാര്യം ധരിപ്പിച്ചു.

സ്മിത കയ്യടിച്ച് ഉറക്കെ ചിരിച്ചു.

അൽപ്പ സമയം അവിടെ നിലനിന്ന നിശ്ശബ്ദതക്ക് ഭംഗം വരുത്തിയത് പ്രദീപാണ്.

"നഹാസ്, താൻ എന്തെങ്കിലും പറയെടോ..?"

"എനിക്ക് ജെസ്മിയോട് നേരിട്ട് പറയാനുള്ള അവസരം പോലും നാദിയ ഇല്ലാതാക്കിയില്ലേ"

– നഹാസിന്റെ മറുപടി കേട്ട് എല്ലാവരും പൊട്ടിച്ചിരിച്ചു.

കിടക്കയിൽ കമിഴ്ന്നു കിടക്കുന്ന ജെസ്മിയെ നാദിയ പിടിച്ചെഴുന്നേല്പിച്ചു പറഞ്ഞു;

"ഇനി നീ പറയെടീ..."

ജെസ്മി വാപൊത്തി പൊട്ടിച്ചിരിച്ചതേയുള്ളൂ.

"അങ്ങിനെ ഇവരുടെ കാര്യത്തിൽ തീരുമാനമായി. ഇന്ന് ഏതായാലും സന്തോഷമുള്ള ദിവസമല്ലേ... നമുക്കാഘോഷിക്കാം.. നാദിയയുടെ പാട്ടോടെ തുടങ്ങാം.. എന്താ.."

– പ്രദീപിന്റെ അഭിപ്രായത്തെ എല്ലാവരും കയ്യടിച്ച് സ്വീകരിച്ചു.

നാദിയ കുറച്ചു കണ്ണടച്ചിരുന്ന ശേഷം പറഞ്ഞു;

"മഞ്ഞൾ പ്രസാദവും... മതിയോ..?"

"പിന്നെ മതിയോ എന്നോ.. അതല്ലേ നിന്റെ മാസ്റ്റർ പീസ്.. നിന്റെ ജീവിതത്തെ വഴി തിരിച്ചു വിട്ട പാട്ട്.." -പ്രദീപ് പ്രോത്സാഹിപ്പിച്ചു.

നാദിയ കസേരയിലിരുന്ന്, അകലെ തുറമുഖത്തേയ്ക്ക് കണ്ണയച്ചുകൊണ്ട് ശ്രുതി മധുരമായി ആ പ്രണയഗാനം പാടി.

എല്ലാവരും ആ പാട്ടിൽ ലയിച്ചിരുന്നു.

പാട്ടു തീർന്നപ്പോൾ കയ്യടിക്കാൻ പോലും അവർ മറന്നുപോയി.

"ഇനി പ്രദീപ് പാടൂ... എന്നെക്കൊണ്ട് പാടിച്ചില്ലേ.."

-നാദിയയുടെ ആവശ്യം.

"ശരി.. ഞാൻ ഒ. എൻ. വി. യുടെ ഒരു കവിത ആലപിക്കാം.. ഇത് ഒരു സിനിമാ പാട്ട് കൂടിയാണ്" -പ്രദീപ് സമ്മതിച്ചു.

'എന്റെ മൺവീണയിൽ
കൂടണയാനൊരു മൗനം പറന്നു പറന്നു വന്നു..."

പ്രദീപിന്റെ ആലാപനവും എല്ലാവരും നിശ്ശബ്ദമായി ആസ്വദിച്ചു.

"പുലർച്ചെ മൂന്ന് മണിക്ക് എഴുന്നേൽക്കേണ്ടതല്ലേ.. നാളെ പോകേണ്ടത് ജറാവ ട്രൈബൽ റിസർവിലാണ്. രാവിലെ ആറു മണി മുതലാണ് അവിടെ പ്രവേശനം.. നാലു മണിക്ക് റെഡിയാവണമെന്ന് ഡ്രൈവർ മുരുകൻ പ്രത്യേകം പറഞ്ഞു.. രാവിലെ ആറു മണിക്കും ഒൻപത് മണിക്കും പന്ത്രണ്ടു മണിക്കുമാണ് അവിടെ പ്രവേശനം. രണ്ടര മുതൽ തിരിച്ചു വിടും.."

എല്ലാവരും ഉറങ്ങാൻ തയ്യാറെടുത്തു.

......

പുലർച്ചെ മൂന്നരക്ക് ഹോട്ടലിൽ നിന്ന് പുറപ്പെട്ടു. ദുർഘടം പിടിച്ച വഴിയിലൂടെയുള്ള യാത്ര.

കുഴിയിൽ ചാടിയും തെന്നിയും വാഹനം മുന്നോട്ട് നീങ്ങി.

വന്യമായ പാതയിലെ കുണ്ടും കുഴിയും ഗർത്തങ്ങളും കയറ്റിറക്കങ്ങളും സുപരിചിതമായതിനാൽ മുരുകൻ അനായാസമായാണ് വാഹനമോടിക്കുന്നത്.

"ജിർക്കാണ്ടങ്ങ്' ചെക്ക് പോസ്റ്റിൽ നിന്ന് പാസ് എടുത്തിട്ടേ വാഹനം വനത്തിലേക്ക് കടത്തിവിടൂ. ..അവിടെ കുറച്ച് കാത്തിരിക്കേണ്ടിവരും.." - മുരുകൻ പറഞ്ഞു.

മൂന്നു മണി മുതൽ ചെക്ക് പോസ്റ്റിൽ വാഹനങ്ങളുടെ നീണ്ട നിര രൂപപ്പെട്ടിരുന്നു.

ഏറെയും ടാക്സികൾ.

അവിടെയുള്ള ചെറിയ ഹോട്ടലുകൾ സഞ്ചാരികളെ സ്വീകരിക്കാൻ സജ്ജമായി കഴിഞ്ഞിരുന്നു.

ചായയും പലതരം പലഹാരങ്ങളും റെഡി.

ഇത്തരം അസമയത്തുള്ള യാത്രകളിൽ ടോയ്ലറ്റിൽ പോകുന്നതാണ് പ്രധാന പ്രശ്നം.

കുറച്ചകലെ ചാർജ് നൽകി ഉപയോഗിക്കാവുന്ന ടോയ്ലറ്റുകളുണ്ട്.

വൃത്തികെട്ട് കിടക്കുന്ന അങ്ങോട്ട് പോകുമ്പോൾ തന്നെ ഓക്കാനം വന്നു.

നീണ്ട ക്യു അതിന് മുന്നിലുണ്ട്.

കൃത്യമായ ദിനചര്യകളാണല്ലോ ഉന്മേഷത്തിന്റെ പ്രധാന ഘടകം.

ചെക്ക് പോസ്റ്റിൽ പോയി പ്രദീപ് കാര്യങ്ങൾ അന്വേഷിച്ചു.

ചെക്ക് പോസ്റ്റിൽ വാഹനങ്ങളുടെ രേഖകൾ പരിശോധിക്കുന്ന ഉദ്യോഗസ്ഥൻ കാഴ്ചയിൽ മലയാളിയാണെന്ന് തോന്നി .പ്രദീപ് അന്വേഷിച്ചു.

അദ്ദേഹം പാലക്കാട്ടുകാരൻ നസീർ.

തിരക്കായതിനാൽ കൂടുതൽ സംസാരിക്കാൻ അദ്ദേഹത്തിന് സമയം കിട്ടിയില്ല.

അന്തമാനിലെ വനം വകുപ്പ് ഉദ്യോഗസ്ഥനായ ഇദ്ദേഹത്തിന് നാട്ടുകാരെ കണ്ടപ്പോൾ സന്തോഷം തോന്നി.

ആറു മണിക്ക് ഗേറ്റ് തുറന്നാൽ, വനപ്രദേശം കഴിയുന്നതുവരെ വാഹനങ്ങൾ നിർത്തുകയോ മറ്റു വാഹനങ്ങളെ മറികടക്കുകയോ വഴിയിൽ കണ്ടേക്കാവുന്ന ജറാവ ഗോത്ര വർഗക്കാർക്ക് ഭക്ഷണം കൊടുക്കുകയോ ചെയ്യരുതെന്ന് അദ്ദേഹം ഓർമിപ്പിച്ചു.

ഫോട്ടോ എടുക്കാനും പാടില്ല.

ഇക്കാര്യങ്ങൾ രേഖപ്പെടുത്തിയ ബോർഡുകൾ അവിടെ സ്ഥാപിക്കുകയും ചെയ്തിട്ടുണ്ട്.

45കിലോ മീറ്ററാണ് യാത്രയുടെ ദൈർഘ്യം.

വനമധ്യത്തിലൂടെയുള്ള യാത്ര അത്ര സുഗമമായിരുന്നില്ല.

വീതി കുറഞ്ഞതും കുണ്ടും കുഴിയും നിറഞ്ഞതുമായ റോഡ്.

വാഹനങ്ങൾ ഒന്നിന് പിറകെ മറ്റൊന്നായി നീങ്ങുന്നു.

ഉറക്കച്ചടവിലാണെങ്കിലും ഘോരവനത്തിന്റെ സൗന്ദര്യം എല്ലാവരും ആസ്വദിക്കുന്നു.

പെട്ടെന്ന് വാഹനങ്ങൾ നിന്നു.

കുറേ ജറാവ കുട്ടികൾ കൂട്ടത്തോടെ വന്നു കൈ നീട്ടുന്നു.

കായ്കനികൾ ഭക്ഷിച്ചും മൃഗങ്ങളെ വേട്ടയാടി ചുട്ടുതിന്നും, ശിലായുഗ സമാനമായ ജീവിതം നയിക്കുന്ന ഇവർക്ക് സഞ്ചാരികൾ ബിസ്കറ്റും മറ്റ് ആധുനിക ഭക്ഷണങ്ങളും എറിഞ്ഞു കൊടുത്തു ശീലിപ്പിച്ചത് കാരണം അതിനോടുള്ള ആർത്തി വളർന്നിരിക്കാം. അതുകൊണ്ടായിരിക്കാം കുട്ടികൾ റോഡിലിറങ്ങി കൈ നീട്ടുന്നത്. അവർ പൂർണ നഗ്നരാണ്. കാഴ്ചയിൽ നീഗ്രോ കുട്ടികളെപ്പോലെ. യാത്രക്കാർ കൗതുകത്തോടെ തല പുറത്തിട്ടു നോക്കുന്നു.

പെട്ടെന്ന് വാഹനങ്ങൾ നിന്നു.

അതൊരു അപൂർവ കാഴ്ചയായിരുന്നു.

എല്ലാവരും വീർപ്പടക്കി ആ കാഴ്ച കണ്ടു.

അമ്പെയ്തു വീഴ്ത്തിയ ഒരു കൂറ്റൻ കാട്ടുപന്നിയെയും ചുമന്നു കൊണ്ട് ഒരാണും പെണ്ണും.

ഇരുവരുടെയും അരക്കെട്ടിൽ മരവുരി പോലെയുള്ള എന്തോ ഒന്ന് ചുറ്റിയതൊഴിച്ചാൽ നഗ്നരാണ്. പുരുഷന്റെ കയ്യിൽ അമ്പും വില്ലുമുണ്ട്.

അയാൾ വില്ലെടുത്ത് വാഹനത്തിന് നേരെ കുലച്ച് എന്തോ ആക്രോശിച്ചു.

എല്ലാവരും ഭയന്നുപോയി.

വാഹനവ്യൂഹം നീങ്ങി.

എല്ലാവരുടെയും ശ്വാസഗതി സാധാരണ നിലയിലായി.

"..രാജ്യത്തെ ഏറ്റവും പ്രാക്തന ഗോത്രവിഭാഗത്തിൽ പെട്ടവരാണ് ജറാവകൾ. ഇവർ ഇന്നും ശിലായുഗ വാസികളാണ്. ഇവരുടെ ഭാഷയും സംസ്കാരവും പഠിക്കാനുള്ള ശ്രമങ്ങൾ നടന്നു വരുന്നു. വയനാട് -നിലമ്പൂർ വനങ്ങളിൽ കഴിയുന്ന ചോലനായ്ക്കരെപ്പോലെ വംശനാശ

ഭീഷണി നേരിടുന്നവർ... ".

-നഹാസ് വിശദീകരിച്ചു.

ഗൂഗിളിൽ നിന്ന് ശേഖരിച്ച വിവരം നാദിയയും പങ്കിട്ടു;

"മദ്ധ്യ അന്തമാനിൽ വസിക്കുന്ന ജറാവകളുടെ അടുത്തേക്ക് എല്ലാ വെളുത്ത വാവിന്റെയും പിറ്റേ ദിവസം സർക്കാരിന്റെ പ്രതിനിധികൾ പോകും. അവരുടെ ജീവിത രീതികളും ഭാഷയും പഠിക്കാനാണിത്. മുമ്പ് ഇവർ ധാരാളമായി ഉണ്ടായിരുന്നു. ഇവിടെ പരിഷ്കൃത മനുഷ്യർ കൂട്ടത്തോടെ കുടിയേറാൻ തുടങ്ങിയതോടെ അവർ വനാന്തരങ്ങളിലേക്ക് പിൻവാങ്ങി. അതുകൊണ്ടാവാം, പരിഷ്കൃത മനുഷ്യരോട് ഇവർക്ക് പരമ്പരാഗതമായ പകയുണ്ടായത്. അവർ ആക്രമിച്ച സംഭവങ്ങളും ഉണ്ടായിട്ടുണ്ട്.

നല്ല ശാരീരിക ശേഷിയുള്ളവരാണ് ജറാവകൾ. ആഫ്രിക്കയിലെ നീഗ്രോ വംശജരെപ്പോലെ കറുത്ത തൊലിയും ചുരുളൻ മുടിയും ഉള്ളവർ. നല്ല ബലമുള്ള കൈകാലുകളും പല്ലുകളും. മരത്തൊലി കൊണ്ടുള്ള സഞ്ചി കഴുത്തിൽ തൂക്കിയിടും. ഇരുമ്പ് സാധനങ്ങൾ എവിടെ കണ്ടാലും എടുക്കും. അമ്പ് ഉൾപ്പെടെയുള്ള ആയുധങ്ങൾ ഉണ്ടാക്കാനാണിത്... '.

ഉച്ചയോടെ ഈ വനയാത്ര അവസാനിച്ചു. പിന്നീട് മടക്കയാത്ര.

....

ജലകേളികളുടെ സ്വപ്നതീരമാണ് നോർത്ത് ബേദ്വീപ്.

മനോഹരമായ കൊച്ചു ദ്വീപിൽ അത്രയും വൈവിധ്യമുള്ള ജല വിനോദങ്ങളാണ് സ്വകാര്യ ഏജൻസികൾ ഒരുക്കിയിരിക്കുന്നത്.

പോർട്ട് ബ്ലെയറിൽ നിന്ന് അര മണിക്കൂർ ബോട്ടിൽ യാത്ര ചെയ്തപ്പോൾ ഈ കൊച്ചു ദ്വീപിലെത്തി.

മൂന്ന് ഭാഗത്തുമുള്ള പച്ചക്കുന്നുകൾക്കിടയിൽ തടാകം പോലെയുള്ള കടലിടുക്ക്.

പച്ച നിറമുള്ള തെളിഞ്ഞ വെള്ളം പവിഴപ്പുറ്റുകളാൽ പ്രസിദ്ധം.

തീരങ്ങളിൽ നങ്കൂരമിട്ടിരിക്കുന്ന നിരവധി കപ്പലുകൾ.

ചില കപ്പലുകൾ സഞ്ചാരത്തിൽ.

കടൽക്കാഴ്ചകൾ കൺനിറയെ കണ്ടുകൊണ്ടിരുന്നതിനാൽ ആരും ഒന്നും സംസാരിച്ചില്ല.

"സ്കൂബാ ഡൈവിങ്, സീ വാക്കിങ്, ഗ്ലാസ് ബോട്ട് റൈഡിങ് ഇങ്ങിനെ പല പരിപാടികളും ഉണ്ട്.. ആരൊക്കെ കടലിൽ ഇറങ്ങുന്നു...?"

-പ്രദീപ് എല്ലാവർക്കുമായി ചോദ്യമെറിഞ്ഞു.

ജെസ്മിയും നാദിയയും സ്മിതയും പരസ്പരം നോക്കിച്ചിരിച്ചു.

"സ്കൂബ ഡൈവിങ്ങിന് ഞാൻ റെഡി.."

-ജെസ്മിയാണ് ആദ്യം സന്നദ്ധത പ്രഖ്യാപിച്ചത്.

"അയാം ആൾസോ റെഡി"- സ്മിതയും തയ്യാറായി.

"പിന്നെ ഞാനെന്തിന് മാറിനിൽക്കണം..?"- നാദിയയും സന്നദ്ധ.

"എന്നാൽ ഞങ്ങളിവിടെ കരയിൽ കാവലിരിക്കാം" - നഹാസ് പറഞ്ഞു.

ബോട്ടിൽ നിന്നിറങ്ങിയവർ കടലിൽ പൊങ്ങിക്കിടക്കുന്ന പ്രത്യേക വഴിയിലൂടെ കരയിലെത്തി.

ജലക്രീഡകൾക്കുള്ള ടിക്കറ്റ് പ്രത്യേക കൗണ്ടറിൽ നിന്നെടുത്തു.

മൂന്ന് പേരെയും സ്കൂബാ ഡൈവിങ്ങിന് കൊണ്ടുപോയി.

ആദ്യം ചെറിയ ആരോഗ്യ പരിശോധന. പിന്നീട് വെള്ളത്തിനടിയിൽ സ്വീകരിക്കേണ്ട സുരക്ഷാ മുൻ കരുതൽ സംബന്ധിച്ച നിർദേശങ്ങൾ. ഓക്സിജൻ മാസ്ക് ധരിച്ചാണ് മുങ്ങേണ്ടത്. മാസ്ക് കടിച്ചു പിടിക്കണം.

വായിലൂടെ ശ്വസിക്കുകയും മൂക്കിലൂടെ ഉച്ഛ്വസിക്കുകയും ചെയ്യണം.

എന്തെങ്കിലും ബുദ്ധിമുട്ടുണ്ടെങ്കിൽ കൈ വീശി കാണിക്കുക. പ്രശ്നങ്ങൾ ഇല്ലെങ്കിൽ തള്ള വിരൽ ഉയർത്തി കാണിക്കണം. ഗൈഡ് ചെയ്യാൻ ഒരാൾ ഉണ്ടാവും. അര മണിക്കൂറാണ് അനുവദിക്കുന്ന സമയം. മുപ്പതടി ആഴം വരെ പോകാം.

വലിയതിരമാലകൾ ഇല്ലാത്ത സ്വച്ഛമായ കടലിൽ ജെസ്മിയും നാദിയയും ധൈര്യമായി ഇറങ്ങി.

സ്മിതക്ക് ചെറിയ തോതിൽ പരിഭ്രമം ഉണ്ടായിരുന്നെങ്കിലും പുറത്ത് കാണിച്ചില്ല.

വെള്ളത്തിലൂടെ അവർ ഊളിയിട്ടു.

കൊച്ചുമീനുകൾ കിന്നാരം പറയാൻ അവരുടെ അടുത്ത് കൂടി.

അവരുടെ മൃദുമേനിയിൽ അവ ഉമ്മവെച്ചു.

അവയുടെ വഴുവഴുത്ത ദേഹം അവരിൽ ഇക്കിളിയുണ്ടാക്കി.

അവരും അവയെ വാത്സല്യപൂർവ്വം തൊട്ടുതലോടി.

ഒരു കൂറ്റൻ ഫിഷ് ടാങ്കിൽ അകപ്പെട്ട അനുഭവം.

തെളിഞ്ഞ ജലത്തിലൂടെ പലതരം മീനുകൾ നീന്തിത്തുടിക്കുന്നു.

ജല കന്യകകളായി മൂന്ന് പേരും മറ്റുള്ളവരോടൊപ്പം സമുദ്ര ജലത്തിൽ നീന്തിത്തുടിച്ചു.

പ്രദീപും നഹാസും ഡ്രൈവർ മുരുകനും കരയിൽ ഇരുന്നു.

"ഇളനീർ ഒഴികെയുള്ള ഭക്ഷണ സാധനങ്ങൾ കഴിക്കാതിരിക്കുന്ന താണ് നല്ലത് '

-മുരുകൻ മുന്നറിയിപ്പെന്നോണം പറഞ്ഞു.

അതു ശരിയാണെന്നു പ്രദീപിനും നഹാസിനും തോന്നി.

അവിടെയുള്ള ചെറിയ കടകൾക്ക് മുന്നിൽ നിരത്തി വെച്ച ഭക്ഷ ണ സാധനങ്ങളിൽ ഈച്ചകൾ പൊതിഞ്ഞിരുന്നു.

മണൽപ്പരപ്പിലേ ബെഞ്ചിലിരുന്ന് കടലിലേക്ക് കണ്ണയച്ചിരിക്കുക രസകരമാണ്.

ജലവിനോദങ്ങളിൽ പോകാത്തവർ തിരമാലകളില്ലാത്ത വെള്ള ത്തിൽ നീന്തിത്തുടിക്കുന്നുണ്ട്.

യുവ മിഥുനങ്ങൾ അരയോളം വെള്ളത്തിലിറങ്ങി പല പോസുക ളിൽ സെൽഫിയെടുക്കുന്നു.

കറുത്ത ബ്രായും അതേ നിറത്തിലുള്ള പാന്റീസും മാത്രമേ അ വൾ ധരിച്ചിട്ടുള്ളൂ.

പിന്നീട് അവർ കരയിലേക്ക് കയറി.

അയാൾ അവളുടെ പല പോസുകളിലുള്ള ഫോട്ടോയെടുത്തു.

കറുത്ത കണ്ണട വെച്ചും അല്ലാതെയും.

ഒരു പരസ്യ മോഡലിനെപ്പോലെ അവൾ വഴങ്ങുന്നു.

പിന്നീട് മൊബൈൽ ഫോൺ കരയിൽ വെച്ച് വീണ്ടും കടലിൽ ഇറങ്ങി അവർ വാരിപ്പുണർന്നു... കെട്ടി മറിഞ്ഞു.

....

തകർന്നടിഞ്ഞ പുരാതന നാഗരികതയുടെ അവശിഷ്ടം പോലെയാ യിരുന്നു റോസ് ഐലൻഡ്.

ഒരിക്കലും വേർപെട്ടുപോവാതിരിക്കാൻ

പഴയ കെട്ടിടത്തിന്റെ അവശിഷ്ടങ്ങളും പടുകൂറ്റൻ ആൽമരത്തിന്റെ വേരുപടലങ്ങളും കെട്ടിപ്പുണർന്നു നിൽക്കുന്നു.

രണ്ടു പടുകൂറ്റൻ ഇരുമ്പ് ജലസംഭരണി എതോ പഴയൊരു യു ദ്ധോപകണം പോലെ കിടന്നു.

ബ്രിട്ടീഷ് ഭരണത്തിന്റെ സിരാകേന്ദ്രമായി പ്രവർത്തിച്ച കാലത്ത് ദ്വീപിൽ കോളറ പടർന്നു പിടിച്ചു. ആ സമയത്ത് വെള്ളം ശുദ്ധീകരി ക്കാൻ സ്ഥാപിച്ച സംവിധാനത്തിന്റെ അവശിഷ്ടമാണിത്.

1857ലെ ഒന്നാം സ്വാതന്ത്ര്യ സമരത്തിൽ പങ്കെടുത്ത കുറേ ഭടന്മാരെ തടങ്കലിൽ പാർപ്പിക്കാൻ കൊണ്ടു വന്നത് ഇവിടെയാണ്. ഈ കാ

ലംതൊട്ട് 1941-ലെ ഭൂകമ്പത്തിൽ ഇവിടുത്തെ കെട്ടിടങ്ങൾ തകരുന്നതു വരെ ബ്രിട്ടീഷ് താവളമായിരുന്നു ഈ ദ്വീപ്. 1942 മുതൽ മൂന്ന് വർഷം ജപ്പാൻകാരുടെ നിയന്ത്രണത്തിലായിരുന്നു.

1979മുതൽ ഇന്ത്യൻ നാവിക സേനയുടെ ആസ്ഥാനമായി.

ഇപ്പോൾ പൊതുജനങ്ങളായി ഇവിടെ ആരുമില്ല.

പരിസരങ്ങളിൽ അസംഖ്യം മാനുകൾ മേഞ്ഞു നടക്കുന്നു.

അതുകൊണ്ടുതന്നെ പച്ചപ്പിന്റെ ഒരു തരിമ്പും കാണാനില്ല.

എല്ലാം അവ നക്കിയെടുത്തിരിക്കും.

ആറു ചതുരശ്ര കിലോമീറ്റർ വിസ്തൃതിയുള്ള ദ്വീപ് നിറയെ തെങ്ങുകളാണ്.

തെങ്ങിൽ നിറയെ തേങ്ങകൾ.

നല്ല വലുപ്പമുള്ള ഉണങ്ങിയ തേങ്ങകൾ ആർക്കും വേണ്ടാത്തതു പോലെ വീണു കിടക്കുന്നു.

വലിയ ആമ്പൽ കുളത്തിലുമുണ്ട് വീണു കിടക്കുന്ന നൂറ് കണക്കിന് തേങ്ങകൾ.

കൂറ്റൻ പീലി വിടർത്തി നിൽക്കുന്നതുപോലെ കുടപ്പനകൾക്കുള്ളിൽ മയിലുകളുടെ കൂട്ടങ്ങൾ.

അവയിൽ ചിലത് പീലിവിടർത്തിയാടുന്നു.

ചിലത് സ്വച്ഛന്ദം മേഞ്ഞു നടക്കുന്നു.

മയിലുകളെ കൂട്ടത്തോടെ കണ്ടപ്പോൾ സഞ്ചാരികളുടെ മൂവി ക്യാമറകളും മൊബൈൽ ഫോണുകളും കർമ്മ നിരതമായി.

ദ്വീപിന്റെ പടിഞ്ഞാറു ഭാഗത്ത് പടുകൂറ്റൻ മരങ്ങളാണ്.

ശാഖോപശാഖകളായി പടർന്നു നിൽക്കുന്ന അരയാലിന് നൂറ്റാണ്ടുകളുടെ പ്രായം ഉണ്ടാവണം.

"നമുക്ക് ഈ അരയാലിന്റെ വേരിലിരുന്നു ഒരു ഗ്രൂപ്പ് ഫോട്ടോ എടുക്കാം. ഇത്രയും വലിയ അരയാൽ ഞാൻ ഇതുവരെ കണ്ടിട്ടില്ല.."- പ്രദീപാണ് നിർദേശം വെച്ചത്.

"ശരിയാണ്.. നമുക്ക് അവരോടു പറയാം.. ഇല്ലെങ്കിൽ ഒരാൾ ഗ്രൂപ്പിൽ നിന്ന് ഒഴിവാകും.."- അവരുടെ പിന്നാലെയുണ്ടായിരുന്ന യുവ ദമ്പതികളെ ചൂണ്ടി നഹാസ് പറഞ്ഞു.

അവരുമായി ബോട്ടിൽ നിന്ന് തന്നെ ചെറിയൊരു സൗഹൃദം സ്ഥാപിച്ചിരുന്നു.

നാദിയ അവരോട് അഭ്യർത്ഥിച്ചപ്പോൾ സന്തോഷപൂർവ്വം സ്വീകരിച്ചു.

പന്തൽ പോലെ പടർന്നുകിടക്കുന്ന അരയാലിന്റെ വേരിൽ ഇരുന്നു കുറേ ചിത്രങ്ങൾ എടുത്തു.

അതിന് ശേഷം അവരുടെ ഫോട്ടോ ജെസ്മിയും എടുത്തു കൊടുത്തു.

അതു കഴിഞ്ഞ് കുറേ സെൽഫികളും.

അവർ ബംഗളുരുവിൽ ഐ. ടി. കമ്പനിയിൽ ജോലി ചെയ്യുന്നവരാണെന്നും അടുത്തിടെ വിവാഹിതരായ ഇവർ മധുവിധു ആഘോഷിക്കാൻ വന്നതാണെന്നും പരിചയപ്പെടുത്തി.

ചരിത്ര ദ്വീപിനോട് വിടപറഞ്ഞു മടങ്ങുമ്പോൾ ബോട്ടിലും ആ യുവ ദമ്പതിമാർ ഉണ്ടായിരുന്നു. മടക്കയാത്രയിൽ എയർപോർട്ടിലും അവരെ കണ്ടു.

അധ്യായം-5

ഓർമകൾ

മൊയ്തീൻ-കാഞ്ചനമാല പ്രണയം നാട്ടിൽ ചൂടുള്ള വാർത്തയായി പ്രചരിക്കുന്ന സമയത്ത് മുക്കം ഹൈസ്കൂൾ അധ്യാപകനായിരുന്നു പി.ഇ. പത്മനാഭൻ മാസ്റ്റർ.

മലയാളംവിദ്വാൻ പരീക്ഷ പാസ്സായശേഷം കുറച്ചുകാലം നാട്ടിലെ യു.പി സ്കൂളിൽ ജോലി ചെയ്തു. പിന്നീടാണ് ഒരു സഹപാഠി മുഖേന മുസ്ലീം മാനേജ്മെന്റിന് കീഴിലുള്ള മുക്കം ഹൈസ്കൂളിൽ അധ്യാപകനായി ജോലി കിട്ടുന്നത്.

മുക്കം ഹൈസ്കൂളിലെ കുറേ അധ്യാപകർ താമസിച്ചിരുന്നത് ഡോ. മൊയ്തീൻകുഞ്ഞിയുടെ ലോഡ്ജിലായിരുന്നു.

ഡോ. മൊയ്തീൻകുഞ്ഞിക്ക് മുക്കത്ത് ചെറിയ മൂന്നു ലോഡ്ജുകളുണ്ട്. അതിലൊന്നാണ് മുക്കം ഹൈസ്കൂളിലെ അധ്യാപകരുടെ വാസസ്ഥലം. കാസർക്കോട്ടുകാരനായ ഡോ. മൊയ്തീൻ കുഞ്ഞി വർഷങ്ങൾക്കു മുമ്പ് കോഴിക്കോട് ജില്ലയുടെ കിഴക്കൻ ഗ്രാമമായ മുക്കത്ത് കുടിയേറിയതാണ്.

നാട്ടുകാരുടെ വിശ്വസ്തനായി അദ്ദേഹം ആതുരസേവനം നടത്തിപ്പോന്നു.

അധ്യാപകരായ കുഞ്ഞിമൊയ്തീൻ, മായൻകുട്ടി, ശങ്കുണ്ണിനായർ, അബ്ദുൾ അസീസ്, ഗോപാലപ്പിഷാരടി, ക്ലാർക്ക് സിദ്ദീഖ് എന്നിവരെല്ലാം ഇതേ ലോഡ്ജിലെ അന്തേവാസികൾ. ഒഴിവു സമയങ്ങളിൽ ഇവരുടെ പ്രധാന വിനോദം റമ്മികളി. ചിലപ്പോൾ പുറത്തുള്ള സുഹൃത്തുക്കളും കളിയിൽ ചേരും.

മൊയ്തീന്റെ ബാപ്പ മോഹിൻസാഹിബ്, കാഞ്ചനമാലയുടെ അച്ഛൻ കൊറ്റിങ്ങൽ അച്യുതൻ എന്നിവരെല്ലാം പലപ്പോഴും ലോഡ്ജിൽ വരികയും നാട്ടുകാര്യങ്ങൾ സംസാരിക്കുകയും ചെയ്യും. മോഹിൻ സാ

ഹിബും കൊറ്റിങ്ങൽ അച്യുതനും സമ്പന്നരും നാട്ടിലെ പ്രമാണിമാരുമാണ്.

മൊയ്തീനും കാഞ്ചനമാലയും തമ്മിലുള്ള പ്രണയത്തെക്കുറിച്ച് നാട്ടുകാരിൽ ചർച്ചകളുണ്ടായിരുന്നുവെങ്കിലും അന്നൊന്നും അതൊരു സാമുദായിക പ്രശ്നമായി മാറിയിരുന്നില്ല.

ഇലഞ്ഞിക്കൽ ഹൈസ്കൂൾ മാനേജരും ഹെഡ്മാസ്റ്ററുമായ അപ്പുണ്ണി മാസ്റ്റർക്ക് വടക്കൻ ഭാഗത്ത് ഒരു ഹൈസ്കൂൾ തുടങ്ങണമെന്ന് ആഗ്രഹമുണ്ടായിരുന്നു. അദ്ദേഹത്തിന്റെ ഭാര്യാ വീട് വടക്കായതാണ് ഒരു കാരണം. കൂടാതെ, ഒരു കോളേജിനു വേണ്ടി ശ്രമം നടത്തിയിരുന്നെങ്കിലും ചിലരുടെ രാഷ്ട്രീയ ഇടപെടൽ മൂലം കിട്ടാതെ പോയതിന്റെ നിരാശയും.

അപ്പുണ്ണി മാസ്റ്ററുടെ ഭാര്യാ വീട്ടുകാർ വൻ ടെക്സ്റ്റൈൽ ബിസിനസ്സുകാരായിരുന്നു. കൈത്തറി മേഖലക്കുണ്ടായ അഭിവൃദ്ധി ഈ കുടുംബത്തെയും സാമ്പത്തികമായി കൂടുതൽ ഉയരങ്ങളിലെത്തിച്ചു. അവർ മറ്റു മേഖലകളിലും നിക്ഷേപം നടത്താൻ തയ്യാറെടുത്തു വരികയുമായിരുന്നു. ആസ്പത്രി, വിദ്യാഭ്യാസ സ്ഥാപനങ്ങൾ എന്നിവ ആരംഭിക്കാനായിരുന്നു താൽപര്യം.

ആറേക്കർ ഭൂമി സൗജന്യമായി കിട്ടിയാൽ ഹൈസ്കൂൾ തുടങ്ങാനുള്ള സന്നദ്ധത അപ്പുണ്ണി മാസ്റ്റർ അറിയിച്ചു. അപ്പുണ്ണി മാസ്റ്ററുടെ ബന്ധുവും അധ്യാപകനുമായ ശങ്കരനോടാണ് ഇക്കാര്യം പറഞ്ഞത്. ശങ്കരൻ പത്മനാഭൻ മാസ്റ്ററെയും അറിയിച്ചു.

ഭൂമിയുടെ റജിസ്ട്രേഷൻ, ആവശ്യത്തിന് കുട്ടികളെ ചേർക്കൽ എന്നീ കാര്യങ്ങൾ നിർവഹിക്കുന്നതിനായി ഒരു ജനകീയ കമ്മിറ്റി രൂപീകരിക്കണമെന്നും അപ്പുണ്ണി മാസ്റ്റർ നിർദേശിച്ചു. ഇതിന്റെ അടിസ്ഥാനത്തിൽ കേരളപ്പിറവി ദിനത്തിൽ പഞ്ചായത്ത് പ്രസിഡന്റ് കുഞ്ഞിരാമൻനമ്പ്യാരുടെ അധ്യക്ഷതയിൽ യോഗം ചേർന്നു. സ്കൂൾ തുടങ്ങാൻ രണ്ടേക്കർ ഭൂമി മതിയെങ്കിലും ഭാവിയിലുള്ള വികസനം മുന്നിൽക്കണ്ട് ആറേക്കർ ഭൂമി തന്നെ കിട്ടണം എന്ന് അപ്പുണ്ണിമാസ്റ്റർ നിഷ്കർഷിച്ചിരുന്നു.

സ്ഥലത്തെ പ്രധാന ഭൂവുടമയായ കെ.ടി. ഗോവിന്ദൻ നമ്പ്യാർ ആറേക്കർ ഭൂമി സ്കൂളിനായി സൗജന്യമായി നൽകാനുള്ള സന്നദ്ധത യോഗത്തിൽ പ്രഖ്യാപിച്ചു.

യോഗം കരഘോഷത്തോടെ നമ്പ്യാരുടെ പ്രഖ്യാപനത്തെ സ്വാഗതം ചെയ്തു.

ഭൂമി റജിസ്റ്റർ ചെയ്യാനും മറ്റു പ്രാരംഭ പ്രവർത്തനങ്ങൾക്കുമായി പതിനായിരം രൂപ സമാഹരിക്കാനും യോഗം തീരുമാനിച്ചു. നാട്ടിൽ നിന്ന് ആയിരം രൂപ വീതം സംഭാവനയായി കിട്ടുന്നവരുടെ പട്ടിക തയ്യാറാക്കിയപ്പോൾ അത് അഞ്ചു പേരിൽ കൂടുതൽ നീണ്ടില്ല.

അത്രയും തുക സംഭാവനയായി നൽകാൻ ശേഷിയുള്ളവർ നാട്ടിലുണ്ടായിരുന്നെങ്കിലും സന്നദ്ധതയുള്ളവർ കുറവായിരുന്നു.

"എന്തിനാ ഈടെയ്യൊരു ഹൈഉസ്കൂള്... കണ്ട ചാത്തനും പോത്തനും പടിച്ച് മാഷായി നമ്മളെ കുട്ട്യള പടിപ്പിക്കാനാ... ഹൈഉസ്കൂളില് പടിക്കണ്ടവര് കൂടാളീപ്പോയി പടിക്കട്ട്.... ഇങ്ങനത്തെ കാര്യത്തിന് തരാനൊന്നും എന്റേല് പൈശീല്ല..."- ആയിരം രൂപ സംഭാവനക്കായി പഞ്ചായത്ത് പ്രസിഡന്റിന്റെ നേതൃത്വത്തിലെത്തിയ സ്കൂൾ കമ്മിറ്റിക്കാരോട് സ്ഥലത്തെ പ്രധാന ധനാഢ്യനായ നമ്പ്യാർ തീർത്തു പറഞ്ഞു.

ആവശ്യത്തിന് പണം പിരിച്ചെടുക്കാൻ കഴിയാത്തതുകൊണ്ടും മുന്നിട്ടിറങ്ങാൻ ആളില്ലാത്തതുകൊണ്ടും സ്കൂൾ കമ്മിറ്റിയുടെ പ്രവർത്തനം ക്രമേണ നിർജീവമായി.

നാട്ടിലെ ജനകീയ കമ്മിറ്റി ഫലപ്രദമല്ലെന്ന് കണ്ട് അപ്പുണ്ണിമാസ്റ്റർ നേരിട്ട് രംഗത്തു വന്നു.

ആറേക്കർ ഭൂമി യാതൊരു ഉപാധിയുമില്ലാതെ ഒരാൾ നൽകാൻ തയ്യാറായ സ്ഥിതിക്ക് സ്കൂൾ സ്ഥാപിക്കാതിരിക്കുന്നത് ശരിയല്ലെന്ന് അദ്ദേഹത്തിന് തോന്നി. മറ്റു പല സ്ഥലങ്ങളിലും ഭൂമി നൽകാനാണ് ആളില്ലാത്തത്. ആവശ്യം മനസ്സിലാക്കിയ പലരും ഭൂമിക്ക് നാട്ടിലെവിടെയും ഇല്ലാത്ത വില പറയുകയും ചെയ്തു.

വൈകാതെ, അപ്പുണ്ണി മാസ്റ്റർ മുൻകയ്യെടുത്ത് ഭൂമിയുടെ റജിസ്ട്രേഷൻ നടപടികൾ പൂർത്തിയാക്കി കെട്ടിടവും നിർമിച്ചു.

നാട്ടിലാരംഭിക്കുന്ന ഹൈസ്കൂളിൽ അധ്യാപകനായിച്ചേരാൻ പത്മനാഭൻ മാസ്റ്റർക്ക് ഓഫർ ലഭിച്ചു.

നാട്ടുകാരനും സുഹൃത്തുമായ ടി. കരുണാകരക്കുറുപ്പും മുക്കം ഹൈസ്കൂളിൽ ഇംഗ്ലീഷ് അധ്യാപകനായിരുന്നു.

ചിത്രാരി യു.പി സ്കൂൾ അധ്യാപകനായിരിക്കെ, സ്വന്തമായി പഠിച്ച് കരുണാകരക്കുറുപ്പ് ഇംഗ്ലീഷിൽ ബിരുദവും അധ്യാപക ബിരുദമായ ബി.ടിയും നേടി.ഹെഡ് മാസ്റ്റർ പദവി ഒഴിവു വന്നപ്പോൾ, സ്കൂളിലെ ഏക ബിരുദധാരിയായ ഇദ്ദേഹത്തെ പരിഗണിക്കുമെന്ന് എല്ലാവരും കരുതി. കരുണാകരക്കുറുപ്പും അങ്ങിനെ തന്നെ പ്രതീക്ഷിച്ചു. എന്നാൽ മാനേജർ ഹെഡ് മാസ്റ്ററാക്കി നിശ്ചയിച്ചത് അദ്ദേഹത്തിന്റെ ബ

ന്ധുവായ ഗോപാലൻ മാസ്റ്ററെ. ഈ തീരുമാനത്തിൽ പ്രതിഷേധിച്ച് കരുണാകരക്കുറുപ്പ് സ്കൂളിൽ നിന്നും രാജിവെച്ചു. കുറച്ചു മാസം പാറക്കടവ് ഹൈസ്കൂളിൽ ജോലി ചെയ്തു. എന്നാൽ നിയമനം സംബന്ധിച്ച ചില പ്രശ്നങ്ങൾ കാരണം ശമ്പളം കിട്ടിയില്ല. ഇതിനെത്തുടർന്നാണ് മുക്കം ഹൈസ്കൂളിലേക്ക് മാറുന്നത്. പത്മനാഭൻമാഷും കുറുപ്പുമാഷും ഒരേ ദിവസമാണ് കണ്ണാടിപ്പൊയിൽ ഹൈസ്കൂളിൽ അധ്യാപകരായി ചേരുന്നത്.

സ്കൂളിൽ കുട്ടികളെ ചേർക്കലായി പിന്നീട് ഇവരുടെ ജോലി.

സമീപത്തെ മൂന്നു യു.പി. സ്കൂളുകളിൽ നിന്ന് ഏഴാം ക്ലാസ് പൂർത്തിയാക്കി പഠനം ഉപേക്ഷിച്ചവർ നിരവധിയായിരുന്നു.

ഏഴാം ക്ലാസ് പാസ്സായവരും തോറ്റവരും അക്കൂട്ടത്തിലുണ്ട്.

അവരെല്ലാം പല ജോലികളിലും ഏർപ്പെടുകയും ചെയ്തിരുന്നു.

കർഷകത്തൊഴിലാളികളായും കല്ലുവെട്ടുകാരായും കന്നുകാലിവളർത്തുകാരായും അവർ ജീവിക്കാനുള്ള വഴി കണ്ടെത്തി.

നാട്ടിൻപുറത്തെ സാധാരണ കുടുംബങ്ങളിൽ ജനിച്ച അവരിൽ മിക്കവർക്കും പഠനം തുടരാൻ വലിയ താൽപ്പര്യമില്ലായിരുന്നു.

വീട്ടു ജോലികളിലും കൃഷി കാര്യങ്ങളിലും സഹായിക്കുന്ന മക്കളെ വീണ്ടും സ്കൂളിലയച്ച് പഠിപ്പിക്കാൻ രക്ഷിതാക്കൾക്കും വൈമനസ്യം.

നിയമനം കിട്ടിയ അധ്യാപകരും നാട്ടിലെ പൊതുപ്രവർത്തകരും കുട്ടികളെ ചേർക്കാൻ വീടുകൾ തോറും കയറിയിറങ്ങി.

"എന്തിനാ അധികം പടിക്ക്ന്ന്.. ബസ്സിന്റെ ബോഡ് ബായിക്കാൻ പടിച്ചാപ്പോരെ.. പെങ്കുട്ട്യേളയൊന്നും അതികം പടിപ്പിക്കണ്ട.. അവരിക്ക് അടക്കോം ഒതുക്കോം ഇല്ലാണ്ടാകും.."

-ചിത്രാരിയിലെ കുന്നുമ്മൽ കോരന്റെ അഭിപ്രായം ഇങ്ങിനെയായിരുന്നു.

കോരന്റെ മകൻ നാരായണന്റെ മകൾ ശാരദയെ പുതുതായി വന്ന ഹൈസ്കൂളിൽ ചേർക്കണമെന്നാവശ്യപ്പെട്ട് വീട്ടിലെത്തിയ പത്മനാഭൻമാഷോടായിരുന്നു കോരന്റെ പ്രതികരണം.

നാൽപ്പത്തി മൂന്നു കുട്ടികളെ വെച്ച് എട്ടാം ക്ലാസ് തുടങ്ങി.

ഇവരിൽ ഒൻപതു പേർ മാത്രം പെൺകുട്ടികൾ.

ഒരേയൊരു മുസ്ലിം പെൺകുട്ടി ലാലീലകത്ത് കുഞ്ഞിമൊയ്തീന്റെ മകൾ ഫാത്തിമ.

പതിനഞ്ചിനു മേൽ പ്രായമുള്ള ഒരു ഡസൻ വിദ്യാർഥികളുണ്ടായി

രുന്നു.

....

കണ്ണാടിപ്പൊയിൽ ഹയർ സെക്കൻഡറി സ്കൂളിന്റെ സുവർണ ജൂബിലി ആഘോഷത്തിന്റെ സംഘാടക സമിതി രൂപീകരണ യോഗം പ്രിൻസിപ്പൽ മോഹൻദാസിന്റെ അധ്യക്ഷതയിൽ പത്മനാഭൻ മാസ്റ്റർ ഉദ്ഘാടനം ചെയ്തു.

എൺപതോളം നാട്ടുകാർ യോഗത്തിൽ പങ്കെടുത്തു. ജനറൽ കമ്മിറ്റിക്കു പുറമെ വിവിധ സബ് കമ്മിറ്റികളും രൂപീകരിച്ചു. എം.പി, എം.എൽ.എ, ഗ്രാമപ്പഞ്ചായത്ത് പ്രസിഡന്റ് എന്നിവർക്കു പുറമെ പത്മനാഭൻമാസ്റ്ററും രക്ഷാധികാരി സമിതിയംഗമാണ്. സംഘാടക സമിതി ചെയർമാൻ പ്രിൻസിപ്പൽ മോഹൻദാസും കൺവീനർ ഹെഡ് മാസ്റ്റർ കെ. ശശിധരനും. സ്മരണികയുടെ എഡിറ്ററായി പ്രദീപ്നായരെയും തിരഞ്ഞെടുത്തു.

സംഘാടക സമിതി യോഗം കഴിഞ്ഞ പിറ്റേ ദിവസം വൈകുന്നേരം മോഹൻദാസും പ്രദീപും പത്മനാഭൻ മാഷുടെ വീട്ടിലെത്തി.

മുറ്റത്ത് കാർ നിർത്തുന്ന ശബ്ദം കേട്ട് മാഷുടെ ഭാര്യ ലക്ഷ്മിയമ്മ പുറത്തുവന്നു.

രണ്ടു പേരേയും വീട്ടിലേക്ക് കയറിയിരിക്കാൻ അവർ ക്ഷണിച്ചു.

ഇരുവരും പൂമുഖത്തെ ചൂരൽ കസേരയിലിരുന്നു.

ലക്ഷ്മിയമ്മ കുശലങ്ങൾ ചോദിച്ച ശേഷം അകത്തേക്ക് പോയി.

വലിയ രണ്ട് ഗ്ലാസുകളിൽ സംഭാരവുമായാണ് അവർ തിരിച്ചു വന്നത്.

ഇഞ്ചിയും പച്ചമുളകും കറിവേപ്പിലയും ചേർത്തുണ്ടാക്കിയ നല്ല നാട്ടു രുചിയുള്ള സംഭാരം.

ഉച്ചയുറക്കത്തിന് ശേഷം മാഷ് പതിവുപോലെ തോട്ടത്തിൽ പോയതാണെന്ന് ലക്ഷ്മിയമ്മ പറഞ്ഞു.

വിളിക്കാമെന്ന് പറഞ്ഞ് അവർ തൊടിയിലേക്കിറങ്ങി.

ചുറ്റുമതിൽ കെട്ടിയ വിശാലമായ വീട്ടുപറമ്പിലെ തെങ്ങിന് നനക്കുകയായിരുന്നു മാഷ്.

പറമ്പിന്റെ മധ്യത്തിൽ കുഴിച്ച വീതിയേറിയ കിണറിൽ നിന്നാണ് വെള്ളം പമ്പു ചെയ്യുന്നത്.

ജലസേചനവും കൃത്യമായ പരിചരണവും കൊണ്ട് തെങ്ങും കവുങ്ങും വാഴകളും കുരുമുളകും സമൃദ്ധിയോടെ വളർന്നിരിക്കുന്നു.

കൂറ്റൻ കുലകളുള്ള പലതരം വാഴകൾ.

എങ്ങും പച്ചപ്പ്.

വീട്ടു മുറ്റത്തും തൊടിയിലും പടർന്ന് പുഷ്പിച്ചു നിൽക്കുന്ന പലതരം ചെടികൾ.

മുറ്റത്തെ മൂലയിൽ തഴച്ചു വളർന്നിരിക്കുന്ന കുറ്റ്യാട്ടൂർ മാവും ഒട്ടു മാവും.

നല്ല കുളിർ പകരുന്ന അന്തരീക്ഷം.

മാഷ് തോട്ടത്തിൽ നിന്നും തിരിച്ചെത്തി.

കൈലി മാത്രമാണ് വേഷം.

തോർത്ത് മുണ്ട് തോളത്തുണ്ട്.

ഉടുത്ത കൈലിയും ശരീരവും നനഞ്ഞിരിക്കുന്നു.

"ദാ.. ഒരഞ്ചു മിനുട്ട്.. ഞാനൊന്ന് കുളിച്ചുവരാം..'

-മറ്റൊന്നും പറയാതെ മാഷ് അടുക്കള വാതിലിലൂടെ കുളിമുറിയിലേക്കുപോയി.

"മാഷക്കിപ്പം പത്തെൺപത്തഞ്ച് വയസ്സായിട്ടുണ്ടാവില്ലേ... എന്തൊരു ആരോഗ്യം.. തലമുടിപോലും പറ്റെ നരച്ചിട്ടില്ല.. ഇന്നലത്തെ മീറ്റിങ്ങിൽ തന്നെ ഞാൻ ശ്രദ്ധിച്ചു. ശബ്ദത്തിന് ഒരിടർച്ചയുമില്ലാതെ മുക്കാൽ മണിക്കൂറാ സംസാരിച്ചത്. പേരും സംഭവങ്ങളും ഒന്നും മറന്നിട്ടില്ല.. എന്തൊരു ഓർമ ശക്തി...!' പ്രദീപ് ആശ്ചര്യപ്പെട്ടു.

'സമയം കിട്ടുമെങ്കിൽ മാഷ് മൂന്നു മണിക്കൂർ സംസാരിക്കും... റിട്ടയർ ചെയ്ത സമയത്തുള്ളതുപോലെയാണ് മാഷ് ഇപ്പോഴും. ചിട്ടയായ ജീവിതമാണ് മാഷുടേത്. ഇപ്പോഴും തോട്ടത്തിൽ പണിയെടുക്കും.. നടക്കും. കടയിൽപ്പോയി സാധനങ്ങൾ വാങ്ങും'.

മോഹൻദാസ് കസേര വലിച്ച് പ്രദീപിന് അഭിമുഖമായിരുന്നുകൊണ്ട് പറഞ്ഞു.

"എടോ ആരോഗ്യം, ആയുസ്സ് എന്നൊക്കെപ്പറയുന്നത് ജനിറ്റിക്കായ സംഗതിയാണ്. ചിലർ ആയുസ്സ് കൂട്ടാൻ എന്തൊക്കെ പരീക്ഷണങ്ങൾ നടത്തുന്നു. ചിലർ യോഗ ചെയ്യുന്നു, മറ്റു ചിലർ മൂത്രം കുടിക്കുന്നു... വേറേ ചിലർ വെറുതെ ഹ..ഹ..ഹ്ഹ ചിരിക്കുന്നു... പലതരം ഇലകൾ കൊണ്ടുള്ള ജ്യൂസ് കഴിക്കുന്നു.... ആയുസ്സും ലൈംഗികശേഷിയും കൂടുമെന്ന് പറഞ്ഞാൽ നായക്കാഷ്ഠം പോലും മലയാളികൾ തിന്നും. ആസക്തി പൂണ്ടവരാണ് മലയാളികൾ..'-

പത്മനാഭൻ മാഷ് കുളിച്ച് വസ്ത്രങ്ങൾ മാറി പുറത്തേക്കുവന്നു.

ഇരുവരും ആദരപൂർവം എഴുന്നേറ്റു.

"സോറി.. കുറേ കാത്തിരുന്നു അല്ലേ. നിങ്ങൾ ഇന്നു വരുമെന്ന് പറ

ഞ്ഞ കാര്യം ഓർത്തില്ല.. ഞാൻ വൈകുന്നേരം ഇങ്ങിനെ കുറച്ച് തോട്ട ത്തിൽ എന്തെങ്കിലും പണിയെടുക്കും... കാര്യമൊന്നുമില്ല... ഒരു ടൈം പാസ്.."

മാഷ് കസേര വലിച്ചിട്ട് അവരുടെ അരികിലേക്കിരുന്നു.

"ലക്ഷ്മീ.. നീ ഇവർക്ക് കുടിക്കാനൊന്നും കൊടുത്തില്ലേ..?"

-അകത്തേക്ക് നീട്ടി വിളിച്ച് മാഷ് ഭാര്യയോട് തിരക്കി.

"ഓ. കിട്ടി. ഗംഭീരമായ സംഭാരം... ലസ്സി തോറ്റു പോകും. അത്ര യും രുചിയാ.."

മറുപടി പറഞ്ഞത് പ്രദീപാണ്.

"ദാ..കാപ്പിയുണ്ടാക്കുന്നു..."

അകത്തു നിന്ന് ലക്ഷ്മിയമ്മയുടെയും മറുപടി വന്നു.

"ഈ പ്രായത്തിൽ കുറച്ചു സമയം എന്തെങ്കിലുമൊക്കെ ചെയ്തി ല്ലെങ്കിൽ ഇരിപ്പിലും കിടപ്പിലുമായിപ്പോകും.. രാവിലെ മൂന്ന് കിലോ മീറ്ററോളം നടക്കും.. ഒരു പശുവിനെ കറക്കാനുണ്ട്. അതിനെ പരിച രിക്കും. പിന്നെ ഉച്ചവരെ വായിക്കും. ചെറിയ സമയത്തെ ഉറക്കിന് ശേഷം നിങ്ങളിപ്പം കണ്ടതുപോലെ തോട്ടത്തിൽ എന്തെങ്കിലും ചെ യ്യും..."

-മാഷ് തന്റെ ദിനചര്യകൾ വിശദീകരിച്ചു.

"പ്രദീപ് നാട്ടിൽ കുറേ നാളുണ്ടോ..?" -മാഷ് അന്വേഷിച്ചു.

"രണ്ടാഴ്ച..പിന്നെ പോയിട്ട് തിരിച്ചു വരാം.."

"നീ എന്താ പത്രത്തിലെ ജോലി വിട്ട് ഫ്രീലാൻസായത്..?"

"പത്രത്തിൽ ഞാൻ രണ്ടുവർഷമേ ഉണ്ടായിട്ടുള്ളു.. പിന്നെ അതു വിട്ടു. പത്രമാപ്പീസിലെ പലതരം സമ്മർദങ്ങളുമായി പൊരുത്തപ്പെട്ടു പോകാൻ സാധിച്ചില്ല.. മനസ്സാക്ഷിക്ക് നിരക്കാത്ത പല വാർത്തകളും സമ്മർദങ്ങൾക്ക് വഴങ്ങി കൊടുക്കേണ്ടിവരും. ചിലത് കൊടുക്കാതിരി ക്കുകയും വേണം... ഫ്രീലാൻസാ സുഖം. ആരെയും പേടിക്കേണ്ട. ഒ ന്ന് എസ്റ്റാബ്ലിഷ് ആയിക്കിട്ടണം അത്രയേയുള്ളൂ. ഞാനിപ്പോൾ രണ്ട് വിദേശ പ്രസിദ്ധീകരണങ്ങളിലും കോളം ചെയ്യുന്നുണ്ട്.. ഫ്രീലാൻസാ വുമ്പോൾ എവിടെ നിന്നും ചെയ്യാം. ഓഫീസിൽ ചടഞ്ഞിരിക്കണമെ ന്നില്ല.'

"നീ മലയാളത്തിൽ എഴുതുന്ന ആർട്ടിക്കിളൊക്കെ വായിക്കാറുണ്ട്.. ക്രിയേറ്റീവായി എന്തെങ്കിലും എഴുതണം. അതിനേ നിലനിൽപ്പുള്ളൂ.. പത്രങ്ങളിൽ എഴുതുന്ന ലേഖനങ്ങൾക്കൊക്കെ ആ ദിവസത്തെ ആയു സ്സേ ഉള്ളൂ.. നീ മുമ്പ് കഥകളും കവിതകളുമൊക്കെ എഴുതുന്നതല്ലേ..

ഇപ്പോഴൊന്നും കാണുന്നില്ല..?"

"ഡൽഹിയിൽ പോയ ശേഷം അതൊക്കെ വിട്ടു പോയി.. മലയാളം ലിറ്ററേച്ചറുമായുള്ള ബന്ധം പുനഃസ്ഥാപിക്കണം.. വായന മുടങ്ങിയിട്ടൊന്നുമില്ല.. എഴുത്താണ് മുടങ്ങിയത്.. ഞാനൊരു നോവൽ എഴുതാനുള്ള ശ്രമത്തിലാണ്.. ഡൽഹിയിലെ എക്സ്പീരിയൻസ് .. അവിടുത്തെ പൊളിറ്റിക്സ്.. പിന്നെ നാടിന്റെ ഹിസ്റ്ററി.. ഇതൊക്കെ ഉൾപ്പെടുത്തണമെന്നാണ് ആലോചന..."

"നന്നായി... ഒരു നാട്ടുകാരൻ ദേശീയ തലത്തിൽ അറിയപ്പെടുന്ന ഒരു നോവലിസ്റ്റാവട്ടെ"

– മാസ്റ്റർ അനുഗ്രഹിച്ചു

ലക്ഷ്മിയമ്മ കാപ്പിയുമായി വന്നു. പൂവൻ പഴവും.

കാപ്പി കഴിക്കുന്നതിനിടയിൽ മോഹൻദാസാണ് സ്കൂൾ സുവർണ ജൂബിലിയാഘോഷക്കാര്യങ്ങളെക്കുറിച്ചുള്ള ചർച്ചകൾ തുടങ്ങിവെച്ചത്.

ഇക്കാര്യം മാഷുമായി ചർച്ച ചെയ്യുന്നതിനാണ് ഇരുവരും വന്നത്.

"പൂർവ വിദ്യാർഥി സംഗമം, ആദ്യ ബാച്ച് വിദ്യാർഥികളുടെ സംഗമം, മുൻകാല അധ്യാപകരെ ആദരിക്കൽ, സാഹിത്യ സമ്മേളനം, സ്മരണിക തയ്യാറാക്കൽ, ജൂബിലി മന്ദിരം നിർമിക്കൽ എന്നിവയെല്ലാം സാധാരണ എല്ലാ സ്കൂളുകളുടെയും ജൂബിലി ആഘോഷത്തിന്റെ ഭാഗമായി സംഘടിപ്പിക്കുന്നതാണ്. നമ്മളും ഇതെല്ലാം തീരുമാനിച്ചിട്ടുണ്ട്... അൽപ്പം വ്യത്യസ്തമായ പരിപാടികൾ കൂടി വേണം. പഠിച്ച് എന്തെങ്കിലും ജോലി കിട്ടിയവരേ പൂർവ വിദ്യാർഥി സംഗമത്തിൽ പങ്കെടുക്കാൻ വരൂ. നാട്ടിൽ കൂലിപ്പണിയെടുത്ത് ജീവിക്കുന്നവരൊന്നും വരില്ല. അവർക്ക് ഇങ്ങോട്ട് കടന്നുവരാനുള്ള ആത്മവിശ്വാസവുമുണ്ടാവില്ല. അവരെ പങ്കെടുപ്പിക്കാനുള്ള പരിപാടികളും വേണം. വലിയൊരു യോഗത്തിൽ ഇത്തരം കാര്യങ്ങൾ തീരുമാനിക്കാൻ പറ്റില്ല. എക്സിക്യൂട്ടീവ് യോഗം ചേർന്ന് ഇക്കാര്യങ്ങൾ ചർച്ച ചെയ്യണം.." –മോഹൻദാസ് നിർദേശിച്ചു.

"എനിക്കും ഇതേ അഭിപ്രായം തന്നെയാണ്. പുതുമയുള്ള പരിപാടികൾ വേണം."

–മാഷ് മോഹൻദാസിന്റെ അഭിപ്രായത്തെ പിന്തുണച്ചു.

"പുതിയ ഐഡിയ ഉണ്ടെങ്കിൽ പറയൂ.. നമുക്ക് ചർച്ച ചെയ്യാമല്ലോ" –മാഷ് കൂട്ടിച്ചേർത്തു.

"ഒന്നു രണ്ട് കാര്യങ്ങൾ ഞാൻ പറയാം."

-മോഹൻദാസ് നിർദേശങ്ങൾ മുന്നോട്ടുവെച്ചു.

"നമ്മൾ സാഹിത്യ സമ്മേളനവും പരിപാടിയിൽ ഉൾപ്പെടുത്തിയിട്ടുണ്ടല്ലോ. പുതിയ എഴുത്തുകാരുടെ രചനകൾ കുട്ടികൾക്ക് പഠിക്കാനുണ്ട്. ആ എഴുത്തുകാരെ കൊണ്ടു വന്ന് കുട്ടികളുമായി സംവാദം നടത്താൻ അവസരം കൊടുക്കുക. മറ്റൊന്ന് സ്മരണികയുടെ കാര്യമാണ്. നമുക്കതിനെ മറ്റൊരു രീതിയിൽ മാറ്റാം. നമ്മുടെ ആദ്യ ബാച്ചുകാരെ കണ്ടുപിടിച്ച്, അവരെ ഹൈസ്കൂൾ വിദ്യാഭ്യാസം എങ്ങിനെ മാറ്റിത്തീർത്തു എന്ന് മനസ്സിലാക്കുക. അവർ നമ്മുടെ സമൂഹത്തിന്റെ തന്നെ പരിച്ഛേദമായിരിക്കും. ആദ്യ ബാച്ചിൽ നാൽപ്പത്തിമൂന്നു പേരായിരുന്നല്ലോ. അവരിൽ എട്ടോളം പേർ മരിച്ചു. ഇവരിൽ ഒരാൾ കൊല ചെയ്യപ്പെട്ടതും ഒരു ആത്മഹത്യയും.

കുറച്ചുപേർ വിദേശത്തും മറ്റുമായി കഴിയുന്നു. പിന്നെ സർവീസിൽ നിന്ന് പിരിഞ്ഞ കുറേപ്പേർ. അവരിൽ പലരും മക്കളെ പഠിപ്പിച്ച് ഡോക്ടറും എഞ്ചിനിയറുമൊക്കെയാക്കി സ്വന്തം കാര്യം മാത്രം നോക്കി കഴിയുന്നു. ഇവരുടെ ജീവിതം ഒട്ടും സംഭവ ബഹുലമോ വർണ ശബളമോ അല്ല. പ്രശസ്തരായ ചിലരുണ്ട്.. എഴുത്തുകാരനായ മുരളിമാഷെപ്പോലെ.

പലരും നാട്ടിൽ തന്നെ പല തൊഴിലുകളുമെടുത്ത് ജീവിക്കുന്നു.. പ്രാഥമികമായ ഒരന്വേഷണം ഞാൻ നടത്തി. ആദ്യ ബാച്ചിന്റെ ലിസ്റ്റ് എന്റെ കയ്യിലുണ്ട്..."

"ഐഡിയ സൂപ്പർ!" -പ്രദീപ് ആവേശത്തോടെ പറഞ്ഞു.

"അമ്പത് കൊല്ലം മുമ്പ് എട്ടാം ക്ലാസിൽ ഒരുമിച്ച് പഠിച്ചവർ.. അവർക്കിപ്പോൾ ചുരുങ്ങിയത് അറുപത്തി മൂന്ന് വയസ്സെങ്കിലുമായിട്ടുണ്ടാവും. ജീവിതത്തിന്റെ വിവിധ തുറകളിൽ ജീവിക്കുന്നവർ.. അവരെക്കുറിച്ചുള്ള അന്വേഷണം, അരനൂറ്റാണ്ടിന് മുമ്പ് നമ്മുടെ നാട്ടിന്റെ സാമൂഹ്യ-സാമ്പത്തിക സ്ഥിതികൾ മനസ്സിലാക്കാൻ ഉപകരിക്കും.. നമ്മൾ തയ്യാറാക്കാൻ ഉദ്ദേശിക്കുന്ന സ്മരണിക അവരുടെ ജീവചരിത്രമാകട്ടെ. അതോടൊപ്പം നാടിന്റെ ചരിത്രവും.."

-പ്രദീപ് വികാരാവേശത്തോടെ തുടർന്നു.

"മോഹൻദാസിന്റേത് വ്യത്യസ്തമായ ആശയങ്ങൾ തന്നെ.."

-കുറച്ചു സമയത്തെ ആലോചനക്കുശേഷം പത്മനാഭൻ മാഷ് പറഞ്ഞു.

"നമ്മൾ അത്തരമൊരു ചരിത്ര രേഖ തയ്യാറാക്കുന്നുവെങ്കിൽ ആദ്യ ബാച്ച് വിദ്യാർഥികളെക്കുറിച്ച് മാത്രമല്ല അന്വേഷിക്കേണ്ടത്. സ്കൂൾ തു

ടങ്ങിയ അതേവർഷം കണ്ണാടിപ്പൊയിൽ ബസാറിൽ ഒരു സിനിമാ ടാക്കീസും തുടങ്ങിയിരുന്നു. -ന്യൂ ഭാരത് ടാക്കീസ്... നാട്ടിൽ നിന്ന് സിനിമാ ടാക്കീസുകൾ മുഴുവൻ അപ്രത്യക്ഷമായ ഇക്കാലത്ത് ആലോചിക്കുമ്പോൾ അതൊരു അത്ഭുതമായിതോന്നും. ഇപ്പോഴത്തെ കുട്ടികളൊന്നും വിശ്വസിക്കുക പോലുമില്ല, ആ ചെറിയ ബസാറിൽ സിനിമാ ടാക്കീസ് അഞ്ചാറുവർഷം പ്രവർത്തിച്ചിരുന്ന കാര്യം. ബാലൻ നമ്പ്യാർ നടത്തിയ റേഷൻ കട, തമ്പാൻ നമ്പ്യാരുടെ ചായക്കട, കൃഷ്ണൻ നായരുടെ ബാർബർ ഷാപ്പ്, കുഞ്ഞിരാമനും ഭാര്യ യശോദയും നടത്തിയ മുത്തപ്പൻ വിലാസം ഹോട്ടൽ, ബാലൻ നടത്തിയ ബേക്കറി, ബാലന്റെ സംഭാരക്കട, ഗോവിന്ദനും കരുണാകരനും ചേർന്ന് നടത്തിയ പലചരക്കുകട, പുള്ളുവൻ രാഘവന്റെ ആയുർവേദ മരുന്നു കട, ബ്രദേർസ് ആർട്ട്സ് ആന്റ് സ്പോർസ് ക്ലബ്ബ്, കള്ളു ഷാപ്പ്, ഹെൽത്ത് സെന്റർ, വില്ലേജോഫീസ് എന്നീ സ്ഥാപനങ്ങളാണ് അന്ന് കണ്ണാടിപ്പൊയിൽ ബസാറിലുണ്ടായിരുന്നത്. സ്കൂളും ടാക്കീസും വന്ന ശേഷമാണ് ആ ബസാർ പുഷ്ടിപ്പെട്ടത്. അമ്പതു വർഷത്തിന് ശേഷവും അവിടെ വലിയ മാറ്റമൊന്നും വന്നിട്ടില്ല... അന്നത്തെ കച്ചവടക്കാരിൽ കുറേപ്പേർ ഇപ്പൊഴും ജീവിച്ചിരിക്കുന്നുണ്ട്. അവർക്കും കുറേ ഓർമകളുണ്ടാവും..."

"ആദ്യബാച്ചുകാരെക്കുറിച്ച് കുറച്ചു വിവരങ്ങൾ ഞാനെടുത്തിട്ടുണ്ട്. അതിൽ വിചിത്രമായ കുറേ കാര്യങ്ങളുണ്ട്. ആ ബാച്ചിൽ എസ്.എസ്.എൽ.സി പരീക്ഷക്ക് കണക്കിലും സയൻസിലും ഏറ്റവും കൂടുതൽ മാർക്ക് കൂലോത്ത് ഭാസ്കരനായിരുന്നു. ഇംഗ്ലീഷിൽ മുരളിമാഷക്കും .ഭാസ്കരനെക്കുറിച്ച് വലിയ പ്രതീക്ഷകളായിരുന്നു അധ്യാപകർക്കും രക്ഷിതാക്കൾക്കും. പക്ഷെ, ആ ഭാസ്കരൻ ഒരു സ്ത്രീയെ വെട്ടിക്കൊന്ന കേസിൽ ജീവപര്യന്തം തടവിന് ശിക്ഷിക്കപ്പെട്ടു. അയാളിപ്പോൾ മുഴുക്കുടിയനായി, ശരീരം തളർന്ന് ആർക്കും വേണ്ടാത്ത ആളായി നടക്കുന്നു... ബാർബർ കൃഷ്ണൻനായരുടെ അയൽപക്കക്കാരനാണ് ഭാസ്കരൻ. കൃഷ്ണൻ നായരോട് ചോദിച്ചാൽ എല്ലാകഥകളും അറിയാം. ഞാൻ ആ കഥയറിയുന്നത് കൃഷ്ണൻ നായരിൽ നിന്നാണ്.. ആദ്യ ബാച്ചുകാരിൽ തടി മിടുക്കും വയസ്സും കൂടുതലുള്ള ആളായിരുന്നു രയരോത്ത് പ്രഭാകരൻ. പഠനത്തിൽ ഏറ്റവും പിന്നോക്കക്കാരനും. പത്താം ക്ലാസിൽ പകുതിയായപ്പോൾ എന്തോ പ്രശ്നത്തിന് ടീച്ചറുമായി ഉടക്കി പുസ്തകം വലിച്ചെറിഞ്ഞ് ക്ലാസിൽ നിന്നിറങ്ങിപ്പോയി. പിന്നെ സ്കൂളിൽ പോയില്ല. കരിങ്കൽ ക്വാറിയിൽ പണിക്ക് പോയി. ഇപ്പോൾ വലിയ മുതലാളിയാണ്. സ്വന്തമായി രണ്ട് സ്റ്റോൺ ക്രഷറുകൾ. കുറേ ക്വാറികൾ,

വാഹനങ്ങൾ.

ഒരാൾ കൊലക്കേസ് പ്രതിയായതിന് ശേഷം എവിടെയോ സന്ന്യാസ ജീവിതം നയിക്കുന്നു.- മോഹൻദാസ് വിശദീകരിച്ചു.

“എന്റെ മനസ്സിപ്പോൾ ആവേശഭരിതമാവുകയാണ്.. എഴുത്തിന് ഒരു പുതിയ മാർഗം തുറന്നു കിട്ടിയപോലെ..”

-പ്രദീപ് കസേരയിൽ നിന്നെഴുന്നേറ്റ് ചാരുപടിയിലേക്ക് മാറി കാൽ നീട്ടിയിരുന്നു.

“ഇക്കാര്യത്തിലൊക്കെ മുരളിമാഷുടെ കൂടി അഭിപ്രായം തേടുന്നത് നല്ലതാണ്. സ്കൂളിന്റെ കാര്യമാവുമ്പോൾ അവൻ എന്തു തിരക്കുണ്ടെങ്കിലും വരും. എഴുത്തുകാരെയൊക്കെ ക്ഷണിക്കാനും അവന്റെ സഹായം ആവശ്യമാണ്.” -മാഷ് നിർദേശിച്ചു.

വീട്ടിൽ നിന്ന് ഇറങ്ങാൻ നേരത്ത് മോഹൻദാസ് ബാഗ് തുറന്ന് ഒരു കവർ പ്രദീപിന് നൽകിയ ശേഷം പറഞ്ഞു;

“നീയല്ലേ സ്മരണികയുടെ പത്രാധിപർ. ഇത് ആദ്യ ബാച്ചു കാരുടെ ലിസ്റ്റാണ്. ഇതിൽ ടിക്ക് മാർക്കു ചെയ്ത പേരുകൾ അന്വേഷിച്ചു കണ്ടു പിടിക്കാൻ പറ്റുന്നവരാണ്.. ചുവന്ന മഷി കൊണ്ട് മാർക്കു ചെയ്ത പേരുകൾ മരിച്ചവരുടെയും.”

പ്രദീപ് ടിക്ക് ചെയ്ത പേരുകളിലൂടെ കണ്ണോടിച്ചു.... പട്ടർ മഠത്തിൽ ഗോവിന്ദസ്വാമി, കൂലോത്ത് ഭാസ്കരൻ, വടക്കെ വീട്ടിൽ അശോകൻ, ചിറ്റാടൻകണ്ടി ഗോവിന്ദൻ, നാരങ്ങാട്ട് തമ്പാൻ, കുന്നുമ്മൽ അബ്ദുള്ള, രയരോത്ത് പ്രഭാകരൻ, ചാത്തോത്ത് പവിത്രൻ, കണ്ടമ്പേത്ത് പവിത്രൻ, പാറക്കണ്ടി ബാലകൃഷ്ണൻ നമ്പ്യാർ, കീറ്റുകണ്ടി മുഹമ്മദ്, കാര്യാടത്ത് ഗോപാലൻ, നാരോത്ത് മുരളീധരൻ, ചാത്തോത്ത് ഹംസക്കുട്ടി, ചന്ത്രത്തിൽ പോക്കർ, കാവുള്ളതിൽ ലീല, കൂളിപ്പൊയിൽ മാലിനി, പാളയത്ത് പത്മിനി, ലാലിലകത്ത് ഫാത്തിമ..”

അധ്യായം-6

പ്രതികാരം

കാലം ഒരു മാറ്റവും വരുത്താത്ത സ്ഥാപനമാണ് കൃഷ്ണൻനായരുടെ ബാർബർ ഷോപ്പെന്ന് പ്രദീപിനുതോന്നി.

ബാർബർ ഷോപ്പുകൾ 'മെൻസ് ബ്യൂട്ടി പാർലറു'കളായി രൂപാന്തരപ്പെട്ടിട്ടും കൃഷ്ണൻ നായരുടെ ബാർബർ ഷോപ്പ് ഇപ്പൊഴും പഴയ പടി തന്നെ.

ഏതു നിമിഷവും നിലം പൊത്താറായ വിധത്തിൽ, ഉറക്കുത്തു വീണ് ജീർണിച്ച തെങ്ങിന്റെ കഴുക്കോലുകളുള്ള ഒറ്റമുറി പീടിക.

കഴുക്കോലുകൾക്ക് മുകളിൽ സ്ഥാനം തെറ്റിക്കിടക്കുന്ന ഓടുകൾക്കിടയിലൂടെ മഴവെള്ളം ഒലിച്ചിറങ്ങാതിരിക്കാൻ ഓലച്ചീന്തുകൾ കൊണ്ട് വിള്ളലുകൾ അടച്ചിട്ടുണ്ട്.

കുഷ്യനിട്ട കറങ്ങുന്ന കസേരയില്ല. പകരം അദ്ദേഹത്തിന്റെ തന്നെ പ്രായം തോന്നിക്കുന്ന ചേറു പിടിച്ച മരക്കസേര.

കുണ്ടും കുഴിയും നിറഞ്ഞ തറ.

തറയിലെ കുഴികളിൽ നരച്ച രോമങ്ങൾ ചിതറിക്കിടക്കുന്നു.

കാലൊടിഞ്ഞു കിടക്കുന്ന മേശപ്പുറത്ത് തൊഴിൽ സാമഗ്രികൾ.

മുറിയുടെ മൂലയിൽ കറുത്തൊരു ബെൽട്ട് തുക്കിയിട്ടിട്ടുണ്ട്.

പൗരാണികമായ ക്ഷൗരക്കത്തി ഇടക്കിടെ തേച്ച് മൂർച്ച കൂട്ടുന്നതിനാണിത്.

കൃഷ്ണൻനായരെ പ്രായം നന്നായി തളർത്തിയിട്ടുണ്ട്.

വസൂരിക്കല നിറഞ്ഞ മുഖത്തെ മാംസപേശികൾ തൂങ്ങിക്കിടന്നു.

കപ്പടാ മീശ പറ്റേ നരച്ചു. വായിലേക്ക് വളർന്നു കയറിയ മീശയുടെ അറ്റത്ത് മുറുക്കാൻ ചാറ് പറ്റിപ്പിടിച്ചിട്ടുണ്ട്.

കൃഷ്ണൻനായരുടെ ബാർബർ ഷോപ്പിൽ കയറിയപ്പോൾ പ്രദീ

പിന് ഹൈസ്കൂൾ ജീവിതം ഓർമയിലെത്തി.

ഉച്ചഭക്ഷണം കഴിച്ച ശേഷം മുടി ചീകാൻ ഈ ബാർബർ ഷോപ്പിൽ പതിവായി വരും.

അവിടുത്തെ ചീർപ്പ് അഴുക്ക് പുരണ്ടതായതിനാൽ കയ്യിൽ ചീർപ്പ് കരുതും.

കണ്ണാടി നോക്കാനാണ് വരുന്നത്. കൂടാതെ, അഞ്ചു പൈസ കൊടുത്താൽ ഒരിക്കൽ മുഖത്തിടാനുള്ള പൗഡർ കിട്ടും. കുട്ടിക്യൂറയുടെ വലിയ ഡപ്പിയിൽ നിന്ന് ഇടത്തെ ഉള്ളം കയ്യിൽ പൗഡർ തട്ടിക്കൊടുക്കും.

പൗഡറിന്റെ സ്ഥിരം പറ്റുകാരനായിരുന്നു പ്രദീപ്.

മുഖത്തിടാനുള്ള പൗഡർ ചില്ലറയായി വിറ്റിരുന്ന ഏക സ്ഥാപനം കൃഷ്ണൻനായരുടെ ബാർബർ ഷോപ്പായിരിക്കുമെന്ന് പ്രദീപിന് തോന്നിയിട്ടുണ്ട്.

ബാർബർ കൃഷ്ണൻ നായർക്ക് 'തനിനിറം' കൃഷ്ണൻ നായർ എന്നൊരു മറുപേരുണ്ട്.

'തനിനിറം' പത്രത്തിന്റെ സ്ഥിരം വരിക്കാരനും പ്രചാരകനുമായിരുന്നു കൃഷ്ണൻ നായർ.

അതുകൊണ്ടാണ് ഈ പേര് കിട്ടിയത്.

'ക്രൈം വാരിക'യുടെ ആദ്യ രൂപമായിരുന്നു എം.കൃഷ്ണൻ നായരുടെ പത്രാധിപത്യത്തിൽ തിരുവനന്തപുരത്തുനിന്ന് പ്രസിദ്ധീകരിച്ചിരുന്ന തനിനിറം പത്രം.

ഉന്നതരുടെ സ്വകാര്യ ജീവിതത്തിലെ രഹസ്യങ്ങളും ലൈംഗിക കഥകളുമായിരുന്നു തനിനിറം പത്രത്തിന്റെ പ്രധാന ഉള്ളടക്കം.

മറ്റു ബാർബർമാരെപ്പോലെ കൃഷ്ണൻനായരും കമ്യൂണിസ്റ്റായിരുന്നു.

രണ്ടു പ്രസിദ്ധീകരണങ്ങളേ ഇദ്ദേഹം വായിച്ചിരുന്നുള്ളു. ദേശാഭിമാനിയും തനിനിറവും.

കൃഷ്ണൻനായർക്ക് ഒരിക്കലും തിരക്കിട്ട ജോലിയുണ്ടായിരുന്നില്ല.

അദ്ദേഹത്തിന്റെ പ്രായവും അഭിരുചിയുമുള്ള ഏതാനും പേരാണ് മുടിവെട്ടാനും ക്ഷൗരം ചെയ്യാനും എത്തിയിരുന്നത്. ഒന്നും രണ്ടും മണിക്കൂർ നീളുന്നതായിരിക്കും അവരുടെ മുടിവെട്ടും ക്ഷൗരവും. ഇതിനിയിൽ നാട്ടു കാര്യങ്ങളും പലതരം അപവാദങ്ങളും ചർച്ചയാകും.

ക്ഷൗരത്തിനിടയിൽ പലതവണ മൂലയിൽ തൂക്കിയ തുകൽ ബെൽ

ട്ടിൽ കത്തി തേച്ച് മൂർച്ച കൂട്ടും.

എന്നാലും ക്ഷൗരം കഴിഞ്ഞ ആളുടെ മുഖത്തിന്റെ പല ഭാഗങ്ങളിൽ നിന്ന് ചോര പൊടിയുന്നുണ്ടാവും.

അവിടെ പുളി രസമുള്ള കല്ല് തേച്ച് പുകച്ചിലുള്ള സാന്ത്വനം പകരും.

തനിനിറം പത്രം വായിക്കാനും അതിലെ വാർത്തകളെക്കുറിച്ച് സവിസ്തരം ചർച്ചകൾ നടത്താനും സ്ഥിരമായി വരുന്ന രണ്ടു പേരുണ്ട്.

ചെറിയ മാധവൻ നമ്പ്യാരും മുണ്ടോൻ നാരായണനും. മാധവൻ നമ്പ്യാരുടെ മകൻ ബാലകൃഷ്ണൻ പട്ടാളത്തിലാണ്. മകന്റെ മണിയോഡർ ഉണ്ടോ എന്ന് പോസ്റ്റാപ്പീസിൽ അന്വേഷിക്കുകയാണ് നമ്പ്യാരുടെ വരവിന്റെ പ്രധാന ലക്ഷ്യം. മണിയോഡർ വീട്ടിലെത്തിച്ചാൽ നൂറ് രൂപക്ക് അഞ്ചുരൂപ നിരക്കിൽ പോസ്റ്റ്മാന് കൊടുക്കണം. അതൊരു കീഴ്വഴക്കമാണ്.

ഇവർ മൂവരും ഒത്തു ചേർന്നാൽ നാട്ടിലെ വ്യഭിചാര രഹസ്യങ്ങൾ മുഴുവൻ അനാവരണം ചെയ്യപ്പെടും.

പിന്നെ ആ കഥകൾ മറ്റുള്ളവർ വഴി നാട്ടിലാകെ പ്രചരിപ്പിക്കും.

കൃഷ്ണൻനായർ പ്രദീപിനെ പെട്ടെന്ന് തിരിച്ചറിഞ്ഞു.

കുശലാന്വേഷണങ്ങൾക്ക് ശേഷം കൂലോത്ത് ഭാസ്കരനെക്കുറിച്ചുള്ള കാര്യങ്ങൾ ചോദിച്ചറിഞ്ഞു.

"ഓൻ ആ കള്ള് ഷാപ്പിലുണ്ടാവ്വല്ലോ... ഒരു കുപ്പി വാങ്ങിക്കൊടുത്താമതി. എല്ലാ കഥയും ഓൻ തന്നെ പറയും... ഒരു ദിവസം വൈകുന്നേരം നീവാ കള്ളുഷാപ്പിൽ ഓനെ കാണാം"

- കൃഷ്ണൻ നായർ സഹായം വാഗ്ദാനം ചെയ്തു.

ഭാസ്കരന്റെ അച്ഛൻ കൂലോത്ത് വീട്ടിൽ രാമനും അമ്മ മാധവിയും കൂലിപ്പണിക്കാരായിരുന്നു.

ഭാസ്കരനു പുറമെ ഈ ദമ്പതികൾക്ക് ഒരു മകളുമുണ്ട്. അവർ വിവാഹിത.

ഇവരുടെ അയൽവാസിയായിരുന്നു കാര്യാടത്ത് സരോജിനി.

ചെത്തു തൊഴിലാളിയായിരുന്ന സരോജിനിയുടെ ഭർത്താവ് നാരായണൻ തെങ്ങിൽ നിന്നു വീണു മരിച്ചു. സുന്ദരിയും മദാലസയുമായ സരോജിനി പിന്നെ തനിച്ചായി താമസം.

മക്കളില്ല. പശുവും പട്ടിയും കുറേ കോഴികളുമാണ് അവരുടെ കൂട്ട്.

അയൽക്കാരാണെങ്കിലും ഈ രണ്ടു വീട്ടുകാർ തമ്മിൽ കടുത്ത ശത്രുതയിലാണ്.

ശത്രുതക്ക് കാരണം രാമനും സരോജിനിയും തമ്മിൽ നേരത്തെയുണ്ടായിരുന്ന രഹസ്യ ബന്ധമാണ്.

സരോജിനിയുടെ ഭർത്താവ് നാരായണനും രാമനും ഉറ്റ ചങ്ങാതിമാരായിരുന്നു.

നിത്യവും രാത്രി രാമൻ അയൽ പക്കത്തെ നാരായണന്റെ വീട്ടിൽ കള്ളു കുടിക്കാൻ പോകും.

അങ്ങിനെ രാമൻ സരോജിനിയുമായി അടുത്തു.

നാരായണന്റെ മരണത്തിന് ശേഷം ഇവർ തമ്മിലുള്ള ബന്ധം കൂടുതൽ ദൃഢമായി.

മാധവിക്ക് ഇക്കാര്യത്തിൽ നേരത്തെ സംശയമുണ്ടായിരുന്നു.

രാമനും സരോജിനിയും തമ്മിലുള്ള ബന്ധം ഒരിക്കൽ മാധവി കയ്യോടെ പിടികൂടി.

ചില ദിവസങ്ങളിൽ ജോലിക്കുപോകാതെ രാമൻ വീട്ടിൽത്തന്നെ നിൽക്കുന്നത് സരോജിനിയുമായി സന്ധിക്കാനാണെന്ന് മനസ്സിലാക്കിയ മാധവി, ഒരു ദിവസം ജോലി സ്ഥലത്തെത്തിയെങ്കിലും സുഖമില്ലെന്ന് പറഞ്ഞ് പെട്ടെന്ന് വീട്ടിലേക്കു മടങ്ങി.

മാധവി വീട്ടിലെത്തിയപ്പോൾ രാമൻ സരോജിനിയുടെ വീട്ടിലായിരുന്നു.

അന്നു മുതൽ മാധവിയും സരോജിനിയും തമ്മിൽ നേർക്കുനേർ യുദ്ധം തുടങ്ങി.

കാര്യങ്ങൾ മക്കളും അയൽക്കാരും തുടർന്ന് നാട്ടുകാരും അറിഞ്ഞു.

പ്രശ്നം പുറത്തറിഞ്ഞപ്പോൾ രാമൻ ബന്ധത്തിൽ നിന്ന് പിൻവാങ്ങി.

പക്ഷെ, സരോജിനിയും മാധവിയും തമ്മിലുള്ള പോര് നിത്യ സംഭവമായി.

ഇരുവീടുകളെയും വേർതിരിക്കുന്ന മതിലിന് ഇരുവശവും നിന്ന് ഇരുവരും അസഭ്യ വാക്കുകൾ കൊണ്ട് ഏറ്റുമുട്ടി.

കുടുംബത്തിൽ പ്രശ്നമായപ്പോൾ ഒരു ദിവസം രാമൻ വീട്ടു പറമ്പിലെ കശുമാവിൻ കൊമ്പിൽ തൂങ്ങിമരിക്കാനുള്ള ശ്രമവും നടത്തി.

ഭാസ്കരൻ പ്രീഡിഗ്രി ഒന്നാം ക്ലാസോടെ പാസ്സായി നിൽക്കുന്ന സമയം.

എഞ്ചിനിയറിങ്ങ് കോളേജിൽ ചേരുന്നതിന് പണമുണ്ടാക്കുന്നതിനായി കല്ലുവെട്ടാൻ പോയി.

ഭാസ്കരൻ പൊതു പ്രവർത്തനങ്ങളിലും സജീവമായി.

നാട്ടിലെ റെഡ് സ്റ്റാർ ആർട്സ് ആന്റ് സ്പോർട്സ് ക്ലബ്ബിന്റെ സെക്രട്ടറിയായി. നല്ലൊരു ഗായകനും. സ്കൂളിലും നാട്ടിൽ ക്ലബ്ബുകൾ സംഘടിപ്പിക്കുന്ന മൽസരങ്ങളിലും പങ്കെടുത്ത് സമ്മാനങ്ങൾ കിട്ടിയിട്ടുണ്ട്.

പൊതുവിൽ സൗമ്യനും ശാന്ത പ്രകൃതനുമായ ഭാസ്കരൻ അയൽക്കാരിയുമായുള്ള കലഹത്തിൽ ആദ്യമൊന്നും കക്ഷിയായിരുന്നില്ല. ശല്യമായപ്പോൾ ഇടപെടാൻ തുടങ്ങി. ഒരു ദിവസം വാക്കേറ്റത്തിനിടയിൽ സരോജിനി മാധവിയെ വെല്ലുവിളിച്ചു;

"ഓ..നിന്റെ മോൻ ഇഞ്ചിനോറാകാൻ പോകുന്ന പത്രാസായിരിക്കും... അതെനിക്കൊന്ന് കാണണം.."

സരോജിനിയുടെ അമ്മാവന്റെ മകൻ കുമാരൻ പോലീസ് ഹെഡ് കോൺസ്റ്റബിളാണ്.

ഇദ്ദേഹം ഇടയ്ക്കിടെ സരോജിനിയുടെ വീട്ടിൽ വരാറുമുണ്ട്.

മുഴുക്കുടിയനും സ്ത്രീലമ്പടനും കൈക്കൂലിക്കാരനുമാണ് ഇയാൾ.

ഇയാളുടെ പീഡനം സഹിക്കാൻ കഴിയാതെ ഭാര്യയും മക്കളും അവരുടെ വീട്ടിലാണ് താമസം.

ഭാര്യയുമായി പിണങ്ങിക്കഴിയുന്ന ഇയാൾ സരോജിനിയുടെ വീട്ടിൽ വന്ന് താമസിക്കുന്നതിനെപ്പറ്റി നാട്ടിൽ ചില കഥകൾ പ്രചരിക്കുകയും ചെയ്തു.

ഒരു ദിവസം വാക്കേറ്റത്തിനിടയിൽ മാധവി ഇക്കാര്യം വിളിച്ചു പറയുകയും ചെയ്തു;

"ഇടക്കിടക്ക് അന്തിയുറങ്ങാൻ വരുന്ന ഒരു ഇസ്പേഡ് പോലീസുകാരനുണ്ടെന്ന് വെച്ച് നീ അധികം കളിക്കണ്ട.. നീ മച്ചിയായോണ്ടല്ലേ.. അല്ലേങ്കില് നീ ഓന്റെ എത്ര മക്കളെ പെറ്റിറ്റിണ്ടാകും..."

നാട്ടിലെ കാത്താടൻ അച്യുതൻ അറിയപ്പെടുന്ന ചാരായം വാറ്റുകാരനാണ്.

അവിടെയും കുമാരൻ എത്തും.

കുമാരനുമായുള്ള സൗഹൃദമാണ് അച്യുതന്റെ ധൈര്യം.

അച്യുതന്റെ വീട്ടിൽ നിന്ന് ചാരായം സേവിച്ച ശേഷമാണ് കുമാരൻ സരോജിനിയുടെ വീട്ടിലെത്തുക.

ചിലപ്പോൾ സരോജിനി ചാരായം വാങ്ങി വീട്ടിൽ സൂക്ഷിക്കും.

ഒരു ദിവസം ഭാസ്കരനെ വഴിയിൽ കണ്ടപ്പോൾ ഹെഡ് കോൺസ്റ്റബിൾ കുമാരൻ ഭീഷണിപ്പെടുത്തി;

"എന്റെ കുടുംബക്കാരോട് കളിച്ചാൽ നീ വിവരമറിയും."

ഭാസ്കരൻ ചുട്ട മറുപടിയും നൽകി.

രണ്ട് ദിവസങ്ങൾക്കുശേഷം വൈകുന്നേരം ജീപ്പിൽ രണ്ട് പോലീസുകാരെത്തി.

ഭാസ്കരൻ കോലായിലിരുന്ന് വായിക്കുകയായിരുന്നു.

ഓർക്കാപ്പുറത്ത് പോലീസുകാർ കയറിവരുന്നതു കണ്ടപ്പോൾ വീട്ടുകാർ അമ്പരന്നുപോയി.

"നിങ്ങളുടെ അയൽപക്കത്തെ സരോജിനിയുടെ വീട്ടിൽ നിന്ന് ഒരു സ്വർണമാല മോഷണം പോയതായി പരാതി കിട്ടിയിട്ടുണ്ട്. കഴിഞ്ഞ രണ്ടു ദിവസത്തിനുള്ളിൽ മറ്റാരും അവിടെ പോയിട്ടില്ലെന്ന് അവർ പറയുന്നു.... ആ നിലക്ക് അയൽക്കാരായ നിങ്ങളെ സംശയമുണ്ടെന്നും.... ഈ വീടൊന്ന് പരിശോധിക്കണം..."

ഒരു പോലീസുകാരൻ പറഞ്ഞു.

പോലീസുകാരന്റെ വെളിപ്പെടുത്തൽ കേട്ട് എല്ലാവരും അമ്പരന്നുപോയി.

"സാറേ.. നമ്മളെപ്പറ്റി എന്തു പറഞ്ഞാലും ഒരാളുടെ സാധനം മോട്ടിച്ചു എന്നാരും ഇതുവരെ പറഞ്ഞിട്ടില്ല... നമ്മളെ നശിപ്പിക്കാൻ നോക്കുന്ന ആൾക്കാരുടെ വാക്കുകേട്ട് ഇങ്ങിനെയൊന്നും പറയല്ലേ.."

തലയിൽ കൈവെച്ച് കൊണ്ട് മാധവി പറഞ്ഞു.

രാമനും ഭാസ്കരനും സ്തംഭിച്ചു നിൽക്കുകയാണ്.

"സാർ.. നിങ്ങൾ എവിടെ വേണമെങ്കിലും പരിശോധിച്ചോളൂ.. ഞങ്ങൾ മുറ്റത്തിറങ്ങി നിൽക്കാം.' -ഭാസ്കരൻ പറഞ്ഞു.

പോലീസുകാർ രണ്ടുപേരും വീട്ടിനുള്ളിലേക്ക് കയറി.

വീട്ടിലുള്ളവർ മുറ്റത്തേക്കിറങ്ങി നിന്നു.

കുറച്ചു സമയം കഴിഞ്ഞ് ഒരു പോലീസുകാരൻ പരിഹാസച്ചിരിയോടെ ഇറങ്ങി വന്നു.

പോലീസുകാരൻ ഒരു സ്വർണമാല നീട്ടിക്കാണിച്ചുകൊണ്ട് മാധവിയോട് ചോദിച്ചു;

"ഇത് നിങ്ങളുടെ മാലയാണോ..?"

"അല്ല.. ഇതെവിടുന്നു കിട്ടി... എന്റെ ഭഗവാനേ..."

"അതെ അതാണ് ഞാനും ചോദിക്കുന്നത്.. നിങ്ങളുടേതല്ലാത്ത മാല എങ്ങിനെ നിങ്ങളുടെ വീട്ടിൽ വന്നുവെന്ന്..."

"ഇതിലെന്തോ ചതിയുണ്ട്.. ഇത് നമ്മളെക്കുടുക്കാൻ ഉണ്ടാക്കിയ കെണിയാണ്.. ആ കള്ളുകുടിയൻ പോലീസുകാരനും ആ തേവിടിശ്ശിയും ഉണ്ടാക്കിയ കെണി....' -ഭാസ്കരൻ പൊട്ടിക്കരഞ്ഞു.

"എടാ തോന്ന്യവാസം പറഞ്ഞാൽ നിന്റെ എല്ലു ഞാൻ സൂപ്പാക്കും.."

-ഒരു പോലീസുകാരൻ ഭാസ്കരനു നേരെ ചാടി.

വീട്ടിൽ അലമുറയുയർന്നു.

"ഇത് അവരുടെ നഷ്ടപ്പെട്ടമാല തന്നെയാണോ എന്ന് ചേദിക്കട്ടെ..'

-പോലീസുകാർ സരോജിനിയുടെ വീട്ടിലേക്ക് നടന്നു.

"സാറെ ഇതു തന്ന്യാ എന്റെ കാണാതായ മാല... പറശ്ശിനി മുത്തപ്പൻ കാത്തു.. ഇന്നലെ സന്ധ്യക്ക് കുളിക്കാൻ പോകുമ്പം മേശപ്പുറത്ത് ഊരിവെച്ചതാ.. രണ്ടരപ്പവന്റെ മാലയാ.. പിന്ന ഇടാൻ മറന്നുപോയി. രാവിലെ നോക്കുമ്പം മേശപ്പുറത്ത് മാലയില്ല.. ആ ചെക്കനാ.. ഓനല്ലാതെ ആരും എടുക്കൂല..."

-പോലീസുകാരുടെ മുഖത്ത് ചിരി വിരിഞ്ഞു.

സരോജിനി അകത്തേക്ക് മാറിക്കളഞ്ഞു.

പോലീസുകാർ തിരിച്ചെത്തി ഭാസ്കരന്റെ കയ്യിൽ പിടിച്ചു.

"വാടാ നടക്ക്.. സ്റ്റേഷനിലേക്ക്.."

"ഞങ്ങളിവനെ കൊണ്ടുപോകുന്നു.. നിങ്ങൾക്ക് കോടതിയിൽ നിന്ന് ജാമ്യത്തിലെടുക്കാം.."

ഭാസ്കരന്റെ കൈ പിടിച്ചു നടക്കുന്നതിനിടെ രണ്ടാമത്തെ പോലീസുകാരൻ പറഞ്ഞു.

ആ വീട്ടിൽ കൂട്ട നിലവിളി ഉയർന്നു.

ബഹളം കേട്ട് അയൽവാസികൾ തടിച്ചു കൂടി.

ഭാസ്കരനെയും പിടിച്ച് പോലീസുകാർ പോവുമ്പോൾ സരോജിനി വാതിൽക്കലിൽ നിന്ന് ഒളിഞ്ഞ് നോക്കുന്നുണ്ടായിരുന്നു.

"ഏ പുലിയാടിച്ചി.. ഞാൻ തിരിച്ചുവരും.. എന്നെ കൊണ്ടുപോകുന്നത് തൂക്കിക്കൊല്ലാനൊന്നുമല്ല.. ഞാൻ തിരിച്ചുവന്നാൽ കാണിച്ചുതരാം.. .സത്യം എന്തെന്ന് ഒരുനാളറിയും..."

-ഭാസ്കരൻ ഉറക്കെ വിളിച്ചു പറഞ്ഞു.

"ചെലക്കാതെ നടക്കെടാ..." -ഒരു പോലീസുകാരൻ ഭാസ്കരന്റെ പിടലിക്ക് ആഞ്ഞൊരടി കൊടുത്തു.

അലമുറയിട്ടുകൊണ്ട് മാധവിയും രാമനും പിന്നാലെ പോകുന്നുണ്ടായിരുന്നു.

ഭാസ്കരനെയുംകൊണ്ട് പോലീസ് ജീപ്പ് നീങ്ങിയപ്പോൾ മാധവി ചരൽ നിറഞ്ഞ റോഡിൽ തളർന്നു വീണു.

കാര്യങ്ങൾ മനസ്സിലാക്കിയ നാട്ടുകാർ സരോജിനിയെ ചോദ്യം ചെയ്തു.

ആളുകൾ കൂടിയപ്പോൾ സരോജിനി അകത്തു കയറി വാതിലടച്ചു.

പോലീസ് സ്റ്റേഷനിൽ ഹെഡ് കോൺസ്റ്റബിൾ കുമാരൻ കാത്തിരിക്കുന്നുണ്ടായിരുന്നു.

എസ്.ഐ. ലീവിലാണ്. എ.എസ്.ഐക്കാണ് ചാർജ്. അയാളാവട്ടെ ഒരു പാവത്താൻ. അതുകൊണ്ട് എസ്.ഐ. ഇല്ലാത്തപ്പോൾ ഫലത്തിൽ സ്റ്റേഷൻ ഭരിക്കുന്നത് ഹെഡ് കോൺസ്റ്റബിൾ കുമാരനാണ്. അതുകൊണ്ടു തന്നെയാണ് തന്റെ പദ്ധതി നടപ്പാക്കാൻ ഈ ദിവസം കുമാരൻ തിരഞ്ഞെടുത്തതും.

ഭാസ്കരനെ കണ്ടപ്പോൾ ഹെഡ് കോൺസ്റ്റബിൾ കുമാരൻ മുഖം വക്രിച്ച് ഒരു ചിരി ചിരിച്ചു.

അതിനു ശേഷം ചുവരിൽ ചാരി നിൽക്കുകയായിരുന്ന ഭാസ്കരന്റെ കാലിൻമേൽ ഷൂസിട്ട കാലുകൊണ്ട് അമർത്തി ചവിട്ടിക്കൊണ്ട് പതുക്കെപ്പറഞ്ഞു;

“നായിന്റെ മോനേ.. ഞാൻ അന്നേ പറഞ്ഞതല്ലേ എന്റെ കുടുംബത്തോട് കളി വേണ്ടെന്ന്..”

ഭാസ്കരന്റെ വലതുകാൽ അയാളുടെ ഷൂസിനടിയിൽ ഞെരിഞ്ഞു.

വേദന സഹിക്കാൻ കഴിയാതെ ആ യുവാവ് പുളഞ്ഞു.

പിന്നെക്കേട്ടത് ഒരലർച്ചയായിരുന്നു;

“കാലെടുക്കെടാ...”

ഭാസ്കരന്റെ അലർച്ച കേട്ട് പോലീസ് സ്റ്റേഷൻ നടുങ്ങിപ്പോയി.

ഇരയുടെ മേൽ ചാടി വീഴാൻ ഒരുങ്ങി നിൽക്കുന്ന പുലിയെപ്പോലെ അവൻ ഹെഡ്കോൺസ്റ്റബിൾ കുമാരന്റെ മുന്നിൽ നിന്ന് കിതക്കുകയാണ്.

കുമാരൻ അവന്റെ തല പിടിച്ച് ചുവരിലിടിച്ചു.

ഭാസ്കരൻ അയാളുടെ കഴുത്തിൽ ചുറ്റിപ്പിടിച്ചു.

അസാധാരണ രംഗങ്ങൾ കണ്ട് പോലീസുകാർ ഓടിയെത്തി ഇരുവരെയും പിടിച്ചുമാറ്റി.

“ഇവനെ പിടിച്ചു ലോക്കപ്പിലടക്കെടാ...”

അടിമുടി വിറച്ചു കൊണ്ട് കുമാരൻ അലറി.

ഒരു പോലീസുകാരൻ ഭാസ്കരനെ ലോക്കപ്പിലടച്ചു.

റെഡ് സ്റ്റാർ ക്ലബ്ബിന്റെ ഭാരവാഹികളായ മോഹനനും ഗംഗാധരനും ഉൾപ്പെടെ നാലുപേർ ഭാസ്കരനെ ജാമ്യത്തിലെടുക്കാനായി സ്റ്റേഷനിലെത്തി.

അപ്പോഴേക്കും ഭാസ്കരനെ മജിസ്ട്രേട്ടിന്റെ മുമ്പാകെ ഹാജരാക്കാൻ കൊണ്ടുപോകാൻ ഒരുങ്ങുകയായിരുന്നു. മോഷണക്കുറ്റത്തിനു പുറമെ, ഭവനഭേദനം, അറസ്റ്റുചെയ്യാൻ പോയ പോലീസുകാരെ കയ്യേറ്റം ചെയ്യൽ എന്നീ കുറ്റങ്ങളാണ് ഭാസ്കരനിൽ ചുമത്തിയിട്ടുള്ളതെന്നും ഇവിടെ നിന്ന് ജാമ്യം തരാൻ പറ്റില്ലെന്നും എ.എസ്.ഐ. മുഹമ്മദലി പറഞ്ഞു.

കെട്ടിച്ചമച്ച കേസാണിതെന്ന് പറഞ്ഞപ്പോൾ, “അതു നിങ്ങൾ കോടതിയിൽ വാദിച്ചോളൂ’ എന്നായിരുന്നു എ.എസ്.ഐയുടെ മറുപടി.

ഇതെല്ലാം കണ്ട് ഒന്നും അറിയാത്ത ആളെപ്പോലെ കുമാരൻ മിണ്ടാതിരുന്നതേയുള്ളു.

ഹെഡ് കോൺസ്റ്റബിൾ കുമാരനെ മോഹനൻ കനപ്പിച്ചൊന്ന് നോക്കി.

അയാൾ മുഖം തിരിച്ചു കളഞ്ഞു.

പോലീസ് ജീപ്പിന്റെ പിൻ സീറ്റിലിരുന്ന ഭാസ്കരൻ സുഹൃത്തുക്കളെ കണ്ടപ്പോൾ വാവിട്ടു കരഞ്ഞുപോയി. അവരുടെ കണ്ണുകളും ഈറനായി.

ഭാസ്കരനെ മജിസ്ട്രേട്ട് രണ്ടാഴ്ചത്തേക്ക് റിമാണ്ടുചെയ്തു.

ഭാസ്കരൻ റിമാണ്ടിലായി ഒരാഴ്ച കഴിഞ്ഞപ്പോൾ ഹെഡ്കോൺസ്റ്റബിൾ കുമാരന് ഭീകരമായ മർദനമേറ്റു.

രാത്രി അച്യുതന്റെ വീട്ടിൽ നിന്ന് മൂക്കറ്റം ചാരായം കഴിച്ച് സരോജിനിയുടെ വീട്ടിലേക്ക് വരുന്ന വഴിയെയായിരുന്നു ആക്രമണം.

മുട്ടൻ വടികൊണ്ടുള്ള അടിയേറ്റ് ബോധരഹിതനായി വീണ കുമാരനെ പിറ്റേന്ന് രാവിലെ നാട്ടുകാരാണ് ആസ്പത്രിയിൽ എത്തിച്ചത്.

അക്രമി സംഘത്തിൽ നാലു പേരുണ്ടായിരുന്നുവെന്നും ആരെയും തിരിച്ചറിഞ്ഞിട്ടില്ലെന്നും കുമാരൻ ആസ്പത്രിയിലെത്തിച്ചവരോട് പറഞ്ഞു.

എന്നാൽ വീണ് പരിക്കേറ്റുവെന്നാണ് കുമാരൻ സഹ പ്രവർത്തകരോട് പറഞ്ഞത്.

എവിടുന്ന് അടി കിട്ടി, എന്തിന് അവിടെ രാത്രിയിൽ പോയി എ

ന്നീ ചോദ്യങ്ങൾ ഉയർന്നുവരുമെന്ന് അയാൾക്കറിയാം. അതുകാരണം കുമാരൻ കേസിനൊന്നും പോയില്ല.

രണ്ടാഴ്ചത്തെ റിമാണ്ട് കഴിഞ്ഞ്, പ്രതികാര മൂർത്തിയായാണ് ഭാസ്കരൻ നാട്ടിലെത്തിയത്.

വൈകുന്നേരത്തോടെ നാട്ടിലേക്ക് മടങ്ങവെ, വീട്ടിനടുത്തുള്ള വയലിൽ പശുവിന് പുല്ലരിയുന്ന സരോജിനിയെ കണ്ടു.

തൊട്ടു മുന്നിൽ അപ്രതീക്ഷിതമായി എത്തിച്ചേർന്ന ഭാസ്കരനെക്കണ്ട് സരോജിനിയൊന്ന് പകച്ചു.

പിന്നെ ഒന്നു ചിരിക്കാൻ ശ്രമിച്ചു.

ഭാസ്കരൻ ഞൊടിയിടയിൽ പുല്ലരിയുന്ന കത്തി പിടിച്ചുവാങ്ങി സരോജിനിയുടെ കഴുത്തിന് ഒറ്റ വെട്ട്.

കഴുത്ത് അറ്റു തൂങ്ങിയനിലയിൽ സരോജിനി വയലിൽ വീണു.

അറ്റുപോയ കഴുത്തിൽ നിന്ന് രണ്ടു മീറ്ററോളം അകലത്തേക്ക് ചോര തെറിച്ചു.

ഭാസ്കരന്റെ ശരീരത്തിലും ചൂടുള്ള ചോര തെറിച്ചു വീണു.

ഒന്ന് നില വിളിക്കാൻ പോലും സാധിക്കാതെ സരോജിനിയുടെ ശരീരം നിശ്ചലമായി.

നെല്ല് കൊയ്യുന്ന കത്തിയുടെ വായ്ത്തലക്ക് അത്രയും മൂർച്ചയുണ്ടായിരുന്നു.

കത്തി ദൂരേക്ക് വലിച്ചെറിഞ്ഞ ശേഷം തൊട്ടടുത്ത കുളത്തിലിറങ്ങി ഉടുത്ത വസ്ത്രത്തോടെ ഭാസ്കരൻ മുങ്ങിക്കുളിച്ചു.

വീട്ടിലേക്കു പോലും പോകാതെ നേരെ പോലീസ് സ്റ്റേഷനിൽ ചെന്ന് കീഴടങ്ങി.

പോലീസുകാർ ഭാസ്കരനെയും കൂട്ടി സ്ഥലത്തെത്തിയപ്പോഴേ നാട്ടുകാർ സംഭവമറിഞ്ഞുള്ളൂ.

അന്ന് റിമാണ്ടിലായ ഭാസ്കരൻ നീണ്ട പന്ത്രണ്ടു വർഷം കഴിഞ്ഞാണ് നാട്ടിൽ തിരിച്ചെത്തിയത്.

സ്ത്രീയെക്കൊന്ന കേസായതിനാൽ ജാമ്യാപേക്ഷ ജില്ലാക്കോടതി തള്ളി.

ജാമ്യത്തിനായി ഹൈക്കോടതിയിൽ പോകാനുള്ള സാമ്പത്തിക ശേഷിയൊന്നും ആ കുടുംബത്തിനുണ്ടായിരുന്നില്ല. മാത്രമല്ല, കടം വാങ്ങിയും സ്വത്ത് വിറ്റും കേസ് നടത്തേണ്ടെന്ന് ഭാസ്കരൻ പ്രത്യേകം പറയുകയും ചെയ്തിരുന്നു.

“ഞാൻ കുറ്റം ചെയ്ത ആളാണ്. അതിനാൽ ശിക്ഷ അനുഭവിക്ക

ണം. തൂക്കുമരമായാൽപ്പോലും ഞാൻ നേരിടും. എന്റെ ജീവിതം പോയി.ഇനി നാട്ടിലായാലും ജയിലിലായാലും ഒരുപോലെ..."

-കേസിന്റെ വിചാരണ സമയത്ത് കോടതിയിലെത്തിയ സുഹൃത്തുക്കളോട് ഭാസ്കരൻ പറഞ്ഞു.

റെഡ് സ്റ്റാർ ക്ലബ്ബിന്റെ പ്രവർത്തകർ പലരിൽ നിന്നും പണം പിരിച്ചെടുത്താണ് കേസ് നടത്തിയത്.

ജില്ലാ സെഷൻസ് കോടതി ഭാസ്കരന് നൽകിയ ജീവപര്യന്തം കഠിന തടവുശിക്ഷ അനുഭവിക്കുന്നതിനിടയിൽ അടിയന്തരാവസ്ഥ വന്നു.

പലരുടെയുമെന്നപോലെ ഭാസ്കരന്റെയും ജയിൽ മോചനവും അനന്തമായി നീണ്ടു.

ഭാസ്കരൻ നാട്ടിൽ തിരിച്ചെത്തുമ്പോഴേക്കും അച്ഛനും അമ്മയും വൃദ്ധരും തീർത്തും അവശരുമായിക്കഴിഞ്ഞിരുന്നു.

അധികം കഴിയുന്നതിനു മുമ്പേ അമ്മ മരിച്ചു.

ഭാസ്കരൻ ജയിലിലായ ശേഷം മാധവിയുടെ സാധാരണ ജീവിതം അവസാനിച്ചു കഴിഞ്ഞിരുന്നു.

പിന്നെ അധികവും കരച്ചിലും ഇരിപ്പും കിടപ്പും തന്നെയായിരുന്നു.

ഇതിനിടയിൽ, ഹെഡ് കോൺസ്റ്റബിൾ കുമാരന് അപകടത്തിൽ ഒരു കാൽ നഷ്ടമായി.

മൂക്കറ്റം മദ്യപിച്ച് അർധരാത്രി റോഡിലൂടെ നടന്നു വരികയായിരുന്ന കുമാരനെ അജ്ഞാത വാഹനം ഇടിച്ചു തെറിപ്പിക്കുകയായിരുന്നു. റോഡിൽ വീണു കിടക്കുന്ന കുമാരനെ പിറ്റേന്നാണ് ആസ്പത്രിയിലെത്തിച്ചത്. വിരമിക്കാൻ രണ്ടു വർഷം ബാക്കിയിരിക്കെയാണ് അപകടം.

വിവരമറിഞ്ഞ മാധവി പറശ്ശിനി മടപ്പുരയിൽ ഒരു വെള്ളാട്ടം കഴിപ്പിച്ചു. "എന്റെ പൊന്നു മുത്തപ്പൻ കൊടുത്ത ശിക്ഷയാ ഇത്. കള്ളക്കേസിൽ കുടുക്കി എന്റെ മോനെ ഓൻ ജയിലിലാക്കി. നമ്മുടെ കുടുമ്പോം നശിപ്പിച്ചു. ഓൻ അനുഭവിക്കണം..."

നാട്ടിലെത്തി രണ്ടു വർഷത്തിന് ശേഷം ഭാസ്കരൻ വിവാഹിതനായി.

കാര്യങ്ങളെല്ലാം അറിയുന്ന നാട്ടിലെ തന്നെ പെൺകുട്ടിയായിരുന്നു വധു.

സുഹൃത്തുക്കളാണ് വിവാഹത്തിന് നിർബന്ധിച്ചതും പെണ്ണിനെ

കണ്ടെത്തിയതും വിവാഹം നടത്തിക്കൊടുത്തതും.

ഭാസ്കരൻ കല്ലുവെട്ടി കുടുംബത്തെപ്പോറ്റി.

രണ്ടു പെൺ മക്കളുടെ അച്ഛനായി. പക്ഷെ, അപ്പോഴേക്കും ഭാസ്കരൻ മദ്യത്തിന് പൂർണമായും അടിപ്പെട്ടു കഴിഞ്ഞിരുന്നു.

"നീ ഇവിടെ നിന്നോ ഞാൻ പോയി ഓനോട് കാര്യം പറയാ.. ഓൻ ഷാപ്പിലുണ്ട്.. പാട്ട് കേൾക്കുന്നില്ലേ.. കള്ള് കുടിച്ചാല് ഓൻ പാട്ടു പാടും.. ഭാസ്കരന്റെ പാട്ട് കേൾക്കാനായി ഇവിടെ കള്ളു കുടിക്കാൻ വരുന്നവരുണ്ട്.. ഓന് നല്ല വിവരാ.. പുസ്തകങ്ങളെല്ലാം വായിക്കും." -കൃഷ്ണൻ നായർ പ്രദീപിനോടു പറഞ്ഞു.

പ്രദീപ് കള്ളുഷാപ്പിന്റെ തൊട്ടടുത്ത കശുമാവിന്റെ ചുവട്ടിൽ നിന്നു.

ഷാപ്പിൽ നിന്ന് ഈണത്തിലുയരുന്ന നാടൻ പാട്ടിൽ കാതു കൂർപ്പിച്ചു.

"എന്നിൽ നീ എത്ര പിണങ്ങിയാലും
കള്ളിനെ കുറ്റം പറഞ്ഞിടല്ലേ
ഇ.എം.എസ്സ് കൊണ്ടു വന്ന കള്ള്
ഈശ്വരൻ പോലും കുടിക്കും കള്ള്
വെല്ലവും ബാറ്ററിക്കട്ടകളും
പല്ലിയും കൂറയും ചേർത്തുവെച്ച
കൊല്ലുന്ന റാക്ക് കുടിച്ചുവോ ഞാൻ
ചൊല്ലു നീ ചൊല്ലു നീ പൊന്നു നാണി..."

അകത്തെ പാട്ടു നിലച്ചു.

കുറച്ചു സമയം കഴിഞ്ഞപ്പോൾ കൃഷ്ണൻ നായർ ഭാസ്കരനെയും കൂട്ടി പുറത്തു വന്നു.

കാവി മുണ്ടും മുഷിഞ്ഞ ഷർട്ടും ധരിച്ച നീണ്ടുമെലിഞ്ഞ രൂപം.

വെട്ടിയൊതുക്കാത്ത നരച്ച താടി.

പാറിപ്പറക്കുന്ന തലമുടി.

കാലുകൾ നിലത്തുറക്കാത്ത വിധത്തിലാണ് നടന്നു വരുന്നത്.

"ഈ കൂലോത്ത് ഭാസ്കരനെ കാണാൻ ഏത് വി.ഐ.പി.യാ വന്നത് ... ?"

-കശുമാവിൻ ചുവട്ടിൽ നിന്ന പ്രദീപിനെ നോക്കി ഭാസ്കരൻ ചോദിച്ചു.

"ഈ സാറിനെ ഞാൻ മുമ്പ് കണ്ടിട്ടുണ്ടല്ലോ.. നല്ല പരിചയം തോന്നുന്നു..?"

"ഞാൻ ഈ നാട്ടുകാരൻ തന്നെയാ.."

"സാറ് പത്രക്കാരനാണെന്ന് കൃഷ്ണേട്ടൻ പറഞ്ഞു... പത്രക്കാര് കാണാൻ വരാൻ ഞാനാരാണപ്പാ നേതാവാ... പറ.. സാറെന്തിനാ എന്നെ ക്കാണാൻ വന്നേ...?"

"വെറുതേ പരിചയപ്പെടാൻ വിളിച്ചതാ.. നമ്മുടെ സ്കൂളിന്റെ സുവർണ ജൂബിലി ആഘോഷമല്ലേ.. ആദ്യ ബാച്ചിലെ വിദ്യാർഥികളെയെല്ലാം കാണുന്നുണ്ട്.. പഴയ ഓർമകൾ എന്തെങ്കിലും...?"

"ഞാനെന്ത് പറയാൻ സാറേ.. പഴയ കൂലോത്ത് ഭാസ്കരൻ മരിച്ചില്ലേ.. ഞാനിപ്പോ അന്നത്തെ ഭാസ്കരന്റെ പ്രേതം.. കൊലയാളി.. കള്ളുകുടിയൻ... നിങ്ങള് പോയി മാഷമ്മാറെയെല്ലാം കാണ്.. ആ ബാച്ചില് കുറേ മാഷമ്മാരുണ്ട്... ഈ പാവം ഭാസ്കരനെ വിട്ടേക്ക്...'

ഭാസ്കരൻ ഷർട്ടിന്റെ കീശയിൽ നിന്നും ബീഡിയും തീപ്പെട്ടിയുമെടുത്ത് കത്തിച്ച് പുക വിട്ടു.

ബീഡിക്ക് തീപ്പിടിപ്പിക്കാൻ നാലഞ്ച് തീപ്പെട്ടിക്കൊള്ളികൾ ചിലവാക്കേണ്ടി വന്നു.

കുറേ ആലോചിച്ചു നിന്ന ശേഷം ഭാസ്കരൻ പറഞ്ഞു;

"സാറിന് വേണെങ്കില് ഞാനൊര് പാട്ട് പാടിത്തരാ.. നിങ്ങള് രാമനഴീക്കോട് എന്നൊര് കവിയെ കേട്ടിനാ... അയാളെഴുതിയ പാട്ടാ... കള്ളും കോരേട്ടനും നാണിയും എന്നാ ആ പാട്ടിന്റെ പേര്."

'കള്ളിനെക്കുറ്റം പറഞ്ഞിടല്ലേ... ഈ.എം.എസ്. കൊണ്ടു വന്ന കള്ള്.. ഈശ്വരൻ പോലും കുടിക്കും കള്ള്... ഈശ്വരൻ എന്ന് പറയുന്നത് മുത്തപ്പനെയാ.. മുത്തപ്പന്റെ ഇഷ്ട പാനീയാ കള്ള്... അല്ലേങ്കില് നിങ്ങളപ്പോലത്തെ ബുദ്ധിജീവികൾക്കൊന്നും ഇങ്ങിനയുള്ള പാട്ട് ഇഷ്ടാവൂലാ... വേണങ്കില് കടമ്മനിട്ടേന്റെ കുറത്തി പാടാ.... "നിങ്ങളെന്റെ കറുത്ത മക്കളെ ചുട്ടു തിന്നുന്നോ... നിങ്ങളവരുടെ കുഴിമാടം കുളം തോണ്ടുന്നോ... നിങ്ങളോർക്കുക.. നിങ്ങളെങ്ങിനെ നിങ്ങളായെന്ന്.."

അഴിഞ്ഞു വീഴാറായ കൈലി വാരി വലിച്ചുടുത്ത് ഭാസ്കരൻ കള്ള് ഷാപ്പിലേക്കു തന്നെ തിരിച്ചു നടന്നു.

അധ്യായം 7

കാനടുക്കത്തേക്കുള്ള വഴി

"തനി ഗ്രാമങ്ങളും ഗ്രാമ ജീവിതവും നാട്ടാചാരങ്ങളും കാണുകയും അറിയുകയും ചെയ്യണമെങ്കിൽ കാസർക്കോട്ടുതന്നെ പോകണമെന്ന് മുരളിമാഷ് പലപ്പോഴും പറയാറുണ്ട്... പാളത്തൊപ്പി ധരിച്ച് വയലിൽ പണിയെടുക്കുന്ന കൃഷിക്കാരെ ഒരു പക്ഷെ മറ്റെവിടെയും കണ്ടെന്നു വരില്ല. കയ്യൂരും പാലായിലുമൊക്കെ ഇപ്പോഴും അങ്ങിനെയുള്ള കൃഷിക്കാരെ കാണാം... മുരളിമാഷ് കാനടുക്കം വിട്ടിട്ട് മൂന്നു പതിറ്റാണ്ടു കഴിഞ്ഞു. പക്ഷെ, അദ്ദേഹത്തിന് ഈ നാടുമായിട്ടുള്ളതു പോലെ ജൈവ ബന്ധം ജനിച്ച നാടുമായിട്ടുപോലുമുണ്ടെന്നു തോന്നുന്നില്ല...'- മുരളി കണ്ണാടിപ്പൊയിൽ പറഞ്ഞു.

ദേശീയപാതവിട്ട്, കാർ മലയോരത്തേക്കുള്ള ഇടുങ്ങിയ റോഡിലൂടെ സഞ്ചാരം തുടർന്നുകൊണ്ടിരുന്നു.

"നമുക്ക് ആഹ്ലാദകരവും അവിസ്മരണീയവുമായ അനുഭവങ്ങൾ എവിടെന്നാണോ ലഭിച്ചത്, അവിടേക്ക് നമ്മുടെ മനസ്സ് എപ്പോഴും സഞ്ചരിച്ചുകൊണ്ടിരിക്കും. മനുഷ്യരെ രൂപപ്പെടുത്തുന്നതിൽ പ്രകൃതിക്കും ഒരു പങ്കുണ്ടല്ലോ.. മുലപ്പാൽപോലെയാണ് ചെറുപ്പകാലത്ത് വായിക്കുന്ന പുസ്തകങ്ങൾ. മുലപ്പാൽ നമ്മുടെ ശരീരത്തെയും പുസ്തകങ്ങൾ മനസ്സിനെയും പുഷ്ടിപ്പെടുത്തുന്നു. നല്ലൊരു വായനക്കാരനായ ഞാൻ എഴുത്തുകാരനായി രൂപപ്പെട്ടത് കാനടുക്കത്തുവെച്ചാണെന്ന് മാഷ് എഴുതിയിട്ടുണ്ടല്ലോ.." -സത്യരാജ് കൂട്ടിച്ചേർത്തു.

"നമ്മളെല്ലാം നാട്ടിൻ പുറത്ത് ജനിച്ചു വളർന്നതു കൊണ്ട് വയലും കുന്നും കാടും പുഴയും തോടുമൊക്കെ ജീവിതത്തിന്റെ ഭാഗമാകും. എവിടെപ്പോയാലും നാട്ടിനെക്കുറിച്ചുള്ള ഓർമകൾ നമ്മെ വേട്ടയാടും. ഇപ്പോൾ നഗരത്തിൽ ജീവിക്കുന്ന മാഷെ, ഇവിടുത്തെ പ്രകൃതിയായിരിക്കാം ഇങ്ങോട്ട് ആകർഷിക്കുന്നത്... എന്തു ഭംഗിയുള്ള ഭൂപ്ര

കൃതി..”-പ്രദീപ് അഭിപ്രായപ്പെട്ടു.

“മുപ്പത്തഞ്ച് കൊല്ലം മുമ്പ് എഴുതുകയും അവതരിപ്പിക്കുകയും ചെയ്ത ‘ചരിത്രഗാഥ’ എന്ന നാടകം വീണ്ടും അതേസ്ഥലത്ത് തന്നെ അവതരിപ്പിക്കുക എന്നതുതന്നെ ഒരു സംഭവമാണല്ലോ. ആ നാടകം ആദ്യം അവതരിപ്പിക്കുന്ന സമയത്ത് രണ്ടു വയസ്സുള്ള കുട്ടിയായിരുന്നു ഞാൻ. ഇപ്പോൾ ഈ നാടകത്തിൽ പ്രധാന വേഷം ചെയ്യുന്നു.. മാഷെഴുതിയ മൂന്നാമത്തെ നാടകത്തിലാണ് ഞാൻ അഭിനയിക്കുന്നത്.. മാഷിന്റെ നാടകത്തിൽ ആദ്യംഅഭിനയിക്കുമ്പോഴാ എന്റെ പേരിന്റെ കൂടെ നാടിന്റെ പേരുകൂടി വന്നത്. പേരിട്ടത് മാഷ് തന്നെ. നാടകത്തിൽ അഭിനയിക്കാൻ മറ്റൊരു മുരളി കൂടിയുണ്ടായിരുന്നു. ബ്രോഷർ തയ്യാറാക്കുമ്പോൾ മാഷ് പറഞ്ഞു നിന്റെ പേരിന്റെ കൂടെ നാടിന്റെ പേര് കൂടിയിരിക്കട്ടെയെന്ന്. അങ്ങിനെ വി.മുരളീധരനായ ഞാൻ മുരളി കണ്ണാടിപ്പൊയിലായി’-തെല്ലഭിമാനത്തോടെ മുരളി പറഞ്ഞു.

“നക്സലൈറ്റ് പ്രസ്ഥാനം തകരുകയും അതിന്റെ ശൂന്യതയിൽനിന്ന് ജനകീയ സാംസ്കാരിക വേദി രൂപപ്പെടുകയും ചെയ്ത ഘട്ടത്തിലാണ് എം.സുകുമാരന്റെ ‘ചരിത്ര ഗാഥ ’എന്ന കഥ മാഷ് നാടക രൂപത്തിലാക്കുന്നത്... എൺപതിന്റെ തുടക്കത്തിലാണത്... ഒരു നാടക മൽസരത്തിൽ നിന്നാണ് ആ നാടകം ഞാൻ കണ്ടത്. മികച്ച നാടകത്തിനുള്ള സമ്മാനവും ഈ നാടകത്തിന് കിട്ടിയെന്നാണ് എന്റെ ഓർമ. നാടകത്തിലെ ചില ഡയലോഗുകൾ ഇപ്പോഴും ഓർമയുണ്ട്.. ‘വിപ്ലവം ഫണ്ടു പിരിവായി തരം താഴുന്നു.. തീവ്രവാദം ക്രൂരമായ നരഹത്യയിൽ അഭയം തേടുന്നു..’ എന്നൊക്കെ നല്ല പഞ്ചുള്ള ഡയലോഗുകൾ പലരെയും പ്രകോപിപ്പിക്കുകയും ചെയ്തു... നാടകം എവിടെയുണ്ടെങ്കിലും പോയി കാണുന്ന കാലമായിരുന്നു അത്.. അന്നൊന്നും മുരളിമാഷുമായി അടുപ്പമൊന്നുമില്ല...’ -സത്യരാജ് ഓർമയിലേക്ക് സഞ്ചരിച്ചു.

“മുരളി മാഷുടെ ആദ്യത്തെ നാടകം അതാണെന്ന് തോന്നുന്നു..?’ -മുരളി സംശയം പ്രകടിപ്പിച്ചു.

“അതെ. പ്രധാന നാടകം അതു തന്നെ. അതിനു മുമ്പ് കുട്ടികളുടെ നാടകം എഴുതിയിട്ടുണ്ട്.’ -സത്യരാജ് സംശയ നിവാരണം വരുത്തി.

കാർ ചെങ്കുത്തായ കയറ്റം കയറുകയാണ്.

കിഴക്കൻ മലനിരകൾ മഞ്ഞിന്റെ നേർത്ത ആവരണമണിഞ്ഞു.

പകൽ വെളിച്ചം മാഞ്ഞു കൊണ്ടിരുന്നു

എതിരെ ചെങ്കൽ കയറ്റിയ ലോറി വരുന്നതിനാൽ കാർ റോഡി

ന്റെ ഓരം ചേർന്ന് നീങ്ങി.

"നമുക്കൊരു ചായ കുടിക്കേണ്ടേ.. ഉറക്കം വരുന്നു. അടുത്തെങ്ങാനും ചായക്കട കാണുമോ. കുറേ സമയമായില്ലേ ഡ്രൈവുചെയ്യുന്നു. ഉച്ച ഭക്ഷണത്തിന് ശേഷം അരമണിക്കൂർ ഉറക്കം പതിവുള്ളതാ... ഇന്നതിന് പറ്റിയില്ലല്ലോ. എനിക്ക് ഒന്നു രണ്ട് കാര്യങ്ങളിലേ നിർബന്ധമുള്ളൂ. രാവിലെയും വൈകുന്നേരവും നല്ല കടുപ്പത്തിൽ ഓരോ ചായ. ഉച്ചയൂണിന് ശേഷം അര മണിക്കൂർ ഉറക്കം. രാത്രി എത്ര മണിക്കൂർ ജോലി ചെയ്യുന്നതിനോ ഡ്രൈവു ചെയ്യുന്നതിനോ പ്രയാസമില്ല.." -സംസാരത്തിനിടയിൽ പ്രദീപ് പറഞ്ഞു.

"വഴിയരികിൽ തട്ടു കടകളുണ്ടാവും.നല്ല ചായ കിട്ടും" -സത്യരാജ് നിർദേശിച്ചു.

"തട്ടു കടകൾ നമ്മുടെ നാട്ടിൻ പുറങ്ങളിലും വ്യാപകമായി അല്ലേ.. പത്രം വായിക്കാനും നാട്ടുകാര്യങ്ങൾ പറയാനും ഒത്തു കൂടുന്ന പഴയ രീതിയിലുള്ള ചായക്കടകൾ നാടുകളിൽ നിന്ന് മിക്കവാറും അപ്രത്യക്ഷമായി.. മുമ്പൊക്കെ വൻ നഗരങ്ങളിലേ ദാബകൾ ഉണ്ടായിരുന്നുള്ളു. ഞാൻ നാട്ടിൽ വരുമ്പോഴൊക്കെ ശ്രദ്ധിക്കുന്ന ഒരു കാര്യം ഇതാണ്. ചായയും പലഹാരങ്ങളും മുതൽ ബിരിയാണി വരെ ദാബകളിൽ കിട്ടുന്നു. ഡൽഹിയിലും മുംബൈയിലുമൊക്കെ അങ്ങിനെയാണല്ലോ... ഡൽഹിയിലൊക്കെ സാധാരണക്കാർ ഭക്ഷണത്തിനാശ്രയിക്കുന്നത് ദാബകളെ തന്നെയാണ്. നാട്ടുകാർ ഡൽഹിയിൽ വന്നാൽ കേരള ഹൗസിലെ കാന്റീനെ ആശ്രയിക്കും. താരതമ്യേന ചെറിയ വിലക്ക് കേരളീയ ഭക്ഷണം അവിടെക്കിട്ടും..'

പ്രദീപ് പറഞ്ഞു തീരും മുമ്പേ മുരളി കാർ സ്ലോ ചെയ്യാൻ ആവശ്യപ്പെട്ടു.

"ദാ. ഈ വളവു തിരിയുന്നിടത്ത് നല്ലൊരു തട്ടുകടയുണ്ട്. നമുക്ക് അവിടുന്ന് ചായ കുടിക്കാം..'

കുണ്ടും കുഴികളും നിറഞ്ഞ റോഡിന്റെ ഓരം ചേർന്ന് കാർ നിർത്തി.

ചക്രങ്ങൾ ഘടിപ്പിച്ച ഉന്തുവണ്ടിയിൽ ഒരുക്കിയ തട്ടുകട.

മുന്നിൽ നീല നിറത്തിലുള്ള പോളിത്തീൻ ഷീറ്റുകൊണ്ട് ഒരുക്കിയ പന്തൽ.

മൂന്നു പേരും പുറത്തിറങ്ങി.

മുറ്റത്തിട്ട ബഞ്ചിലിരുന്ന് മൂന്നു പേർ ചായയും പലഹാരങ്ങളും കഴിക്കുന്നുണ്ട്.

അവർ മറുനാട്ടുകാരാണെന്ന് കാഴ്ചയിൽ തോന്നി.

ചില്ലിട്ട കൊച്ചു അലമാരക്കകത്ത് പലതരം എണ്ണപ്പലഹാരങ്ങൾ.

മൂന്ന് ചായക്ക് ആവശ്യപ്പെട്ടപ്പോൾ,കഴിക്കാൻ എന്ത് വേണം എന്നായി കടക്കാരൻ.

"പഴംപൊരി,ബോണ്ട.സുഖിയൻ,പത്തിരി...പിന്നെ കപ്പയും ബീഫും."

-അവിടെയുള്ള വിഭവങ്ങളുടെ പട്ടിക കടക്കാരൻ നിരത്തി.

"ചൂടുള്ളതെന്താ ഇതിലുള്ളത്" -അന്വേഷണം സത്യരാജിന്റേതായിരുന്നു.

"എല്ലാം ഉച്ചക്ക് ശേഷം ഉണ്ടാക്കിയതാണ് സാർ.. ഇപ്പം ഉണ്ടാക്കിയത് പത്തിരി.."

"എങ്കിൽ ഓരോ പത്തിരിയെടുക്കാം.."

അൽപ്പം അകലെ മാറി നിന്ന് ചായ കഴിക്കുന്നതിനിടയിൽ പ്രദീപ് സത്യരാജിനോട് പറഞ്ഞു;

"നമ്മൾ പേരു കൊണ്ട് പരസ്പരമറിയുമെങ്കിലും നേരിട്ട് കാണുന്നത് ആദ്യമായിട്ടാണല്ലേ..? മുരളിമാഷ് വിളിക്കുമ്പോഴൊക്കെ നിങ്ങളെക്കുറിച്ച് പറയും. ഒന്നുമില്ലായ്മയിൽ നിന്ന് കഠിനാധ്വാനം കൊണ്ട് ജീവിതം കെട്ടിപ്പടുത്ത ആളാണെന്ന്... എഴുത്തും ബിസിനസ്സും ഒന്നിച്ചു കൊണ്ടു പോകുന്നുണ്ട് അല്ലേ..? ഞാൻ ഡൽഹിയിലേക്ക് പോയതിന് ശേഷം ദൈനംദിന ബന്ധം കുറച്ചുപേരുമായിട്ടേയുള്ളൂ. മുരളി മാഷും മുരളിയുമൊക്കെ അക്കൂട്ടത്തിൽപ്പെടും.പക്ഷെ, മാഷെ നേരിട്ടു കണ്ടിട്ട് കുറേക്കാലമായി.

കാനടുക്കത്തേക്ക് വരുന്നെങ്കിൽ നിങ്ങളെയും കൂടെ കൂട്ടാൻ മുരളിമാഷാണ് പറഞ്ഞത്... നാടകത്തിൽ മുരളിയും അഭിനയിക്കുന്ന കാര്യം മാഷ് പറഞ്ഞിരുന്നു.."

"ഞാനും മുരളിയും നേരത്തേ സുഹൃത്തുക്കളാണ്.. നാടകമുള്ള സ്ഥലത്തൊക്കെ നമ്മളെത്തും. മുരളി മാഷുമുണ്ടാകും.അങ്ങിനെയാ അടുത്തു പരിചയപ്പെട്ടത്. നാടകപ്രവർത്തകർ തമ്മിലുള്ള ബന്ധങ്ങൾ അത്ര ദൃഢമായിരിക്കും... അഭിനയം മുരളിക്ക് ഒരുതരം ഭ്രാന്താണ്. നാടകത്തിൽ ഒരു റോൾ കിട്ടുമെങ്കിൽ അവൻ എവിടെ വേണമെങ്കിലും പോകും. അവനിപ്പോൾ സിനിമകളിൽ ചെറിയ വേഷങ്ങൾ കിട്ടുന്നുണ്ട്. പക്ഷെ, അവന്റെ റെയിഞ്ച് അനുസരിച്ചുള്ള വേഷം സിനിമയിൽ ഇതുവരെ കിട്ടിയില്ല..' -സത്യരാജ് പറഞ്ഞു.

സത്യരാജിന്റെ മൊബൈൽ ഫോൺ ശബ്ദിച്ചു.

"മാഷെ ..ഞങ്ങൾ അരമണിക്കൂറിനുള്ളിലെത്തും.."

-ഒറ്റ വാചകത്തിൽ സത്യരാജ് മറുപടി അവസാനിപ്പിച്ചു.

കാർ ചെറിയൊരു ബസാറിലെത്താറായപ്പോൾ എതിരെ ഏതാനും ചെറുപ്പക്കാരുടെ സംഘം നടന്നു വരുന്നു.

"ആ വരുന്നതെല്ലാം മറുനാടൻ തൊഴിലാളികളാണ്... മിക്കവരും ബംഗാളികൾ. ബാക്കിയുള്ളവർ ഒറീസക്കാരും. ഇതിനടുത്ത് ഒരു തടിമില്ലുണ്ട് അവിടുത്തെ ജോലി കഴിഞ്ഞു മടങ്ങുന്ന പണിക്കാരാണ് ഇവർ.. ചെങ്കൽ പണകളിലും ചെറിയ വ്യവസായങ്ങളിലും ജോലി ചെയ്യുന്നവരിൽ അധികവുമിപ്പോൾ മറു നാട്ടുകാരാണ്... കുറേപ്പേർ നാട്ടിലെ പെൺകുട്ടികളെ കല്ല്യാണം കഴിച്ച് ഈ നാട്ടുകാരായി.. ചില പെൺകുട്ടികൾ അവരുടെ കൂടെ ഒളിച്ചോടിപ്പോവുകയും ചെയ്തു.'

-സത്യരാജ് പറഞ്ഞു.

"കണ്ണാടിപ്പൊയിൽ ബസാറിലെ കച്ചവടക്കാരനായ പ്രകാശൻ ഒരു ബഹു ഭാഷാ പണ്ഡിതനാണ്. കാരണം, ഇന്ത്യയിലെ മിക്കവാറും എല്ലാ ഭാഷയിലും അവൻ സംസാരിക്കും. കൽപ്പണയിലും പ്ലൈവുഡ് കമ്പനിയിലും ജോലിചെയ്യുന്ന അമ്പതോളം മറുനാടൻ തൊഴിലാളികൾ സാധനങ്ങൾ വാങ്ങുന്നത് അവന്റെ കടയിൽ നിന്നാണ്.. മൊബൈൽ ഫോൺ കൂപ്പൺ വാങ്ങാനാണ് അവർ പ്രധാനമായും കടയിൽ വരുന്നത്."

-മുരളിയുടെ അഭിപ്രായം കേട്ട് എല്ലാവരും ചിരിച്ചു.

"മുമ്പ് തമിഴൻമാരായിരുന്നു കേരളത്തിലെ നിർമാണപ്രവർത്തനങ്ങളൊക്കെ നടത്തിയത്. തമിഴ് നാട്ടിലെ സാമ്പത്തിക സ്ഥിതി മെച്ചപ്പെടുകയും സർക്കാർ സൗജന്യങ്ങൾ വാരിക്കോരിക്കൊടുക്കുകയും ചെയ്തുതുടങ്ങിയതോടെ അവരെല്ലാം തിരിച്ചു പോയി. അവരുടെ കുറവാണ് ഇപ്പോൾ ബംഗാളികളും ഒറീസക്കാരും ബീഹാറികളും നികത്തുന്നത്.. നമ്മുടെ നാട്ടിലെ ചെറുപ്പക്കാരെല്ലാം ഗൾഫിൽപ്പോയി എന്തെല്ലാമോ ജോലികൾ ചെയ്യുന്നു.അതേപണി മറുനാട്ടുകാർ ഇവിടെ വന്നു ചെയ്യുന്നു... മറുനാട്ടുകാരുടെ ഗൾഫാണിപ്പോൾ കേരളം. ഇന്ത്യയിൽ ഏറ്റവും മികച്ച കൂലി കിട്ടുന്ന സംസ്ഥാനം...

എൺപതുകൾക്ക് ശേഷം ബംഗാളിനെനോക്കി പഠിക്കാനാണ് ഇവിടുത്തെ കമ്യൂണിസ്റ്റ് പാർട്ടികൾ പറഞ്ഞു കൊണ്ടിരുന്നത്. ജ്യോതിബസു അവിടെ സോഷ്യലിസം നടപ്പിലാക്കുകയാണെന്ന് നമ്മെളെല്ലാം തെറ്റിദ്ധരിക്കുകയും ചെയ്തു. വ്യവസായവൽക്കരണത്തോട് പുറം തിരിഞ്ഞുനിൽക്കുകയും പരമ്പരാഗത കാർഷിക രീതിയെമാത്രം

ആശ്രയിച്ച് സമ്പദ് വ്യവസ്ഥ വളർത്താൻ ശ്രമിക്കുകയും ചെയ്തതാണ് ജ്യോതിബസു ചെയ്ത തെറ്റ്. ചെറുപ്പക്കാർക്കൊന്നും കൊടുക്കാൻ തൊഴിലില്ലാതായി. ബുദ്ധദേവ് വന്നപ്പോൾ പെട്ടെന്ന് എല്ലാം പൊളിച്ചഴുതാൻ ശ്രമിച്ചത് വെളുക്കാൻ തേച്ചത് പാണ്ടായപോലെയായി. ആയിരക്കണക്കിനേക്കർ കൃഷിഭൂമി പെട്ടെന്ന് വ്യവസായത്തിനായി മാറ്റിയപ്പോൾ ജനം സംശയിച്ചു. കൃഷിയോട് വൈകാരിക അടുപ്പമുള്ള ജനതക്ക് അത് ദഹിച്ചില്ല... മമതാ ബാനർജി സാഹചര്യങ്ങൾ സമർഥമായി മുതലെടുക്കുകയും ചെയ്തു... ബംഗാളിലെ ഗ്രാമങ്ങളിലൂടെ സഞ്ചരിച്ചാൽ അറിയാം, കേരളവുമായി താരതമ്യപ്പെടുത്തുമ്പോൾ ബംഗാൾ എത്ര പിന്നോക്കമാണെന്ന്... കേരളത്തിലെ ഏത് കുഗ്രാമത്തിൽ പോയാലും നമുക്ക് മിനറൽ വാട്ടറും കോളയും എല്ലാതരം ബ്രാന്റഡ് സാധനങ്ങളും കിട്ടും. എന്നാൽ ബംഗാളിലെ ഗ്രാമീണർക്ക് ഇതെല്ലാം ആഡംബര വസ്തുക്കളാണ്... കഴിഞ്ഞ തിരഞ്ഞെടുപ്പിന് ശേഷം ഞാൻ കുറേ നാൾ അവിടെയുണ്ടായിരുന്നു..."

-പ്രദീപ് ദീർഘമായി സംസാരിച്ചു.

"ബംഗാളിൽ ഇനി ഇടതു പക്ഷം തിരിച്ചു വരുമോ..?"

-ആശങ്ക നിറഞ്ഞ സംശയം മുരളിയുടേതായിരുന്നു.

"ഇടതു പക്ഷത്തിന്റെ വഴി ബുദ്ധിമുട്ടേറിയതായാണ് എനിക്കു തോന്നുന്നത്.. ഒരുപ്രസ്ഥാനം തകർന്നിടത്ത് അത് വീണ്ടും ഉയർന്നുവരാൻ പ്രയാസമാണ്. അതാണ് ചരിത്രം. യു.പിയിലും ബീഹാറിലും ആന്ധ്രയിലുമൊക്കെ കോൺഗ്രസ്സിന്റെ കാര്യം നോക്കൂ.."

ഒരു ഫോൺ കോൾ പ്രദീപിന്റെ സംസാരത്തെ തടസ്സപ്പെടുത്തി.

അത് നാദിയയുടെ ഫോണായിരുന്നു.

അര മണിക്കൂറിന് ശേഷം തിരിച്ചു വിളിക്കാം എന്നു പറഞ്ഞ് പ്രദീപ് ഫോൺ കട്ടു ചെയ്തു.

കാർ കാനടുക്കം ഗവ:ഹയർ സെക്കന്ററി സ്കൂൾ മൈതാനത്തെ പടർന്ന മാവിൻ ചുവട്ടിൽ നിന്നു.

അധ്യായം-8

ചുവന്ന സ്വപ്നങ്ങൾ

കാടും വള്ളിപ്പടർപ്പുകളും കൊണ്ട് ഏറക്കുറെ മൂടപ്പെട്ട പഴയ പുരത്തറ.

അങ്ങിങ്ങായി ചിതറിക്കിടക്കുന്ന മൺകട്ടകൊണ്ടുള്ള ചുവരിന്റെയും തെങ്ങിൻ തടിയുടെയും മുളയുടെയും ജീർണിച്ച കഴുക്കോലുകളുടെ അവശിഷ്ടങ്ങൾ.

തൊടിയിൽ പരിചരണം കിട്ടാതെ വളർന്ന വാഴകളും തെങ്ങുകളും.

മരക്കുറ്റിയിൽ, നീണ്ട പ്ലാസ്റ്റിക്കു കയർ കൊണ്ട് ബന്ധിക്കപ്പെട്ട ഒരു നാടൻ പശു അലസമായി ആ പുരയിടത്തിൽ മേയുന്നു.

നാൽപ്പത്തഞ്ച് വർഷം മുമ്പ്, കാനടുക്കം ഗവ:ഹയർ സെക്കന്ററി സ്കൂൾ, ഹൈസ്കൂൾ മാത്രമായിരിക്കുന്ന സമയത്ത് അവിടെ അധ്യാപകനായി എത്തിയ മുരളിമാസ്റ്റർ താമസിച്ചിരുന്ന കൊച്ചു പുരയുടെ അവശിഷ്ടമാണിത്.

ഒരു കിടപ്പു മുറിയും അടുക്കളയും രണ്ടു വശത്തും കോലായിയും മാത്രമുള്ള, പുല്ലു മേഞ്ഞ കൊച്ചു കുടിലായിരുന്നു അത്.

നക്സലൈറ്റ് പ്രസ്ഥാനം തകർന്നെങ്കിലും മാറ്റങ്ങൾക്ക് വെമ്പുന്ന യുവത്വം വിപ്ലവ സ്വപ്നങ്ങൾ നെഞ്ചിലേറ്റി നടന്നിരുന്ന കാലം. അവരുടെ ചിന്തകൾക്ക് ചൂടു പകരാൻ നാടകങ്ങളും സിനിമകളും കവിതകളും പിറന്നുകൊണ്ടിരുന്നു.

അങ്ങിനെയിരിക്കെയാണ്, ജോൺ അബ്രഹാം എന്ന വഴിമാറി സഞ്ചരിക്കുന്ന കുട്ടനാട്ടുകാരനായ ചലച്ചിത്രകാരൻ കയ്യൂർ സമര ചരിത്രം സിനിമയാക്കാൻ കാസർക്കോട്ടെത്തുന്നത്.

നീണ്ട ചർച്ചകൾക്കൊടുവിൽ സിനിമയുടെ തിരക്കഥ എഴുതാൻ തിരഞ്ഞെടുത്തത് ഈ കൊച്ചുവീടായിരുന്നു.

സിനിമാ ചർച്ചകൾക്കും സംഘാടനത്തിനുമായി എഴുത്തുകാരും കലാപ്രവർത്തകരും അടങ്ങുന്ന വലിയൊരു സംഘം ഈ കൊച്ചു വീട്ടിലെത്തി.

കെ.സച്ചിദാനന്ദൻ, ബി.രാജീവൻ, നിലമ്പൂർ ബാലൻ, മധുമാഷ്, ജോയിമാത്യു, നാട്ടുഗദ്ദിക ബേബി, എ.സോമൻ തുടങ്ങിയവർ...

മുരളിമാഷുടെ ഭാര്യ സൗദാമിനി ടീച്ചർ എല്ലാവർക്കും വെച്ചു വിളമ്പി.

കോലായിൽ വിരിച്ച പുൽപ്പായയിൽ നിരന്നു കിടന്നു അവർ അന്തിയുറങ്ങി... ഒഴിഞ്ഞ വെളിമ്പറമ്പുകളിൽ പ്രാഥമിക കർമങ്ങൾ നിർവഹിച്ചു.

പഴയ ഓർമകൾ, ക്ഷോഭിച്ച കടലിലെ തിരമാലകൾപോലെ മനസ്സിൽ ഇരമ്പുന്നതുകൊണ്ടാവാം, മുരളിമാഷ് ആ പുരത്തറയും പരിസരങ്ങളും ഏറെ സമയം നിശ്ശബ്ദനായി നോക്കിനിന്നു.

"ഞാൻ പതിനഞ്ചു വർഷത്താളം താമസിച്ച വാടക വീടാണിത്... ഇന്നത്തെ ഞാൻ രൂപപ്പെട്ടത് ഇവിടുന്നാണെന്നു പറയാം. ഇതുപോലൊരു കൊച്ചു വീട്ടിലാണ് ഞാൻ ജനിച്ചത്. പക്ഷെ, ആ വീടിനേക്കാൾ എനിക്ക് ആത്മബന്ധം ഈ വീടിനോടായിരുന്നു..

ഈ പുരയിടവും ഇതിലെ ചെടികളും പുൽനാമ്പുകളും ചിതറിക്കിടക്കുന്ന ഈ മൺകട്ടകളും എന്നെ തിരിച്ചറിയുന്നു എന്ന തോന്നലാണെനിക്ക്... ദാ.. ആ മൂലയിലെ പ്ലാവും തൊട്ടടുത്ത മാവും കണ്ടില്ലേ.. ഞാൻ നട്ടവയാണത്.. മരങ്ങൾ അങ്ങിനെയാണ്.. അവ നമ്മുടെ ഓർമകൾക്ക് സാക്ഷിയും കാവലുമാകും... എന്റെ മൂത്ത മകൾ ജനിച്ചത് ഇവിടുന്നാണ്... ഞാൻ വരുമ്പോഴൊക്കെ ഇവിടെയെത്തും... അമ്മയെക്കാണാൻ വരുന്നതുപോലെ.. ഈ സ്ഥലം ഒരു ഗൾഫുകാരൻ വിലക്കുവാങ്ങി എന്നറിഞ്ഞു. ഒരു പക്ഷ, ഞാൻ അടുത്ത തവണ വരുമ്പോൾ ഇവിടെ കൂറ്റൻ മണി സൗധം ഉയരുമായിരിക്കും....

നാൽപ്പതു വർഷം മുമ്പ് ഞാനിവിടെ വരുമ്പോൾ വെറും കാട്ടുപ്രദേശമായിരുന്നു ഇത്. ചെറിയ കുടിലുകളായിരുന്നു ഇവിടെ അധികവും. മിക്കതും പുല്ലു മേഞ്ഞവ. സോപ്പും ടൂത്ത് പേസ്റ്റും കിട്ടുന്ന കടയിലേക്കുതന്നെ ഏറെ നടക്കണം... ടെലഫോൺ ഈ നാട്ടിലെവിടെയുമുണ്ടായിരുന്നില്ല. സർക്കാർ ജോലിയുള്ളവർ വളരെക്കുറവ്. ഇവിടെയുള്ള ഹൈസ്കൂളിലെ അധ്യാപകരെല്ലാം പുറത്തുള്ളവരായിരുന്നു.

ഇവിടെ എല്ലാവർക്കും കുറേ ഭൂമിയുണ്ട്. അതുകൊണ്ടു തന്നെ

കൃഷിയെ ആശ്രയിച്ച് ജീവിക്കുന്നവരായിരുന്നു മിക്കവരും... എന്നാൽ ഇപ്പോൾ നോക്കൂ; എത്ര വലിയ കോൺക്രീറ്റു വീടുകളാണ് ഉയർന്നിരിക്കുന്നത്. നമ്മളിന്നലെ താമസിച്ച ഭാസ്കരൻ മാഷുടെ വീടു കണ്ടില്ലേ. വൻ നഗരങ്ങളിൽ കാണുന്ന വീടുകളിലെ ആധുനിക സംവിധാനങ്ങളെല്ലാം അവിടെയും ഉണ്ട്. നാട്ടിലെ ചെറുപ്പക്കാരെല്ലാം വിദേശത്തും മറ്റുമായി ജോലി ചെയ്യുന്നു...".

- മടങ്ങുന്നതിനിടയിൽ മാഷ് ആരോടെന്നില്ലാതെ പറഞ്ഞു.

മാഷ് ഒരു സിഗരറ്റ് കത്തിച്ചു.

സിഗരറ്റ് പുകയുടെ ഗന്ധമേറ്റ് മൂന്നു പേരും പിന്നാലെ നടന്നു.

സിഗരറ്റിന്റെ അവസാനത്തെ പുകയും ഊറ്റി വലിച്ച് കുറ്റിയെറിയുന്നതുവരെ മാഷ് ഒന്നും സംസാരിച്ചില്ല.

ഭാസ്കരൻ മാഷുടെ വീട്ടുമുറ്റത്തെ പടർന്ന മാവിൻ ചുവട്ടിൽ, ഒരു ടീപ്പോയിക്ക് ചുറ്റുമിട്ട കസേരകളിൽ എല്ലാവരും ഇരുന്നു.

"പ്രദീപ്, നമ്മുടെ സ്കൂളിന്റെ സുവർണ ജൂബിലി സുവനീർ വ്യത്യസ്തമായ രീതിയിൽ തയ്യാറാക്കുന്നത് ഏതായാലും നല്ല ആശയമാണ്. നീ ഇന്നലെ രാത്രി സംസാരിച്ച തരത്തിൽ ചെയ്യാൻ സാധിച്ചാൽ അത് നല്ലൊരു ചരിത്രരേഖ കൂടിയാകും..' -മാഷ് വേറെ വിഷയത്തിലേക്ക് കടന്നു.

"ആദ്യ ബാച്ചിൽ നല്ല മാർക്കോടെ പാസ്സായവരിൽ മിക്കവരും എന്നെപ്പോലെ അധ്യാപകരായി. അക്കാലത്ത് അധ്യാപക വൃത്തിയാണ് നാട്ടിൻപുറത്തുകാരെസ്സംബന്ധിച്ചെടുത്തോളം പ്രാപ്യമായ മികച്ച ജോലി. ഇന്നത്തെ രീതിയിൽ ഡോക്ടറാവാനും എഞ്ചിനീയറാവാനും അക്കാലത്തൊന്നും എളുപ്പമല്ല. അതിനുള്ള വഴികളൊന്നും സാധാരക്കാരായ നാട്ടുകാർക്കറിയില്ലായിരുന്നു. ഇന്ന് കുട്ടികളെല്ലാം നന്നായി പഠിക്കുന്നവരും രക്ഷിതാക്കൾ കുട്ടികളുടെ പഠന കാര്യത്തിൽ നന്നായി ശ്രദ്ധിക്കുന്നവരുമാണ്. നന്നായി പഠിക്കുന്നവരെല്ലാം മെഡിസിനും എഞ്ചിനീയറിങ്ങിനും പോകും. ബാക്കിയുള്ളവരാണ് അധ്യാപകരും മറ്റും ആവുന്നത്.. ആദ്യ ബാച്ചിൽ അധ്യാപകരും ജീവനക്കാരുമായവരെല്ലാം ഇന്ന് സാമ്പത്തിക ഭദ്രതയോടെ വിശ്രമ ജീവിതം നയിക്കുന്നു.അവരുടെ മക്കളെല്ലാം നല്ല നിലയിലെത്തി... പക്ഷെ, അവരുടെ ജീവിതമൊന്നും അനുഭവ സമ്പന്നമല്ല. ശാന്തമായ കടലിൽ കപ്പലോടിക്കുന്ന നാവികരെപ്പോലെ.

എന്നാൽ.. കാറ്റും കോളും കൊണ്ട് ക്ഷോഭിച്ച കടലിൽ കപ്പലോടിക്കാൻ പാടുപെട്ടവർ.. കപ്പലോടെ നടുക്കടലിൽ മുങ്ങിപ്പോയവർ.. ന

ടുക്കടലിൽ നിന്നും കരകയറാൻ ഇപ്പോഴും നീന്തിക്കൊണ്ടിരിക്കുന്നവർ..ഇത്തരക്കാരെല്ലാം ആ ബാച്ചുകാരിലുണ്ട്.. അവരുടെ ജീവിതമാണ് അന്വേഷിക്കേണ്ടത്... നമ്മൾ കൂലോത്ത് ഭാസ്കരന്റെ അനുഭവങ്ങൾ ചർച്ച ചെയ്തില്ലേ... പഠനത്തിൽ ഒന്നാമനായിരുന്നു അവൻ. അവനെപ്പോലെ തീക്ഷ്ണമായ അനുഭവങ്ങളുള്ളവർ കുറച്ചു പേരെങ്കിലുമുണ്ട്.. ഞങ്ങളുടെ ബാച്ചിൽ പെൺകുട്ടികൾ കുറവായിരുന്നു ഇവരിൽ ലാലിലകത്ത് ഫാത്തിമയുടെ അനുഭവങ്ങൾ അറിഞ്ഞാൽ ആരും നടുങ്ങിപ്പോവും... ഞാൻ എഴുതാനാലോചിക്കുന്ന നാടകത്തിലെ ഒരു കഥാപാത്രത്തിന് അവരുടെ ഛായയുണ്ടാവും... ക്ലാസിലെ ഏറ്റവും സുന്ദരിയായിരുന്നു അവൾ. നന്നായി പഠിക്കും. പാട്ടു പാടും. എഴുതും. സ്കൂൾ കലോൽസവങ്ങളിലെല്ലാം സജീവമായിരുന്നു... അതുപോലെ വിചിത്രമായ ജീവിതം നയിക്കുന്ന ആളാണ് രയരോത്ത് പ്രഭാകരൻ ഇപ്പോഴും എന്റെ അടുത്ത സുഹൃത്താണ്. പഠനകാര്യത്തിൽ ക്ലാസിലെ ഏറ്റവും പിന്നിലായിരുന്നു അവൻ. പക്ഷെ, അവനിന്ന് കോടീശ്വരനാണ്... ലോകം ചുറ്റി ജീവിതം ആസ്വദിക്കുന്നു...".

"നമുക്ക് മാഷിലേക്കുതന്നെ വരാം..എഴുപതുകളിൽ കേരളത്തിൽ ശക്തമായി വേരോട്ടമുണ്ടായിരുന്ന ഇടതു തീവ്രവാദം.. അതിന്റെ തുടർച്ചയായ ജനകീയ സാംസ്കാരിക വേദി... എന്നിവയുമായി മാഷ് എങ്ങിനെയാണ് ബന്ധപ്പെട്ടത്...?" പ്രദീപ് താൻ എത്തിയതിന്റെ ഉദ്ദേശ്യത്തിലേക്ക് കടന്നു.

"എനിക്ക് ഇടത് തീവ്രവാദവുമായി ഒരിക്കലും ബന്ധമുണ്ടായിരുന്നില്ല. ഞാൻ എല്ലാതരം തീവ്രവാദത്തോടും അന്നും ഇന്നും എതിരാണ്. എന്നാൽ ജനകീയ സാംസ്കാരിക വേദിയുമായി നേരിയ ബന്ധമുണ്ടായിരുന്നു. കൃത്യമായിപ്പറഞ്ഞാൽ വേദിയുടെ സംഘാടകരായിരുന്ന കവിയൂർ ബാലൻ, കെ. സച്ചിദാനന്ദൻ, ബി. രാജീവൻ തുടങ്ങിയവരുമായി. സാംസ്കാരിക വേദിയുടെ പ്രവർത്തകരെല്ലാം നല്ല വായനക്കാരായിരുന്നു. അങ്ങിനെയാണ് അവരുമായി ബന്ധം വരുന്നത്... നാടകകൃത്ത്.. നിരൂപകൻ.. തിരക്കഥാകൃത്ത് എന്നിങ്ങനെയൊക്കെ ആളുകൾ എന്നെ വിശേഷിപ്പിക്കാറുണ്ട്.. എന്നാൽ ഞാനൊരു വായനക്കാരനാണ്. എഴുത്തൊക്കെ വായനയുടെ ഉപോൽപ്പന്നമായാണ് ഞാൻ കാണുന്നത്... പിന്നെ, എന്റെ ആത്മാവിഷ്കാരത്തിനുള്ള മാധ്യമമായി ഇപ്പോഴും കാണുന്നത് നാടകങ്ങളെയാണ്.."

"അതിരിക്കട്ടെ... കയ്യൂർ സംഭവത്തെക്കുറിച്ച് സിനിമ നിർമിക്കാൻ മൃണാൾസൻ എത്തുന്നു..ജോൺ അബ്രഹാമും പിന്നീട് ഇതേ ഉദ്ദേശ്യ

വുമായി കാനടുക്കത്തെത്തി മാഷോടൊപ്പം ക്യാമ്പു ചെയ്യുന്നു..ഒടുവിൽ ഇതിലൊന്നും പെടാത്ത ലെനിൻ രാജേന്ദ്രൻ. മീനമാസത്തിലെ സൂര്യൻ" എന്ന പേരിൽ ഈ വിഷയത്തെക്കുറിച്ച് ഒന്നാം തരം സിനിമയെടുക്കുന്നു... ജോൺ അബ്രഹാമിന്റെ സുഹൃത്ത് എന്ന നിലയിലും ആ സംരംഭവുമായി സഹകരിച്ച ആൾ എന്ന നിലയിലും പറയാമോ എന്തുകൊണ്ട് അന്ന് ഈ സംരംഭം നടന്നില്ല..?'

കുറേ സമയം ആലോചിച്ച ശേഷം മാഷ് ഒരു ഗോൾഡ് ഫ്ളെയിക്കിന് തീക്കൊളുത്തി.

രണ്ടു മൂന്നു വട്ടം പുക വലിച്ചെടുത്ത് പുറത്തു വിട്ട ശേഷം പതുക്കെ സംസാരിച്ചു തുടങ്ങി;

"ഒരു ജേണലിസ്റ്റിന്റെ രീതിയിലാണ് പ്രദീപിന്റെ ചോദ്യമെങ്കിലും അനൗപചാരികമായി സംസാരിക്കാനാണ് എനിക്കിഷ്ടം... ഞാൻ ആ കഥകളൊക്കെ ചില സന്ദർഭങ്ങളിൽ പറയുകയും എഴുതുകയും ചെയ്തിട്ടുണ്ട്.. ജീനിയസ്സായ അരാജക വാദിയായിരുന്നു ജോൺ.. ലഹരിക്കടിപ്പെട്ട ആ അരാജക ജീവിതമാണ്, ചരിത്രമായേക്കാവുന്ന ആ സിനിമയെടുക്കുന്നതിൽ നിന്നും അദ്ദേഹത്തെത്തന്നെ വിലക്കിയത്...

കസാൻ ദ് സാക്കീസിന്റെ കൃതികൾ വിപ്ലവാശയക്കാരിൽ ലഹരിയായി പടരുന്ന കാലമായിരുന്നു അത്. ഞാൻ ഉൾപ്പെടെയുള്ള വായനക്കാരെ അദ്ദേഹത്തിന്റെ കൃതികൾ അത്രയേറെ ത്രസിപ്പിച്ചിരുന്നു.. പ്രത്യകിച്ചും 'സോർബ ദി ഗ്രീക്ക്' പോലുള്ള രചനകൾ...

കാസർകോട്ട് രണ്ട് അധ്യാപക സുഹൃത്തുക്കൾ താമസിച്ചിരുന്ന 'ഖസാക്ക്' എന്ന ലോഡ്ജിലേക്കാണ് ജോൺ എത്തുന്നത്.

ജോണിനെ കാണാൻ പിന്നീടാണ് ഞാൻ അവിടെ ചെന്നത്. ഞാനെത്തുമ്പോൾ ജോൺ മദ്യലഹരിയിൽ ലോഡ്ജിന്റെ വാതിൽപ്പടിയിൽ ഇരിക്കുന്നു. തുടർച്ചയായി ബീഡി വലിക്കുന്നുണ്ട്.

അദ്ദേഹം ധരിച്ച, കീറിത്തുടങ്ങിയ ജീൻസും ബട്ടനുകൾ നഷ്ടമായ ഷർട്ടും ചുരുങ്ങിയത് ഒരാഴ്ചയെങ്കിലുമായിട്ടുണ്ടാവും ജലസ്പർശമേറ്റിട്ട്.

പിന്നീടും അലസവും മുഷിഞ്ഞതുമായ വേഷത്തിലേ ഞാൻ ജോണിനെ കണ്ടിട്ടുള്ളൂ.

ഞങ്ങൾ പേരുകൊണ്ട് പരസ്പരമറിയുമെങ്കിലും കാണുന്നതാദ്യം.

ദസ്തയേവ്സ്കിയുടെ 'ബ്രദേഴ്സ് കാരമസോവി' നെക്കുറിച്ചാണ് അദ്ദേഹം സംസാരിച്ചു തുടങ്ങിയത്. ആ നോവൽ വായിച്ചിട്ടുണ്ടോ എന്ന് എന്നോടാരാഞ്ഞു. ഉണ്ട് എന്ന് പറഞ്ഞപ്പോൾ ജോണിന് ആവേ

ശമായി. സങ്കീർണമായ ആ കൃതിയുടെ ഉള്ളടക്കം ജോൺ പത്തുമിനിട്ടുകൊണ്ടു പറഞ്ഞു... സിനിമയെക്കുറിച്ചു മാത്രമല്ല, വിശ്വസാഹിത്യത്തിലും ജോണിനുള്ള അവഗാഹം അന്നെനിക്ക് ബോധ്യമായി... ഞാനും അന്ന് ആ ലോഡ്ജിൽ താമസിച്ചു.

അക്കാലത്ത് പട്ടച്ചാരായമാണ് ജനകീയ മദ്യം.

നഗരങ്ങളിൽപ്പോയി വിദേശ മദ്യം വാങ്ങാനുള്ള സാമ്പത്തിക ശേഷിയൊന്നും ജോണിനോ ഞങ്ങൾക്കോ ഉണ്ടായിരുന്നില്ല. അതിനാൽ ജോണിനെ സൽക്കരിക്കാൻ പട്ടച്ചാരായം സംഘടിപ്പിച്ചു. പിന്നെ നാടൻ വാറ്റുചാരായവും. രാത്രി ഭക്ഷണത്തിന് കുറച്ച് ചിക്കൻ വാങ്ങിയിരുന്നു.ലഹരി മൂത്തപ്പോൾ ജോൺ തന്നെ പാചകത്തിന്റെ ചുമതലയേറ്റെടുത്തു. പഴയൊരു മണ്ണെണ്ണ സ്റ്റൗ ഉപയോഗിച്ചായിരുന്നു പാചകം. ഇറച്ചി വേവാറായപ്പോൾ വെളിച്ചെണ്ണയാണെന്ന് കരുതി ഒഴിച്ചത് കുപ്പിയിൽ കരുതിയ മണ്ണെണ്ണ.

പാത്രമാകെ ആളിക്കത്തി. പക്ഷെ, ജോൺ അങ്ങിനെ എളുപ്പത്തിൽ കീഴടങ്ങുന്ന ആളായിരുന്നില്ല. മണ്ണെണ്ണയിൽ മുങ്ങിയ ചിക്കൻ ഓരോ കഷണം ജോൺ എല്ലാവരെക്കൊണ്ടും തീറ്റിച്ചേ അടങ്ങിയുള്ളൂ”

മുരളി മാഷ് നിർത്താതെ ചിരിച്ചു.

ചിരിയിൽ എല്ലാവരും പങ്കാളികളായി.

ചിരിക്കിടയിൽ മാഷ് ശക്തിയായി ചുമച്ചു... പിന്നെ ഷർട്ടിന്റെ പോക്കറ്റിൽ നിന്ന് സിഗരറ്റുപെട്ടിയും മടിക്കുത്തിൽ തിരുകിവെച്ച തീപ്പെട്ടിയുമെടുത്ത് തൊടിയിലേക്ക് നടന്നു.

ഭാസ്കരൻ മാഷുടെ ഭാര്യ ശാന്ത ടീച്ചർ ട്രേയിൽ ചായയും ലഘു പലഹാരങ്ങളുമായെത്തി.

ട്രേ ടീപ്പോയിയിൽ വെച്ച് എല്ലാവരെയും ചായ കുടിക്കാൻ ക്ഷണിച്ചു.

ഭാസ്കരൻ മാഷ് മാർക്കറ്റിൽ പോയിരിക്കുകയാണെന്ന് ടീച്ചർ പറഞ്ഞു.

സിഗരറ്റ് വലിച്ച് തീർന്ന ശേഷം മാഷ് തിരിച്ചെത്തി.

“നമുക്കിനി പഴയ വിഷയത്തിലേക്ക് തിരിച്ചു വരാം... കണ്ണാടിപ്പൊയിൽ ഹൈസ്കൂൾ ജീവിതം എങ്ങിനെയൊക്കെയാണ് മാഷെ സ്വാധീനിച്ചത്..?”

“എന്റെ ഭാഷാ സ്വാധീനം വിപുലപ്പെട്ടത് ഹൈസ്കൂളിൽ നിന്നാണ്. പ്രത്യകിച്ച് ഇംഗ്ലീഷിൽ. ഹൈസ്കൂളിൽ എനിക്ക് പ്രഗല്ഭരായ രണ്ട് അധ്യാപകരെക്കിട്ടി. ഇംഗ്ലീഷ് പഠിപ്പിച്ച കരുണാകരക്കുറുപ്പുമാഷും

മലയാളം പഠിപ്പിച്ച പത്മനാഭൻമാഷും. വിശ്വ സാഹിത്യവുമായി ഞാൻ അടുക്കുന്നത് ഹൈസ്കൂൾ ക്ലാസിൽ നിന്നാണ്. ഇംഗ്ലീഷിൽ അതിനുള്ള അടിത്തറയുണ്ടായത് കുറുപ്പുമാഷുടെ ക്ലാസിൽ നിന്നാണ്. അതുപോലെ, വിപുലമായ വായനക്ക് പ്രേരണ നൽകുന്നതായിരുന്നു പത്മനാഭൻമാഷുടെ ക്ലാസ്... കുട്ടികൾക്ക് ഓരോ വിഷയത്തിലും താത്പര്യം ജനിക്കുന്നതിൽ അധ്യാപകർക്ക് വലിയ പങ്കുണ്ട്...

ഹൈസ്കൂൾ ജീവിതത്തിൽ മറക്കാനാവാത്ത മറ്റൊരുകാര്യം, കണ്ണാടിപ്പൊയിൽ ബസാറിൽ പ്രവർത്തിച്ചിരുന്ന സിനിമാ തിയേറ്ററാണ് -ന്യൂ ഭാരത് ടാക്കീസ്.

വലിയ നഗരങ്ങളിൽ മാത്രമേ അക്കാലത്ത് സിനിമാ തിയേറ്റർ ഉണ്ടായിരുന്നുള്ളൂ. ഓണത്തിനും വിഷുവിനുമൊക്കെ അപൂർവം ചിലർ നഗരങ്ങളിൽ പോയി സിനിമ കണ്ടു.

നാട്ടിൽ സിനിമാ ടാക്കീസ് വന്നതോടെ ഞങ്ങൾക്കെല്ലാം സിനിമാ ഭ്രാന്തായി. എങ്ങിനെയെങ്കിലും പൈസ സംഘടിപ്പിച്ച് സിനിമ കാണാൻ പോകും. മൂന്ന് തരം സീറ്റുകളായിരുന്നു ടാക്കീസിൽ. ഏറ്റവും മുന്നിൽ മണൽ നിരത്തിയിട്ടത്. അതാണ് തറ ടിക്കറ്റ്. ഇരുപത്തിയഞ്ചു പൈസയായിരുന്നു തറ ടിക്കറ്റിന്റെ നിരക്ക്. തൊട്ടു പിന്നിൽ ബഞ്ച്.നിരക്ക് അമ്പത് പൈസ. ഏറ്റവും പിറകിൽ കസേര. ചാർജ് ഒരു രൂപ. കസേര ടിക്കറ്റെടുത്തവരെ തറ ടിക്കറ്റുകാർ അസൂയയോടെയും ആദരവോടെയും നോക്കും..." -മുരളിമാഷ് കുറേ സമയം നിർത്താതെ ചിരിച്ചു... പിന്നെ ഒരു സിഗരറ്റിനു കൂടി തീക്കൊളുത്തി.. പതുക്കെ എഴുന്നേറ്റ് തൊടിയിലേക്ക് നടന്നു.

മാർക്കറ്റിലേക്കുപോയ ഭാസ്കരൻ മാഷുടെ കാർ തിരിച്ചെത്തി.

കാറിന്റെ ശബ്ദം കേട്ടപ്പോൾ ശാന്ത ടീച്ചർ പുറത്തേക്കുവന്നു.

"ഓ.. മാർക്കറ്റിൽ പോയ നിങ്ങളെയും കാത്തുനിന്നു ഞാൻ മടുത്തു... എത്ര നേരമായി... അടുക്കളയിലെ എന്റെ ജോലി മുഴുവൻ ബാക്കി.."

- വൈകിയെത്തിയ ഭർത്താവിനോട് പരിഭവിക്കുന്നതിനിടയിൽ, തുറന്നു വെച്ച കാറിന്റെ ഡിക്കിയിൽ നിന്ന് സാധനങ്ങൾ നിറച്ച സഞ്ചിയുമെടുത്ത് ശാന്ത ടീച്ചർ അടുക്കളയിലേക്കുപോയി.

സത്യരാജും മുരളിയും കാറിനടുത്തു ചെന്നു.

കാറിന്റെ പിൻ സീറ്റിൽ നിന്ന് ഒരു ബിഗ് ഷോപ്പർ ഭാസ്കരൻ മാഷ് അവരെ ഏൽപ്പിച്ച ശേഷം പറഞ്ഞു:

"സിവിലിൽ ഭയങ്കര തിരക്കാണ്.. അതാ ഇത്ര വൈകിയത്..സാധാര

ണ ക്യൂ നിൽക്കാൻ വിളിക്കുന്ന ബംഗാളി പയ്യനെ അവിടെയൊന്നും കാണാനില്ല.. പിന്നെ എങ്ങിനെയെല്ലാമോ സംഘടിപ്പിച്ചു.. അതാ ലേറ്റായത്.. നിങ്ങൾ ബോറടിച്ചിട്ടുണ്ടാവും അല്ലേ..."

"പ്രദീപ് മുരളി മാഷെ ഇന്റർവ്യു ചെയ്യലല്ലേ... നമ്മൾ കഥ കേട്ടിരുന്നു.. നല്ല രസമുണ്ട്..' -സത്യരാജ് പറഞ്ഞു.

"എന്നാൽ ഞാൻ പോയി ഗ്ലാസെടുത്തിട്ടു വരാം.."

-ഭാസ്കരൻ മാഷ് അകത്തേക്കുപോയി.

മുരളിമാഷ് സിഗരറ്റ് പുകച്ചു കഴിഞ്ഞ ശേഷം തിരിച്ചെത്തി.

പ്രദീപ് അൽപ്പം അകലെ മാറി നിന്ന് ഫോണിൽ സംസാരിക്കുകയായിരുന്നു.

ടീപ്പോയിൽ നിരത്തിവെച്ച ഗ്ലാസിൽ മദ്യവും സോഡയും ആഹ്ലാദത്തോടെ സംഗമിച്ചു.

പ്ലേറ്റുകളിൽ കപ്പലണ്ടിപ്പരിപ്പും സലാഡും പുഞ്ചിരി തൂകി.

ഓരോരുത്തരും അവരവരുടെ ഗ്ലാസുകൾ വേഗത്തിൽ കാലിയാക്കി.

"മാഷ് നേരത്തെ നാട്ടിലെ സിനിമാ ടാക്കീസിന്റെ കഥ പറഞ്ഞില്ലേ..അതുപോലെത്തന്ന്യാ ഇവിടുത്തേം കഥ...'- സത്യരാജ് അനുബന്ധ കഥ പറഞ്ഞു;

"..നീലേശ്വരത്ത് പണ്ട് അശോകാ ടാക്കീസുണ്ടായിരുന്നു.ഞാൻ ആദ്യമായി സിനിമ കണ്ടത് അവിടുന്നാ... 'നായർ പിടിച്ച പുലിവാല് '..അന്നെനിക്ക് ആറ് വയസ്സ്...വലിയമ്മ ഉക്കത്തെടുത്താ എന്നെക്കൊണ്ടുപോയത്...".

"ഫസ്റ്റ് ഷോ കാണാനാണ് നാട്ടുകാർ അധികവും പോയിരുന്നത്' മുരളിമാഷ് വീണ്ടും ഓർമയിലേക്ക് പോയി;

"നാട്ടിൽ നിന്ന് ടാക്കീസിലെത്താൻ നാലു കിലോ മീറ്ററോളം നടക്കണം. ഓലച്ചൂട്ടിന്റെ വലിയ കെട്ടുമായാണ് സിനിമക്ക് പോവുക. ചൂട്ട് കരുതിയില്ലെങ്കിൽ തമ്പാൻ നമ്പ്യാരുടെ ചായക്കടയിൽ നിന്ന് വാങ്ങും.ഒരു ഓലച്ചൂട്ടിന് വില അഞ്ചു പൈസ... കണ്ണാടിപ്പൊയിലിൽ ടാക്കീസ് വരുന്നതിന് മുമ്പുതന്നെ ചലച്ചിത്ര ഗാനങ്ങൾ എന്റെ ഇഷ്ടങ്ങളിൽ ഒന്നായിരുന്നു. രണ്ട് ബാറ്ററി ഉപയോഗിച്ച് പ്രവർത്തിക്കുന്ന മർഫി കമ്പനിയുടെ ചെറിയൊരു റേഡിയോ വീട്ടിലുണ്ടായിരുന്നു. അതിൽ നിന്ന് ചലച്ചിത്രഗാനങ്ങൾ പതിവായി കേട്ടു.. പി. ഭാസ്കരനും ബാബുരാജും യേശുദാസും ജാനകിയും എനിക്ക് അന്നേ പ്രിയപ്പെട്ടവരായി.. പി.ഭാസ്കരന്റെ പ്രണയഗാനങ്ങൾ എന്റെ കൗമാര മനസ്സിനെ

മോഹിപ്പിച്ചു ”

ഇതിനിടയിൽ ഒരുവട്ടം കൂടി എല്ലാവരുടേയും മുന്നിലെ ഗ്ലാസുകൾ കാലിയായി.

“നിങ്ങൾക്ക് ഇതുമാത്രം മതിയോ.. വിശക്കുന്നുണ്ടാവില്ലേ... ഭക്ഷണം റെഡി.. സമയം രണ്ടു മണിയോടടുത്തു...”- ശാന്ത ടീച്ചർ അടുത്തേക്ക് വന്ന് ക്ഷണിച്ചു.

“ദാ.. ഇപ്പോ വരാം.. നീ എല്ലാം എടുത്ത് വെക്ക്..” -ഭാസ്കരൻ മാഷ് ഭാര്യയോട് നിർദേശിച്ചു.

“ഒരു റൗണ്ടിനു കൂടി ബാക്കിയുണ്ട്..ഇത് തീർത്തിട്ടുപോകാം...”

-കുപ്പി ഉയർത്തിപ്പിടിച്ച് നോക്കിയ ശേഷം മുരളി പറഞ്ഞു.

“എനിക്കു മതി...വണ്ടിയോടിച്ചു പോകാനുള്ളതാ..”

-പ്രദീപ് കസേരയിൽ നിന്ന് എഴുന്നേറ്റു.

“ഭക്ഷണം കഴിച്ച് നന്നായിയൊന്ന് ഉറങ്ങി കുളിച്ച് ചായ കൂടി കുടിച്ച് പോയാ മതി... ധൃതിയൊന്നുമില്ലല്ലോ... രണ്ടര മണിക്കൂർ കൊണ്ട് നാടു പിടിക്കാമല്ലോ..”

കുപ്പിയിൽ ബാക്കി വന്നത് പങ്കിടുന്നതിനിടയിൽ സത്യരാജ് പോം വഴി നിർദേശിച്ചു.

“ഇടയ്ക്കിടെ ഇങ്ങിനെയെത്തുന്ന അതിഥികളെ സൽക്കരിക്കുന്നതിന് ടീച്ചറെ സഹായിക്കാൻ അടുക്കളയിൽ ആരെങ്കിലുമുണ്ടോ..?”-പ്രദീപ് അന്വേഷിച്ചു.

“ടീച്ചർക്ക് അതൊന്നും ഒരു പ്രശ്നമേയല്ല.. എത്ര പേർ വന്നാലും ഭക്ഷണത്തിന്റെ കാര്യത്തിൽ ഒരു ബുദ്ധിമുട്ടും ഉണ്ടാവാറില്ല...” -മുരളിമാഷാണ് മറുപടി പറഞ്ഞത്.

“നിങ്ങൾ രണ്ടു പേർ മാത്രമാണോ ഇവിടെ താമസം..?” ഭാസ്കരൻ മാഷോട് പ്രദീപ് അന്വേഷിച്ചു.

“ആറു മാസം മുമ്പാണ് ഇളയ മകന്റെ കല്ല്യാണം കഴിഞ്ഞത്.. അവനും ഭാര്യയും ബാംഗ്ലൂരിൽ ഐ.ടി.രംഗത്താണ്... വേറൊരു മകനും മകളും കുടുംബസമേതം ഗൾഫിൽ... ഞാൻ റിട്ടയർ ചെയ്തിട്ട് അഞ്ചു വർമായി. ഭാര്യ കഴിഞ്ഞ വർഷവും.. ഈ സ്കൂളിൽ നിന്നാണ് രണ്ടു പേരും വിരമിച്ചത്... ഇപ്പോൾ നമ്മൾ രണ്ടു പേരേ താമസമുള്ളൂ.. ഇടക്കിടെ പഴയ ചങ്ങാതിമാരൊക്കെ വരും. ഇങ്ങിനെ കൂടി വർത്തമാനം പറയും. ഇതിലൊക്കെയേ ഉള്ളൂ ഇപ്പോളൊരു സുഖം.. മക്കളെല്ലാം നല്ല നിലയിലായാൽ രക്ഷിതാക്കളുടെ കഷ്ടകാലം തുടങ്ങും.. അവർ നിത്യവും വിളിച്ച് അച്ഛന്റെയും അമ്മയുടെയും ബി.പിയും ഷുഗറും കൊളസ്

ട്രോളുമൊക്കെ അന്വേഷിക്കും... തീരെ വയ്യാതായാൽ ഹോം നഴ്സിനെയും ഏർപ്പാടാക്കിക്കൊടുക്കും... പേരക്കുട്ടികളെ ലാളിക്കാനും മക്കളോടൊത്ത് ജീവിക്കാനും അത്തരക്കാർക്ക് വിധിയില്ല... പടച്ചോൻ സഹായിച്ച് ഇപ്പോൾ നമ്മുടെ ആരോഗ്യത്തിന് കുഴപ്പമൊന്നുമില്ല... ഞാനിപ്പൊഴും തോട്ടത്തിൽ പണിയെടുക്കും.. അഞ്ചാറു കിലോ മീറ്റർ രാവിലെ നടക്കും.. രാത്രി രണ്ടു പെഗ്ഗ് അടിക്കും..."

-ഭാസ്കരൻ മാഷ് നന്നായി കുഴഞ്ഞിരുന്നു.

ശാന്ത ടീച്ചറുടെ വിളി വീണ്ടും കേട്ടപ്പോൾ എല്ലാവരും എഴുന്നേറ്റ് വീട്ടിനുള്ളിലേക്ക് നടന്നു.

അധ്യായം-9

നാടിന്റെ ഗന്ധം

"എന്ത് ഉറക്കമാണെടാ ഇത് ..നിനക്ക് ചായയൊന്നും വേണ്ടേ..കുറേ നേരമായി വിളിക്കുന്നു.."

അമ്മയുടെ ശകാരം കേട്ട ശേഷമാണ് പ്രദീപ് ഉറക്കമുണർന്നത്.

"നീ വന്നിട്ടുണ്ടെന്നറിഞ്ഞ് ലാന്റ് ഫോണിൽ ആരൊക്കെയോ വിളിച്ചിരുന്നു..നിന്റെ മാമനും.. നിന്റെ അച്ഛനും അന്വേഷിച്ചു.. ഇന്ന് ജൈവകൃഷിയുടെ വിളവെടുപ്പല്ലേ.. പഞ്ചായത്തു പ്രസിഡന്റൊക്കെ വരുന്നുണ്ട്."

പ്രദീപ് ചുവരിലെ ക്ലോക്ക് നോക്കി.

ഒൻപതു മണി കഴിഞ്ഞിരിക്കുന്നു.

പുറത്തു നല്ല വെയിൽ പരന്നു.

ബാത്ത് റൂമിൽ പോയി മുഖം കഴുകി വരുമ്പോഴേക്കും അമ്മ ചായയുമായെത്തി.

ചായക്കപ്പുമായി പ്രദീപ് മുറ്റത്തിറങ്ങി.

മുറ്റത്തോട് ചേർന്നൊരുക്കിയ കൊച്ചു പൂന്തോട്ടത്തിൽ പലതരം റോസുകളും മല്ലികയും തെച്ചിയും പൂത്തുലഞ്ഞു നിൽക്കുന്നു.

കോലായിൽ നിരത്തിവെച്ച ചട്ടികളിലും പലതരം ചെടികൾ പുഞ്ചിരിക്കുന്നു.

കഴിഞ്ഞ തവണ നാട്ടിൽ വരുമ്പോൾ ഇല്ലാത്ത കുറേത്തരം ചെടികൾ ഇപ്പോഴുണ്ട്.

അച്ഛൻ എത്ര ശ്രദ്ധയോടെയാണ് ചെടികളെ പരിചരിക്കുന്നത്.

ചേച്ചി സ്കൂളിലേക്ക് പോകാൻ ഇറങ്ങി.

കുട്ടികളെ സ്കൂൾ ബസ്സിൽ നേരത്തെ വിട്ടിട്ടുണ്ടാവും.

സ്കൂട്ടിയിൽ കയറാൻ നോക്കുന്നതിനിടെ, ഒരു കള്ളച്ചിരിയോടെ ചേച്ചി പ്രദീപിനെ അടുത്തേക്ക് വിളിച്ചിട്ട് പറഞ്ഞു;

"എടാ.. ഒരു ഗുഡ്ന്യൂസ് അറിയിച്ചാൽ നീ എനിക്കെന്തു തരും..?"

"അത് ന്യൂസിന്റെ സ്വഭാവം പോലെ.. അതൊരു എക്സ്ക്ലൂസീവ് ന്യൂസാണെങ്കിൽ എത്രയും ചെലവാക്കാം.."

"ശരിക്കും പറ..എന്തു തരും..?"

"എന്റെ ചേച്ചീ.. നീ നേരെച്ചൊവ്വേ കാര്യം പറ.."

"നല്ല വാർത്തയാണെങ്കിൽ എനിക്കൊരു ചൂരിദാർ വാങ്ങിത്തരുമോ..?"

"നോക്കാം.."

"ഷുവർ..?"

"ഷുവർ."

"എന്നാൽ... നിന്റെ ഡൽഹി സുൽത്താനയെ കെട്ടിക്കോളാൻ അച്ഛനും അമ്മയും സമ്മതിച്ചു.."

"എന്റെ ഭഗവാനെ നീയെന്തിന് ഇപ്പൊഴേ പറഞ്ഞൂ... ഞാൻ പറഞ്ഞില്ലേ പിന്നീട് അറിയിച്ചാൽ മതിയെന്ന്.."

"ആദ്യം അവർക്കൊന്നും ഇഷ്ടമായിരുന്നില്ല... ഒടുവിൽ ഞാൻ സത്യേട്ടനെക്കൊണ്ട് പറയിച്ചതാ.. എപ്പോഴായാലും പറയണ്ടേ.."

"ഛെ.. ആകെ ചമ്മലായല്ലോ... ഞാനിപ്പോ എങ്ങിനെ അവരുടെ മുഖത്ത് നോക്കും.."

"മോനെന്നാല്.. അച്ഛന്റെയും അമ്മയുടെയും മുഖത്തു നോക്കാതെ ഇനി നടന്നോ..."

"പിന്നേ.. മാമൻ വന്നിട്ടും കണ്ടു കിട്ടുന്നില്ലെന്ന പരാതിയാ പിള്ളേർക്ക്..നിനക്കൊന്നിനും സമയമില്ലല്ലോ..."

"അവരുടെ പരാതി പരിഹരിക്കാം. ഞായറാഴ്ച അവരെയും കൂട്ടി സിനിമയ്ക്ക് പോയ്കളയാം.. ചെറിയൊരു ഷോപ്പിങ്ങും... പിള്ളേരുടെ പഠിത്തമെങ്ങിനെ...?'

"അശ്വതി നന്നായി പഠിക്കും... ക്ലാസിൽ അവളാ എല്ലാറ്റിലും ഫസ്റ്റ്... അശ്വന്തിന് കളിയും കമ്പ്യൂട്ടർ ഗെയിമും മാത്രേ ഉള്ളൂ.. പറഞ്ഞാലൊന്നും അനുസരിക്കൂല.... വൈകുന്നേരം വന്നാ നല്ലോണം ഉപദേശിച്ചോ..."

പ്രീതയുടെ സ്കൂട്ടി കണ്ണാടിപ്പൊയിൽ ഹയർ സെക്കന്ററി സ്കൂൾ ലക്ഷ്യമാക്കി കുതിച്ചു പാഞ്ഞു.

പ്രദീപ് ബാത്ത് റൂമിൽ കയറി.

ബാത്ത് റൂമിൽ നിന്ന് മടങ്ങി വന്ന പ്രദീപിനോട് അമ്മ ചോദിച്ചു;

"എന്താ ചേച്ചിയും അനിയനും ചേർന്ന് മുറ്റത്തുനിന്നൊരു കുശു

കുശുപ്പ്..."

ചായ കഴിക്കാൻ മേശക്കരികിൽ ഇരുന്ന പ്രദീപ് ചിരിക്കുക മാത്രം ചെയ്തു.

"മോനേ നമ്മളൊക്കെ തറവാട്ടുകാരല്ലേ.. അന്യ മതത്തിൽ നിന്ന് ഒരു പെൺകുട്ടിയെ കല്ല്യാണം കഴിച്ചാൽ കുടുംബത്തിൽ അതൊരു നാണക്കേടല്ലേ..."

"എന്താണമ്മേ ഈ പറയുന്നത്.. ഈ തറവാടിത്തം എന്നൊക്കെ പറയുന്നത് ഒരു തരം ഫ്യൂഡൽ ചിന്താഗതിയല്ലേ... ഞാൻ ചോദിക്കട്ടെ, അമ്മയുടെ രണ്ട് കാരണവൻമാർ മുന്ന് പേരെ വീതം കല്ല്യാണം കഴിച്ചിട്ടില്ലേ.. ഒഴിവാക്കിയ ഭാര്യമാർക്കും മക്കൾക്കും ചിലവിന് കൊടുക്കാതിരിക്കാൻ സ്വത്ത് വിറ്റുപോലും കേസ് നടത്തിയില്ലേ... മൂത്ത കാരണവരുടെ മകൻ ക്രിസ്ത്യാനിപ്പെണ്ണിനെ കല്ല്യാണം കഴിച്ചില്ലേ.. അതൊക്കെ നിങ്ങളീപ്പറയുന്ന തറവാടിത്തത്തിന് ചേർന്നതാണോ..?'

"മോനേ.. നിന്നോട് തർക്കിച്ചു ജയിക്കാനൊന്നും എനിക്കാവില്ല... ജാതിയും മതവും നോക്കുന്നതുകൊണ്ടല്ല... പത്രത്തില് കാണുന്നില്ലേ ഇടക്കിടെ ഓരോ വാർത്തകള്... ലൗ ജിഹാദ്... സദാചാര ഗുണ്ടാ ആക്രമണം എന്നൊക്കെ.. ഈ നാടൊന്നും പണ്ടത്തെ നാടല്ല.. നിന്നെ ആരെങ്കിലും.. എന്തെങ്കിലും ഉപദ്രവിച്ചാലോ എന്നാ എല്ലാവർക്കും പേടി.. നിന്റെ മാമൻ വിളിച്ചതും ഇക്കാര്യം പറയാനായിരിക്കും..'

"നാട്ടിൽ പണിയൊന്നുമില്ലാത്ത തെണ്ടിപ്പിള്ളേർ എന്തെങ്കിലും തെമ്മാടിത്തം കാണിക്കുന്നെന്നുവെച്ച് ഈ രാജ്യത്തുമുഴുവൻ അങ്ങിനെയൊന്നുമില്ല... ജോലിയെടുത്ത് ജീവിക്കുന്നവർക്ക് ആരൊക്കെ, ഏതൊക്കെ സമുദായക്കാരെയാണ് കല്ല്യാണം കഴിക്കുന്നതെന്ന് അന്വേഷിക്കാൻ സമയവും താൽപ്പര്യവുമില്ല.. നമ്മുടെ നാട്ടിൽ ഏതെങ്കിലും ഒരു ഈർക്കിളി സംഘടന ആഹ്വാനം ചെയ്താൽ മതി ബന്ദും ഹർത്താലുമായി... ഡൽഹിയിൽ ഏത് പാർട്ടി ഹർത്താലിനാഹ്വാനം ചെയ്താലും ആരും ഗൗനിക്കില്ല.. അവിടെ ജീവിക്കാനായി തൊഴിൽ തേടി വന്നവരാണ് അധികവും. വെറുതെ കളയാൻ സമയമില്ല... അമ്മ പേടിക്കാതിരിക്ക്..."

"എല്ലാം നിന്റെ ഇഷ്ടം.. ഞങ്ങൾക്കൊന്നും ഇക്കാര്യത്തിൽ മറിച്ചൊന്നും പറയാനില്ല.."

അമ്മ പുട്ടും കടലയും ചായയും പ്രദീപിന്റെ മുന്നിൽ വെച്ചു. പൂവൻ പഴവും.

"അച്ഛൻ എവിടെപ്പോയി..?"

"ഞാൻ നിന്നോട് പറഞ്ഞില്ലേ.. പച്ചക്കറി വിളവെടുപ്പിന്റെ കാര്യം.."

"ഓ...ഞാനതങ്ങു മറന്നു.."

"നീ വേഗം ചായ കുടിക്ക്.. നമുക്കും വയലിൽ പോകാം... അവിടെ ഒരുപാട് ആൾക്കാർ വന്നിട്ടുണ്ടാവും.."

"അമ്മ ചായ കഴിച്ചോ..?"

"നിന്നെപ്പോലെ പത്തു മണിവരെ കാത്തിരിക്കലാ... നിന്റെ അച്ഛന് ഏഴര മണിക്ക് ചായയും പലഹാരവും വേണം.. എട്ടര മണിക്ക് കുട്ടികളുടെ സ്കൂൾ ബസ്സ് വരും. അപ്പോഴേക്കും അവരെ റെഡിയാക്കണം. പിന്നെ ഞാനും പ്രീതയും ചായ കുടിക്കും. അവൾക്ക് ഒൻപതു മണി കഴിയുമ്പോൾ പോകണം..."

"അമ്മ വിചാരിക്കുന്നതുപോലെ ഉച്ച വരെ കിടന്നുറങ്ങുന്ന ആളൊന്നുമല്ല ഞാൻ.. ആറരമണിക്കെഴുന്നേൽക്കും.. നാട്ടിലെത്തിയാലേ ആസ്വദിച്ച് ഉറങ്ങാൻ കഴിയൂ. അവിടെ എപ്പോഴും തിരക്കല്ലേ."

അമ്മ കുറച്ച് കടലക്കറികൂടി പ്രദീപിന് വിളമ്പി.

കടലക്കറിയിൽ വറവിട്ട കൊട്ടത്തേങ്ങയുടെ കഷണത്തിന് പ്രത്യകമായൊരു നാട്ടുരുചിയുണ്ട്.

"അവിടുത്തെ നിന്റെ ഭക്ഷണമൊക്കെ എങ്ങിനെ.. നിനക്ക് പിടിക്കുന്നുണ്ടോ..?"

"ഒരുവിധം ഒപ്പിച്ചു പോകുന്നു.. കേരളാ ഹൗസിലെ കാന്റീൻ.. ഐ.എൻ.എസ് കാന്റീൻ.. യു.എൻ.ഐ. കാന്റീൻ... ഇതൊക്കെത്തന്നെ ആശ്രയം.. ചായ ഞാൻ മുറിയിൽ നിന്നുണ്ടാക്കും.. ചിലപ്പോൾ എന്തെങ്കിലും കഴിക്കാനും.. എം.പി സാറിന്റെ സർവന്റുണ്ട് അവരോട് പറഞ്ഞാൽ ഭക്ഷണമുണ്ടാക്കിത്തരും... ഐ.എൻ.എസ് കാന്റീനിലെ അടുക്കള ഞാൻ ശ്രദ്ധിക്കാറുണ്ട്.. ഏറക്കുറെ തൊഴുത്തുപോലെയുണ്ട്. ഒരു പച്ചക്കറിയും പാചകം ചെയ്യുന്നതിനുമുമ്പ് അവർ കഴുകുന്നത് കണ്ടിട്ടില്ല... ഡൽഹിയിലെ പത്രക്കാരും ഉദ്യോഗസ്ഥൻമാരുമെല്ലാം അവിടുന്നാണ് ഭക്ഷണം കഴിക്കുന്നത്..."

പ്രദീപ് ചിരിച്ചു.

അമ്മയും.

മുന്നിലെ കാലിയായ പ്ലേറ്റിൽ ഒരു കഷണം പുട്ട് കൂടിയിടാനുള്ള അമ്മയുടെ ശ്രമം പ്രദീപ് വിലക്കി.

വാഷ് ബേസിനിൽ കൈ കഴുകി മടങ്ങുമ്പോൾ പ്രദീപ് പറഞ്ഞു;

"ഓ പരിപാടി തുടങ്ങാറായി എന്നുതോന്നുന്നു... മൈക്കിന്റെ ശബ്ദം കേൾക്കുന്നുണ്ട്.."

“പത്തര മണിക്കു തുടങ്ങുമെന്നാണ് നിന്റെ അച്ഛൻ പറഞ്ഞത്.. നമുക്ക് പുറപ്പെടാം... ഞാൻ വാതിൽ പൂട്ടട്ടെ”

വയലിലേക്ക് നടക്കുന്നതിനിടയിൽ പ്രദീപ് മൊബൈൽ ഫോൺ അമ്മയുടെ നേരെ കാട്ടിയിട്ടു പറഞ്ഞു;

“ഇതാ..അമ്മയുടെ ഭാവി മരുമകൾ”

അമ്മ ഫോണിലേക്ക് സൂക്ഷിച്ചു നോക്കിക്കൊണ്ട് പറഞ്ഞു;

“ഈ ഫോട്ടോ പ്രീത എന്നെ കാണിച്ചല്ലോ”

“ഓ.. ഈ ചേച്ചിയെക്കൊണ്ട് ഞാൻ തോറ്റു... അച്ഛനെയും കാണിച്ചോ..?”

“അന്നൊരു ദിവസം ഞങ്ങളെ ഒരുമിച്ചാണ് കാണിച്ചത്”

“എന്നിട്ട് എന്തു പറഞ്ഞു..?”

“ഒന്നും പറഞ്ഞില്ല”

“കാണാനൊക്കെ നല്ല കുട്ടി... നമ്മളെയൊക്കെ കുട്ട്യോളപ്പോലത്തന്നെ... തലയിൽ തട്ടമൊന്നും കണ്ടില്ലല്ലോ... മുടിയൊക്കെ കുറവാ അല്ലേ... ഇപ്പളത്തെ കുട്ടികൾക്ക് നീണ്ട മുടി ഇഷ്ടല്ലല്ലോ... പ്രീത ഈരണ്ട് മാസമാവുമ്പം പോയി മുടി മുറിക്കും.. കഴിഞ്ഞ തവണ സത്യൻ വന്നപ്പം നന്നായി കിട്ടി.അവനും നീണ്ട മുടിയാ ഇഷ്ടം..”

“അവളും അവളുടെ ഉമ്മയും തലയിൽ തട്ടമിടാറില്ല... പിന്നെ, അവൾ തിങ്കളാഴ്ച വരുന്നുണ്ട്. വയനാട്ടിലെ ചില ആദിവാസിക്കോളനികളിൽ പോകണം. അവൾ ആദിവാസികളെക്കുറിച്ച് ഗവേഷണം നടത്തുകയാണ്. കോഴിക്കോട്ടാണ് വരിക. എയർപ്പോർട്ടിൽ പോയി കൂട്ടിക്കൊണ്ടുവരണം... നാലു ദിവസം കഴിഞ്ഞേ മടങ്ങൂ”

“അതു വരെ ആ കുട്ടി എവിടെയാ താമസിക്കുക?”

“എന്തെങ്കിലും ഏർപ്പാടുണ്ടാക്കണം”

“വയനാട്ടിൽ നീ കൂടെ പോകില്ലേ..?”

“പോകും.”

“എന്നാൽ ഇങ്ങോട്ട് കൂട്ടിക്കോളൂ.. എവിടെയെങ്കിലും തനിച്ചാക്കേണ്ടതില്ലല്ലോ...”

പ്രദീപ് ആഗ്രഹിച്ച മറുപടി അമ്മയിൽ നിന്നും ഉണ്ടായതുകൊണ്ട് ഒന്നു മൂളുകമാത്രം ചെയ്തു.

അമ്മയുടെ ഭാഗത്തുനിന്ന് ഇത്രയും ഉദാരമായ സമീപനം പ്രദീപ് പ്രതീക്ഷിച്ചിരുന്നില്ല.

രണ്ടുപേരും വയലിലെത്തി.

കുറേ നാളുകൾക്കു ശേഷം കണ്ട നാട്ടുകാരോട് പ്രദീപ് പരിചയം

പുതുക്കി.

വിശാലമായ വയൽ മുഴുവൻ പച്ചപ്പണിഞ്ഞു നിൽക്കുന്നു.

വയലിന് മേലാപ്പു ചാർത്തി പാവലിന്റെ പന്തൽപ്പടർപ്പുകൾ...

സ്വർണ വർണത്തിൽ വിളഞ്ഞു നിൽക്കുന്ന വെള്ളരികൾ...ഇടക്കിടെ മത്തൻ.

ചെണ്ടക്കോലിന്റെ വലുപ്പമുള്ള കായ്കളുമായി, നിരനിരയായി വളർന്ന നാടൻ വെണ്ടച്ചെടി .

ഒരു വയൽ മുഴുവൻ മുളക്.

ചെടികൾ നിറയെ പഴുത്തതും കരിമ്പച്ച നിറത്തിലുമുള്ള മുളകുകൾ.

ഏതാനും വയലുകൾ നിരയെ ചുവന്ന ചീരകൾ.

വർഷങ്ങളായി തരിശായിക്കിടന്ന് കന്നുകാലികൾ മേഞ്ഞു നടന്ന ഭൂമിയാണ് നാട്ടിലെ ആണുങ്ങളും പെണ്ണുങ്ങളും വിയർപ്പൊഴുക്കി ഹരിതാഭമാക്കിയിരിക്കുന്നത്.

തൊട്ടടുത്ത് ഉപയോഗ ശൂന്യമായിക്കിടന്നിരുന്ന വലിയ കുളം മണ്ണുനീക്കി, പടവുകൾ കെട്ടി ജല സമൃദ്ധമാക്കിയിട്ടുണ്ട്.

ജീവികളുടെ ജഡങ്ങളും പാഴ്വസ്തുക്കളും കൊണ്ടു തള്ളുന്ന ഇടമായിരുന്നു ഈ പൊട്ടക്കുളം.

പച്ചക്കറി വിളവെടുപ്പ് ഉദ്ഘാടനം ചെയ്യാൻ പോവുകയാണ്.

വയലിൽ നൂറിലധികം പേരുണ്ട്.

പഞ്ചായത്ത് പ്രസിഡന്റ് കുഞ്ഞിക്കണ്ണൻമാസ്റ്റർ ഉദ്ഘാടന പ്രസംഗം തുടങ്ങി.

‘ഈ ചിത്രാരി പ്രദേശത്തെ കൃഷിക്കാരെ മുഴുവൻ ജൈവക്കൃഷി രീതികൾ പഠിപ്പിക്കുന്നതിലും ചെയ്യിക്കുന്നതിലും സ്തുത്യർഹമായ പങ്കാണ് സുകുമാരൻ നായർ വഹിച്ചിട്ടുള്ളത്... രാസ വളങ്ങളൊന്നും പ്രയോഗിക്കാതെ, ജൈവ വളങ്ങൾ കൃത്യമായി ഉപയോഗിച്ചാൽ നല്ല വിളവു ലഭിക്കും എന്നതിന് മികച്ച ഉദാഹരണമാണ് ഈ പച്ചക്കറിത്തോട്ടം. മനസ്സുവെച്ചാൽ നമുക്കാവശ്യമുള്ള പച്ചക്കറികൾ നാട്ടിൽ നിന്നു തന്നെ ഉൽപ്പാദിപ്പിക്കാം. സുകുമാരൻ നായരുടെ നേതൃത്വത്തിലുള്ള ഈ ഗ്രൂപ്പിൽ അധ്യാപകരും ജീവനക്കാരുമെല്ലാം ഉൾപ്പെട്ടിരിക്കുന്നുവെന്നത് ആവേശകരമാണ്. ഇത് വലിയ സന്ദേശമാണ് സമൂഹത്തിന് നൽകുക... മറ്റൊരു സന്തോഷ വാർത്ത അറിയിക്കാനുള്ളത്.. ഈ ഫാമിൽ നിന്നുള്ള പച്ചക്കറി വിത്തുകൾ സ്വീകരിക്കാൻ കൃഷി വകുപ്പ് മുന്നോട്ട് വന്നിരിക്കുന്നു എന്ന കാര്യമാണ്...”

സദസ്സിൽ നിന്ന് നീണ്ട കയ്യടി ഉയർന്നു...

“ഈ പ്രദേശത്തെ കൃഷിക്കാർക്ക് ലഭിച്ച വലിയൊരംഗീകാരമാണിത്... നമ്മൾക്കാവശ്യമുള്ള വിത്തുകൾ നമ്മൾ തന്നെ സൂക്ഷിച്ചു വെക്കണം.. നമ്മുടെ മണ്ണിനു ചേർന്നത് ഇവിടുന്ന് ശേഖരിക്കുന്ന വിത്തുകൾ തന്നെയാണ്...' പ്രസിഡന്റിന്റെ പ്രസംഗം തുടർന്നു.

പ്രസംഗങ്ങൾക്ക് ശേഷം വിളവെടുപ്പു നടന്നു.

സ്ത്രീകളും പുരുഷൻമാരും ആവേശപൂർവം അവർ നട്ടു നനച്ചു വളർത്തിയ പച്ചക്കറികൾ പറിച്ചെടുത്തു.

വയലിന്റെ മൂലകളിൽ പാവലും മത്തനും വെള്ളരിയും പച്ച മുളകും ചീരയും കുന്നുകൂടി.

അപ്പോഴേക്കും, നഗരത്തിലെ പഴം-പച്ചക്കറി സഹകരണ സംഘത്തിന്റെ മിനി ലോറി പച്ചക്കറികൾ കയറ്റാനെത്തി.

അധ്യായം-10

വീട്ടിലേക്കുള്ള വഴി

"ഗൾഫിൽ നിന്ന് എത്താനെടുക്കുന്നതിന്റെ ഇരട്ടി സമയാ ഡൽഹിയിൽ നിന്ന് കോഴിക്കോട്ടെത്താൻ... യാത്രക്കെടുക്കുന്നതിന്റെ ഇരട്ടി സമയം മുംബൈയിൽ കാത്തിരുന്നു..' -കാറിന്റെ ഡിക്കിയിലേക്ക് ബാഗ് കയറ്റി വെക്കുന്നതിനിടയിൽ നാദിയ പിറുപിറുത്തു.

ബാഗ് വെച്ച ശേഷം നാദിയ കാറിന്റെ മുൻ സീറ്റിലിരുന്നു.

"ദാ ഇത് കുടിക്ക് നിന്റെ പ്രിയപ്പെട്ട പാനീയം... തണുത്ത ആപ്പിൾ ജ്യൂസ്... നീ കുറച്ച് ചൂടായതല്ലേ..." -ജ്യൂസും സ്ട്രോയും നാദിയക്കു നേരെ നീട്ടിക്കൊണ്ട് പ്രദീപ് പറഞ്ഞു.

നാദിയ നിർത്താതെ ജ്യൂസ് വലിച്ചു കുടിച്ചു.

യാത്രക്കാരെ സ്വീകരിക്കാനെത്തിയവരുടെ തിരക്കായിരുന്നു വിമാനത്താവളത്തിന്റെ കവാടത്തിൽ.

ഗൾഫിൽനിന്ന് വരുന്ന യാത്രക്കാരെ സ്വീകരിക്കാനും യാത്രയയക്കാനുമെത്തിയവരായിരുന്നു അവരിലധികവും.

റിയാദിൽ നിന്നുള്ള വിമാനവും അപ്പോഴാണ് ലാന്റ് ചെയ്തത്.

ഗൾഫിൽനിന്ന് നാട്ടിലേക്ക് വരുന്നവരെയും തിരിച്ചു പോകുന്നവരെയും മുഖം നോക്കിയാൽ തിരിച്ചറിയാം.

മ്ലാനവദനരായാണ് അവർ ജോലിസ്ഥലത്തേക്ക് തിരിച്ചു പോകുന്നത്.

നാട്ടിലേക്ക് വരുന്നത് ഏറെ ആഹ്ലാദത്തോടെയും.

നാട്ടിൽ സ്ഥിരമായ ജോലിയൊന്നുമില്ലാതെ നടക്കുമ്പോൾ ചെറുപ്പക്കാർക്ക് ഗൾഫിലേക്ക് കടക്കാനുള്ള മോഹമുദിക്കും. വിദേശത്ത് പോയി വരുമ്പോൾ നാട്ടുകാരിൽ നിന്ന് കിട്ടുന്ന പരിഗണനയും അവർ നേടുന്ന സമ്പാദ്യങ്ങളുമാണ് ചെറുപ്പക്കാരെ പ്രലോഭിപ്പിക്കുന്നത്. പോയവരെയാകട്ടെ, നാട്ടിലെ ഓർമകൾ കുറേക്കാലം വേട്ടയാടുകയും ചെയ്യും. എല്ലാ മനുഷ്യർക്കും അവരുടെ സ്വന്തം നാടു തന്നെയാണിഷ്ടം.

അനന്തമായ പ്രവാസത്തിനൊടുവിൽ എല്ലാവരും സ്വന്തം നാട്ടിലേക്കു തന്നെ തിരിച്ചുവരാൻ ആഗ്രഹിക്കുകയും ചെയ്യുന്നു. സ്വന്തം മണ്ണിൽ ലയിച്ചു ചേരാനും.

"ദീപു...നീയെന്താ ഇങ്ങിനെ തരിച്ചിരിക്കുന്നത്...?'

-ജ്യൂസിൽ നിന്ന് മോചിതയായ നാദിയ ആരാഞ്ഞു.

സ്റ്റിയറിങ്ങ് വീലിൽ തലചായ്ച് ദൂരേക്ക് കണ്ണയച്ച് കിടക്കുകയായിരുന്ന പ്രദീപ് നിവർന്നിരുന്ന ശേഷം പറഞ്ഞു;

"എനിക്ക് നല്ല ക്ഷീണമുണ്ട്.. പുലർച്ചെ എത്ര മണിക്ക് പുറപ്പെട്ടതാണെന്നറിയോ..? അറിയാതെ കണ്ണടഞ്ഞു പോകുന്നു.. നമുക്ക് ഭക്ഷണം കഴിച്ച് കുറച്ച് വിശ്രമിക്കണം.. കോഴിക്കോട്ടെത്തിയാൽ ഒരു മുറിയെടുക്കാം..'

"എങ്ങിനെയാ നമ്മുടെ യാത്ര പ്ലാൻ ചെയ്തിരിക്കുന്നത്..?"

"ചെറിയൊരു ധാരണയാക്കിയിട്ടുണ്ട്.. വിശദമായ കാര്യങ്ങൾ പ്ലാൻ ചെയ്യാനിരിക്കുന്നതേയുള്ളൂ.. ഞാൻ ഒറ്റക്ക് പ്ലാൻ ചെയ്യേണ്ടെന്ന് കരുതി."

എയർ പോർട്ടിന്റെ കവാടത്തിലെ വാഹനക്കുരുക്ക് അയഞ്ഞു തുടങ്ങി.

പെരുമഴയിൽ പെയ്ത വെള്ളം പല ചാലുകളിലൂടെ ഒഴുകിപ്പോയതുപോലെ.

പ്രദീപ് കാർ സ്റ്റാർട്ടു ചെയ്തു.

"നമ്മളിന്ന് വയനാട്ടിലേക്ക് പോകുന്നുണ്ടോ..?" നാദിയ ആരാഞ്ഞു.

"ഇന്നു തന്നെ വയനാട്ടിലെത്തി നാളെ അതി രാവിലെ യാത്ര തുടങ്ങണം.. ചില ഏർപ്പാടുകൾ ചെയ്തിട്ടുണ്ട്"

"വയനാട്ടിലെത്താൻ ഒരുപാട് യാത്ര ചെയ്യേണ്ടേ..?"

"കോഴിക്കോട് നിന്ന് എഴുപത്തിയഞ്ചോളം കിലോമീറ്റർ... ചുരം കയറണം.. കാറിൽ രണ്ടുമണിക്കൂർ യാത്ര..."

"നീ വണ്ടിയോടിച്ച് ക്ഷീണിക്കില്ലേ.. എനിക്കാണെങ്കിൽ ഈ റോഡിലൂടെ ഓടിക്കാൻ ധൈര്യം പോരാ.. ബൈക്കോടിക്കുന്ന പിള്ളാരെ കണ്ടില്ലേ.. എങ്ങിനെയൊക്കെയാണ് പോകുന്നത്.. ട്രാഫിക്ക് നിയമങ്ങളൊന്നും അവർക്ക് ബാധകമല്ലെന്ന് തോന്നുന്നു..."

"ഇവിടെയെത്ര ഭേദം.. കൊച്ചിയിൽ പോകണം.. അവിടെ ഒരു നിയമവും ബാധകമല്ല.."

"നമുക്ക് ഏഴുമണിക്കുള്ളിൽ കൽപ്പറ്റയിൽ എത്താൻ സാധിക്കുമെന്ന് കരുതുന്നു.. അവിടെ നിനക്കു താമസിക്കാൻ സുഹൃത്തിന്റെ വീട്

ഏർപ്പാടാക്കിയിട്ടുണ്ട്. ഞാൻ റെസ്റ്റ് ഹൗസിലും. എന്റെ കൂടെ ചില സുഹൃത്തുക്കൾ ഉണ്ടാവും... പഴയ കുറെ സുഹൃത്തുക്കളുടെ സംഗമം.. അതിലൊരാൾ മേപ്പാടിയിലെ ഫോറസ്റ്റ് റേഞ്ച് ഓഫീസർ വീരാൻകുട്ടിയാണ്. അദ്ദേഹമാണ് നീലിമലയിലെ ചോല നായ്ക കുടുംബങ്ങളെ സന്ദർശിക്കാൻ പോകുമ്പോൾ നമ്മളോടൊപ്പം വരിക. രണ്ട് ഫോറസ്റ്റ് ഗാർഡുമാരെയും അദ്ദേഹം ഏർപ്പാടാക്കിയിട്ടുണ്ട്. ഒരു പെൺകുട്ടി കൂടെയുണ്ടെന്നറിഞ്ഞപ്പോൾ അദ്ദേഹം നിരുത്സാഹപ്പെടുത്തിയിരുന്നു... വന്യമൃഗങ്ങളൊക്കെയുള്ള കാട്ടിൽ പോകുന്നത് റിസ്കാണെന്ന് ആദ്ദേഹം പറഞ്ഞു"

"അത്രയും റിസ്കുള്ള സ്ഥലമാണോ..?"

"അൽപം റിസ്കുണ്ട്.. തമിഴ്നാട് അതിർത്തിയിലെ മൂപ്പൈനാട് പഞ്ചായത്തിലാണ് നീലിമല. മലയുടെ അടിവാരത്ത് പരപ്പൻപാറയിലാണ് കാട്ടുനായ്ക കോളനി. ചാലിയാർ പുഴയുടെ ഒരുത്ഭവ സ്ഥലം നീലിമലയാണ്. വെള്ളരിമല, കാന്തൻപാറ, സൂചിപ്പാറ, മീൻമുട്ടി എന്നിവിടങ്ങളിൽ നിന്നുള്ള നീർചാലുകളാണ് ചാലിയാർ പുഴയായി രൂപാന്തരം പ്രാപിക്കുന്നത്... അവിടെയെത്താൻ കാട്ടുവഴിയിലൂടെ മൂന്ന് കിലോമീറ്റർ ചെങ്കുത്തായ ഇറക്കമിറങ്ങണം.. തിരിച്ചു വരുമ്പോൾ കുത്തനെയുള്ള കയറ്റവും... എന്താ പേടി തോന്നുന്നുണ്ടോ..?'

"ഒരു പേടിയുമില്ല.. നീ പോകുന്നിടത്തൊക്കെ എനിക്കും പോകാൻ കഴിയുമെന്ന കോൺഫിഡൻസുണ്ട്."

കാർ വാഹനക്കുരുക്കിലായി.

രണ്ട് കൂറ്റൻ ലോറികളുടെ പിന്നിൽ അകപ്പെട്ടു.

മുന്നിലും പിന്നിലും വാഹനങ്ങളുടെ നീണ്ട നിര.

എല്ലാം ഇഴഞ്ഞുനീങ്ങുകയാണ്.

"കോഴിക്കോട്ടെത്താൻ ഇനി നാലു കിലോമീറ്ററേയുള്ളൂ. ഒരു പക്ഷെ, അതുവരെ ഇതു തന്നെയാകും സ്ഥിതി... മലയാളികളുടെ വിലപ്പെട്ട സമയം ഇങ്ങിനെ റോഡിൽ തീരുകയാണ്.." -പ്രദീപ് അസ്വസ്ഥനായി.

നടുറോഡിൽ ഒരു കാർ തല്ലിയൊതുക്കിയ ലോഹത്തുണ്ട് പോലെ കിടക്കുന്നു.

തൊട്ടുമുന്നിൽ, പക തീരാത്ത ഒരു വന്യജന്തു മുന്നോട്ട് കുതിക്കാൻ നിൽക്കുന്നതു പോലെ കുറ്റൻ ചരക്കു ലോറി.

റോഡിൽ ചോരത്തുള്ളികൾ.

തകർന്ന കാറിന്റെ ഭാഗങ്ങളിൽ ചോര പുരണ്ട വസ്ത്രത്തുണ്ടുകൾ...

സമീപത്ത് ആൾക്കൂട്ടവും പോലീസുകാരും.

കുറേ ചെറുപ്പക്കാർ മൊബൈൽ ഫോണിൽ ചിത്രങ്ങൾ പകർത്തി ദുരന്തം ആഘോഷിക്കുന്നു.

ഇഴഞ്ഞുനീങ്ങുന്ന വാഹനങ്ങളിലുള്ളവരും മൊബൈൽ ഫോണിൽ മൽസരിച്ച് ഫോട്ടോയെടുക്കുന്നു.

“ഓ .. കാറിന്റെ കിടപ്പ് കാണുമ്പോൾ അതിലുള്ള ആരും രക്ഷപ്പെട്ടിരിക്കാൻ വഴിയില്ല...” -പ്രദീപ് നെടുവീർപ്പിട്ടു.

“ശ്ശെ്ലാ.. ആ സീൻ കാണാൻ കൂടി കഴിയുന്നില്ല...” -നാദിയ കർച്ചീഫ് കൊണ്ട് മുഖം പൊത്തി.

“നാദിയാ. നീ കണ്ടില്ലേ.. ആ ചെറുപ്പക്കാരെ.. അവർ മൽസരിച്ച് ഫോട്ടോയെടുക്കുന്നത് ഫെയ്സ്ബുക്കിലും വാട്സ് ആപ്പിലും ഇടാനാണ്... എല്ലാ ദുരന്തങ്ങളും ഇങ്ങിനെ ആഘോഷമാക്കുന്നതാണ് ഇപ്പോൾ ചെറുപ്പക്കാരുടെ ട്രെന്റ്.. അവരുടെ അമ്മ കുഴഞ്ഞു വീണാലും ആദ്യം ക്യാമറയിൽ പകർത്തി വാട്സ് ആപ്പിലിട്ട ശേഷമേ ആസ്പത്രിയിൽ എത്തിക്കാൻ പോലും നോക്കൂ..”

റോഡിൽ വീണ്ടും കുരുക്ക് മുറുകി.

“കോഴിക്കോട് ടൗണെത്തി.. നമുക്കിനി ഭക്ഷണം കഴിക്കാം.. നല്ല ഭക്ഷണം കിട്ടുന്ന സ്ഥലം കണ്ടു പിടിക്കാനൊക്കെ ബുദ്ധിമുട്ടാണ്. പറ്റുന്ന ഹോട്ടലിൽ കയറാം.. നിനക്കെന്തെങ്കിലും നിർബന്ധമുണ്ടോ..?”

“എനിക്കൊരു നിർബന്ധവുമില്ല.. കുറച്ച് നീറ്റായിരിക്കണം എന്നേയുള്ളൂ..”

“ദാ.. അവിടെയൊരു ഹോട്ടൽ കാണുന്നു.. ഗ്രീൻവാലി റസ്റ്റോറന്റ് ..ഇവിടെ കയറാം പാർക്കിങ്ങ് സൗകര്യവുമുണ്ട്..”

പ്രദീപ് കാർ ഹോട്ടലിന്റെ പാർക്കിങ്ങ് ഏരിയയിലേക്ക് കയറ്റിയിട്ടു.

ഹോട്ടലിൽ തിരക്ക് കുറവായിരുന്നു. ഉച്ചഭക്ഷണത്തിന്റെ സമയം കഴിഞ്ഞതാവാം കാരണം. ഏതാനും കുടുംബവും കുറച്ചു ചെറുപ്പക്കാരും ഭക്ഷണം കഴിക്കുന്നുണ്ട്.”

“മീൽസ് തീർന്നു സർ, ചിക്കൻ ബിരിയാണി... ഫ്രൈഡ് റൈസ്, ചിക്കൻ കറി, പൊറോട്ട.. ചപ്പാത്തി.. ബീഫ് ഫ്രൈ.....” - പരിചാരകൻ വിനയപൂർവം അവിടെ ലഭ്യമായ മറ്റു വിഭവങ്ങളുടെ പട്ടിക നിരത്തി.

“എനിക്ക് ചിക്കൻ ബിരിയാണി..”

“എന്നാൽ രണ്ട് ബിരിയാണിയാവാം” -പ്രദീപ് ഓർഡർ നൽകി.

നാദിയയുടെ ഫോൺ ശബ്ദിച്ചു.

“ഉമ്മയാ... എന്താ പറയാ ? കൂടെ ആരാ.. എത്ര പേരുണ്ട്... എവി

ടെയാ താമസിക്കുക എന്നൊക്കെ വിശദമായി ചോദിക്കും" -നാദിയയുടെ മുഖത്ത് ഉത്കണ്ഠ പ്രകടമായി

"കൂടെ ഫ്രണ്ട്സുണ്ട് എന്നു പറഞ്ഞോളൂ... വിശദമായി പിന്നീട് പറഞ്ഞാൽ മതി" -പ്രദീപ് നിർദേശിച്ചു.

നാദിയ ഫോൺ അറ്റന്റു ചെയ്തു.

"ഉമ്മാ കൂടെ ഫ്രണ്ട്സുണ്ട്.. ഭക്ഷണം കഴിക്കുകയാ... ആ ..വേഗം എത്തും.... ഞാൻ പിന്നെ വിളിക്കാം.." -ഉമ്മയുടെ അന്വേഷണങ്ങൾക്കൊന്നും വിശദമായ മറുപടി പറയാതെ നാദിയ സംസാരം അവസാനിപ്പിച്ചു.

"കുറച്ചു കഴിയുമ്പോൾ എന്റെ അമ്മയും വിളിക്കും.. എല്ലാം വിശദമായി ചോദിക്കും"

"നീ ഇങ്ങോട്ടു വരുന്ന കാര്യം ഉമ്മയോട് സംസാരിച്ചിരുന്നില്ലേ..?"

"റിസർച്ചിന്റെ ഭാഗമായി കേരളത്തിൽ പോകുന്നു എന്നേ പറഞ്ഞുള്ളൂ.. വയനാട്ടിൽ വനത്തിൽ താമസിക്കുന്ന ആദിവാസികളെക്കാണാൻ പോകുന്നു എന്നറിഞ്ഞാൽ ഉമ്മക്ക് ടെൻഷനായിരിക്കും. പിന്നെ വിളിച്ചു കൊണ്ടേയിരിക്കും.."

ചിക്കൻ ബിരിയാണിയെത്തി. രണ്ടുപേരും കഴിച്ചു തുടങ്ങി.

"ശരിക്കു പറഞ്ഞാൽ അമ്മയുടെ പ്രതികരണം കേട്ടപ്പോൾ ഞാൻ അമ്പരന്നുപോയിരുന്നു. നിന്നെ വീട്ടിലേക്ക് കൂട്ടണമെന്ന് പറഞ്ഞത് അമ്മയാണ്..'" പ്രദീപ് വീട്ടുകാര്യത്തിലേക്ക് കടന്നു.

"അപ്പോൾ നിന്റെ ടെൻഷൻ തീർന്നല്ലോ... ഇനി എന്റേത് മാത്രമല്ലേ ബാക്കിയുള്ളൂ.."

"അതും വേഗം തീർക്ക് ... എന്നാൽ വേഗം അടുത്ത കാര്യത്തിലേക്ക് കടക്കാമല്ലോ.."

ഭക്ഷണം കഴിക്കുന്നതിനിടയിൽ നാദിയ ശബ്ദം താഴ്ത്തി പറഞ്ഞു;

"ദീപൂ.. നീ ശ്രദ്ധിച്ചോ.. അടുത്ത സീറ്റിലിരിക്കുന്ന മൂന്ന് ചെറുപ്പക്കാരെ.. അവർ നമ്മളെ നോക്കി എന്തൊക്കെയോ സ്വകാര്യം പറയുന്നുണ്ട്.."

"ആ പിള്ളാരൊക്കെ വെറും വായ്നോക്കികളായിരിക്കും..നീ അതൊന്നും മൈന്റ് ചെയ്യേണ്ട..എല്ലായിടത്തും ഉണ്ടാവും ഇങ്ങനെയുള്ള കുറേയെണ്ണം.."

പ്രദീപ് അവരെയൊന്നും ഗൗനിക്കാതെ ഭക്ഷണം കഴിച്ചു.

ഇതിനിടയിൽ മൂന്ന് ചെറുപ്പക്കാരും വാഷ് ബെയിസിനടുത്തുപോയി എന്തൊക്കെയോ പതുക്കെ സംസാരിക്കുന്നതും നാദിയ ശ്രദ്ധിച്ചു.

പിന്നീടവർ ബില്ലടച്ച് മുറ്റത്തേക്കിറങ്ങി കാറുകൾ പാർക്ക് ചെയ്തതിനടുത്തെത്തി .

ഒരാൾ ഇതിനിടയിൽ പ്രദീപിന്റെ കാറിന്റെ ഫോട്ടോയെടുക്കുകയും ചെയ്തു.

പ്രദീപും നാദിയയും കാറിനടുത്തേക്ക് നടന്നു.

ഇതേ സമയം അവരിൽ ഒരാൾ അവരുടെ അടുത്തേക്കെത്തി ഗൗരവത്തിൽ ചോദിച്ചു;

"നിങ്ങളെവിടെയാ...?"

"ഞങ്ങൾ യാത്രക്കാരാ..എയർപോർട്ടിൽ നിന്ന് വരുന്നു..എന്താ കാര്യം..?" -പ്രദീപാണ് മറുപടി പറഞ്ഞത്.

"ഈ കുട്ടി നിങ്ങളെയാരാ..?" -നാദിയയെ ചൂണ്ടിക്കാട്ടി രണ്ടാമത്തെ ആൾ മുന്നോട്ടു വന്നു.

"ഇതൊക്കെ താനെന്തിനറിയണം..?' -പ്രദീപ് അൽപ്പം ശക്തമായി തിരിച്ചു ചോദിച്ചു.

"അല്ല, ക്ഷമിക്കണം... നിങ്ങള് ഒരാൾ ഉമ്മ എന്ന് പറയുന്നു. മറ്റൊരാള് അമ്മ എന്നാ പറയുന്നത്. നിങ്ങള് രണ്ടാളും രണ്ട് മതക്കാരാ അല്ലേ.. ഈ കുട്ടി മുസ്ലിമല്ലേ...' -മൂന്നാമൻ രംഗത്തെത്തി.

"മറ്റുള്ളവരുടെ ജാതിയും മതവും നോക്കാൻ നിങ്ങളെ ആരാ ചുമതലപ്പെടുത്തിയത്..?"

-നാദിയ രംഗത്തെത്തി.

"ങാ.. അതൊക്കെ നോക്കാനിവിടെ ആളുണ്ടെന്ന് കരുതിക്കോ പെങ്ങളേ..നിന്റെ പേരെന്താ ?"-ഒന്നാമൻ ശബ്ദമുയർത്തി.

മൂന്നു പേരും പ്രദീപിനെയും നാദിയയെയും വലയം ചെയ്തു നിന്നു.

സംഭവം കണ്ട് ഹോട്ടൽ വാച്ചുമാനും ഭക്ഷണം കഴിക്കാനെത്തിയവരും അടുത്തേക്കു വന്നു.

"എന്താ സംഭവം..എന്താ...?" വാച്ചുമാൻ തിരക്കി.

"ഇവള് മുസ്ലീമാ.. ഇവൻ ഹിന്ദുവും.. ചുറ്റാൻ വന്നതായിരിക്കും... ഇതൊന്നും ചോദിക്കാനും പറയാനും ആരും ഇല്ലെന്നാ ഇവരുടെയൊക്കെ വിചാരം.."- മൂന്നാമൻ ഒരു പ്രഖ്യാപനം പോലെ പറഞ്ഞു.

ഇതിനിടയിൽ ഒരു ഇന്നോവ കാർ അവിടെയെത്തി.

അതിൽ നിന്നിറങ്ങിയവരും ചുറ്റും കൂടി.

"നിങ്ങൾ ഇവിടുന്ന് പ്രശ്നങ്ങളൊന്നും ഉണ്ടാക്കല്ലേ.. പ്രശ്നമുണ്ടാക്കിയാൽ പോലീസിനെ വിളിക്കേണ്ടിവരും.." -വാച്ചുമാൻ മുന്നറിയി

പ്പു നൽകി.

"മാറി നിൽക്കെടാ.." -നാദിയ അലറിക്കൊണ്ട് മുന്നോട്ടു വന്നു.

"എടീ.. ആണുങ്ങളുണ്ടാവുമ്പം നീ മിണ്ടാണ്ടിരിക്ക്. .നിന്നോട് ചോദിച്ചതിന് മറുപടി ആദ്യം പറയ്.."

"ഒരിക്കൽ കൂടി ഞാൻ പറയുന്നു മാറി നിൽക്കാൻ..ഇല്ലെങ്കിൽ..."- നാദിയ കോപം കൊണ്ട് വിറച്ചു.

"മിണ്ടാതിരി പൊലയാടി മോളെ..'-മൂന്നാമൻ പറഞ്ഞു തീരും മുമ്പേ നാദിയ ഒരു മിന്നൽ പിണരായി മാറി.

എന്താണ് സംഭവിച്ചതെന്ന് ആർക്കും മനസ്സിലാവും മുമ്പ് അവൻ നിലവിളിച്ചു കൊണ്ട് മുറ്റത്ത് മലർന്നടിച്ചു വീണു.

നിലവിളിച്ചുകൊണ്ട് എഴുന്നേൽക്കാൻ ശ്രമിക്കുന്നതിനിടെ നാദിയ കുതിച്ചെത്തി ഒരു തൊഴികൂടി കൊടുത്തു.

ഓടണോ ചെറുത്തുനിൽക്കണോ എന്നാലോചിച്ച് പകച്ചു നിൽക്കുന്ന രണ്ടു പേർക്കും കിട്ടി ഓരോ പ്രഹരവും തൊഴിയും.

മൂന്നുപേരും എങ്ങിനെയെല്ലാമോ തപ്പിത്തടഞ്ഞ് എഴുന്നേറ്റ് രണ്ട് ബൈക്കുകളിൽ കയറി കുതിച്ചു.

ഹോട്ടൽ മുറ്റത്ത് വലിയ ജനക്കൂട്ടമായി.

"ആ കുറ്റിച്ചിറേലെ പിള്ളേരാ... അവരാ ഇവിടുത്തെ സദാചാര പോലീസുകാര് .. രാവിലെ ബൈക്കും മൊബൈൽ ഫോണുമായി ഇറങ്ങും .. ആ നീളം കൂടിയ പയ്യനില്ലേ.. വഴി നടന്നു പോകുന്ന സ്ത്രീയുടെ മാല പൊട്ടിച്ച കേസിൽ അറസ്റ്റിലായിട്ട് ഇപ്പോ ഇറങ്ങിയതേയുള്ളൂ... ഇവൻമാരെയൊക്കെ നാട്ടുകാർക്ക് പേടിയാ.. അതാ ആരും ഒന്നും ചെയ്യാത്തത്... നന്നായി പെങ്ങളേ.. നിങ്ങള് പെണ്ണല്ല ആൺകുട്ട്യാ...'- വാച്ചുമാൻ പ്രതികരിച്ചു.

അവിടെ തടിച്ചു കൂടിയ ആൾക്കാർ മുഴുവൻ നാദിയയെ അഭിനന്ദിച്ചു

സംഭവം നടക്കുന്ന സമയത്ത് അവിടെ എത്തിയിരുന്ന കുടുംബത്തിലെ ഒരു പെൺകുട്ടിയും അനുജനും നാദിയയുടെ അരികിലെത്തി ചോദിച്ചു;

"ചേച്ചി ..ചേച്ചിയോടൊപ്പം ഒരു സെൽഫിയെടുക്കട്ടെ... ചേച്ചി നമുക്കഭിമാനമാണ്."

"വേണ്ട മക്കളെ ഞങ്ങൾ പോവുകയാണ്..." -നാദിയ സ്നേഹപൂർവം പിൻമാറി.

"പ്ലീസ് ചേച്ചി... പ്ലീസ്.' -കുട്ടികൾ നാദിയയെ വളഞ്ഞു.

നാദിയ മാറിനിൽക്കാൻ ശ്രമിക്കുമ്പോഴേക്കും പെൺകുട്ടി മൊബൈൽ ഫോണിൽ ഫോട്ടോ പകർത്തിക്കഴിഞ്ഞിരുന്നു.

പ്രദീപ് കാറിൽക്കയറി പകച്ചിരിക്കുകയാണ്.

നാദിയയും കാറിൽക്കയറി.

കാർ മുന്നോട്ട് നീങ്ങുന്നതിനിടയിൽ പോലീസ് ജീപ്പെത്തി.

എസ്.ഐ.യും മൂന്ന് പോലീസുകാരും ചാടിയിറങ്ങി.

പോലീസുകാർ ആദ്യം ഹോട്ടൽ മാനേജരുടെ മൊഴിയെടുത്തു.

പിന്നീട് നാദിയയുടെയും പ്രദീപിന്റെയും.

മൊഴി രേഖപ്പെടുത്തിയ ശേഷം എസ്.ഐ. നാദിയയെ അഭിനന്ദിച്ചു; "മാഡം നിങ്ങൾ നല്ലൊരു മെസേജാണ് നൽകിയത്.. സാധാരണ ഗതിയിൽ ഇത്തരം സന്ദർഭങ്ങളിൽ പെൺകുട്ടികൾ പതറിപ്പോവുകയേയുള്ളു... പെൺകുട്ടികളുടെ സുരക്ഷ അവരുടെ ധൈര്യത്തിലാണ്."

"നിങ്ങൾ ഒരു പരാതി എഴുതിത്തരണം.. അറിഞ്ഞടുത്തോളം ആ പിള്ളേർ ക്രിമിനൽ പശ്ചാത്തലമുള്ളവരാണ്.. അവരെ ഉടൻ ഞങ്ങൾ പൊക്കും" -എസ്.ഐ. രണ്ടുപേരോടുമായി പറഞ്ഞു.

"ഞങ്ങൾക്ക് പരാതിയില്ല... മാത്രമല്ല, കേസിനും മറ്റുമായി ഇവിടെ തങ്ങാനും കഴിയില്ല" -പ്രദീപ് പറഞ്ഞു.

അപ്പോഴേക്കും ടി.വി.ചാനൽ സംഘങ്ങൾ തുരുതുരാ വരാൻ തുടങ്ങിയിരുന്നു.

നാദിയ ആകെ പരിക്ഷീണയായി.

സംഭവം നിമിഷം കൊണ്ട് ലോകമറിയാൻ പോകുന്നു. നാട്ടുകാരും വീട്ടുകാരും സുഹൃത്തുക്കളുമറിയും... സംഭവത്തെ ആരൊക്കെ എങ്ങിനെയൊക്കെ വ്യാഖ്യാനിക്കും....?

ചാനൽപ്പട നാദിയയെയും പ്രദീപിനെയും വളഞ്ഞുകഴിഞ്ഞു. ശരവർഷം പേലെ ചോദ്യങ്ങൾ ഉതിർന്നു.

"മാഡം പല ആയോധനകലകളും പഠിച്ചുവെന്നും കളരിപ്പയറ്റ് കൂടി പഠിക്കാനാണ് കേരളത്തിൽ എത്തിയതെന്നും കേൾക്കുന്നു. ശരിയാണോ...?"

ചോദ്യം കേട്ട് കടുത്ത മാനസിക വ്യഥകൾക്കിടയിലും നാദിയ ചിരിച്ചുപോയി.

എസ്.ഐ.യുടെയും ഹോട്ടൽ മാനേജരുടെയും സംഭവം കണ്ടവരുടെയും ബൈറ്റുകൾ ചാനൽ സംഘം എടുക്കുന്നുണ്ട്.

ബൈക്കുകളിലും കാറുകളിലും ഓട്ടോറിക്ഷകളിലും ആളുകൾ എത്തിത്തുടങ്ങിയതോടെ ഹോട്ടൽ പരിസരം ജനനിബിഡമായി.

ഹോട്ടലിന് മുന്നിൽ നിന്നുതന്നെ ചാനലുകൾ ലൈവ് ടെലിക്കാസ്റ്റും തുടങ്ങി.

ഒരു ചാനൽ പ്രവർത്തക പ്രദീപും നാദിയയും സഞ്ചരിച്ച കാറിനു മുന്നിൽ നിന്ന് ലൈവ് കൊടുത്തു;"ആദിവാസി ജീവിതത്തെക്കുറിച്ച് പഠിക്കാൻ വയനാട്ടിലേക്ക് പുറപ്പെട്ട ജെ.എൻ.യു.വിദ്യാർഥിനിയെയും അന്യ മതസ്ഥനും സുഹൃത്തുമായ ഫ്രീലാൻസ് ജേണലിസ്റ്റിനെയും കോഴിക്കോട്ടെ ഒരു ഹോട്ടലിൽ വെച്ച് സദാചാര ഗുണ്ടകൾ ആക്രമിച്ചു. അതേ സമയം, ആയോധന കലയിൽ വിദഗ്ധയായ വിദ്യാർഥിനി മൂന്നംഗ അക്രമിസംഘത്തെ ഒറ്റക്ക് കീഴടക്കി സ്ത്രീകളുടെ അന്തസ്സും അഭിമാനവും ഉയർത്തിയിരിക്കുന്നു... അക്രമികൾ നിരവധി ക്രിമിനൽ കേസുകളിലെ പ്രതികളാണെന്നാണ് പോലീസിന് ലഭിച്ച വിവരം.. ഹോട്ടലിലെ സി.സി.ടി.വി.ദൃശ്യങ്ങൾ പോലീസ് പരിശോധിച്ചു കൊണ്ടിരിക്കുകയാണ്.. സംഭവത്തെക്കുറിച്ച് ഊർജിതമായ അന്വേഷണം നടത്താൻ ഡി.ജി.പി. ഉത്തരവിട്ടിട്ടുണ്ട്..."

"നിങ്ങൾ സ്റ്റേഷനിൽ വന്ന് വിശദമായ മൊഴി തരണം.. സംഭവം ദൃശ്യങ്ങൾ സഹിതം ചാനലുകളിൽ വരാൻ തുടങ്ങി... ഇപ്പോൾത്തന്നെ കേസെടുക്കാനും പ്രതികളെ കണ്ടെത്താനും എസ്.പി.യുടെ നിർദേശവും വന്നിട്ടുണ്ട്.." -എസ്.ഐ. ഇരുവരോടുമായി പറഞ്ഞു.

പോലീസ് ജീപ്പിന്റെ പിന്നാലെ ഇരുവരും കാറിൽ യാത്രതിരിച്ചു.

പിന്നാലെ മാധ്യമപ്പടയും.

കാറിൽ നിന്നിറങ്ങിയ നാദിയയെയും പ്രദീപിനെയും വീണ്ടും ചാനൽ പ്രവർത്തകർ വളഞ്ഞു.

ഒൻപതു മണിക്കുള്ള ചർച്ച ഈ വിഷയമാണെന്നും അതിൽ പങ്കെടുക്കാൻ സ്റ്റുഡിയോയിൽ എത്തണമെന്നുമായിരുന്നു അവരുടെ അഭ്യർഥന.

"ഞങ്ങളെ ബുദ്ധിമുട്ടിക്കരുത് പ്ലീസ്... ഞങ്ങൾക്കതിന് സമയമോ താൽപ്പര്യമോ ഇല്ല...." -പ്രദീപ് അഭ്യർഥിച്ചു.

"സാർ അങ്ങിനെ പറയരുത്.. താങ്കളും ഒരു ജേണലിസ്റ്റല്ലേ.. സ്ത്രീകൾക്കെതിരായ കടന്നാക്രമണങ്ങൾ വർധിച്ചു വരുന്ന ഇക്കാലത്ത് ഈ സംഭവം സമൂഹത്തിന് മുന്നിൽ ചർച്ച ചെയ്യേണ്ടതല്ലേ.. അതും മൂന്ന് അക്രമികളെ ഒരു വിദ്യാർഥിനി ഒറ്റക്ക് നേരിട്ട സംഭവം..."

കുറച്ചു സമയം ആലോചിച്ചതിന് ശേഷം പ്രദീപ് പറഞ്ഞു;

"പത്തു മിനിട്ട് വെയിറ്റു ചെയ്യൂ.. ഞങ്ങൾ ഒന്നാലോചിക്കട്ടെ.. പോലീസിൽ ഒരു കംപ്ലെയിന്റ് എഴുതിക്കൊടുക്കുകയും വേണം".

ഇരുവരും പോലീസ് സ്റ്റേഷനകത്തേക്ക് പോയി.

തിരിച്ചു വന്നപ്പോൾ മാധ്യമ പ്രവർത്തകരോട് പ്രതികരിച്ചത് നാദിയയാണ്.

“സ്റ്റുഡിയോയിൽ ചർച്ചക്ക് വരാനൊന്നും സമയമില്ല.. ഇപ്പോൾ തന്നെ ആറു മണിയായി. ഇതൊരു പബ്ലിക്ക് ഇഷ്യു ആയ നിലക്ക് പ്രശ്നത്തെക്കുറിച്ച് പ്രതികരിക്കാം....”.

നീണ്ടു വന്ന നിരവധി ടി.വി മൈക്കുകൾക്കു മുന്നിൽ നാദിയ പ്രതികരിച്ചു;

“ഞാനൊരു മലയാളിയാണ്. പക്ഷെ ,കേരളത്തിൽ കൂടുതൽക്കാലം താമസിക്കാൻ എനിക്കവസരമുണ്ടായിട്ടില്ല.. ഞാൻ എന്റെ നാടിനെക്കുറിച്ച് അഭിമാനം കൊണ്ടിരുന്നു. എന്നാൽ നീണ്ട കാലത്തിന് ശേഷം കേരളത്തിൽ വന്ന ദിവസം ഉണ്ടായ ഈ അനുഭവം ജീവിതത്തിൽ ഒരിക്കലും മറക്കാൻ കഴിയാത്തതാണ്. കേരളം വിവേകാനന്ദൻ പറഞ്ഞ കാലത്തേതിനേക്കാൾ മുഴു ഭ്രാന്താലയമായി മാറിയോ എന്നാണ് സംശയം.. ഞാനും സുഹൃത്തും വ്യത്യസ്ത മതക്കാരാണെന്ന് അവർ ഊഹിക്കുകയും അതിന്റെ അടിസ്ഥാനത്തിൽ അവർ ഞങ്ങളെ ആക്രമിക്കാൻ മുതിരുകയുമാണ് ചെയ്തത്... ഒന്നും പ്രതികരിക്കാൻ ശേഷിയില്ലാത്തവരാണ് ഇവരുടെ മുന്നിൽ അകപ്പെട്ടതെങ്കിലോ.. ഇവിടെ താലിബാൻ ഭരണമാണോ...? ഇതൊക്കെ അന്വേഷിക്കാൻ ഇവരെയൊക്കെ ആരാണ് ചുമതലപ്പെടുത്തിയത്...? ഇതിനെതിരെ പ്രതികരിക്കാൻ ജനം മുന്നോട്ടു വരട്ടെ...”

ഇരുവരും കാറിൽക്കയറി.

കാർ മുന്നോട്ടു നീങ്ങി.

നഗരത്തിരക്കൊഴിയുന്നതുവരെ ഇരുവരും ഒന്നും സംസാരിച്ചില്ല.

നടന്നതെല്ലാം ഒരു ദുസ്വപ്നം പോലെ ഇരുവർക്കും തോന്നി.

പ്രദീപ് കാർ റോഡിന്റെ ഓരം ചേർത്ത് നിർത്തി.

വാട്ടർ ബോട്ടിലെടുത്ത് വെള്ളം കുടിച്ചു.

പോക്കറ്റിൽ നിന്നും മൊബൈൽ ഫോണെടുത്തു.

“നോക്കൂ നാദിയാ.... ഇരുപത് മിസ്ഡ് കോൾ... സംഭവം അറിയാത്ത ആരെങ്കിലും ഉണ്ടോ എന്നേ അന്വേഷിക്കേണ്ടൂ... ആ സമയത്ത് ആരോടും മറുപടി പറയാൻ കഴിയില്ല... അതിനാൽ ഞാൻ സൈലന്റ് മോഡിൽ വെച്ചതാ... കൽപ്പറ്റയിൽ നിന്ന് ബാബുരാജിന്റെയും വീട്ടിൽ നിന്ന് അമ്മയുടെയും ചേച്ചിയുടെയും കോളുണ്ട്... ഇനിയാരെങ്കിലും വിളിച്ചാൽ മാത്രം മറുപടി പറയാം...”

"എന്റെ ഫോൺ സ്വിച്ച് ഓഫിലാ... ഇന്ന് ഓൺ ചെയ്യുന്നേയില്ല...." - നാദിയ നീണ്ട ചിരി ചിരിച്ചു.

"കരാട്ടെ പഠിക്കാൻ ചിലവഴിച്ച സമയവും കൊടുത്ത ഫീസും മുതലായി...."

-നാദിയ വീണ്ടും ചിരിച്ചു.

"സത്യത്തിൽ നിനക്കിത്രയും അഭ്യാസമുറകൾ വശമുണ്ടെന്ന് ഞാൻ കരുതിയതേയില്ല"

-പ്രദീപും ചിരിച്ചു.

"നീ കാഴ്ചക്കാരനായി നോക്കിനിൽക്കുകയല്ലേ ചെയ്തത്..?"

"നീ എനിക്കൊരവസരം തരണ്ടേ... ഞാൻ രംഗത്തിറങ്ങാൻ നോക്കുമ്പോഴേക്കും നീ ഫിനിഷ് ചെയ്തില്ലേ.."

രണ്ടുപേരും പൊട്ടിച്ചിരിച്ചു.

പ്രദീപിന്റെ മൊബൈൽ ഫോൺ ശബ്ദിച്ചു.

"ബാബുരാജാണ്..."

പ്രദീപ് ഫോൺ അറ്റന്റ് ചെയ്തു.

ചാനലുകളിൽ ബ്രേക്കിങ്ങ് ന്യൂസായി സംഭവം വരുന്നുണ്ടെന്നും ഒരു പെൺകുട്ടി മൂന്നുപേരെ അടിച്ചു വീഴുത്തുന്നതിന്റെയും തൊഴിക്കുന്നതിന്റെയും ദൃശ്യങ്ങളും പലരുടെയും പ്രതികരണങ്ങളും ചാനലുകൾ തുടർച്ചയായി സംപ്രേഷണം ചെയ്യുകയാണെന്നും ബാബുരാജ് അറിയിച്ചു.

ഫോൺ അറ്റന്റ് ചെയ്യാത്തതിനാൽ അവർ ഒരു വാഹനത്തിൽ ഇങ്ങോട്ട് വരാൻ ഒരുങ്ങുകയാണെന്നും ബാബുരാജ് പറഞ്ഞു.

അധ്യായം-11

വനയാത്ര

മഞ്ഞിന്റെ മേലാപ്പണിഞ്ഞ നീലഗിരി മലനിരകൾ...

തേനീച്ചകൾ മധുരം ചികയുന്ന ചീനി മരവും കുന്തിരിക്കം വിളയുന്ന പൈനും സംഗീതം പൊഴിക്കുന്ന മുളങ്കാടുകളും നിറഞ്ഞ ഇലപൊഴിയും വനങ്ങൾ.

മലഞ്ചെരിവുകളിൽ നിന്ന് ചിതറിയൊഴുകുന്ന അരുവികൾ.

വിശാലമായ ക്യാൻവാസിൽ വരച്ച ജലച്ഛായ ചിത്രം പോലെ തോന്നിച്ചു നാദിയക്ക് ആ പ്രഭാതക്കാഴ്ചകൾ.

കോൺക്രീറ്റ് കെട്ടിടങ്ങൾ നിറഞ്ഞ മണൽക്കാട്ടിലും തിരക്കും ബഹളവും പൊടി പടലങ്ങൾ നിറഞ്ഞ അന്തരീക്ഷവുമുള്ള ഡൽഹിയിലും ജീവിച്ച നാദിയ പ്രകൃതി സമ്മാനിക്കുന്ന ഈ സൗന്ദര്യക്കാഴ്ചകൾ അക്ഷരാർഥത്തിൽ വിസ്മയിപ്പിച്ചു.

"ദീപു, ഇത്ര സൗന്ദര്യമുള്ള സ്ഥലമാണ് വയനാടെന്ന് ഞാൻ ഒരിക്കലും കരുതിയില്ല.."

"ഇതിനേക്കാളും സൗന്ദര്യമുള്ള സ്ഥലങ്ങൾ വേറേ എത്ര കിടക്കുന്നു.."

നാദിയ കൂടുതലൊന്നും പറയാതെ പ്രകൃതി ദൃശ്യങ്ങൾ മൂവി ക്യാമറയിൽ പകർത്തിക്കൊണ്ടിരുന്നു.

തലേന്ന് രാത്രി പത്തുമണിയോടെയാണ് രണ്ടുപേരും കൽപ്പറ്റയിലെത്തിയത്.

സംഭവമറിഞ്ഞ് കുറേപ്പേർ ബാബുരാജിന്റെ വീട്ടിൽ കാത്തുനിൽപ്പുണ്ടായിരുന്നു.

കൂട്ടത്തിൽ സ്ത്രീകളും കുട്ടികളുമുണ്ട്.

എത്ര വേഗത്തിലാണ് വാർത്തകൾ പരക്കുന്നത്.

പത്തരയുടെ വാർത്ത രണ്ടുപേരും മറ്റുള്ളവരോടൊപ്പം ഗൂഢമായ

ചിരിയടക്കിപ്പിടിച്ചാണ് കണ്ടത്.

"ഒരു ദിവസം കൊണ്ട് നിങ്ങൾ ദേശീയ പ്രശസ്തരായല്ലോ.."

– ബാബുരാജിന്റെ കമന്റ് കേട്ട് എല്ലാവരും ചിരിച്ചു.

ഇതിനിടെ, ചില പെൺകുട്ടികൾ നാദിയയെ പരിചയപ്പെടാനും ഓട്ടോഗ്രാഫിനും എത്തി.

ഭക്ഷണം കഴിച്ച ശേഷം പ്രദീപ് റെസ്റ്റ് ഹൗസിലേക്ക് പോയി.

സത്യൻമാഷും വിനോദും അയൂബും ബാബുവും അനുഗമിച്ചു.

നാദിയ ബാബുരാജിന്റെ വീട്ടിൽ താമസിച്ചു.

രാവിലെ ആറ് മണിക്കുമുമ്പ് ഒരുങ്ങി നിൽക്കണമെന്ന് പ്രദീപ് ഒരിക്കൽക്കൂടി നാദിയയെ ഓർമിപ്പിച്ചു.

നേരത്തെ നിശ്ചയിച്ചതനുസരിച്ച് രാവിലെ ഏഴു മണിക്ക് പ്രദീപും നാദിയയും വടുവൻചാലിൽ എത്തി.

കുറച്ച് കഴിഞ്ഞപ്പോൾ വനം വകുപ്പ് ഉദ്യോഗസ്ഥരുമെത്തി.

നീലിമലയുടെ താഴ്വാരത്തെ പരപ്പൻ പാറയിലേക്കുള്ള യാത്ര തുടങ്ങി.

നാദിയയുടെ ആദ്യത്തെ വനയാത്ര.

മഞ്ഞും തണുപ്പും വനത്തെ വിട്ടൊഴിഞ്ഞിരുന്നില്ല.

മരച്ചില്ലകളിൽ ബന്ധിപ്പിച്ച, ഒരു കുടയോളം വിസ്തൃതിയുള്ള ചിലന്തി വലകളിൽ മഞ്ഞുതുള്ളികൾ തങ്ങിനിന്നിരുന്നു. വീണുകിടക്കുന്ന കരിയിലകളിലും മഞ്ഞിന്റെ ഈർപ്പം.

"മരക്കമ്പുകൾ മാറിമാറിപ്പിടിച്ച് ശ്രദ്ധിച്ചിറങ്ങണം.. പിടിക്കാൻ ഒന്നുമില്ലാത്ത സ്ഥലത്ത് മുളവടി ഊന്നി നടക്കാം.. സ്ലിപ്പ് ചെയ്താൽ വീണുരുണ്ട് അങ്ങ് കൊല്ലിയിലെത്തിപ്പോകും.. ധൃതി കാണിക്കേണ്ട ശ്രദ്ധിച്ച് പതുക്കെ.. പതുക്കെ... നടക്കുക... ഇരുവരും ട്രക്കിങ്ങ് ഷൂ ധരിച്ചത് നന്നായി."

ഫോറസ്റ്റ് റെയിഞ്ച് ഓഫീസർ വീരാൻകുട്ടി പ്രദീപിനും നാദിയക്കും നിർദേശം നൽകി.

അനുഗമിക്കാൻ വനം വകുപ്പുദ്യോഗസ്ഥരായ ജോസഫും മഹേഷും ചോല നായ്ക കുടുംബാംഗമായ ട്രൈബൽ വാച്ചർ ബാബുവും.

യാത്രക്ക് ഡി.എഫ്.ഒ.യിൽ നിന്ന് നേരത്തേ അനുമതി തേടിയിരുന്നു.

ഗവേഷണ വിദ്യാർഥിനി എന്ന നിലയിൽ നാദിയയെ അനുഗമിക്കാൻ റേഞ്ച് ഓഫീസർ ഉൾപ്പെടെ മൂന്ന് ഉദ്യോഗസ്ഥരുടെ സേവനം ഡി.എഫ്.ഒ. വിട്ടു നൽകുകയും ചെയ്തു.

വനത്തിലൂടെ അരമണിക്കൂർ നടന്നപ്പോഴേക്കും ചെങ്കുത്തായ ഇറക്കമായി.

ഉണങ്ങിയ ഇലകൾ കുമിഞ്ഞു കിടക്കുന്നത് കാരണം പ്രദീപും നാദിയയും കാൽ നിലത്തുറപ്പിക്കാൻ ഏറെ പ്രയാസപ്പെട്ടു.

ചിരപരിചയം കൊണ്ട് ബാബു അനായാസമായി കുന്നിറങ്ങുന്നു.

ഫോറസ്റ്റുദ്യോഗസ്ഥർക്കും വലിയ പ്രയാസം അനുഭവപ്പെടുന്നില്ല.

മുളവടിയൂന്നിയും ഇഴഞ്ഞു നീങ്ങിയും ഒരു കിലോമീറ്ററോളം ചെങ്കുത്തായ ഇറക്കം പിന്നിടുമ്പോഴേക്കും രണ്ടുപേരും നന്നായി ക്ഷീണിച്ചിരുന്നു.

പിന്നെ കുറച്ചു ദൂരം സമനിരപ്പാണ്. നിബിഡ വനം.

"നമുക്ക് അൽപ്പം വിശ്രമിച്ച് പോകാം.."

രണ്ടുപേരുടെയും വിയർത്തു ചുവന്ന മുഖം കണ്ടതു കൊണ്ടാവാം റെയിഞ്ച് ഓഫീസർ ഈ നിർദേശം വെച്ചത്.

റെയിഞ്ച് ഓഫീസർ പറയേണ്ട താമസം, രണ്ടുപേരും ഇലക്കൂമ്പാരത്തിൽ നീണ്ടു നിവർന്ന് കിടന്നു.

നിറയെ പൂത്തു നിൽക്കുന്ന വേങ്ങ മരത്തിന്റെ കുളിരിൽ എല്ലാവരും ഇരുന്നു.

അൽപ്പം വിശ്രമിക്കാതെ ഇനി നടക്കാൻ പറ്റില്ലെന്ന് പ്രദീപിന് തോന്നിയിരുന്നു. പക്ഷെ പറയാനൊരു ചമ്മൽ.

നാദിയ അത്രയും ക്ഷീണിച്ചിരുന്നില്ല.

"പ്രദീപ് സാറാണല്ലോ നന്നായി ക്ഷീണിച്ചു പോയത്... മാഡത്തിന് അത്രത്തോളം ക്ഷീണമില്ല.." - റെയിഞ്ച് ഓഫീസറുടെ കമന്റ് കേട്ട് എല്ലാവരും ചിരിച്ചു.

"നാദിയ കരാട്ടെ ബ്ലാക്ക് ബെൽട്ടുകാരിയാ... രാവിലത്തെ നടത്തമേ എനിക്കുള്ളൂ.." -പ്രദീപിന്റെ അഭിപ്രായത്തിന് അകമ്പടിയായും ചിരി പടർന്നു.

ബാബു കുറേ മുന്നിലെത്തിയിരുന്നു.

റെയിഞ്ച് ഓഫീസർ വിളിച്ചപ്പോഴാണ് നിന്നത്.

ബാബു അവരുടെ അരികിലേക്ക് തിരിച്ച് നടന്നു.

"നിത്യാഭ്യാസി ആനയെ എടുക്കും എന്നല്ലേ ചൊല്ല്... അതു പോലെയാണ് ബാബുവിന്റെ കാര്യവും.. നാലു കിലോ മീറ്റർ നമുക്ക് സഞ്ചരിക്കാൻ ചുരുങ്ങിയത് മൂന്ന് മണിക്കൂറെങ്കിലും എടുക്കും. ബാബുവിന് മുക്കാൽ മണിക്കൂറേ വേണ്ടൂ... ഇടക്കിടെ വരുന്ന ഞങ്ങൾ രണ്ടു മണിക്കൂർ കൊണ്ടാണ് എത്തുക. തിരിച്ചെത്താനും അത്ര സമയം

വേണം...."

-റെയിഞ്ച് ഓഫീസർ വിശദീകരിച്ചു.

നാദിയ എഴുന്നേറ്റ് ബാഗിൽ നിന്നും വാട്ടർ ബോട്ടിലെടുത്തു വെള്ളം കുടിച്ചു... പിന്നെ എല്ലാവർക്കുമായി കൈമാറി.. പിന്നെ ബിസ്കറ്റിന്റെ പാക്കറ്റും.

"ബാബുവെന്താ ഒന്നും മിണ്ടാതിരിക്കുന്നത്... വനത്തിലെ കാര്യങ്ങൾ ബാബുവാണ് ഇവർക്ക് പറഞ്ഞു കൊടുക്കേണ്ടത്..."

-റെയിഞ്ച് ഓഫീസറുടെ വാക്കുകൾ കേട്ട് ബാബു വിനയപൂർവം ചിരിച്ചു.

അൽപ്പം ലജ്ജ കലർന്ന ചിരി.

"ബാബു ഇപ്പോൾ സർക്കാരുദ്യോഗസ്ഥനാ.. എഴുത്തും വായനയും അറിയുന്നവരും കഴിവുള്ളവരുമായ എഴുന്നൂറ് ട്രൈബൽ യുവാക്കളെ വാച്ചർമാരായി എടുത്തിട്ടുണ്ട്. അവരിൽ വയനാട്ടിൽ നിന്നുള്ള ഇരുപത് പേർ. അക്കൂട്ടത്തിലൊരാളാണ് ബാബു... ബാബുവിന്റെ അച്ഛൻ വെളുത്തയും ട്രൈബൽ വാച്ചറായിരുന്നു. രണ്ട് വർഷം മുമ്പാണ് മരിച്ചത്... അദ്ദേഹം രണ്ടു തവണ കാട്ടാനയുടെ പിടിയിൽ നിന്ന് രക്ഷപ്പെട്ടതാ.. രണ്ടു തവണയും ആന തൂക്കിയെറിഞ്ഞു.. കൈയും കാലും ഒടിഞ്ഞു.. ജീവൻ രക്ഷപ്പെട്ടു..." -മഹേഷാണ് വിശദീകരിച്ചത്.

"എന്റെ ഒരു ബന്ധൂനെ ആന കൊല്ല്യോം ചെയ്തു... വലിയച്ഛൻ ചാത്തന്റെ മോൻ അനിലിന.. ഒരു കൊല്ലം മുമ്പാ.. പൊഴേന്ന് കുളിക്കുമ്പം... അങ്ങ് നിലമ്പൂർ ഭാഗത്ത് നിന്നാ ആന വന്നത്...' -ബാബുവിന്റെ വാക്കുകളിൽ സങ്കടം നിറഞ്ഞു.

നാദിയ എല്ലാം വീഡിയോ ക്യാമറയിൽ പകർത്തുന്നുണ്ടായിരുന്നു.

സ്റ്റിൽ ക്യാമറയിൽ പ്രദീപും.

"സാർ.. ഇവിടെ ആനകളുണ്ടാവുമോ..?"

ക്യാമറയിൽ നിന്നും കണ്ണെടുത്ത് നാദിയ ചോദിച്ചു.

"എന്താ പേടിയുണ്ടോ..?" -റെയിഞ്ച് ഓഫീസർ കളിയായി ചോദിച്ചു.

"ഇല്ല. കാണാൻ വേണ്ടിയാ..ഫോട്ടോയെടുക്കാനും.."

"ആനയും കടുവയും പുലിയും കരടിയും ചെന്നായയും മാനുമൊക്കെ ഈ വനത്തിലുണ്ട്. പക്ഷെ കാണാൻ പറ്റുമോ എന്നറിയില്ല. മനുഷ്യരുടെ സാന്നിധ്യം മൃഗങ്ങൾ പെട്ടെന്ന് മനസ്സിലാക്കും. അതിനാൽ അപൂർവമായി മാത്രമേ മൃഗങ്ങളെ കാണൂ... ഈ പ്രദേശം ആയിരം ഏക്കറോളം വരും. ചോല നായ്ക്കർ താമസിക്കുന്ന പതിനൊ

ന്ന് ഏക്കർ സ്ഥലം സെറ്റിൽമെന്റ് ഏരിയയാണ്. ഇവിടുത്തെ പതിനൊന്ന് ചോല നായ്ക കുടുംബങ്ങൾക്ക് സർക്കാർ ഓരോ ഏക്കർ ഭൂമി അനുവദിച്ചു. ഈ സ്ഥലത്തിന് ചുറ്റും സോളാർ കമ്പിവേലിയുണ്ട്.. അതിനാൽ വന്യ ജീവികളുടെ ശല്യം അവിടെ കുറവാ... കൂടാതെ തീറ്റയൊന്നും കിട്ടാത്ത ചെങ്കുത്തായ സ്ഥലങ്ങളിൽ ആനകളെ കാണാൻ ബുദ്ധിമുട്ടാ.. അപ്പുറത്തെ ഭാഗത്ത് മുളങ്കാടുകളുണ്ട് ചിലപ്പോൾ അവിടെ കാണാറുണ്ട്..”

“ഇപ്പോൾ ന്യൂജെൻ ആനകൾ കമ്പിവേലി ഉണങ്ങിയ തടിക്കഷണം കൊണ്ട് തല്ലിത്തകർത്ത് കയറാൻ തുടങ്ങി..” -ജോസഫ് തമാശയായി കാര്യം പറഞ്ഞു.

മരക്കമ്പ് അടർന്നു വീഴുന്ന ശബ്ദം കേട്ടാണ് എല്ലാവരുടെയും ശ്രദ്ധ അങ്ങോട്ടു തിരിഞ്ഞത്.

അൽപ്പമകലെ, ഒരു കൂറ്റൻ ചീനി മരത്തിന്റെ ചുവട്ടിൽ ഒരാൾ നിൽക്കുന്നു.

“അവര് തേനെടുക്കലാ... ചെറു തേനാണത്. സാധാരണ തേൻ നിലാവില്ലാത്ത രാത്രിയിലാണ് എടുക്കുക. പകൽ തേൻ കൂടുകൾ കണ്ടുവെക്കും. രാത്രി ഏണിയിലൂടെ കയറിച്ചെന്ന് ചൂട്ട് കത്തിച്ച് ഈച്ചകളെ അകറ്റിയാണ് തേനെടുക്കുക.. രണ്ട് ദിവസം കഴിയുമ്പോഴേക്കും തേനീച്ചകൾ അതേ മരത്തിൽ തിരിച്ചെത്തും. ചീനി മരത്തിലാണ് സാധാരണ തേൻ കൂടുകളുണ്ടാവുക.. വലിയ മരത്തിൽ കയറാൻ രണ്ടും മൂന്നും ഏണികൾ കൂട്ടിക്കെട്ടണം” -ബാബു പറഞ്ഞു.

രണ്ട് മുളയേണികൾ കൂട്ടിക്കെട്ടി കൂറ്റൻ മരത്തിന്റെ അറ്റത്തെ പൊത്തിൽനിന്ന് തേനെടുക്കുന്ന ആദിവാസി യുവാക്കളിലായി എല്ലാവരുടെയും ശ്രദ്ധ.

തെന്നി വീഴാതിരിക്കാൻ മുളയേണി പലയിടങ്ങളിലായി മരത്തോട് ബന്ധിച്ചിട്ടുണ്ട്.

ഒരാളാണ് മരത്തിൽ.

താഴെയുള്ളയാൾ നിർദേശങ്ങൾ നൽകുന്നു.

തേനീച്ചകളെ ബീഡിപ്പുകയൂതി അകറ്റിയ ശേഷം മരപ്പൊത്തിൽ നിന്ന് തേൻ പലകകൾ സശ്രദ്ധം അടർത്തിയെടുത്ത് തോളിൽത്തൂക്കിയ ഭാണ്ഡത്തിലെ പ്ലാസ്റ്റിക് സഞ്ചിയിലേക്ക് മാറ്റുകയാണ്.

നാദിയയുടെ വീഡിയോ ക്യാമറ വീണ്ടും പ്രവർത്തിച്ചു തുടങ്ങി.

ചെറുപ്പക്കാരൻ തേനുമായി താഴെയിറങ്ങുന്നതുവരെ നാദിയ കൗതുകപൂർവം എല്ലാം ചിത്രീകരിച്ചു.

"നമുക്കിനി യാത്ര തുടരാം.." -റെയിഞ്ച് ഓഫീസർ നിർദേശിച്ചു.

നിബിഡവനത്തിന്റെ കുളിരും കാട്ടുപൂക്കളുടെ ഗന്ധവും നാദിയ യിൽ അവാച്യമായ അനുഭൂതി പടർത്തി.

"ദാ.. പതുക്കെ.." -മുന്നിൽ നടന്ന പ്രദീപ് എല്ലാവരുടെയും ശ്രദ്ധ യാകർഷിച്ചു.

പ്രദീപ് വിരൽ ചൂണ്ടിയ മരത്തിന്റെ അറ്റത്തേക്ക് എല്ലാവരും നോക്കി.

അതൊരു മലയണ്ണാനായിരുന്നു.

പ്രദീപിന്റെയും നാദിയയുടെയും ക്യാമറക്കണ്ണുകൾക്ക് ആ കൂറ്റൻ മലയണ്ണാൻ വിരുന്നൊരുക്കി.

നടന്നും ഇടക്ക് വിശ്രമിച്ചും പരപ്പൻപാറയിലെ പുഴയോരത്തെത്തു മ്പോൾ സംഘാംഗങ്ങളെല്ലാം നന്നായി ക്ഷീണിച്ചിരുന്നു.

ചാലിയാറിന്റെ ആ ഉത്ഭവ കേന്ദ്രത്തിലെ പാറപ്പുറത്തിരുന്ന് കയ്യിൽ കരുതിയ ഭക്ഷണം പങ്കിട്ടു.

പാറക്കല്ലുകൾ നിറഞ്ഞ്, നീരൊഴുക്ക് കുറഞ്ഞ പുഴയോരത്തെ പ നയോല മേഞ്ഞ കുടിലുകളിലാണ് ചോല നായ്ക കുടുംബങ്ങൾ താ മസിക്കുന്നത്.

സാധനസാമഗ്രികൾ എത്തിക്കാനുള്ള ബുദ്ധിമുട്ടു കാരണം വീട് നിർമി ക്കാൻ സാധിക്കില്ല.

പ്രായമുള്ളവർ ഇപ്പോഴും അർധനഗ്നരാണ്.

കുട്ടികൾ സാധാരണ വസ്ത്രങ്ങൾ ധരിക്കുന്നു.

റെയിഞ്ച് ഓഫീസർക്ക് എല്ലാവരെയും പരിചയമുണ്ട്.

അപരിചിതരെ കണ്ടതു കൊണ്ടാവാം സ്ത്രീകൾ കുടിലിന് അക ത്തേക്ക് വലിഞ്ഞു.

ബാബു ഇടപെട്ട് അവരെ പ്രദീപിന്റെയും നാദിയയുടെയും ക്യാ മറക്കു മുന്നിലെത്തിച്ചു.

കുറേ കാര്യങ്ങൾ ബാബുവിന്റെ സഹായത്തോടെ നാദിയ അവ രിൽ നിന്ന് ചോദിച്ചറിയുകയും ചെയ്തു.

വനം വകുപ്പ് ഉദ്യോഗസ്ഥരോടും ബാബുവിനോടും സംസാരിച്ച ശേഷം നാദിയ പുഴയോരത്തെ പാറപ്പുറത്തിരുന്ന് വിശദമായ കുറി പ്പെടുത്തു.

വനം വകുപ്പിന്റെ സൗത്ത് വയനാട് ഡിവിഷനിൽ മേപ്പാടി റേഞ്ചിൽ ഉൾപ്പെട്ടതാണ് നീലിമല അടിവാരത്തെ പരപ്പൻപാറ.

"കേരളത്തിലെ ആദിവാസി ജനവിഭാഗങ്ങളിൽ ഏറ്റവും പിന്നോ ക്കം നിൽക്കുന്നവരും വംശനാശ ഭീഷണി നേരിട്ടു കൊണ്ടിരിക്കുന്ന

വരുമാണ് ചോലനായ്ക്കരും കാട്ടുനായ്കരും.

കാൽ നൂറ്റാണ്ടിന് മുമ്പുവരെ വനാന്തരങ്ങളിലെ ഗുഹകളിലും മറ്റു മായിരുന്നു ഇവർ കഴിഞ്ഞു കൂടിയിരുന്നത്. പൂർവികരെ അടക്കം ചെയ്ത സ്ഥലം വിട്ട് ഇവർ എവിടെയും പോകില്ല. അതുകൊണ്ടു കൂടിയാണ് പരമ്പരാഗതമായി വനത്തിൽത്തന്നെ കഴിയുന്നത്. മരിച്ചവരെ കുഴിച്ചു മൂടുകയാണ് ചെയ്യുക.. ദഹിപ്പിക്കില്ല.

ഒന്നര പതിറ്റാണ്ടിന് മുമ്പ് വരെ ഇവർ നിരക്ഷരരായിരുന്നു. പിന്നീട് ഇവിടെ സാക്ഷരതാ കേന്ദ്രം സ്ഥാപിച്ചു. അങ്ങിനെ കുറേപ്പേർ അക്ഷ രം പഠിച്ചു.

ഇപ്പോൾ സുൽത്താൻ ബത്തേരിക്കടുത്ത കല്ലൂരിൽ ഈ വിഭാഗ ക്കാർക്ക് റസിഡൻഷ്യൽ സ്കൂളുണ്ട്. കാട്ടു നായ്ക-ചോല നായ്ക വിഭാഗങ്ങളിൽപ്പെട്ട കുട്ടികൾ ഇവിടെ പഠിക്കുന്നു..

പ്രത്യേക ആചാര-അനുഷ്ഠാനങ്ങൾ പിന്തുടരുന്നവരാണ് ചോല നാ യ്കർ.

എല്ലാ കാര്യങ്ങളിലും അവസാനത്തെ തീർപ്പ് ഊരു മൂപ്പന്റെതാണ്.

അറുപത്തഞ്ചുകാരനായ ചെറിയ വെളുത്തയാണ് ഊരുമൂപ്പൻ.

സ്വന്തം സമുദായത്തിൽ നിന്നേ വിവാഹം അനുവദിക്കൂ.

പെൺകുട്ടികൾ വയസ്സറിയിച്ചാൽ രണ്ടാഴ്ച ആരെയും കാണി ക്കാതെ മാറ്റിനിർത്തും.

ഓലയും മുളയും കൊണ്ട് പ്രത്യേകം കൂടുണ്ടാക്കി അതിലാണ് പാർ പ്പിക്കുക.

രണ്ടാഴ്ച കഴിഞ്ഞാൽ എല്ലാവരെയും ക്ഷണിച്ച് സദ്യ കൊടു ക്കും-തിരണ്ട് കല്യാണം.

പ്രസവ സംബന്ധമായി മെഡിക്കൽ കോളേജ് ആസ്പത്രിയിൽ എത്തിക്കേണ്ടി വന്ന ആദ്യത്തെ ആൾ ബാബുവിന്റെ ബന്ധുവായ സുനിതയാണ്.

അമിത രക്തസ്രാവത്തെത്തുടർന്ന് അവശയായ സുനിതയെ ചാ ക്കിൽ കിടത്തി ആളുകൾ മാറിമാറി ചുമന്നാണ് റോഡിലെത്തിച്ചത്. ആദ്യം ബത്തേരി ആസ്പത്രിയിലും പിന്നെ കോഴിക്കോട് മെഡിക്കൽ കോളേജ് ആസ്പത്രിയിലും.

ഇപ്പോൾ ആരോഗ്യ പ്രവർത്തകർ ഇടപെട്ട്, പ്രസവം അടുക്കാറാ യവരെ വാഹന സൗകര്യമുള്ള സ്ഥലങ്ങളിലേക്ക് മാറ്റും...." - റേഞ്ച് ഓഫീസർ വിശദീകരിച്ചു.

ആവശ്യമായ വിവരങ്ങൾ രേഖപ്പെടുത്തിയ ശേഷം നാദിയ നോട്ടു

ബുക്ക് മടക്കി ബാഗിൽ വെച്ചു.

പിന്നെ സംഘം മടക്കയാത്രയാരംഭിച്ചു.

കൂടുതൽ ദുഷ്കരം തിരിച്ചുള്ള യാത്രയായിരുന്നു.

ഇരുന്നും കിടന്നും ക്ഷീണമകറ്റി, വനാതിർത്തിലെത്താറായപ്പോൾ വെയിൽ ചാഞ്ഞിരുന്നു.

മുന്നിൽ നടന്ന ഫോറസ്റ്റ് റേഞ്ചർ പെട്ടെന്ന് തിരിഞ്ഞു നിന്ന് നിശ്ശബ്ദരാവാൻ ആംഗ്യം കാണിച്ചു.

അദ്ദേഹം കുറേസമയം അന്തരീക്ഷത്തിൽ മൂക്കുവിടർത്തി മണത്തു.

"അടുത്ത് എവിടെയോ ആനയുണ്ട്.. നല്ല ചൂരടിക്കുന്നുണ്ട്..." -അദ്ദേഹം പറഞ്ഞു.

പ്രദീപിനും നാദിയക്കും ജിജ്ഞാസയായി.

എല്ലാവരും ഇലക്ക് നോവാതെ നടന്നു.

റെയിഞ്ച് ഓഫീസറുടെ തൊട്ടു മുന്നിൽ ആവി പാറുന്ന ആനപ്പിണ്ടം.

ചെവി കൂർപ്പിച്ചപ്പോൾ തൊട്ടടുത്ത മുളങ്കാട്ടിൽ ചില്ലകൾ ഒടിയുന്നു.

എല്ലാവരെയും അവിടെ നിർത്തി റെയിഞ്ച് ഓഫീസർ മാത്രം പതുക്കെ നടന്നു നിരീക്ഷിച്ചു.

അദ്ദേഹം കൈമാടി വിളിച്ചു.

ഏതാണ്ട് നൂറടി അകലത്തിൽ നാലാനകൾ.

കൊമ്പനും പിടിയും രണ്ടു കുട്ടികളും.

സ്വച്ഛന്ദം മുളങ്കാടുകൾ ഭക്ഷിക്കുകയാണ് ആ ഗജകുടുംബം.

ശ്വാസം അടക്കിപ്പിടിച്ച് പ്രദീപും നാദിയയും ആ ദൃശ്യവും ചിത്രീകരിച്ചു.

കാണക്കാണെ ആനകൾ നിബിഡ വനത്തിനുള്ളിൽ അപ്രത്യക്ഷരായി.

"നിങ്ങൾക്ക് ഭാഗ്യമുണ്ട്.. ഒരു മൃഗത്തെയും കാണാൻ പറ്റാതെ വരുമോ എന്ന് തോന്നിയിരുന്നു... ആനകളെ മാത്രമേ കാണൂ.." -റെയിഞ്ച് ഓഫീസറുടെ വാക്കുകളിൽ സംതൃപ്തി.

ക്യാമറയിൽ പതിഞ്ഞ ആനകളുടെ ചിത്രങ്ങൾ മോണിറ്ററിൽ കണ്ട് പ്രദീപും നാദിയയും സംതൃപ്തരായി.

ചിത്രങ്ങൾ അവർ എല്ലാവരെയും കാണിച്ചു.

നടന്ന് റോഡിലെത്തുമ്പോൾ നേരം സന്ധ്യ മയങ്ങിയിരുന്നു.

അധ്യായം-12

പിതൃത്വം തേടി

ഇത് ചെലുവിയുടെ കുടിലാണ്.

മൺകട്ട കൊണ്ടുള്ള ചുവർ.

കവുങ്ങിൻ തടിയും കാട്ടുകമ്പുകളും കൊണ്ടുള്ള കഴുക്കോലിൽ പാകിയ ഓടുകൾ സ്ഥാനം തെറ്റി, ഏത് നിമിഷവും നിലംപൊത്തുന്ന നിലയിൽ.

വൈദ്യുതിയില്ല. പക്ഷേ, ചുവരിൽ വൈദ്യുതീകരിച്ചതിന്റെ പാടുകളുണ്ട്.

അടുക്കള ഭാഗത്ത് മെലിഞ്ഞ ഏതാനും വാഴകളുടെ ചുവട്ടിൽ പഴകിയ ഏതാനും അടുക്കളപ്പാത്രങ്ങൾ.

ഈ കുടുംബത്തിന്റെ ഇല്ലായ്മകളെ വെളിപ്പെടുത്തുന്ന ഒരു മെലിഞ്ഞ പട്ടി കോലായിൽ കിടക്കുന്നു.

അപരിചിതരെത്തിയിട്ടും പട്ടിക്ക് പ്രതികരണമൊന്നും ഉണ്ടായില്ല.

നൂൽപ്പുഴ പഞ്ചായത്തിലെ കല്ലൂരിനടുത്ത പണപ്പാടി കാട്ടുനായ്ക്കക്കോളനിയിലെ ചെലുവിയുടെ വീട്ടിൽ പ്രദീപിനെയും നാദിയയെയും അനുഗമിച്ചത് ആരോഗ്യവകുപ്പ് ജീവനക്കാരി ലളിതയാണ്.

നൂൽപ്പുഴ ട്രൈബൽ ആസ്പത്രിയിലെ ജൂനിയർ പബ്ലിക് ഹെൽത്ത് നഴ്സ് ലളിത സാമൂഹികപ്രവർത്തക കൂടിയാണ്.

അവിഹിത ബന്ധത്തിലൂടെ ജനിച്ച കുഞ്ഞിനെ കൊന്നുകുഴിച്ചുമൂടി എന്ന കുറ്റത്തിന് ജില്ലാക്കോടതി ജീവപര്യന്തം തടവിന് ശിക്ഷിച്ച ചെലുവി ഇപ്പോൾ ജാമ്യത്തിൽ പുറത്തിറങ്ങിയതാണ്.

തെളിവുകൾ എതിരായതുകൊണ്ടുമാത്രമാണ് ചെലുവി ശിക്ഷിക്കപ്പെട്ടതെന്നും വയറ്റിൽ നിന്നു തന്നെ കുഞ്ഞ് മരിച്ചിരുന്നുവെന്നും ബോധ്യപ്പെട്ടതുകൊണ്ടാണ് സാമൂഹ്യപ്രവർത്തകർ ഇടപെട്ടതും അവർക്ക് ജാമ്യം ലഭിക്കുന്നതിനായി ശ്രമം നടത്തിയതെന്നും ലളിത അ

റിയിച്ചു.

തന്റെ ഇംഗിതത്തിന് വഴങ്ങാത്തതിന്റെ പ്രതികാരം തീർക്കാൻ അയൽക്കാരനാണ് ചെലുവിയെ കേസിൽക്കുടുക്കിയതെന്നും ലളിത വെളിപ്പെടുത്തി.

നേരം സന്ധ്യയോടടുത്തിരുന്നു.

ഇതേ പഞ്ചായത്തിലെ മറ്റു കാട്ടുനായ്കക്കോളനികൾ സന്ദർശിച്ച ശേഷമാണ് അവിടെയെത്തിയത്.

എല്ലായിടത്തും ലളിതയും അനുഗമിച്ചു.

ഭർത്താവു മരിച്ച ചെലുവി, അവിഹിത ബന്ധത്തിലൂടെ ഗർഭിണിയാവുകയും പ്രസവിച്ചയുടനെ കുഞ്ഞിനെ കഴുത്തു ഞെരിച്ചു കൊന്നുവെന്നുമാണ് കേസ്.

പ്രസവിച്ചയുടനെ ആരോഗ്യ പ്രവർത്തകർ ചെലുവിയെ ബത്തേരി താലൂക്ക് ആസ്പത്രിയിലേക്ക് മാറ്റിയിരുന്നു.

മരിച്ച കുഞ്ഞിനെയാണ് പ്രസവിച്ചതെന്നും കുഞ്ഞിനെ കുഴിച്ചിട്ടുവെന്നും ആസ്പത്രിയിൽ ചെലുവി മൊഴി നൽകിയിരുന്നു.

ഇക്കാര്യം ആസ്പത്രി അധികൃതർ പോലീസ് സ്റ്റേഷനിലും അറിയിച്ചു.

ഇതിനിടയിൽ ഒരയൽവാസി പോലീസ് സ്റ്റേഷനിലെത്തി ചെലുവിക്കെതിരെ പരാതി നൽകി.

ചെലുവിയുടെ ഭർത്താവിന്റെ പഴയ സുഹൃത്തുകൂടിയാണ് ഈ പരാതിക്കാരൻ.

ഭർത്താവ് ജീവിച്ചിരിക്കുമ്പോഴും അതിനു ശേഷവും ഇയാൾ പലപ്പോഴും ചെലുവിയെ സമീപിച്ചിരുന്നുവെങ്കിലും ഇയാൾക്ക് വഴങ്ങിയില്ല. ഇതിന്റെ പ്രതികാരം ചെയ്യുകയായിരുന്നു അയാളെന്നും ചെലുവി പോലീസുകാരോട് പറഞ്ഞു.

കുഞ്ഞിന്റെ മൃതദേഹം പുറത്തെടുത്ത് പോസ്റ്റ് മോർട്ടം നടത്തി.

ശ്വാസം മുട്ടിയാണ് കുഞ്ഞിന്റെ മരണമെന്നായിരുന്നു പോസ്റ്റ്മോർട്ടം റിപ്പോർട്ട്.

ഡി.എൻ.എ.പരിശോധനയിൽ കുഞ്ഞ് ചെലുവിയുടെതാണെന്ന് തെളിഞ്ഞു. ഇതിനെത്തുടർന്നായിരുന്നു അറസ്റ്റ്.

കേസു വാദിക്കുന്നതിന് വക്കീലിനെ ഏർപ്പെടുത്താൻ ചെലുവിക്ക് സാധിച്ചിരുന്നില്ല.

കോടതിയാണ് വക്കീലിനെ ഏർപ്പാടാക്കിയിരുന്നത്.

കുഞ്ഞ് വയറ്റിൽ തന്നെ മരിച്ചതാണെന്ന പ്രതിയുടെ മൊഴി വിശ്വാ

സത്തിലെടുക്കണമെന്ന വാദം കോടതി സ്വീകരിച്ചില്ല.

ഭർത്താവില്ലാതെ പ്രസവിച്ചതിന്റെ അപമാനം കാരണം കുഞ്ഞിനെ കൊന്നുവെന്ന പ്രോസിക്യൂഷൻ വാദമാണ് കോടതി സ്വീകരിച്ചത്.

കാട്ടുനായ്ക്ക വിഭാഗത്തിൽ ചടങ്ങുകളോടെ, ഔപചാരികമായി വിവാഹിതരാവുന്നവർ വിരളം.

പെൺകുട്ടികൾ പ്രായപൂർത്തിയായിക്കഴിഞ്ഞാൽ സ്വന്തം സമുദായത്തിൽപ്പെട്ട ഏതെങ്കിലും ചെറുപ്പക്കാരന്റെ കൂടെ താമസിക്കും.

പതിനാലും പതിനഞ്ചും വയസ്സിൽ പ്രസവിക്കുന്നതും സാധാരണം.

ആശുപത്രി അധികൃതർ ഇരുപത് വയസ്സിന് മേൽ വയസ്സ് രേഖപ്പെടുത്തും.

വിവാഹബന്ധം ഉപേക്ഷിച്ചു പോകുന്നതും വൈകാതെ മറ്റൊരാളുടെ കൂടെ താമസിക്കുന്നതും സാധാരണം.

ജീവപര്യന്തം തടവിന് ശിക്ഷിക്കപ്പെട്ട് കണ്ണൂർ സെൻട്രൽ ജയിലടക്കപ്പെട്ടതോടെ ഈ ആദിവാസി സ്ത്രീയുടെ കുടുംബം ചിതറിപ്പോയി.

മൂത്ത രണ്ട് ആൺമക്കൾ കർണാടകത്തിലെത്തി.

അവിടെ ഒരു ഫാമിൽ അടിമകൾക്ക് തുല്യമായ ജീവിതം.

ഇളയ കുട്ടികൾ ഏതൊക്കെയോ വീടുകളിൽ വേലക്കാരായി.

കുറേ സാമൂഹ്യ പ്രവർത്തകരുടെ ശ്രമഫലമായാണ് ചെലുവിക്ക് ജാമ്യം കിട്ടിയത്.

ഹൈക്കോടതിയും ഉദാരമായ സമീപനം സ്വീകരിച്ചു.

ജയിലിൽനിന്ന് തിരിച്ചു വന്ന ചെലുവി വീണ്ടും ജീവിതം പെറുക്കിക്കൂട്ടാനുള്ള ശ്രമത്തിലാണ്.

കഥകൾ കേട്ടറിഞ്ഞ നാദിയക്ക് ചെലുവിയോട് ഒന്നും ചോദിക്കാൻ തോന്നിയില്ല.

അപരിചിതരുടെ മുന്നിൽ അവർ പകച്ചു നിൽക്കുകയാണ്.

ഇതിനിടയിൽ രണ്ടുപേർ ബൈക്കിൽ അവിടെയെത്തി നിരീക്ഷണം നടത്തിപ്പോയി.

"പരിചയമില്ലാത്തവർ ഇവിടെ എത്തിയിരിക്കുന്നത് കണ്ടാണ് അവർ നിരീക്ഷിക്കുന്നത്.. കഞ്ചാവും മദ്യവും വിൽക്കുന്ന ഏജന്റുമാരാണിവർ.. കോളനികളാണ് ഇവരുടെ വിൽപ്പന കേന്ദ്രങ്ങൾ.. പണിയെടുത്ത് കിട്ടുന്ന കൂലിയുടെ നല്ലൊരു ഭാഗം ഇവിടുത്തെ അന്തേവാസികൾ ലഹരിക്കായി ചിലവാക്കുന്നു... പട്ടികവർഗ വിഭാഗത്തിൽ ഭൂരിപക്ഷവും പണിയൻമാരാണ്.. അമിത മദ്യപാനം കൊണ്ട് ഇവർ ചത്തൊ

ടുങ്ങുകയാണ്. നാൽപ്പത്തി അഞ്ച് വയസ്സാണ് ഇപ്പോൾ ഇവരുടെ ശരാശരി ആയുർ ദൈർഘ്യം.." -ലളിത വിശദീകരിച്ചു.

ചെലുവിയുടെ കുടിലിന് പിന്നിലെ ചെമ്മൺ പാതയിലൂടെ കോലം കെട്ട ചെറുപ്പക്കാരുടെ സംഘം വേച്ച് വേച്ച് നടന്നു വരുന്നു.

എല്ലാവരും ലഹരിയുടെ ലോകത്താണ്.

ഇടക്കിടെ ബൈക്കുകൾ

തലങ്ങും വിലങ്ങും പൊടിപറത്തിപ്പായുന്നു.

"എനിക്ക് ഇതൊക്കെ കുറിച്ചെടുക്കണം.. നേരം വൈകുകയും ചെയ്തു.." -നാദിയ പറഞ്ഞു.

"നിങ്ങൾ നാളെയല്ലേ മടങ്ങൂ... നമുക്ക് വീട്ടിൽ പോകാം... ഇവിടുന്ന് രണ്ടു കിലോ മീറ്ററേയുള്ളൂ.. ആവശ്യമുള്ള കാര്യങ്ങൾ എഴുതിയെടുത്തതിന് ശേഷം നിങ്ങൾക്ക് കൽപ്പറ്റക്ക് മടങ്ങാം" -ലളിത ക്ഷണിച്ചു.

"വീട്ടിലേക്ക് പിന്നീടൊരു ദിവസം വരാം.. നേരം വൈകിയില്ലേ.. നിങ്ങളെ വീട്ടിൽ ഇറക്കിത്തരാം..." -പ്രദീപ് ക്ഷണം സ്നേഹപൂർവം നിരസിച്ചു.

മൂന്നു പേരും കാറിൽക്കയറി.

അന്തരീക്ഷത്തിൽ നേരിയ തണുപ്പ് പടർന്നിരുന്നു.

സുഖദമായ തണുപ്പ്.

കാറിന്റെ വെളിച്ചത്തിൽ മഞ്ഞിന്റെ നേർത്ത തിരശ്ശീല പ്രത്യക്ഷമായി.

പ്രധാന റോഡിലൂടെ കുറച്ചു ദൂരം സഞ്ചരിച്ചപ്പോൾ, ഇടതു വശത്തെ ചെമ്മൺ പാതയിലേക്ക് കാർ തിരിക്കാൻ ലളിത ആവശ്യപ്പെട്ടു.

അമ്പതു മീറ്റർ കൂടി മുന്നോട്ട് പോയപ്പോൾ കാർ നിർത്താനും നിർദേശിച്ചു

"അതാണ് എന്റെ വീട്" - വൈദ്യുതി വെളിച്ചമുള്ള കൊച്ചു കോൺക്രീറ്റ് വീട് ചൂണ്ടിക്കാട്ടി ലളിത പറഞ്ഞു.

റോഡിന്റെ ഓരം ചേർന്ന് കാർ നിർത്തി മൂന്ന് പേരും പുറത്തിറങ്ങി.

കറുപ്പും വെളുപ്പും കലർന്ന നിറമുള്ള ഒരു നാടൻ പട്ടി ഓടി വന്ന് ലളിതക്ക് ചുറ്റും മുട്ടിയുരുമ്മി നടന്നു.

അപരിചിതരായ രണ്ടു പേരോട് ചെറുതായൊന്ന് മുരണ്ടു.

"ടോമീ... പോടാ...." -ലളിത പട്ടിയെ ആട്ടിയോടിച്ചു.

പട്ടി വീട്ടിലേക്കോടി അതേ വേഗതയിൽ തന്നെ തിരിച്ചു വന്നു.

കുറേ സമയം കാറിനടുത്തു ചെന്ന് മണം പിടിച്ചു. പിന്നെ ചെറുതായൊന്ന് കുരച്ചു.

ലളിതയുടെ ഭർത്താവ് സ്വകാര്യ കമ്പനിയിലെ ജീവനക്കാരനാണ്.

അച്ഛനും അമ്മയും ചെറിയ രണ്ട് കുട്ടികളും വീട്ടിലുണ്ട്.

ഇത് പണിയക്കോളനിയാണെന്നും ഈ കോളനിയിൽ പ്ലസ് ടു പാസ്സാവുന്നതും സർക്കാർ ജോലി കിട്ടുന്നതുമായ ആദ്യത്തെ പെൺകുട്ടി താനാണെന്നും ലളിത പറഞ്ഞു.

കോളനിയിലെ ആദ്യത്തെ കോൺക്രീറ്റ് വീടും ഇതാണ്.

പത്താം തരത്തിൽ ഒന്നാം ക്ലാസോടെ പാസ്സായപ്പോൾ നാട്ടുകാരുടെയും പഞ്ചായത്തിന്റെയും സ്വീകരണം ലഭിച്ചതായും പഞ്ചായത്ത് പ്രസിഡന്റിൽ നിന്ന് ഉപഹാരം സ്വീകരിക്കുന്നതിന്റെ ചിത്രം പത്രങ്ങളിൽ വന്നതായും ലളിത പറഞ്ഞു.

സഹായത്തിന് ലളിതയോട് നന്ദി പറഞ്ഞുകൊണ്ട് രണ്ടു പേരും യാത്ര പറഞ്ഞു.

പട്ടി കുറച്ചു ദൂരം കാറിന്റെ പിന്നാലെ ഓടി... പിന്നെ തിരികെയും.

പ്രധാന റോഡിലെത്തിയപ്പോൾ കാറിന്റെ വേഗത കൂടി.

അന്തരീക്ഷത്തിലെ മഞ്ഞിന്റെ ആവരത്തിന് കട്ടി കൂടി.

ഫോഗ് ലൈറ്റിട്ടതിനാൽ റോഡ് തെളിഞ്ഞ് കണ്ടു.

“നാദിയാ.. നീ എന്താ ആലോചിക്കുന്നത്..?”

“ദീപൂ.. ആദിവാസികളുടെ ജീവിതം നമ്മൾ വായിച്ചറിഞ്ഞതിനേക്കാൾ എത്ര ദൈന്യം നിറഞ്ഞതാണെന്ന് ഞാൻ ആലോചിക്കുകയായിരുന്നു..

ഇതെല്ലാം എന്റെ ജീവിതത്തിലെ മറക്കാനാവാത്ത അനുഭവങ്ങളാണ്. ആദിവാസികളെക്കുറിച്ച് റിസർച്ച് നടത്താനും പേപ്പർ തയ്യാറാക്കാനും ഡോക്ടറേറ്റ് നേടാനും ഇത്തരമൊരു യാത്രയുടെയൊന്നും ആവശ്യമില്ലെന്ന് എനിക്ക് നന്നായി അറിയാം..

ഈ അനുഭവങ്ങൾ എത്ര പുസ്തകം വായിച്ചാലും കിട്ടാത്തതാണ്..”

“ഞാൻ പറയാറില്ലേ എന്റെ നാട്ടുകാരനായ ഡോ. കണ്ണൻ പി. നമ്പ്യാർ എന്ന നരവംശശാസ്ത്രം പ്രൊഫസറെക്കുറിച്ച്.. അദ്ദേഹം ഞങ്ങൾക്ക് കണ്ണേട്ടനാണ്.

അമേരിക്കയിലെ നാല് യൂണിവേഴ്സിറ്റികളിൽ അദ്ദേഹം അധ്യാപകനായിരുന്നു. അദ്ദേഹം ഇപ്പോൾ നാട്ടിൽ വന്നിട്ടുണ്ട് നമുക്ക് പോയി കാണാം.. ലോകം പുരോഗതിയിലേക്ക് കുതിക്കുമ്പോൾ ആദിവാ

സികൾ എങ്ങിനെയാണ് ചൂഷണം ചെയ്യപ്പെടുന്നതും ഇല്ലാതാവുന്നതും എന്നതിനെക്കുറിച്ച് അദ്ദേഹം ഒരിക്കൽ എന്നോട് ദീർഘമായി സംസാരിച്ചിരുന്നു. ഞാൻ അക്കാര്യങ്ങൾ നോട്ടു ചെയ്ത് വെക്കുകയും ചെയ്തിട്ടുണ്ട്..

അതിലൊന്നാണ് ഇന്തോനേഷ്യയുടെ ഭാഗമായ ബോണിയോ ദ്വീപിലെ 'കളിമന്താൻ' മഴക്കാടുകളുടെ നാശം 'ദയാക്ക്' എന്ന ആദിവാസി ജനവിഭാഗത്തിന്റെ നാശത്തിന് വഴിയൊരുക്കിയത്.

എഴുപതുകളിൽ ലോക ബാങ്കിൽ നിന്നും ഐ.എം.എഫിൽ നിന്നും വാങ്ങിയ വായ്പ തിരിച്ചടക്കാൻ കഴിയാതെ വന്നപ്പോൾ അധികാരികൾ ഇന്തോനേഷ്യൻ സർക്കാരിനോട് നിർദേശിച്ചത് കളിമന്താൻ മഴക്കാടുകളിലെ കൂറ്റൻ മരങ്ങൾ വെട്ടി വിൽക്കാനാണ്.

കോടിക്കണക്കിന് ഡോളറിന്റെ മരം അങ്ങിനെ വെട്ടി വീഴ്ത്തി.

ലോകത്തിലെ ഏറ്റവും വലിയ മഴക്കാടുകളിലൊന്നായ കളിമന്താൻ മരുഭൂമി പോലെയായി. അവിടുന്ന് വെട്ടിമാറ്റിയ മരങ്ങൾ ഏറെയും എത്തിയത് ഗൾഫുനാടുകളിലാണ്.

ഒരു പ്രദേശത്തെ പ്രകൃതിയെയും കാലാവസ്ഥയെയും ജനജീവിതത്തെയും നിർണായകമായി സ്വാധീനിച്ചിരുന്ന ആ മരങ്ങൾ ഉപയോഗിച്ച് എണ്ണപ്പണക്കാർ കൊട്ടാരങ്ങൾ പണിതു.

വനവിഭവങ്ങൾ ശേഖരിച്ച് വിറ്റ് ഉപജീവനം നടത്തുകയും വനത്തിന്റെ നൈസർഗികമായ കുളിരിലും ശാന്തതയിലും ജിവിക്കുകയും ചെയ്തിരുന്ന ആദിവാസി വിഭാഗങ്ങൾ അവർക്ക് അപരിചിതമായ മറ്റൊരു ലോകത്തേക്ക് തള്ളപ്പെട്ടു.

കരയിൽ അകപ്പെട്ട മൽസ്യങ്ങളെപ്പോലെയായി അവർ.

പുതിയ സാഹചര്യങ്ങളുമായി പൊരുത്തപ്പെടാൻ കഴിയാതെ അവർ ചത്തൊടുങ്ങി.

ലോകത്തിലെ ഏറ്റവും വലുതായിരുന്ന ബ്രസീലിലെ ആമസോൺ മഴക്കാടുകളിലെ വനവാസികളായിരുന്നു 'യാനോമാമോ'. അതു പോലെ,

പടിഞ്ഞാറൻ ആഫ്രിക്കയിലെ ഇറ്റൂരി മഴക്കാടുകളിലെ 'ബാക്കപിഗ്മി'. ഇവരൊക്കെ ആധുനിക മനുഷ്യരുടെ കടന്നാക്രമണങ്ങളുടെയും വനനശീകരണങ്ങളുടെയും ഫലമായി ഭൂമുഖത്തു നിന്ന് ഏറക്കുറേ അപ്രത്യക്ഷമായിക്കൊണ്ടിരിക്കുന്ന മനുഷ്യ വംശങ്ങളാണ്.

മഴക്കാടുകൾ വെട്ടി നശിപ്പിക്കാൻ ഉപയോഗപ്പെടുത്തിയത് ഈ വനവാസികളെത്തന്നെയായിരുന്നു.

കുറഞ്ഞ കൂലിയും വില കുറഞ്ഞ മദ്യവും പുകയിലയുമായിരുന്നു ഇവർക്ക് കിട്ടിയത്.

അങ്ങിനെ, പരിഷ്കൃത ജനത പാവങ്ങളായ ഈ ജനവിഭാഗങ്ങളെ ഘട്ടം ഘട്ടമായി ഇല്ലാതാക്കിക്കൊണ്ടിരിക്കുന്നു...

വയനാട്ടിലെ പണിയൻമാരുടെ അവസ്ഥയും ഏറെക്കുറെ ഇങ്ങിനെ തന്നെയാണ്.

വയനാട്ടിലെ ധാരാളം പേർക്ക് കർണാടകത്തിൽ ഇഞ്ചികൃഷിയുണ്ട്.

അവിടെ പണിയെടുക്കാൻ വയനാട്ടിൽ നിന്നാണ് ജോലിക്കാരെ കൊണ്ടുപോകുന്നത്..

ഇവരിൽ മിക്കവരും പണിയൻമാരാണ്.

ആണും പെണ്ണും കൂട്ടത്തോടെ അതിർത്തി കടന്ന് കർണാടകത്തിലേക്ക് പോകുന്നു.

ജോലിക്ക് പോകുന്നതിന് മുമ്പും ഇടവേളകളിലും ഇവർക്ക് വില കുറഞ്ഞ പാക്കറ്റ് ചാരായം കൊടുക്കുന്നു.

അതിൽ നിന്നുള്ള ഊർജത്തിൽ അവർ കഠിനമായി പണിയെടുക്കുന്നു. അവർക്ക് ഭക്ഷണമൊന്നും വേണ്ട. മദ്യമാണ് പ്രധാനം. ആവശ്യത്തിന് ഭക്ഷണം കഴിക്കാതെ അമിതമായ മദ്യപാനം കാരണം അവരുടെ ആരോഗ്യം പെട്ടെന്ന് ക്ഷയിക്കുന്നു.

ജോലിസ്ഥലത്തെ താൽക്കാലിക ഷെഡ്ഡിലാണ് ഇവർ അന്തിയുറങ്ങുന്നത്.

സ്ത്രീകളെ പലരും ലൈംഗികമായും ചൂഷണം ചെയ്യുന്നു...

ഇത്തരം ദുർബല ജനവിഭാഗങ്ങളെ ചൂഷണം ചെയ്യുന്ന കാര്യത്തിലും പീഡിപ്പിക്കുന്ന കാര്യത്തിലും ലോകത്തിലെ എല്ലാ ഭരണകൂടവും പരിഷ്കൃതരെന്ന് പറയപ്പെടുന്ന ജനവിഭാഗങ്ങളും ഒരുപോലെയാണ്.

നമ്മൾ പലതും സംസാരിച്ച് കൽപ്പറ്റയെത്താറായി... നമ്മൾക്ക് ഹോട്ടലിൽ കയറി ലഘുവായി എന്തെങ്കിലും കഴിക്കാം.. എനിക്ക് നല്ല ഒരു ചായ കുടിക്കണം.."

"നമ്മുടെ ഇന്നത്തെ താമസമെങ്ങിനെ..?" -നാദിയ ആരാഞ്ഞു.

"ഇന്നലത്തെപ്പോലെ തന്നെ.. നീ ബാബുരാജിന്റെ വീട്ടിൽ.. ഞാൻ റെസ്റ്റ് ഹൗസിൽ... ഭക്ഷണം കഴിച്ച ശേഷം ഞാൻ റെസ്റ്റ് ഹൗസിലേക്ക് പോകും.. നേരത്തെയാണെങ്കിൽ നമുക്ക് ഇന്നു തന്നെ മടങ്ങാമായിരുന്നു.. നീ ആദ്യമായി വീട്ടിലേക്ക് വരികയല്ലേ.. അസമയത്താകുന്നത് ശരിയല്ല.."

"അതാ ഒരു ഹോട്ടൽ.." -നാദിയ റോഡരികിലേക്ക് ചൂണ്ടിക്കാട്ടിക്കൊണ്ട് പറഞ്ഞു.

കാർ റോഡരികിൽ നിർത്തി രണ്ടു പേരും ഹോട്ടലിലേക്ക് കയറി.

ചായക്കും മസാലദോശക്കും ഓർഡർ ചെയ്തു.

ഇരുവരും മൊബൈൽ ഫോണെടുത്തു.

"എന്റെ ഫോണിൽ നാലു മിസ്ഡ് കോൾ.. ഒന്ന് ബാബുരാജ് പിന്നെ അമ്മയുടെയും ചേച്ചിയുടെയും.."

-പ്രദീപ് പറഞ്ഞു.

"എന്നെ ഉമ്മയും ദീദിയും രാത്രി പത്തുമണിക്ക് ശേഷമേ വിളിക്കു.. രാവിലെ ഞാൻ വിളിച്ചപ്പോൾ പറഞ്ഞിരുന്നു."

ചായ കുടിക്കുന്നതിനിടയിൽ നാദിയ പറഞ്ഞു;

"നമ്മളെ പിന്നെയാരും തിരിച്ചറിഞ്ഞില്ല എന്നത് വലിയ ആശ്വാസമാണ്... ഇന്നലെ വനം വകുപ്പുദ്യോഗസ്ഥരും തിരിച്ചറിഞ്ഞില്ല... എനിക്ക് ചെറിയൊരു ആശങ്കയുണ്ടായിരുന്നു".

"വനം വകുപ്പ് ഓഫീസിലെവിടെ ടി.വി... അവരുടെ ക്വാർട്ടേഴ്സിലും ഉണ്ടാവാൻ വഴിയില്ല..."

"അത് ഭാഗ്യമായി"

രണ്ടുപേരും ഇറങ്ങി. കാർ സ്റ്റാർട്ടു ചെയ്തു.

"നാദിയാ.. രണ്ട് ചരിത്രപ്രസിദ്ധമായ സ്ഥലങ്ങൾ നമുക്ക് വയനാട്ടിൽ കാണാനുണ്ട്... പഴശ്ശി രാജാവ് ബ്രിട്ടീഷുകാരോട് ഏറ്റുമുട്ടി മരിച്ച മാവിലാംതോടും അദ്ദേഹം അന്ത്യവിശ്രമം കൊള്ളുന്ന സ്ഥലവും.. അത് മാനന്തവാടിയിലാണ്..."

"നമുക്ക് പറ്റിയെങ്കിൽ കാണാം... മമ്മുട്ടി അഭിനയിച്ച സിനിമ വന്നത് കൊണ്ടല്ലേ പുതിയ തലമുറ പഴശ്ശിരാജയെ ഓർക്കുന്നത്... അല്ലേ..?"

പ്രദീപ് ചിരിക്കുക മാത്രം ചെയ്തു.

അധ്യായം-13

ചിത്രാരി

സഖാവ് ഇ.എം.ശങ്കരൻ നമ്പൂതിരിപ്പാടിന്റെ നേതൃത്വത്തിൽ കേരളത്തിൽ പ്രഥമ കമ്യൂണിസ്റ്റ് മന്ത്രിസഭ അധികാരമേൽക്കുമ്പോൾ പാലങ്ങാടൻ വീട്ടിൽ കുഞ്ഞിക്കണ്ണന് വയസ്സ് പതിമൂന്ന്. ഏഴാംതരം കഴിഞ്ഞുള്ള അവധിക്കാലം. മേനക്കോറോത്ത് നാരായണൻ നമ്പ്യാരുടെയും പാലങ്ങാടൻ വീട്ടിൽ നാരായണിയമ്മയുടെയും ആറു മക്കളിൽ നാലാമനായ ഈ വിദ്യാർഥിയുടെ ജീവിതത്തെ കേരളത്തിലുണ്ടായ രാഷ്ട്രീയ മാറ്റം ഒരു തരത്തിലും സ്വാധീനിച്ചിരുന്നില്ല.

ചെങ്കൊടിയേന്തി, മുഷ്ടി ചുരുട്ടി, ആവേശത്തോടെ മുദ്രാവാക്യം വിളിച്ച് കുറേപ്പേർ പി.എ.ഗോവിന്ദൻ നമ്പ്യാരുടെ നേതൃത്വത്തിൽ ജാഥയായിപ്പോകുന്നത് കണ്ടതായി ഓർമയുണ്ട്. ഇത്ര മാത്രം.

എന്നാൽ, ലോകചരിത്രം രേഖപ്പെടുത്തിയ ഈ സംഭവമാണ് പരോക്ഷമായി കുഞ്ഞിക്കണ്ണന്റെ ജീവിതഗതി നിർണയിച്ചത്.

നാട്ടിൽ അന്നത്തെ ദരിദ്രകുടുംബങ്ങളിലെ കുട്ടികളെപ്പോലെ കല്ലുവെട്ടാനോ നെയ്ത്തു പണിക്കോ കൃഷിപ്പണിക്കോ പോയി ഉപജീവനം നടത്തുമായിരുന്ന കുഞ്ഞിക്കണ്ണൻ, പ്രമുഖ നരവംശ ശാസ്ത്രജ്ഞനും വാഷിങ്ടൺ ഡി.സി.യിലെ വിഖ്യാതമായ ജോർജ് വാഷിങ്ടൺ സർവകലാശാലയിലെ പ്രൊഫസറുമായ കണ്ണൻ പി. നമ്പ്യാരായി രൂപപ്പെട്ടതിനു പിന്നിൽ കേരളത്തിൽ വന്ന രാഷ്ട്രീയ പരിണാമത്തിന് പ്രധാന പങ്കുണ്ട്.

കേരളത്തിൽ ജന്മി -നാടുവാഴിത്ത വ്യവസ്ഥക്കേറ്റ തിരിച്ചടിയായിരുന്നു കമ്യൂണിസ്റ്റ് പാർട്ടിയുടെ അധികാരാരോഹണം.

ബാലറ്റിലൂടെ കമ്യൂണിസ്റ്റുകാർ അധികാരത്തിൽ വന്നത് അമ്പരപ്പോടെയാണ് ലോകത്തിന്റെ വിവിധ കോണുകളിലുള്ള അക്കാദമിക് പണ്ഡിതൻമാരും രാഷ്ട്രീയ നിരീക്ഷകരും നോക്കിക്കണ്ടത്.

കേരള രാഷ്ട്രീയത്തിൽ വന്ന ഈ രാസമാറ്റത്തെക്കുറിച്ച് പഠനം നടത്താൻ പലരും കടൽ കടന്നെത്തി.

അക്കൂട്ടത്തിൽ ഒരാളായിരുന്നു ന്യൂയോർക്കിലെ കൊളംബിയ സർവകലാശാലയിലെ നരവംശശാസ്ത്ര ഗവേഷക ഡോ. ജോൺ പി മെൻചർ.

കേരളത്തിലെ നാടുവാഴിത്ത വ്യവസ്ഥക്കേറ്റ തകർച്ച, നായർ തറവാടുകളിലെ മരുമക്കത്തായം, വിവാഹരീതി, നമ്പൂതിരി സമുദായത്തിലെ കുടുംബഘടന.. എന്നിങ്ങനെ വിപുലമായ വിഷയങ്ങളായിരുന്നു ഡോ. ജോൺ പി. മെൻചറുടെ പഠനപദ്ധതിയിൽ ഉൾപ്പെട്ടിരുന്നത്.

കമ്യൂണിസ്റ്റുകാർ അധികാരത്തിൽ വരാനുള്ള സാഹചര്യവും അവരുടെ അന്വേഷണ വിഷയമായിരിക്കാം.

മലബാറിലെ നായർത്തറവാടുകളെക്കുറിച്ച് പഠിക്കാനെത്തിയ ഈ ഗവേഷക ആദ്യമെത്തിയത് 'ചിത്രാരി'യിലാണ്.

മലബാറിലെ പ്രസിദ്ധ നായർത്തറവാടുകളിലൊന്നായ കല്ല്യാട്ട് താവഴിയിൽപ്പെട്ടവരാണ് ചിത്രാരിയിൽ താമസിച്ചിരുന്നത്.

'ചിത്രാരി ബംഗ്ലാവി'ലായിരുന്നു ഡോ. മെൻചർക്ക് താമസ സൗകര്യമൊരുക്കിയത്.

വിദ്യാസമ്പന്നനും കോൺഗ്രസ് നേതാവുമായിരുന്ന കെ.ടി. കുഞ്ഞിക്കമ്മാരൻ നമ്പ്യാർ അതിഥികളെ താമസിപ്പിക്കാൻ പണി കഴിപ്പിച്ചതാണ് ഈ ബംഗ്ലാവ്.

അദ്ദേഹത്തിന്റെ വീടായ പ്രേമാലയത്തിന് തൊട്ടുമുന്നിലാണ് ബംഗ്ലാവ്.

മദ്രാസ് നിയമസഭയിൽ ജന്മിമാരുടെ പ്രതിനിധിയായിരുന്നു ഇദ്ദേഹം.

പയ്യന്നൂർ കോൺഗ്രസ് സമ്മേളനത്തിലെ അധ്യക്ഷനായിരുന്ന ഇദ്ദേഹം വൈസ്രോയ്സ് കൗൺസിൽ അംഗവുമായിരുന്നു.

വെസ്റ്റേൺ ഇന്ത്യ പ്ലൈവുഡ്സ് സ്ഥാപകനും പ്രമുഖ വ്യവസായിയുമായിരുന്ന എ.കെ.കാദർകുട്ടിയും ഇദ്ദേഹത്തോടൊപ്പം മദ്രാസ് അസംബ്ലിയിലുണ്ടായിരുന്നു.

വിദേശത്തുനിന്ന് വരുന്നവർക്ക് താമസ സൗകര്യമൊരുക്കാനും അവരോട് സംസാരിക്കാനും കഴിയുന്നവർ അന്ന് വിരളം.

ഡോ. മെൻചർ ആദ്യമെത്തിയത് മദ്രാസിലായിരുന്നു.

പ്രശസ്ത അഭിഭാഷകനും കോൺഗ്രസ് നേതാവുമായിരുന്ന ഡോ. സുബ്ബരാമസ്വാമിനാഥനും അമ്മു സ്വാമിനാഥനും അവരുടെ അടുത്ത സു

ഹൃത്തുക്കളായി. മദ്രാസ് നിയമസഭാംഗം കൂടിയായിരുന്ന ഡോ. സ്വാമി നാഥനാണ് ഡോ. മെൻചറെ എ.കെ.കാദർകുട്ടിക്കും കെ.ടി.കുഞ്ഞിക്കമ്മാരൻ നമ്പ്യാർക്കും പരിചയപ്പെടുത്തുന്നത്. കണ്ണൂരിലെ ധനാഢ്യനും പ്രമുഖ ടെക്സ്റ്റൈൽ ബിസിനസ്സുകാരനുമായിരുന്ന കായ്യത്ത് ദാമോദരനാണ് അദ്ദേഹത്തിന്റെ കാറിൽ ഡോ. മെൻചറെ ചിത്രാരി ബംഗ്ലാവിൽ എത്തിക്കുന്നത്.

അവരോടൊപ്പം ദ്വിഭാഷി തൃശ്ശൂർക്കാരി മാലതിയും.

ബംഗ്ലാവ് വൃത്തിയാക്കാനും മറ്റും കല്ല്യാട്ടുകാരിയായ ചെമ്മരത്തിയെ ഏർപ്പെടുത്തി.

ഡോ. മെൻചറിന് ഭക്ഷണം പാചകം ചെയ്യുന്നതിനായി കോഴിക്കോട്ടെ ബീച്ച് ഹോട്ടലിലെ പാചകക്കാരനായ രാമനെക്കൊണ്ടുവന്നു.

പാശ്ചാത്യ പാചകരീതികൾ അറിയുന്ന ആളായിരുന്നു രാമൻ.

എന്നാൽ രാമന്റെ പാചകം മദാമ്മക്ക് പിടിച്ചില്ല.

അവർക്ക് നാടൻ ഭക്ഷണമായിരുന്നു ഇഷ്ടം.

അതിനാൽ ഇവർ തമ്മിലുള്ള വഴക്ക് പതിവായി.

പിന്നീട് രാമനെ ഒഴിവാക്കി.

ഇതേ ഹോട്ടലിലെ മറ്റൊരു പാചകക്കാരനായിരുന്ന അനന്തനെ കൊണ്ടുവന്നു.

അനന്തന്റെ പാചകം അവർക്കിഷ്ടപ്പെട്ടു.

നാട്ടിൽ വൈദ്യുതിയോ ടെലിഫോണോ ഇല്ല.

സന്ദേശങ്ങൾ കൈമാറുന്നത് കമ്പിവഴിയും കത്തുവഴിയും .

ചിത്രാരിയിൽനിന്ന് മൂന്ന് കിലോമീറ്റർ അകലെയാണ് പോസ്റ്റോഫീസ്.

തപാൽ അവിടെയെത്തുന്നത് വൈകുന്നേരം അഞ്ചു മണിയോടെ. വിതരണം ചെയ്യുന്നത് പിറ്റേന്നും.

പോസ്റ്റ്മാൻ കത്തുകൾ മേൽവിലാസക്കാർക്ക് നേരിട്ട് എത്തിക്കുന്നത് കുറവാണ്.

മണിയോർഡറാണെങ്കിലേ വിലാസക്കാർക്ക് നേരിട്ടെത്തിക്കൂ.

കത്തുകൾ സമീപത്തുള്ള ഏതെങ്കിലും കടകളിൽ ഏൽപ്പിക്കും.

മണിയോർഡർ എത്തിച്ചാൽ തുകയുടെ നിശ്ചിത ശതമാനം പോസ്റ്റുമാന് കമ്മീഷനായി കിട്ടും.

ജോൺ പി. മെൻചർക്ക് ധാരാളം കത്തുകളും പ്രസിദ്ധീകരണങ്ങളും അമേരിക്കയിൽനിന്ന് വരും.

വൈകാതെ അവ പോസ്റ്റ് ഓഫീസിൽ പോയി വാങ്ങിക്കൊണ്ടു വ

രുന്നതിന് ഒരു പയ്യന്റെ സഹായം തേടി. 'ചിത്രാരിയിലെ യശമാന'ന്റെ കാര്യസ്ഥൻമാർ പറ്റുന്ന പയ്യനെ കിട്ടാൻ പലയിടത്തും അന്വേഷിച്ചു.

അവരുടെ അന്വേഷണം ഒടുവിലെത്തിയത് കുഞ്ഞിക്കണ്ണനിലാണ്.

ഏഴാം ക്ലാസ് പാസ്സായതോടെ കുഞ്ഞിക്കണ്ണൻ പഠനം നിർത്തി.

വീട്ടിലെ കന്നുകാലികളെ മേയ്ചും വീട്ടുജോലികളിൽ സഹായിച്ചും കൂട്ടുകാരോടൊപ്പം കളിച്ചും കഴിഞ്ഞുകൂടുകയായിരുന്നു.

പഠിക്കാൻ മിടുക്കനെങ്കിലും ഹൈസ്കൂൾ പതിനഞ്ചു കിലോമീറ്റർ അകലെ കൂടാളിയിലാണ്.

സ്വകാര്യ സ്കൂളായതിനാൽ ഫീസും അടക്കണം. അതിനുള്ള വഴികളൊന്നും വീട്ടിലുണ്ടായിരുന്നില്ല.

'അമേരിക്കയിൽ നിന്നു വന്ന മദാമ്മ'യുടെ അടുത്തേക്ക് മകനെ അയക്കുന്നതിൽ രക്ഷിതാക്കൾക്ക് സന്തോഷം മാത്രമേ ഉണ്ടായിരുന്നുള്ളു.

മകന് വയറു നിറയെ കഴിക്കാൻ ഭക്ഷണം കിട്ടുമല്ലോ എന്ന സമാധാനമായിരുന്നു അവർക്ക്.

പോരാത്തതിന് ചായ കുടിക്കാനുള്ള വകയും കിട്ടും.

കുഞ്ഞിക്കണ്ണനും എതിർപ്പൊന്നുമുണ്ടായിരുന്നില്ല.

അങ്ങിനെ കുഞ്ഞിക്കണ്ണൻ ഡോ.ജോൺ പി. മെൻചറുടെ സേവകനായി.

സ്വന്തം സഹോദരന് നൽകുന്ന പരിഗണന ഡോ.മെൻചർ കുഞ്ഞിക്കണ്ണന് നൽകി.

കൃത്യസമയത്ത് തപാൽ കൊണ്ടുവരണം. അത്യാവശ്യ സാധനങ്ങൾ കടയിൽപ്പോയി വാങ്ങണം. എഴുത്തു മുറിയൊക്കെ സജ്ജീകരിച്ചു വെക്കണം.

വെറുതെയിരിക്കുമ്പോൾ കുഞ്ഞിക്കണ്ണൻ തപാലിൽ വരുന്ന ഇംഗ്ലീഷ് പ്രസിദ്ധീകരണങ്ങളിലൂടെ കണ്ണോടിക്കും. കുറേ വാക്കുകൾ വായിക്കാൻ സാധിക്കും. ചില വാചകങ്ങളുടെ അർഥവും മനസ്സിലാകും.

ക്രമേണ ഡോ.മെൻചർ പറയുന്ന കാര്യങ്ങൾ മനസ്സിലാക്കാനും ചില വാചകങ്ങൾ ഇംഗ്ലീഷിൽ പറയാനും പഠിച്ചു.

രണ്ടുവർഷത്തിന് ശേഷം ഡോ. മെൻചർ തെക്കേ മലബാറിലേക്ക് പോയി.

കോട്ടയ്ക്കൽ കോവിലകത്തിന്റെ ഭാഗമായ ലക്ഷ്മി നിലയത്തിലായിരുന്നു താമസിച്ചത്.

കൂടെ കുഞ്ഞിക്കണ്ണനും ദ്വിഭാഷി മാലതിയും പാചകക്കാരൻ അന

ന്തനും.

രണ്ടു വർഷത്തിന് ശേഷം ഡോ. മെൻചർ അമേരിക്കയിലേക്ക് തിരിച്ചു പോയി.

1962-ൽ അവർ വീണ്ടും ചിത്രാരിയിലെത്തി.

കുഞ്ഞിക്കണ്ണനെ സന്ദർശക വിസയിൽ അമേരിക്കയിലേക്ക് കൊണ്ടു പോകാനുള്ള ശ്രമം വിജയിച്ചില്ല. അവർ അപ്പോൾ അവിവാഹിതയായതാണ് കാരണം.

ഡോ. മെൻചർ വിവാഹിതയായി നാലുവർഷത്തിന് ശേഷം ഭർത്താവ് ഡോ. ഫ്രാങ്ക്ളിൻ സൗത്ത് വർട്ടിനോടൊപ്പം ചിത്രാരിയിലെത്തിയപ്പോഴാണ് കുഞ്ഞിക്കണ്ണനെ സ്റ്റുഡന്റ് വിസയിൽ അമേരിക്കയിലേക്ക് കൊണ്ടു പോകാനുള്ള ശ്രമം ശക്തമായത്.

മദ്രാസിലേക്കാണ് ആദ്യം കൊണ്ടുപോയത്. അവിടെ അമേരിക്കൻ കോൺസുലേറ്റിന് സമീപം താമസിക്കുന്ന ഗവേഷക ഡോ. മോണിക്ക ഫെൽട്ടൻ ഡോ. മെൻചറുടെ അടുത്ത സുഹൃത്തായിരുന്നു.

സി. രാജഗോപാലാചാരിയുടെ ജീവിതക്കുറിപ്പുകളടക്കം അനേകം പുസ്തകങ്ങൾ എഴുതിയ അവർക്ക് നിരവധി എഴുത്തുകാരുമായി ബന്ധമുണ്ടായിരുന്നു.

പോളിയോ ബാധിതയായ അവർക്ക് പരസഹായമില്ലാതെ സഞ്ചരിക്കാൻ സാധിച്ചിരുന്നില്ല.

ഡോ. മെൻചർ കുഞ്ഞിക്കണ്ണനെ അവരെ ഏൽപ്പിച്ച് അമേരിക്കയിലേക്ക് പോയി.

നന്നായി ഇംഗ്ലീഷ് സംസാരിക്കാൻ പഠിക്കണമെന്ന് നിർദേശിക്കുകയും അതിനുള്ള ഏർപ്പാടുകൾ ഉണ്ടാക്കുകയും ചെയ്തതിന് ശേഷമാണ് ഡോ.മെൻചറും ഭർത്താവും അമേരിക്കയിലേക്ക് പോയത്.

ചുരുങ്ങിയ നാളുകൾ കൊണ്ട് കുഞ്ഞിക്കണ്ണൻ ഡോ.മോണിക്ക ഫെൽട്ടന്റെ കുടുംബാംഗത്തെപ്പോലെയായി.

ഇംഗ്ലീഷിനോടൊപ്പം കുഞ്ഞിക്കണ്ണൻ ഡ്രൈവിങ്ങും പഠിച്ചു.

ഡോ. മോണിക്കയുടെ കൂടെ പല സ്ഥലങ്ങളിലും സഞ്ചരിച്ചു.

1967-ൽ കുഞ്ഞിക്കണ്ണൻ സ്റ്റുഡന്റ് വിസയിൽ അമേരിക്കയിലേക്ക് വിമാനം കയറി.

കുഞ്ഞിക്കണ്ണന് നാട്ടിലേക്ക് കപ്പൽ മാർഗം തിരിച്ചുവരാനുള്ള പണം കോൺസുലേറ്റിൽ കെട്ടിവെച്ചതിന് ശേഷമേ ഇന്ത്യ ഗവൺമെന്റ് സന്ദർശനാനുമതി നൽകിയുള്ളൂ.

അമേരിക്കൻ പ്രൊഫസർ ഈ ഇന്ത്യൻ വിദ്യാർഥിയെ കയ്യൊഴി

ഞാൽ അവനെ നാട്ടിലെത്തിക്കുന്നതിനാണ് ഈ പണം.

തന്റെ സുരക്ഷിതത്വത്തിൽ രാജ്യത്തിനുള്ള ഉത്കണ്ഠയെക്കുറിച്ചോർത്തപ്പോൾ കുഞ്ഞിക്കണ്ണന് അഭിമാനം തോന്നി.

അമേരിക്കയിൽ ഹൈസ്കൂൾ വിദ്യാഭ്യാസക്കാലം പന്ത്രണ്ട് വർഷം.

ന്യൂയോർക്ക് സിറ്റിയിലെ പ്രശസ്തമായ റോഡ്സ് സ്കൂളിൽ പത്താം ക്ലാസിലാണ് കുഞ്ഞിക്കണ്ണന് പ്രവേശനം കിട്ടിയത്.

ഇംഗ്ലീഷ് നന്നായി വശമാക്കിയതിനാൽ പ്രവേശന പരീക്ഷ പാസ്സാവാൻ ബുദ്ധിമുട്ടേണ്ടിവന്നില്ല.

ഹൈസ്കൂളിന് ശേഷം ന്യൂയോർക്ക് സ്റ്റേറ്റ് യൂണിവേഴ്സിറ്റിയിൽ നാലു വർഷം ബിരുദ പഠനം.

ഭൗമശാസ്ത്രവും നരവംശ ശാസ്ത്രവും ഐച്ഛിക വിഷയങ്ങൾ.

ഡിഗ്രി ക്ലാസുമുതൽ സ്കോളർഷിപ്പ് കിട്ടി.

1979-ൽ ഇതേ സർവകലാശാലയിൽ നിന്ന് ബിരുദാനന്തര ബിരുദം നേടി.1984-ൽ ഡോക്ടറേറ്റും.

അമേരിക്കയിൽ കോളേജ് അധ്യാപകനാവാൻ ഡോക്ടറേറ്റ് നിർബന്ധം.

അമേരിക്കയിലെ പഠനകാലത്താണ് പാലങ്ങാടൻ കുഞ്ഞിക്കണ്ണൻ എന്ന നീണ്ട പേര് പ്രശ്നമായത്.

അധ്യാപകർക്കോ സഹപാഠികൾക്കോ പേര് ഉച്ചരിക്കാൻ കഴിയുമായിരുന്നില്ല.

ടീച്ചർ പേര് വിളിക്കുമ്പോൾ ക്ലാസിൽ നീണ്ട ചിരിയുയരും.

ഇതിനെത്തുടർന്നാണ് പേര് കണ്ണൻ പി. നമ്പ്യാർ എന്നാക്കി നിജപ്പെടുത്തിയത്.

അമേരിക്കയിൽ പേരിന് ഫസ്റ്റ് നെയിം, മിഡിൽ നെയിം, ലാസ്റ്റ് നെയിം എന്നിങ്ങനെയാണ് ഘടന.

ഈ അമേരിക്കൻ ചിട്ടകൾ പാലിച്ചുകൊണ്ടാണ് പേര് രൂപപ്പെടുത്തിയത്.

1991-ൽ കണ്ണൻ പി. നായർക്ക് അമേരിക്കൻ പൗരത്വം ലഭിച്ചു.

....

“ഇവിടെ ഈ വീട്ടിന്റെ കോലായിൽ ഞാൻ നട്ടുവളർത്തിയ ചെടികളെയും അതിൽ തേൻ നുകരാൻ വരുന്ന ചിത്രശലഭങ്ങളെയും നോക്കി വെറുതേയിരിക്കുമ്പോൾ കിട്ടുന്ന സ്വാസ്ഥ്യം ഒന്ന് വേറെ തന്നെയാണ്... നാം ഈ ഭൂമുഖത്ത് എവിടെ ജീവിച്ചാലും നമ്മുടെ വേര് ജനിച്ചു വളർന്ന നാട്ടിൽ നിന്ന് പിഴുതുമാറ്റാൻ സാധിക്കില്ല...”

വീട്ടിൽ അതിഥികളായെത്തിയ പ്രദീപിനെയും നാദിയയെയും യാത്രയാക്കാൻ ഇറങ്ങവെ കണ്ണൻ പി. നമ്പ്യാർ പറഞ്ഞു

"ഞാൻ ഈ വീടു വെച്ചിട്ട് കുറച്ചു വർഷമേ ആയുള്ളൂ.. എന്റെ ഭാര്യയും മകളും ഈ വീട് ഇനിയും കണ്ടിട്ടില്ല. ഞാൻ വർഷത്തിൽ രണ്ടു തവണ എന്ന തോതിൽ ഇപ്പോൾ നാട്ടിൽ വരാറുണ്ട്... ഇത്തവണ വന്നപ്പോൾ കുറേ തെയ്യങ്ങൾ കണ്ടു.. നമ്മുടെ തെയ്യങ്ങൾക്ക് പകരം നിൽക്കുന്ന കലാരൂപമേതുണ്ട്... കുറേ കാലത്തിന് ശേഷമാണ് തെയ്യങ്ങൾ കാണുന്നത്. കുട്ടിക്കാലത്ത് വെറുതെ കാണുകയായിരുന്നു. ഇപ്പോൾ ഓരോ തെയ്യത്തിന്റെയും പുരാവൃത്തങ്ങൾ മനസ്സിലാക്കി കാണുന്നു... ഇതൊക്കെയായപ്പോൾ സത്യത്തിൽ അമേരിക്കയിലേക്ക് തിരിച്ചു പോകാൻ മടി തോന്നുന്നു. അവിടെ എനിക്ക് വേറെ പരിവേഷം. വേറെ ജീവിതം.. നാട്ടിലെ ജീവിതം എന്നെ വല്ലാതെ ഹോണ്ട് ചെയ്യുന്നു... കുടുംബത്തെ ഇനി ഇവിടുത്തേക്ക് പറിച്ചു നടാൻ സാധിക്കില്ല... ശിഷ്ടകാലം എനിക്ക് അവിടെയും ഇവിടെയുമായി ജീവിക്കാം..."

കുറേ ആലോചിച്ച ശേഷം കണ്ണൻ പി.നമ്പ്യാർ വേറെ വിഷയത്തിലേക്ക് കടന്നു.

"പ്രദീപിന്റെ അച്ഛനെ ഇന്നലെ കണ്ടിരുന്നു. കാര്യങ്ങളെല്ലാം പറഞ്ഞു.. എന്തായാലും നല്ല തീരുമാനം. എന്റെ എല്ലാ അനുഗ്രഹങ്ങളും..."

രണ്ടുപേരും ചിരിച്ചു.

"നരവംശ ശാസ്ത്രം ഇപ്പോൾ വിപുലപ്പെട്ടു വരുന്ന പഠന ശാഖയാണ്. മനുഷ്യജീവിതത്തിന്റെ എല്ലാ മേഖലകളെയും കുറിച്ചും ഇപ്പോൾ പഠനം നടക്കുന്നുണ്ട്. എന്നാൽ പലർക്കും ഡോക്ടറേറ്റ് നേടാൻ മാത്രമാണ് ഗവേഷണം. പലരും തട്ടിക്കൂട്ടി ഡോക്ടറേറ്റ് നേടുന്നു. അന്തമാനിലും വയനാട്ടിലുംപോയി ആദിവാസികളുടെ ജീവിതം നേരിട്ടു മനസ്സിലാക്കാൻ നാദിയ കാണിച്ച താൽപ്പര്യത്തെ ഞാൻ അഭിനന്ദിക്കുന്നു.. അത് നിസ്സാര കാര്യമല്ല. മിക്കവരും ഗൂഗിൾ സർച്ച് ചെയ്താണ് തീസിസ് തയ്യാറാക്കുന്നത്.

നാദിയ ചിരിക്കുക മാത്രം ചെയ്തു.

"നിങ്ങൾ നാളെ ഡൽഹിക്ക് മടങ്ങുന്നു അല്ലേ..?"

"ഇല്ല. നാദിയ മാത്രം.. ഞാൻ ഒരാഴ്ച കൂടിക്കഴിഞ്ഞ്.."

രണ്ടു പേരും യാത്ര പറഞ്ഞിറങ്ങി.

അധ്യായം 14

ദുർമരണങ്ങൾ

വേലിയേറ്റം കഴിഞ്ഞ് നിശ്ചലാവസ്ഥയിലായിരുന്നു പുഴ.

വേലിയിറക്കം ആരംഭിക്കുന്നതിന് മുമ്പ് പുഴ ഇങ്ങിനെ അൽപ്പസമയം ഇത്തരത്തിൽ വിശ്രമിക്കും.

വേലിയേറ്റ സമയത്ത് ഒഴുകിവന്ന പുഴവൃക്ഷങ്ങളുടെ ഇലകളും കായകളും പൂക്കളും ലോലമായ തിരകളിൽ ചാഞ്ചാടിക്കൊണ്ടിരുന്നു.

വലയിട്ട് മൽസ്യം പിടിക്കാൻ പോയവരുടെ തോണി തിരിച്ചുപോകുകയാണ്.

തോണിയിൽ മൂന്നുപേരുണ്ട്. നല്ല കോളു കിട്ടിയ ലക്ഷണമില്ല.

ഒരാൾ അമരത്തും രണ്ടുപേർ ഇരിപ്പുപടിയിലും നിരുൻമേഷരായി കൂനിയിരിക്കുകയാണ്.

പുഴക്ക് അക്കരെയുള്ള ആലുംകടവിൽ കുറേ പെണ്ണുങ്ങൾ തുണി അലക്കുന്നുണ്ട്.

അലക്കിക്കഴിഞ്ഞ ശേഷമായിരിക്കും അവരുടെ വിസ്തരിച്ച കുളി. വെറും തോർത്ത് മുണ്ട് മാത്രം അരയിൽച്ചുറ്റിയായിരിക്കും പെണ്ണുങ്ങൾ കുളിക്കാനിറങ്ങുക.

തലമാത്രം പുറത്തുകാണിച്ച് വെള്ളത്തിൽ കുത്തിയിരുന്ന് നാട്ടുപുരാണങ്ങൾ പരസ്പരം പങ്കുവെക്കുന്നത് ഈ സമയത്തായിരിക്കും.

സോപ്പ് തേക്കാനും കുളി കഴിഞ്ഞ് വസ്ത്രം മാറ്റാനും കരക്കുകയറുമ്പോൾ കൈകൾ രണ്ടും ചേർത്തു പിടിച്ച് മാറുമറക്കും.

കുളിക്കടവിൽ പടർന്നു കയറിയ പുഴവഞ്ഞികൾ അർധ നഗ്നരായി കുളിക്കുന്ന പെണ്ണുങ്ങൾക്ക് സുരക്ഷയൊരുക്കി.

ആണുങ്ങളാരും ആ കടവിൽ കുളിക്കാറില്ല.

കാലാകാലങ്ങളായി തുടരുന്ന അലിഖിത നിയമമാണിത്.

ആണുങ്ങൾ കുളിക്കുന്ന കടവ് അതിന് തൊട്ടു താഴെയാണ്.

വൈകുന്നേരങ്ങളിൽ പെണ്ണുങ്ങൾ കൂട്ടത്തോടെ ആലുംകടവിൽ കുളിക്കാനിറങ്ങുമ്പോൾ ഇക്കരെ താന്നിക്കടവിൽ കുളിക്കാനിറങ്ങുന്ന ചെറുപ്പക്കാർ അക്കരയിലേക്ക് നീന്തും.

ആലുംകടവിലേക്ക് പോകാൻ അവർക്ക് ധൈര്യമുണ്ടാവില്ല.

പോയാൽ മുതിർന്ന പെണ്ണുങ്ങളുടെ ശകാരം കേൾക്കേണ്ടിവരും.

കടവിന് കുറച്ച് താഴെവരെപോയി തിരികെ നീന്തും.

പുഴയുടെ മധ്യഭാഗത്ത്, ആലുംകടവിനും താന്നിക്കടവിനും ഇടയിൽ ദ്വീപുപോലെയുള്ള ഭാഗമുണ്ട്.

തഴച്ചു വളർന്ന രണ്ട് നീർവഞ്ഞികളും കുറേ ചെറിയ മഞ്ഞമരങ്ങളും കുറച്ച് കുറ്റിക്കാടുകളും പാറക്കൂട്ടങ്ങളും ആ കൊച്ചു ദ്വീപിലുണ്ട്.

മഴക്കാലത്ത് പുഴയിൽ വെള്ളം കയറുമ്പോൾ ദ്വീപ് മുങ്ങും.

വൃക്ഷത്തലപ്പുകൾ മാത്രം കുത്തിയൊഴുകുന്ന ജലനിരപ്പിന് പുറത്താകും.

എത്ര വെള്ളം കയറിയെന്ന് നാട്ടുകാർ അളന്നിരുന്നത് മരത്തിന്റെ മുങ്ങിയ ഭാഗങ്ങളെ അടയാളപ്പെടുത്തിയായിരുന്നു.

ഈ പുഴയോരത്തിരിക്കുമ്പോഴൊക്കെ ചാത്തോത്ത് പവിത്രൻ മരണത്തെക്കുറിച്ചും മരണാനന്തര ജീവിതത്തെക്കുറിച്ചുമാണ് ചിന്തിക്കാറ്.

നിത്യവും രണ്ടു നേരം നീന്തിക്കുളിക്കുന്ന പുഴയായിട്ടുകൂടി ഇപ്പോഴും കുളിക്കാനിറങ്ങുമ്പോൾ പവിത്രന് ഭയമാണ്.

ആ സംഭവത്തിന് ശേഷം കുറേക്കാലം പവിത്രൻ പുഴയിൽ കുളിച്ചതേയില്ല.

എത്രയോ വർഷങ്ങളായിട്ടും മാനസികമായി പൂർവസ്ഥിതിയിലായിട്ടുമില്ല.

ഇപ്പോഴും അടച്ചു പൂട്ടിയ മുറിയിൽ കിടന്നുറങ്ങാനാവില്ല.

ചില്ലുകൾ ഉയർത്തിയ വാഹനങ്ങളിൽ യാത്ര ചെയ്യുമ്പോൾപ്പോലും അസ്വസ്ഥനാവും.

പവിത്രൻ പത്താം ക്ലാസ് പാസ്സായി. ഉപരി പഠനത്തിനൊന്നും പോയില്ല. കന്നുകാലികളെ മേയ്ച്ചും കാലിപൂട്ടിയും കൃഷിപ്പണികളിൽ വീട്ടുകാരെ സഹായിച്ചും കഴിഞ്ഞുകൂടി. പട്ടാളത്തിൽ ചേരുകയായിരുന്നു ലക്ഷ്യം.

അന്ന് കാലി പൂട്ടിയശേഷം താന്നിക്കടവിൽ കാലികളെ കുളിപ്പിച്ച് കവുങ്ങിൻ തോട്ടത്തിൽ കെട്ടി പവിത്രൻ കുളിക്കാൻ ഇറങ്ങിയപ്പോൾ ചാലിൽ ഉത്തമൻ പുഴക്കരയിൽ നിൽക്കുന്നുണ്ടായിരുന്നു. അഞ്ചാംക്ലാ

സു മുതൽ പരിചയക്കാരനാണ് ഉത്തമൻ. അവന്റെ വീട് കുറച്ചകലെയാണ്. അന്വേഷിച്ചപ്പോൾ വയലിൽ പണിയെടുക്കാൻ ആൾക്കാരെ അന്വേഷിച്ച് എത്തിയതാണെന്നായിരുന്നു മറുപടി.

പവിത്രൻ പുഴയോരത്തുള്ള വീട്ടിലെത്തി ഭക്ഷണം കഴിക്കാനിരുന്നപ്പോഴുണ്ട് അക്കരെ ആലുംകടവിൽനിന്ന് പെണ്ണുങ്ങളുടെ നിലവിളി കേൾക്കുന്നു.

പവിത്രൻ വിളമ്പിവെച്ച ഭക്ഷണത്തിന് മുന്നിൽ നിന്ന് എഴുന്നേറ്റോടി.

പുഴക്കരയിലെത്തിയപ്പോൾ പെണ്ണുങ്ങൾ വിളിച്ചു പറയുന്നുണ്ടായിരുന്നു, ആരോ ഒരാൾ പുഴയിൽ മുങ്ങിയിട്ടുണ്ടെന്ന്.

നോക്കിയപ്പോൾ പുഴയുടെ മധ്യഭാഗത്ത് ഒരാളുടെ രണ്ട് കൈകൾ മാത്രം പുറത്തു കണ്ടു.

പിന്നെ അതും കാണാതായി.

പവിത്രൻ വേറെയൊന്നും ആലോചിക്കാതെ പുഴയിലേക്കെടുത്തു ചാടി.

നിലവിളികേട്ട് പുഴയോരത്തുള്ള വീടുകളിൽ താമസിക്കുന്ന പലരും പുഴയുടെ ഇരു കരകളിലും എത്തിക്കൊണ്ടിരുന്നു.

പവിത്രൻ പുഴയുടെ മധ്യഭാഗത്തേക്ക് സർവശക്തിയുമെടുത്തു നീന്തി.

ആൾ എവിടെയെന്ന് കണ്ടുപിടിക്കാൻ മുങ്ങിത്തപ്പി.

പിടഞ്ഞ് പിടഞ്ഞ് പുഴയുടെ അടിത്തട്ടിൽ എത്താറായ ഒരു മനുഷ്യരൂപത്തെ കണ്ടു.

അയാളുടെ വസ്ത്രത്തിന്റെ അറ്റത്ത് പിടുത്തം കിട്ടി. പിന്നെ കയ്യിലും. പിന്നെ അയാളുടെ കൈകൾ രണ്ടും തന്റെ കഴുത്തിന് മുറുകി. കുതറിമാറാൻ ശ്രമിച്ചിട്ടും രക്ഷയില്ല .

അയാളുടെ പിടി മുറുകുകയാണ്. മരണപ്പിടുത്തം.

പവിത്രൻ ശ്വാസത്തിനായി പിടഞ്ഞു.

രക്ഷയില്ല. ഒടുവിൽ രണ്ടുപേരും പരസ്പരം കെട്ടിപ്പിണഞ്ഞ് പുഴയുടെ ആഴത്തിലേക്ക് അമർന്നു.

കൈകാലുകൾ ബന്ധിച്ച് ഏതോ അഗാധമായതും അടഞ്ഞതുമായ ചില്ലുകൂട്ടിൽ അടക്കപ്പെട്ടതുപോലെ...

ഓർമ തെളിയുമ്പോൾ പവിത്രൻ ആസ്പത്രി കട്ടിലിലായിരുന്നു.

പ്രദീപുമായി പങ്കുവെക്കാൻ, പവിത്രന് ഇത്രയും കാര്യങ്ങളേ ഓർത്തെടുക്കാനായുള്ളു.

പെണ്ണുങ്ങളുടെ നിലവിളി കേട്ടെത്തിയ മൽസ്യം പിടിത്തക്കാരാണ് തന്നെയും ഉത്തമനെയും കരക്കെത്തിച്ചതെന്നും ഉത്തമൻ അപ്പോഴേക്കും മരിച്ചിരുന്നുവെന്നും പിന്നീടാണ് പവിത്രൻ അറിയുന്നത്.

കുറേ സംഭവ പരമ്പരകളുടെ തുടർച്ചയായിരുന്നു ചാലിൽ ഉത്തമന്റെ ആത്മഹത്യയെന്ന് പ്രദീപിന്റെ അന്വേഷണത്തിൽ മനസ്സിലായി.

വൈകുന്നേരം മുതൽ അർധരാത്രി വരെ നീണ്ട ഒരു മദ്യപാന സദസ്സിലാണ് പ്രദീപ് ആ കഥ ഏറെയും അറിഞ്ഞത്.

ടി.കെ.മാധവൻനായർ സേലത്ത് പോലീസ് സർക്കിൾ ഇൻസ്പെക്ടറായിരുന്നു.

തിരുവിതാംകൂർകാരനായ അദ്ദേഹം കല്യാണം കഴിച്ചത് ചിത്രാരിക്കാരൻ അത്തിലാട്ട് കരുണാകരൻ നമ്പ്യാരുടെ മകൾ ശ്രീദേവിയെ.

ചെറുപ്പത്തിലേ നാടുവിട്ടു പോയ കരുണാകരൻനമ്പ്യാർ പലയിടത്തും പല ജോലികളും ചെയ്ത് ഒടുവിലാണ് സേലത്തെത്തിയത്.

അവിടെ ഒരു ഹോട്ടലിൽ ജോലിക്ക് നിന്നു.

കുറേക്കാലം കഴിഞ്ഞപ്പോൾ ജോലിക്ക് നിന്ന ഹോട്ടൽ അദ്ദേഹം സ്വന്തമാക്കി.

നാട്ടിൽ വന്ന് വിവാഹം കഴിച്ച് ഭാര്യയെയും കൂട്ടി അങ്ങോട്ടു പോയി. ഭാര്യ ഭവാനിയമ്മ നല്ല കഴിവുറ്റ സ്ത്രീയായിരുന്നു. അവർ ഭർത്താവിന്റെ ബിസിനസ്സുകാര്യങ്ങളിൽ സജീവ പങ്കാളിയായി. അധികം കഴിയുന്നതിന് മുമ്പ് കരുണാകരൻനമ്പ്യാർ ഒരു ഹോട്ടൽ കൂടിത്തുടങ്ങി. ചുരുങ്ങിയ കാലം കൊണ്ട് കരുണാകരൻ നമ്പ്യാർ അറിയപ്പെടുന്ന കാശുകാരനായി. ഈ ദമ്പതികൾക്ക് രണ്ടു മക്കളാണ്. ശ്രീദേവിയും പത്മനാഭനും. ശ്രീദേവി പത്താം തരം വരെയെ പഠിച്ചുള്ളു. പത്മനാഭൻ മദ്രാസിൽപ്പോയി ബി.കോം. പാസ്സായി സ്വന്തം ബിസിനസ്സിൽ ഏർപ്പെട്ടു.

സേലത്ത് പോലീസ് ഇൻസ്പെക്ടറായി വന്ന ടി.കെ.മാധവൻനായർ അവിടെയുള്ള പ്രമുഖ മലയാളി കുടുംബവുമായി പരിചയപ്പെട്ടു.

മറ്റൊരാളുമായുള്ള അതിർത്തിത്തർക്കക്കേസിൽ കരുണാകരൻ നമ്പ്യാരെ ഇൻസ്പെക്ടർ മാധവൻനായർ വഴിവിട്ട് സഹായിച്ചിരുന്നു. അതിന് ശേഷം പലപ്പോഴും ഇൻസ്പെക്ടറെ കരുണാകരൻ നമ്പ്യാർ വീട്ടിലേക്ക് വിളിച്ച് സൽക്കരിക്കുക പതിവായിരുന്നു.

മർദക വീരനായ മാധവൻനായർ നാട്ടുകാർക്ക് പേടിസ്വപ്നമായിരുന്നു.

നല്ല ഉയരവും തടിമിടുക്കും കപ്പടാ മീശയുമുള്ള ഇൻസ്പെക്ടർ മാ

ധവൻനായരെ ഔദ്യോഗിക വേഷത്തിൽ കണ്ടാൽ ആരും ഒന്ന് ഞെട്ടും.

കരുണാകരൻനമ്പ്യാരുടെ കുടുംബവുമായുള്ള മാധവൻനായരുടെ അടുത്ത ബന്ധം കലാശിച്ചത് ശ്രീദേവിയുമായുള്ള വിവാഹത്തിലാണ്.

ഒരു പോലീസ് ഇൻസ്പെക്ടർ മരുമകനായി വരുന്നത് തന്റെ ബിസിനസ്സിന് പ്രയോജനം ചെയ്യുമെന്ന് കരുണാകരൻനമ്പ്യാർ കരുതി.

ഒരു ധനാഢ്യന്റെ മകളെ വിവാഹം ചെയ്യുന്നത് തനിക്ക് ഗുണം ചെയ്യുമെന്ന് മാധവൻനായരും.

മാധവൻനായർ ഒരു തകർന്ന നായർ തറവാട്ടിലെ അംഗമായിരുന്നു. സ്വന്തമായി വീടൊന്നുമില്ല. കുടുംബക്കാരുമായെല്ലാം അകൽച്ചയിലും.

വിവാഹം നടന്ന് കുറേക്കഴിഞ്ഞപ്പോളാണ് മാധവൻ നായർ എന്ന പോലീസ് ഉദ്യോഗസ്ഥന്റെ തനിനിറം പുറത്തു വന്നത്.

മുഴുക്കുടിയനും ചൂതാട്ടക്കാരനും പല സ്ത്രീകളുമായി അവിഹിത ബന്ധം പുലർത്തുന്ന ആളുമായിക്കഴിഞ്ഞിരുന്നു അദ്ദേഹം.

കിട്ടുന്ന ശമ്പളം മദ്യപാനത്തിനും അനാശാസ്യ പ്രവർത്തനങ്ങൾക്കും തികയാതെ വന്നപ്പോൾ പലരെയും ഭീഷണിപ്പടുത്തി പണം പിടുങ്ങാൻ തുടങ്ങി.

ഇതിനിടയിൽ ഒരു കവർച്ചക്കേസ് പ്രതി മണിയൻ പോലീസ് ലോക്കപ്പിൽ മർദനമേറ്റ് മരിച്ച കേസിൽ മാധവൻനായർ സസ്പെൻഷനിലുമായി.

നേരത്തെ വേറൊരു കവർച്ചക്കേസിൽ മണിയൻ പിടിയിലായിരുന്നു.

അന്ന് മണിയനിൽ നിന്നും തൊണ്ടിസാധനമായി പിടിച്ചെടുത്ത സ്വർണ്ണത്തിന്റെ പകുതി മാത്രമെ രേഖപ്പെടുത്തി കോടതിയിൽ ഹാജരാക്കിയുള്ളൂവെന്നും ബാക്കി കേസന്വേഷിച്ച മാധവൻനായർ അടിച്ചെടുത്തുവെന്നും മണിയൻ വെളിപ്പെടുത്തിയിരുന്നു. ഇതിനെക്കുറിച്ച് അന്വേഷണം നടന്നെങ്കിലും എവിടെയും എത്തിയില്ല. ജാമ്യത്തിൽ പുറത്തു വന്ന മണിയൻ വീണ്ടും കവർച്ചക്കേസിൽ പിടിയിലായി. അറസ്റ്റ് ചെയ്ത് ലോക്കപ്പിലിട്ട മണിയനെ സർക്കിൾ ഇസ്പെക്ടർ മാധവൻനായരും ഇദ്ദേഹം ഏർപ്പെടുത്തിയ പോലീസുകാരനും ചേർന്ന് ഭീകരമായി മർദിച്ചു. മർദനത്തിനൊടുവിൽ മണിയൻ മരിച്ചു. പഴയ പ്രതികാരം തീർത്തതായിരുന്നു മണിയനോട് മാധവൻനായർ. എന്നാൽ ഉയർന്ന പോലീസുദ്യോഗസ്ഥർക്കും സാക്ഷികൾക്കും പണം കൊടുത്ത് സ്വാധീനിച്ച് ആ കേസിൽ നിന്നും മാധവൻനായർ തടിയൂരി.

ഈ ആവശ്യങ്ങൾക്കെല്ലാം കരുണാകരൻ നമ്പ്യാർക്ക് ആയിരങ്ങൾ ചിലവാക്കേണ്ടിവന്നു.

സർവീസിൽ നിന്ന് വിരമിച്ചപ്പോൾ മാധവൻനായരുടെ എല്ലാ വരുമാനവും നിലച്ചു. പെൻഷൻ മാത്രമായി വരുമാനം. ഈ വരുമാനം കൊണ്ട് ജീവിക്കാൻ പറ്റാത്ത നിലയിലായി. അച്ഛനോട് പണം വാങ്ങി വരാൻ ആവശ്യപ്പെട്ട് ഭാര്യ ശ്രീദേവിയുമായി നിരന്തരം കലഹത്തിലായി.

വിവാഹം കഴിഞ്ഞ് വർഷങ്ങളായിട്ടും ശ്രീദേവി പ്രസവിച്ചിരുന്നില്ല.

ഈ കാരണത്തിനും മാധവൻനായർ ശ്രീദേവിയെ നിരന്തരമായി പീഡിപ്പിച്ചു. കുട്ടിയാവാത്ത കാരണം പറഞ്ഞ് തന്നെ ഭർത്താവ് ഉപേക്ഷിച്ചു കളയുമോ എന്നു ഭയന്ന് ശ്രീദേവി എല്ലാം സഹിച്ചു.

ചിത്രാരിയിലെ പഴയ വീട് പൊളിച്ചുമാറ്റി കരുണാകരൻ നമ്പ്യാർ ആധുനീക സൗകര്യമുള്ള വീട് നിർമിച്ചിരുന്നു. പുരയിടത്തിനടുത്ത നാലേക്കറോളം ഭൂമി പലരിൽ നിന്നും വാങ്ങി റബ്ബർ കൃഷിയും ആരംഭിച്ചു.

ഈ വീടും അതിനോടനുബന്ധിച്ചുള്ള റബ്ബർത്തോട്ടവും കരുണാകരൻ നമ്പ്യാർ ശ്രീദേവിയുടെ പേരിൽ എഴുതി വെച്ചു. മാധവൻ നായരും ശ്രീദേവിയും ചിത്രാരിയിലേക്ക് താമസം മാറ്റുകയും ചെയ്തു.

പുതിയ സ്ഥലത്ത് താമസം തുടങ്ങിയ ആദ്യനാളുകളിൽ മാധവവൻ നായർ അച്ചടക്കത്തോടെ ജീവിച്ചു. അധികം താമസിയാതെ സമാന അഭിരുചിക്കാരെ കണ്ടെത്തി. പിന്നെ കുത്തഴിഞ്ഞ ജീവിതം പുനരാരംഭിക്കുകയും ചെയ്തു.

മാധവൻ നായർ നാട്ടുകാർക്ക് തമിഴൻ പോലീസായിരുന്നു.

കുറേക്കഴിഞ്ഞപ്പോൾ മാധവൻനായരുടെ ക്രൂരവിനോദങ്ങൾ നാട്ടുകാരുടെ ചെവിയിലുമെത്തി.

'ആഴ്ചക്കാരൻ മുത്തുവേലു'വാണ് പല കഥകളും നാട്ടിലെത്തിച്ചത്.

തുണിത്തരങ്ങൾ തവണ വ്യവസ്ഥയിൽ വീടുകളിലെത്തിച്ച് വിൽപ്പന നടത്തുന്ന മുത്തുവേലു സേലം സ്വദേശിയാണ്.

മഴക്കാലം കഴിഞ്ഞുള്ള സീസണിലാണ് മുത്തുവേലു തുണികളുമായി എത്തിയിരുന്നത്.

മഴക്കാലത്ത് കച്ചവടം വളരെക്കുറവായിരിക്കും.

ചിത്രാരിയിലെ മിക്ക വീടുകളിലും മുത്തുവേലു തുണികളെത്തി

ക്കും.

തുണിക്ക് വില അൽപ്പം കൂടുതലായിരിക്കും. എന്നാൽ വില ആറു മാസത്തിനുള്ളിൽ കൊടുത്തു തീർത്താൽ മതി.

പല നാടുകളിലും മുത്തുവേലുവിന് ഇടപാടുകാരുണ്ട്. ആഴ്ചയിൽ ഒരിക്കൽ നിശ്ചിത ദിവസമാണ് മുത്തുവേലു വീട്ടിലെത്തുക. അതുകൊണ്ടാണ് മുത്തുവേലുവിന് ആഴ്ചക്കാരൻ എന്ന പേര് കിട്ടിയത്. ചിത്രാരിയിൽ എത്തിയിരുന്നത് വെള്ളിയാഴ്ചകളിലാണ്. അതുകൊണ്ട് 'വെള്ളിയാഴ്ചക്കാരൻ' എന്നും ഇയാളെ നാട്ടുകാർ വിളിക്കാറുണ്ട്.

തൊട്ടടുത്ത ഗ്രാമമായ ചൂളിക്കോട്ട് ബുധനാഴ്ചയാണ് മുത്തുവേലു പോകാറ്.

അതിനാൽ ഇദ്ദേഹത്തിന് 'ബുധനാഴ്ചക്കാരൻ' എന്നാണ് അവിടെപ്പേര്.

ഒരു ദിവസം യാദൃച്ഛികമായാണ് മാധവൻനായരെ ചിത്രാരി ബസാറിൽ മുത്തുവേലു കണ്ടത്.

അയാളെക്കണ്ടപ്പോൾ മുത്തുവേലു ഒന്ന് നടുങ്ങി.

ഇയാൾ എങ്ങിനെ ഇവിടെയെത്തിയെന്നായി സംശയം. കാരണമൊന്നുമില്ലെങ്കിലും, തന്നെ അന്വേഷിച്ച് വന്നതായിരിക്കുമോ എന്ന ആശങ്ക.

സ്വകാര്യമായി മുത്തുവേലു സംശയനിവാരണം വരുത്തിയത് ചിത്രാരിയിലെ ചായ കച്ചവടക്കാരനും തന്റെ വിശ്വസ്തനുമായ ഗോവിന്ദനോടാണ്.

അന്ന് ഒന്നും പറഞ്ഞില്ലെങ്കിലും ഓരോ ആഴ്ചയിലും മാധവൻനായരുടെ ക്രൂരതയെക്കുറിച്ചുള്ള ഓരോ കഥകൾ മുത്തുവേലു ഗോവിന്ദനോട് പറയും.

ഗോവിന്ദൻ ചായ കുടിക്കാൻ വരുന്ന പറ്റുകാരുമായി ഈ കഥകൾ പങ്കുവെക്കും.

ശ്രീദേവിക്ക് ഭർത്താവിനെ ഭയമായിരുന്നു.

അതിനാൽ അയാളുടെ വ്യക്തിപരമായ കാര്യങ്ങളിലൊന്നും ഇടപെട്ടതേയില്ല. എല്ലാം തന്റെ വിധിയെന്ന് കരുതി സമാധാനിച്ചു.

പെൻഷന് പുറമെ റബ്ബർത്തോട്ടത്തിൽ നിന്നുള്ള വരുമാനവും മാധവൻ നായർക്ക് സ്വന്തമായി.

മാധവൻ നായർ ഒരു അംബാസിഡർ കാർ വാങ്ങി.

പിന്നെ അദ്ദേഹവും പരിവാരങ്ങളും കാറിൽ ചുറ്റിക്കറങ്ങലായി.

നല്ല കള്ളു കിട്ടുന്ന ഷാപ്പുകൾ തേടിയുള്ള യാത്രയിൽ കുറേ കൂട്ടുകാരുമുണ്ടാവും. പ്രധാന ഒത്താശക്കാരൻ റബ്ബർ ടാപ്പു ചെയ്യുന്ന ജേക്കബ്ബാണ്. അയ്യൻകുന്ന്കാരനായ ജേക്കബ് കുറേക്കാലമായി ചിത്രാരിയിൽ വാടക വീട്ടിലാണ് താമസം. ജേക്കബ്ബിന്റെ ഭാര്യ മേഴ്സി അതി സുന്ദരിയാണ്. ജേക്കബ്ബിന് കിട്ടേണ്ട പെണ്ണല്ല മേഴ്സിയെന്ന് ഇരുവരെയും കണ്ടപ്പോഴേ നാട്ടുകാർ വിലയിരുത്തിയിരുന്നു. തയ്യൽക്കാരിയാണ് അവർ. വാടകവീട്ടിൽ നിന്നു തന്നെയാണ് തയ്ക്കുന്നത്. ഏക മകൾ എലിസബത്ത് ബാംഗ്ലൂരിൽ നഴ്സിങ്ങിന് പഠിക്കുന്നു.

ജേക്കബ്ബിന്റെ ഭാര്യ മേഴ്സിയെ കണ്ട മാത്രയിൽ തന്നെ മാധവൻ നായർ നോട്ടമിട്ടിരുന്നു.

പക്ഷെ ഒരു പ്രലോഭനത്തിലും മേഴ്സി വീണില്ല.

മേഴ്സി തനിച്ച് വീട്ടിലുള്ളപ്പോൾ രണ്ടു തവണ മാധവൻനായർ അവിടെയെത്തി.

സ്വന്തമായി കോൺക്രീറ്റിന്റെ വീട് വെച്ചുതരാം എന്ന പ്രലോഭനത്തിന് മുന്നിൽപ്പോലും മേഴ്സി വീണില്ല. വീണ്ടും പ്രലോഭനം തുടർന്നപ്പോൾ മേഴ്സി പറഞ്ഞു;

“സാറേ, ഈ വീട്ടിൽനിന്ന് ഉടൻ ഇറങ്ങണം.. ഞാൻ ചെരിപ്പഴിക്കണോ അതോ ചൂലെടുക്കണോ..?”

അന്ന് മാധവൻനായർ അവിടുന്ന് ക്രുദ്ധനായി ഇറങ്ങിപ്പോയി. ഒരു പെണ്ണ് ആദ്യമായാണ് തന്റെ മുഖത്ത് നോക്കി ഇങ്ങിനെ പറയുന്നത്. അതും തന്റെ ജോലിക്കാരന്റെ ഭാര്യ. പോരാത്തതിന് ഒരു നായരുടെ മുഖത്തുനോക്കി ഒരു ക്രിസ്ത്യാനിപ്പെണ്ണ്.

നായരുയെ അഭിമാനത്തിന് മുറിവേറ്റു.

ഇത്രത്തോളമായിട്ടും മേഴ്സി ഭർത്താവിനെ ഇക്കാര്യം അറിയിച്ചില്ല.

തുടർന്നുണ്ടാവുന്ന പ്രത്യാഘാതങ്ങൾ ഓർത്തു.

വർഷങ്ങളായി മാധവൻ നായരുടെ തോട്ടത്തിലെ പണിക്കാരനാണ് ജേക്കബ്. വിശ്വസ്തനും.

ഒരു ദിവവസം വൈകുന്നേരം സുഹൃത്ത് അപകടത്തിൽ മരിച്ചതറിഞ്ഞ് ജേക്കബ്ബ് കരിക്കോട്ടക്കരിയിലേക്ക് പോയി.

അന്ന് ജേക്കബ്ബ് തിരിച്ചു വരില്ലെന്ന് ഉറപ്പിച്ച മാധവൻ നായർ രാത്രി ആ വീട്ടിലെത്തി.

മദ്യലഹരിയിൽ അവിടെയെത്തിയ മാധവൻനായർ മേഴ്സിയെ ബലം പ്രയോഗിച്ച് കീഴ്പ്പെടുത്തി .

സർവശക്തിയുമെടുത്ത് ചെറുത്തു നിന്നെങ്കിലും ആ ക്രൂരനായ മുൻ പോലീസ് ഇൻസ്പെക്ടറുടെ ബലിഷ്ഠഹസ്തത്തിനു മുന്നിൽ ആ നാൽപ്പത്തിയഞ്ചുകാരിയുടെ ചെറുത്തു നിൽപ്പ് വളരെ ദുർബലമായിരുന്നു.

കീഴ്പ്പെടുത്തപ്പെട്ട ആ പെൺശരീരത്തിനുമേൽ ആ മനുഷ്യൻ തീവണ്ടി എഞ്ചിന്റെ കരുത്തോടെ പ്രവർത്തിച്ചു. പ്രതികാര ബുദ്ധിയോടെ.

പിറ്റേന്ന് രാവിലെ മാധവൻനായർ കണികാണുന്നത് വെട്ടുകത്തിയുമായി തന്റെ നേരെ ഓടി വരുന്ന ജേക്കബ്ബിനെയാണ്.

"പൊലയാടി മോനെ... നീ എന്റെ ഭാര്യയെ എന്താ ചെയ്തതെടാ... നിന്നെ വിശ്വസിച്ച എന്നോട് തന്നെ നീയിത് ചെയ്തല്ലോ..നായേ..."

തന്റെ നേരെ ആക്രോശിച്ചുവരുന്ന സ്വന്തം റബ്ബർവെട്ട് തൊഴിലാളിയെക്കണ്ട് മാധവൻനായർ ഒന്ന് നടുങ്ങി.

തന്നെ വെട്ടും എന്നു ഉറപ്പായപ്പോൾ മാധവൻനായർ അയാളെ ഒരൊറ്റ ചവിട്ടിന് വീഴ്ത്തി.

വെട്ടുകത്തി ദൂരെ തെറിച്ചുവീണു.

വീണ്ടും പിടഞ്ഞ് എഴുന്നേൽക്കാൻ ശ്രമിക്കുന്നതിനിടയിൽ വീണ്ടും വയറ്റത്ത് ആഞ്ഞൊരു ചവിട്ട് .

അയാൾ അവിടെ വീണ് മലം വിസർജിച്ചുപോയി.

അയാൾ കുറേ അവിടന്നു പിടഞ്ഞു.

പിന്നെ പിടച്ചിലും നിലച്ചു.

സംഭവമൊന്നുമറിയാതെ ശ്രീദേവി നെഞ്ചത്തടിച്ചു നിലവിളിച്ചു.

മുറ്റത്ത് ബോധമറ്റു വീണു.

ജേക്കബ്ബിന്റെ ശരീരം അയാൾ വലിച്ചിഴച്ച് റബ്ബർത്തോട്ടത്തിലേക്ക് കൊണ്ടുപോയി.

അന്നുരാത്രി അതിരഹസ്യമായി മാധവൻനായർ രണ്ടുപേരെ കൊണ്ടുവന്നു.

കാതിയൻ വളപ്പിൽ കുഞ്ഞിക്കണ്ണൻ, താഴത്തെ വീട്ടിൽ ഒതേനൻ എന്നിവരെ.

റബ്ബർ തോട്ടത്തിൽ ഇലകൾ മൂടി ഒളിപ്പിച്ചുവെച്ച, ഉറുമ്പുകൾ പൊതിഞ്ഞ ആ ശരീരത്തിൽ ജീവന്റെ തുടിപ്പ് അപ്പോഴുമുണ്ടായിരുന്നു.

കശുമാവിൻ കൊമ്പിൽ കെട്ടിത്തൂക്കാൻ പൊക്കിയെടുത്തപ്പോൾ ആ ശരീരം ഒന്നു പിടഞ്ഞു.

രണ്ട് പേരും ശരീരം അവിടെത്തന്നെയിട്ടു.

"സാറേ ഞങ്ങക്കിത് കഴീല്ല... ഇതിന് ജീവന്ണ്ട്... ദൈവം നമ്മളോട്

പൊറുക്കൂലാ....."

-കുഞ്ഞിക്കണ്ണൻ പൊട്ടിക്കരഞ്ഞുകൊണ്ട് മാധവൻനായരോട് കേണപേക്ഷിച്ചു.

"നായിന്റെ മക്കളെ, ആയിരം രൂപാ വീതം തന്നിട്ടാ നിങ്ങളെ ഇവിടെ കൊണ്ടുവന്നത് ... പറഞ്ഞപോലെ ചെയ്തില്ലേങ്കില് കൊലക്കേസിൽ പ്രതിയായി അഴിയെണ്ണും... കഴുത്തിന് കെട്ടിത്തൂക്കെടാ..."

-മാധവൻ നായർ അലറി.

കുഞ്ഞിക്കണ്ണന്റെയും ഒതേനന്റെയും മുന്നിൽ മറ്റു മാർഗങ്ങളൊന്നും ഉണ്ടായിരുന്നില്ല.

മൂന്നുപേരും ചേർന്ന് ജേക്കബ്ബിന്റെ മൃതദേഹം കശുമാവിൻ കൊമ്പിൽ കെട്ടിത്തൂക്കി.

കഴുത്തിൽ കുരുക്ക് മുറുകിയപ്പോൾ ആ ശരീരം പിടഞ്ഞു.

പിന്നെ നിശ്ചലമായി.

സംഭവത്തിന്റെ പിറ്റേന്ന് കുഞ്ഞിക്കണ്ണൻ സ്വന്തം വീട്ടിന്റെ കഴുക്കോലിൽ തൂങ്ങി മരിച്ചു.

അന്നുതന്നെ നാട്ടിൽ നിന്ന് മുങ്ങിയ ഒതേനനെ മൂന്നാം ദിവസം തീവണ്ടി തട്ടി മരിച്ച നിലയിൽ കണ്ടെത്തി.

കുഞ്ഞിക്കണ്ണന്റെ ഇളയമകനാണ് ഉത്തമൻ.

കുഞ്ഞിക്കണ്ണൻ മരിക്കുമ്പോൾ ഉത്തമൻ ചെറിയ കുട്ടിയായിരുന്നു.

ഉത്തമന്റെ വീട്ടുകാരും അയൽപക്കക്കാരുമായി പുരയിടത്തിന്റെ അതിർത്തി സംബന്ധിച്ച് ദീർഘകാലമായി തർക്കമുണ്ടായിരുന്നു. അതിർത്തിയിൽ നിൽക്കുന്ന കൂറ്റൻ പ്ലാവ് ആരുടെ ഭൂമിയിലാണ് എന്നകാര്യത്തിലായിരുന്നു പ്രധാന തർക്കം.

വില്ലേജ് ഓഫീസിൽ നിന്ന് ഉദ്യോഗസ്ഥരെത്തി രണ്ടു തവണ അളന്നിട്ടും തർക്കത്തിന് തീർപ്പാക്കാനായിട്ടില്ല. രണ്ട് കുടുംബങ്ങൾ തമ്മിൽ കടുത്ത ശത്രുത തുടർന്നു.

ഉത്തമന്റെ അമ്മ കാർത്ത്യായനിയും അയൽപക്കക്കാരി നാരായണിയും നിസ്സാര കാര്യങ്ങളുടെ പേരിൽപ്പോലും വാക്കുകൾ കൊണ്ട് ഏറ്റുമുട്ടി.

ഒരു ദിവസം വാക്കേറ്റത്തിനിടയിൽ നാരായണി വിളിച്ചു പറഞ്ഞു;

"അങ്ങ് മലക്ക് നിന്ന് വന്നു കൂടിയ ക്രിസ്ത്യാനിയെ കൊന്ന് കെട്ടിത്തൂക്കിയതിന്റെ പാപം നിന്റെ കെട്ട്യോൻ തൂങ്ങിച്ചത്തത് കൊണ്ടൊന്നും തീരൂല്ല.. നീയും നിന്റെ മക്കളും എനിയും അയിന്റെ പലം അനുബവിക്കും..."

ഉത്തമനടക്കം കാർത്ത്യായനിയുടെ മൂന്ന് മക്കളും ഇത് നേരിട്ടു കേട്ടു.

അച്ഛൻ തൂങ്ങി മരിച്ചതാണെന്ന് മക്കൾക്കറിയാമെങ്കിലും കാരണം അറിയുമായിരുന്നില്ല.

അന്നു രാത്രി മക്കൾ അമ്മയോട് അക്കാര്യം തിരക്കി.

ആദ്യം ഒഴിഞ്ഞുമാറിയെങ്കിലും കാർത്ത്യായനിക്ക് ആ സംഭവത്തെക്കുറിച്ച് മക്കളോട് പറയേണ്ടിവന്നു.

പിറ്റേന്നാണ് ഉത്തമൻ പുഴയിൽച്ചാടി ആത്മഹത്യ ചെയ്തത്.

ആ കേസിലും മാധവൻനായർ പണവും സ്വാധീനവുമുപയോഗിച്ച് തടിയൂരി.

കുഞ്ഞിക്കണ്ണനും ഒതേനനുമായിരുന്നു പ്രതികൾ.

അവർ രണ്ടുപേരും മരിച്ചതോടെ കേസില്ലാതായി.

എല്ലാറ്റിനും സാക്ഷിയായ ശ്രീദേവി ഒരാഴ്ച ആസ്പത്രിയിലായിരുന്നു.

വീട്ടിൽ തിരിച്ചെത്തിയ അവർ അന്നു രാത്രി വീട്ടിനകത്ത് തൂങ്ങിമരിക്കുകയും ചെയ്തു.

ഒരാഴ്ച കഴിഞ്ഞപ്പോൾ മാധവൻനായരെയും കാണാതായി.

അയാളെക്കുറിച്ച് പിന്നെ നാട്ടുകാർക്കൊന്നും യാതൊരു വിവരവുമുണ്ടായില്ല.

താടിയും മുടിയും നീട്ടി, മാനസിക നില തെറ്റിയ നിലയിൽ മാധവൻ നായരെ തഞ്ചാവൂരിലെ ക്ഷേത്രപരിസസരത്ത് ആരോ കണ്ടതായി പറഞ്ഞു കേട്ടിരുന്നു.

പക്ഷെ, ആരും അന്വേഷിച്ചു പോയില്ല.

അധ്യായം 15

പട്ടർമഠം

പാലക്കാട് ജംങ്ഷനിൽ ട്രെയിനിറങ്ങി ഓട്ടോറിക്ഷ പിടിച്ചാണ് പ്രദീപും സുഹൃത്ത് മുരളിയും കൽപ്പാത്തിയിലെത്തിയത്.

തമിഴ്നാട്ടിലെ ഏതോ ഗ്രാമത്തിന്റെ ഛായയാണ് കൽപ്പാത്തിക്കെന്ന് പ്രദീപിന് തോന്നി.

നിരനിരയായി കിടക്കുന്ന കൊച്ചു വീടുകൾക്ക് ഒരു നൂറ്റാണ്ടിന്റെ പഴക്കമെങ്കിലും ഉണ്ടാകും.

മിക്കതും ഓടുമേഞ്ഞ ഒറ്റനില വീടുകൾ.

കോലമെഴുതിയ ചെറിയമുറ്റങ്ങൾ.

അപൂർവം ചില വീടുകൾ മാത്രം കോൺക്രീറ്റു ചെയ്തത്.

റോഡ് നിറയെ ജനങ്ങളായിരുന്നു.

തലങ്ങും വിലങ്ങും ധൃതിയിൽ നടന്നുപോകുന്നവർ.

പഴയ കൽപ്പാത്തി ശ്രീലക്ഷ്മീ നാരായണ പെരുമാൾ ക്ഷേത്രത്തിൽ കുംഭാഭിഷേകം നടക്കുകയാണ്.

പുതിയ കാലത്തിന്റെ പണക്കൊഴുപ്പും പത്രാസുകളും പൊങ്ങച്ചങ്ങളും ആർഭാടങ്ങളുമൊന്നും ഇപ്പോഴും കടന്നു ചെല്ലാത്ത അഗ്രഹാരങ്ങളിലെ അന്തേവാസികൾ കൊടുംചൂടിനെ വകവെക്കാതെ ക്ഷേത്രത്തിലേക്ക് ഒഴുകുകയാണ്.

ഉത്സവം തുടങ്ങിയതു മുതൽ മൂന്നുനേരവും ക്ഷേത്രത്തിൽ ഭക്ഷണമുണ്ട്.

ഉച്ചക്ക് മൂന്ന് പായസങ്ങൾ കൂട്ടിയുള്ള ഗംഭീര ഊണ്.

ഉത്സവകാലത്ത് അഗ്രഹാരങ്ങളിൽ തീപുകയ്കേണ്ട ആവശ്യമേ വരില്ല.

എല്ലാ ദിവസവും രാത്രി കലാപരിപാടികളും.

ഭാഗവതസപ്താഹം, ഭക്തികഥാ പ്രവചനം, സീതാകല്ല്യാണം, രാധാ

കല്ല്യാണം, സംഗീക-നൃത്ത പരിപാടികൾ, ഭജന എന്നിങ്ങനെ...

ക്ഷേത്രമുറ്റത്തും പ്രദക്ഷിണ വഴിയിലും കൂട്ടം കൂടി നിന്നവരും വീടുകളിലേക്ക് മടങ്ങുന്നവരും സദ്യയുടെ കേമത്തത്തെക്കുറിച്ച് മാത്രമാണ് സംസാരിച്ചുകൊണ്ടിരുന്നത്.

പാലക്കാട് ജില്ലയിൽ തമിഴ് ബ്രാഹ്മണർ കുടിയേറിപ്പാർത്ത ആദ്യ ഗ്രാമമാണ് കൽപ്പാത്തി.

മഹാവിഷ്ണുവിന്റെ അവതാരമായ ശ്രീ ലക്ഷ്മീനാരായണപെരുമാളാണ് ഇവിടുത്തെ പ്രതിഷ്ഠ. എട്ടു നൂറ്റാണ്ടുകൾക്ക് മുമ്പാണ് കേരള ബ്രാഹ്മണരായ നമ്പൂതിരിമാർ ഈ ക്ഷേത്രം നിർമിച്ചത് എന്നാണ് ഐതിഹ്യം.

ഇവിടെ താമസം തുടങ്ങിയ തമിഴ് ബ്രാഹ്മണർ സാവധാനം ക്ഷേത്രത്തിൽ നിത്യ പൂജാവിധി വൈഖാനസ ആഗമ ശാസ്ത്രരീതിയിലേക്ക് മാറ്റി എന്നാണ് വിശ്വാസം.

കാലപ്പഴക്കം കൊണ്ട് ജീർണാവസ്ഥയിൽ നിലകൊണ്ട ക്ഷേത്രത്തിന്റെ സമ്പൂർണ നവീകരണം അടുത്തകാലത്താണ് പൂർത്തിയായത്.

കൽപ്പാത്തിയിലെ തെരുവുകൾ ഇത്തരത്തിൽ ജനനിബിഡങ്ങളാവുന്നത് രഥോത്സവം നടക്കുന്ന സമയത്താണ്.

നവംബർ 15 നാണ് രഥോത്സവം.

മൂന്നു ദിവങ്ങളിലാണ് ഉത്സവം.

അഗ്രഹാരത്തിലെ ക്ഷേത്രങ്ങളിൽ നിന്നുള്ള രഥങ്ങളെല്ലാം ഈ നിരത്തിലൂടെ നീങ്ങും.

പിന്നാലെ നൂറുകണക്കിന് നാട്ടുകാരും.

ഫോണിൽ അറിയിച്ച അടയാളങ്ങൾ നോക്കി പൊന്നമ്മയുടെ വീടു കണ്ടുപിടിക്കാൻ പ്രദീപിനും മുരളിക്കും പ്രയാസമുണ്ടായില്ല.

"ആ അച്ചാറുണ്ടാക്കുന്ന പൊന്നമ്മയുടെ വീട്....?" -ഒരാളോടേ ചോദിക്കേണ്ടി വന്നുള്ളു.

അയാൾ ചൂണ്ടിക്കാണിക്കുകയും ചെയ്തു.

റോഡിനോട് ചേർന്ന ഒറ്റ നില വീടിന്റെ കവാടത്തിലെ ചെറിയ ഇരുമ്പ് ഗ്രിൽസിൽ ചെറിയൊരു ബോർഡ് തൂക്കിയിട്ടിട്ടുണ്ട്. 'കടുക് മാങ്ങ, ചക്കവരട്ടി, മഹാണി, ചെത്ത് മാങ്ങ'

ഗ്രിൽസിന് മുട്ടിയപ്പോൾ പൊന്നമ്മ പുറത്തുവന്നു.

മെറൂൺ നിറമുള്ള വിലകുറഞ്ഞ പട്ടുസാരി ഉടുത്ത്, നെറ്റിയിൽ വലുപ്പമുള്ള ചുവന്ന പൊട്ട് തൊട്ട്, ഐശ്വര്യം തോന്നിപ്പിക്കുന്ന വയോ

ധിക- പട്ടർ മഠത്തിൽ ഗോവിന്ദസ്വാമിയുടെ വളർത്തമ്മ.

വർഷങ്ങൾക്ക് മുമ്പ് കണ്ടതാണെങ്കിലും ആ അമ്മ പഴയ നാട്ടുകാരെ തിരിച്ചറിഞ്ഞു.

ഏകദേശം രണ്ട് നൂറ്റാണ്ടിന് മുമ്പ് ചിത്രാരി ഗ്രാമത്തിൽ കുടിയേറിയ ബ്രാഹ്മണ കുടുംബത്തിൽ നിന്ന് അവസാനമായി നാടുവിട്ട അംഗമാണ് പൊന്നമ്മ എന്ന അലമേലു അമ്മാൾ.

രണ്ടുപേരെയും പൊന്നമ്മ അകത്തെ മുറിയിലേക്ക് ക്ഷണിച്ചു.

കൊച്ചുമുറി മുഴുവൻ അച്ചാറും ചക്ക വരട്ടിയും ഉണ്ടാക്കുന്നതിനുള്ള സാമഗ്രികളായിരുന്നു.

അച്ചാറിന്റെ ഗന്ധം തങ്ങി നിൽക്കുന്ന അന്തരീക്ഷം.

ക്ഷേത്രത്തിൽ ഉത്സവം തുടങ്ങിയതിൽപ്പിന്നെ തിരക്കോട് തിരക്കു തന്നെയെന്ന് പൊന്നമ്മ പറഞ്ഞു.

കണ്ണിമാങ്ങ അച്ചാർ, ചക്കവരട്ടി, മഹാണി, ചെത്തുമാങ്ങ എന്നിവക്ക് ആവശ്യക്കാർ ഏറെയാണ്.

അഗ്രഹാരത്തിൽ പലരും ഈ വിഭവങ്ങളെല്ലാം ഉണ്ടാക്കി വിൽപ്പന നടത്തുന്നുണ്ടെങ്കിലും പൊന്നമ്മയിൽ നിന്ന് കിട്ടിയില്ലെങ്കിലേ ആവശ്യക്കാർ മറ്റിടത്തേക്ക് പോകൂ. അത്രയും വിശേഷ രുചിയാണ് പൊന്നമ്മയുടെ അച്ചാറിനും ചക്കവരട്ടിക്കും.

ആ കൈപ്പുണ്യത്തെ വെല്ലാൻ അഗ്രഹാരത്തിൽ വേറെ ആരുമില്ല.

എൺപത്തി അഞ്ചാമത്തെ വയസ്സിലും പൊന്നമ്മ ഒറ്റക്കാണ് എല്ലാം ഉണ്ടാക്കുന്നത്.

കണ്ണിമാങ്ങ ആവശ്യത്തിന് നേരത്തെ സംഭരിച്ചുവെക്കും.

ഉപ്പിലിട്ട് സൂക്ഷിക്കാൻ വലിയ മൺഭരണിയുണ്ട്. മുളകും മറ്റ് ആവശ്യമുള്ള സാധനങ്ങളും ഗുണനിലവാരം നോക്കിയേ വാങ്ങൂ.

ഇടുങ്ങിയ മൂന്നുമുറികളേ ഈ വീട്ടിനുള്ളൂ.

നിരനിരയായി മൂന്നു മുറികൾ. ചെറിയ അടുക്കളയും കുളിമുറിയും.

ആഴം കുറഞ്ഞ കിണറുമുണ്ട്.

ഈ വീട്ടിൽ ഇപ്പോൾ പൊന്നമ്മ തനിച്ചാണ്.

ഭർത്താവ് മണിസ്വാമി എന്ന സുബ്രഹ്മണ്യയ്യർ നേരത്തെ മരിച്ചു.

ഈ ദമ്പതികൾക്ക് മക്കളില്ല. വളർത്തു മകൻ ഗോവിന്ദസ്വാമി ഇപ്പോൾ കൂടെയില്ല.

എല്ലാ സ്വത്തും വിറ്റ്, രണ്ട് പതിറ്റാണ്ടിന് മുമ്പാണ് സുബ്രഹ്മണ്യയ്യരും പൊന്നമ്മയും ചിത്രാരിയിൽ നിന്നും കൽപ്പാത്തിയിലേക്ക് മടങ്ങി

യത്.

ചിത്രാരി ഗ്രാമവുമായി ഒരു കുടിയേറ്റ ബ്രാഹ്മണ കുടുംബത്തിന് രണ്ടു നൂറ്റാണ്ടുകളായി നിലനിന്നിരുന്ന ബന്ധങ്ങളുടെ വിഛേദമായിരുന്നു ഈ ദമ്പതികളുടെ തിരിച്ചുപോക്ക്.

സുബ്രഹ്മണ്യ അയ്യരുടെ അച്ഛൻ കൃഷ്ണപ്പട്ടർ. കൃഷ്ണപ്പട്ടരുടെ അച്ഛൻ വേദംപട്ടർ എന്ന വെങ്കിടാചലംപട്ടർ. വെങ്കിടാചലം പട്ടരുടെ അച്ഛൻ കസ്തൂരിരംഗൻ പട്ടർ. ഇദ്ദേഹമാണ് ചിത്രാരിയിൽ ആദ്യമായി എത്തുകയും കുടുംബം സ്ഥാപിക്കുകയും ചെയ്തത്.

മുമ്പുകാലത്ത് പുരുഷൻമാരും സ്ത്രീകളും രണ്ടാം മുണ്ടായി ഉപയോഗിച്ചിരുന്ന നേരിയ മുണ്ട് വിൽക്കാൻ എത്തിയതായിരുന്നു കസ്തൂരി രംഗൻപട്ടർ.

പാലക്കാട്ട് താരാട്ടുകാരൻ ശ്രീകോവിലിനടുത്തായിരുന്നു ഇവരുടെ കുടുംബം.

പൂർവികർ തഞ്ചാവൂരിൽ നിന്നും എത്തിയവർ.

വീട് വീടാന്തരം കയറിയിറങ്ങിയായിരുന്നു പട്ടരുടെ മുണ്ട് വിൽപ്പന.

പലദേശങ്ങളിലും പോയി അദ്ദേഹം മുണ്ട് വിറ്റിരുന്നു.

മുണ്ട് വിറ്റു തീരുമ്പോൾ പോയി വീണ്ടും കൊണ്ടുവരും.

അങ്ങിനെയിരിക്കെ, കൃഷ്ണപ്പട്ടർ ചിത്രാരി ഗ്രാമത്തിൽ അഞ്ചു രൂപക്ക് ഒരേക്കർ ഭൂമിവാങ്ങി- കാനത്താടൻപറമ്പ്.

ഈ സ്ഥലം വേലികെട്ടിത്തിരിച്ച് ചെറിയൊരു വീടുണ്ടാക്കി.

വിവാഹം കഴിച്ചപ്പോൾ ഭാര്യ അനന്തലക്ഷ്മിയെയും കൊണ്ടുവന്ന് താമസം തുടങ്ങി.

പട്ടരുടെ മുണ്ട് കച്ചവടം നാൾക്കുനാൾ അഭിവൃദ്ധിപ്പെട്ടു.

മുണ്ടു വിൽപ്പനക്ക് പോയ ഇദ്ദേഹം നിത്യമൊന്നും വീട്ടിൽ വന്നിരുന്നില്ല.

ആദ്യ കാലത്ത് അനന്തലക്ഷ്മിക്ക് വീട്ടിൽ പലപ്പോഴും ഒറ്റക്ക് കഴിയേണ്ടിവന്നു.

നാട്ടുകാരുമായൊന്നും പരിചയമില്ലാത്ത അവർ ഭയന്നു വിറച്ചാണ് രാത്രി താമസിച്ചത്.

എന്തൊക്കെ ബുദ്ധിമുട്ടുണ്ടെങ്കിലും മക്കളെ ദൈവം വാരിക്കോരി നൽകി.

അനന്തലക്ഷ്മി വർഷം തോറും പ്രസവിച്ചു. പതിമുന്നു മക്കളുണ്ടായി.

നേര്യ മുണ്ടു വിൽപ്പനക്കായുള്ള പട്ടരുടെ ഊരു ചുറ്റൽ തുടർന്നു

കൊണ്ടേയിരുന്നു.

പല പ്രായത്തിലുമുള്ള കുട്ടികളെ വളർത്താനും അവർക്ക് ഭക്ഷണം കൊടുക്കാനും അനന്തലക്ഷ്മി നന്നേ പാടുപെട്ടു.

ഇത്രയും കുട്ടികൾക്ക് വെച്ചു വിളമ്പാനുള്ള പാത്രങ്ങൾ പോലും ഉണ്ടായിരുന്നില്ല. ആകെയുണ്ടായിരുന്നത് ചെറിയൊരു മൺകലം.

കുടുംബത്തെ മറന്ന്, ഊരുതെണ്ടിയുള്ള ഈ കച്ചവടം നിർത്തണം എന്നുപോലും അവർ ഭർത്താവിനോട് പറഞ്ഞു നോക്കി.

എന്നിട്ടും പട്ടരുടെ ഊരു ചുറ്റലിന് കുറവുണ്ടായില്ല.

അനന്തലക്ഷ്മിയുടെ ഒരു സഹോദരൻ കച്ചവടവുമായി ബന്ധപ്പെട്ട് തളിപ്പറമ്പിൽ താമസിച്ചിരുന്നു.

കുടുംബത്തെ മറന്നുള്ള ഭർത്താവിന്റെ കച്ചവടത്തെക്കുറിച്ച് പരാതി പറയാനും കൂടുതൽ അരിവെക്കാൻ പറ്റുന്ന വലിയൊരു കലം വാങ്ങിത്തരണമെന്ന് പറയാനും അനന്തലക്ഷ്മി തനിച്ചു തളിപ്പറമ്പുവരെ നടന്നുപോയി. ഇതിനെത്തുടർന്ന് അവരുടെ സഹോദരൻ വലിയൊരു ഓട്ടുകലം വാങ്ങി നൽകി. ഈ കലവും ചുമന്ന് അവർ നാട്ടിലേക്കും തിരിച്ചു നടന്നു.

കസ്തൂരിരംഗൻ പട്ടരുടെ മകനും വെങ്കിടാചലം പട്ടരുടെ സഹോദരനുമായ മണിയൻപട്ടർ കാനത്താടൻ പറമ്പിന്റെ തെക്കെ അറ്റത്ത് വേറെ ഒരു വീട് വെച്ചു. അതാണ് ചെറിയമഠം.

കസ്തൂരിരംഗൻ പട്ടർ നിർമിച്ച വീട് വലിയ മഠവും.

മണിയൻ പട്ടർ ഇരിക്കൂറിൽ സ്റ്റാമ്പ് വെണ്ടറായിരുന്നു.

കുടുംബം സാമ്പത്തികമായി മെച്ചപ്പെട്ടു വരുന്നതിനനുസരിച്ച് ഭൂസ്വത്തുക്കളും വർധിച്ചു .

കൃഷ്ണപ്പട്ടർ ചിത്രാരിക്കടുത്ത ബലപ്രക്കുണ്ടത്തിൽ എട്ട് ഏക്കർ ഭൂമി വാങ്ങി.

വൻ മരങ്ങളും മാവും കശുമാവും തെങ്ങുകളും സമൃദ്ധമായി വളർന്ന ഫലപുഷ്ടിയുള്ള ഭൂമി.

ഇദ്ദേഹം വിലകൊടുത്തു വാങ്ങിയ വേറൊരു സ്ഥലത്ത് കൂറ്റൻ കിണർ കുഴിക്കുകയും അവിടെ ഒരു അരയാൽ നടുകയും ചെയ്തു. കൂടാതെ, തണ്ണീർ പന്തലും കന്നുകാലികൾക്ക് വെള്ളം കുടിക്കാൻ ജല സംഭരണിയും ചുമട് താങ്ങിയും സ്ഥാപിച്ചു.

പൊതു നൻമയെ ലക്ഷ്യമാക്കി ചിത്രാരി ഗ്രാമത്തിൽ സ്വകാര്യ വ്യക്തി നിർമിക്കുന്ന ആദ്യത്തെ ധർമസ്ഥാപനമാണിത്.

1929 ആണ് ഇതിന്റെ നിർമാണം എന്ന് കരുതുന്നു.

പാലക്കാട്ട് ഇതുപോലെയുള്ള ചുമടുതാങ്ങികളും തണ്ണീർ പന്തലുകളും പലയിടങ്ങളിലും ഉണ്ടായിരുന്നു. അതിൽ നിന്നാണ് കൃഷ്ണപ്പട്ടർക്ക് പ്രചോദനം കിട്ടിയത്.

പെണ്ണുങ്ങൾ നാട്ടിൽ നിന്ന് തെങ്ങോലകൾ ശേഖരിച്ച് മെടഞ്ഞ് ഇരിക്കൂറിൽ കൊണ്ടുപോയി വിറ്റിരുന്നു.

തലച്ചുമടായാണ് ഓല കൊണ്ടു പോയിരുന്നത്. ഇവർക്കാണ് ചുമടുതാങ്ങി ഏറെ പ്രയോജനപ്പെട്ടത്.

കൃഷ്ണപട്ടർ വീട്ടിൽ ധാരാളം പശുക്കളെ വളർത്തിയിരുന്നു.

അതിനാൽ പാലിനും തൈരിനും ബുദ്ധിമുട്ടില്ല.

തണ്ണീർ പന്തലിൽ സംഭാരം വിതരണം ചെയ്യുന്നതിന് വേണ്ട മോര് ഉണ്ടാക്കുന്നതിനാണ് വീട്ടിലെ പശുക്കളെ കറന്നു കിട്ടുന്ന പാൽ മുഴുവൻ ഉപയോഗിച്ചത്.

സംഭാരം വിതരണം ചെയ്യാൻ മാത്രമായി രണ്ടുപേരെ കൂലിക്ക് നിർത്തി.

കരിമ്പനക്കണ്ടി നാരായണനെയും ഭാര്യ കല്യാണിയമ്മയെയും. വർഷങ്ങളോളം സംഭാരം വിതരണം ചെയ്തിരുന്നത് ഇവരാണ്.

1998 വരെ ഈ സേവനം നില നിന്നു.

കുറേക്കാലം പേരിന് മാത്രമായിരുന്നു സംഭാര വിതരണം.

കുടിക്കാൻ വരുന്നവർ കുറവ്.

നാട്ടിലെ കടകളിലെല്ലാം ശീതീകരിച്ച പലതരം പാനീയങ്ങളും കോളകളും കിട്ടിത്തുടങ്ങിയതോടെ സംഭാരം ആർക്കും വേണ്ടാതായി.

മഠത്തിന്റെ പ്രതാപകാലത്ത്, 1953 ജനവരി 18 നാണ് പൊന്നമ്മ ചിത്രാരിയിൽ എത്തുന്നത്.

വിവാഹം കഴിഞ്ഞതിന്റെ പിറ്റേദിവസം.

വിവാഹിതയാവുമ്പോൾ പൊന്നമ്മക്ക് വയസ്സ് പതിനേഴ്.

അച്ഛൻ ടി.ആർ.സുന്ദരയ്യർ കോടതിയിൽ ഗുമസ്തനായിരുന്നു.

മണിസ്വാമി ബിരുദധാരിയാണെങ്കിലും ജോലിക്കൊന്നും പോയില്ല. അന്നൊക്കെ ശ്രമിച്ചിരുന്നെങ്കിൽ ഉന്നത ഉദ്യോഗം ലഭിക്കുമായിരുന്നു. കൃഷികാര്യങ്ങൾ നോക്കി നടത്തേണ്ടതിനാൽ ജോലിക്കൊന്നും പോകേണ്ടതില്ലെന്ന് അച്ഛൻ കൃഷ്ണപ്പട്ടർ നിർദേശിക്കുകയായിരുന്നു. ഇരുപതേക്കറിലധികം കൃഷിഭൂമി അക്കാലത്ത് മഠത്തിനുണ്ടായിരുന്നു.

കാലാന്തരത്തിൽ കുടുംബത്തിലെ പലരും പല ജോലികളുമായി രാജ്യത്തിന്റെ പല ഭാഗങ്ങളിലും ചേക്കേറി.

വാണിജ്യം, വ്യവസായം, സർക്കാർ ഉദ്യോഗം തുടങ്ങിയ പലതരം

മേഖലകളിൽ.

മണിസ്വാമി-പൊന്നമ്മ ദമ്പതികൾക്ക് മക്കളുണ്ടായില്ല.

ഒടുവിൽ മഠത്തിൽ ഈ ദമ്പതികൾ ഒറ്റക്കായി.

പിൻഗാമികൾ ഇല്ലാത്തതിനാൽ തങ്ങളുടെ കാലശേഷം സ്വത്ത് മുഴുവൻ അന്യാധീനപ്പെട്ടുപോകുമോ എന്ന ആശങ്കയും ഈ ദമ്പതികളെ അലട്ടി.

കൂടാതെ നാട്ടിൽ കർഷകത്തൊഴിലാളി പ്രസ്ഥാനം ശക്തിപ്രാപിക്കുകയും കൂലിക്കൂടുതൽ ആവശ്യപ്പെട്ട് സമരങ്ങൾ നടക്കുകയും ചെയ്തതോടെ ഇവരുടെ ആശങ്ക ഇരട്ടിച്ചു. ഇതിന് പുറമെ, സത്യസന്ധനും സാത്വികനുമായ മണിസ്വാമിയെ പലരും കബളിപ്പിക്കുകയും ചെയ്തു.

കൃഷിത്തോട്ടങ്ങളിൽ നിന്ന് ഉഭയങ്ങൾ മോഷണം പോകുന്നതും പതിവായി.

നാട്ടിലെ പലരുമായും യോജിച്ച് പല വ്യാപാര സംരംഭങ്ങളും മണിസ്വാമി നടത്തിയിരുന്നു. പക്ഷെ, വ്യാപാര പങ്കാളികളെല്ലാം അദ്ദേഹത്തെ പറ്റിച്ചു. സാധാരണ ജനങ്ങളുമായി യാതൊരു ബന്ധവും പുലർത്താതെ ജീവിച്ചു വന്ന മണിസ്വാമിക്ക് വേണ്ടി വാദിക്കാൻ നാട്ടിൽ ആരുമുണ്ടായിരുന്നില്ല.

ഇത്തരമൊരു സാഹചര്യത്തിലാണ് സ്വത്തെല്ലാം വിറ്റ് പൂർവികരുടെ നാട്ടിലേക്ക് പോകാൻ ഈ ബ്രാഹ്മണ ദമ്പതികൾ തീരുമാനിച്ചത്.

സ്വത്ത് വിറ്റാൽ ഭീമമായ സംഖ്യ കിട്ടും. ശിഷ്ടകാലം ജീവിക്കാൻ ഇത്രയൊന്നും വേണ്ട. അതിനാൽ രാജ്യം മുഴുവൻ തീർഥയാത്ര നടത്തുക. ഹിമാലയം മുതൽ കന്യാകുമാരി വരെയുള്ള ക്ഷേത്രങ്ങൾ സന്ദർശിക്കുക. പറ്റുന്നിടത്തോളം സമയം ക്ഷേത്രങ്ങളിൽ ചിലവഴിക്കുക- ഇതൊക്കെയായിരുന്നു സ്വാമിയുടെ പദ്ധതികൾ.

സത്യസന്ധമായി ജീവിക്കുകയും കുടില തന്ത്രങ്ങളൊന്നും അറിയാതിരിക്കുകയും ചെയ്ത മണിസ്വാമിയുടെ വസ്തു വിൽപ്പനയും വൻ നഷ്ടത്തിലായി.

സമർഥരായ പലരും ചുളുവിലക്കാണ് ഭൂമി കൈക്കലാക്കിയത്.

രണ്ടു നൂറ്റാണ്ടോളം ചിത്രാരി ഗ്രാമത്തിന്റെ ചരിത്രത്തിന്റെ ഭാഗമായിരുന്ന ഈ ബ്രാഹ്മണകുടുംബത്തിൽ നാട്ടിൽ അവശേഷിക്കുന്ന അവസാനത്തെ കണ്ണികളായിരുന്ന മണിസ്വാമിയും പൊന്നമ്മയും 1995ലാണ് കൽപ്പാത്തിയിലേക്ക് മടങ്ങിയത്.

ഒരു ലോറി നിറയെ സാധനങ്ങളുമായാണ് കൽപ്പാത്തിയിൽ ഇവർ

എത്തിയത്.

വർഷങ്ങൾ പഴക്കമുള്ള വീട്ടുപാത്രങ്ങളും ഉപകരണങ്ങളും ഇക്കൂട്ടത്തിൽ ഉണ്ടായിരുന്നു. കൃഷ്ണപ്പട്ടരുടെ ഭാര്യ അനന്തലക്ഷ്മിക്ക് സഹോദരൻ വാങ്ങിക്കൊടുത്ത വലിയ ഓട്ടുകലമായിരുന്നു അവയിൽ ഏറ്റവും പഴക്കമേറിയത്.

കൽപ്പാത്തി അഗ്രഹാരത്തിൽ വിലക്കെടുത്ത കൊച്ചു വീട്ടിൽ താമസമാക്കിയ ആദ്യത്തെ വർഷങ്ങൾ പൂർണമായും തീർഥാടനത്തിനാണ് ഇവർ ഉപയോഗപ്പെടുത്തിയത്.

കൂടെ ഗോവിന്ദസ്വാമിയും.

മക്കളില്ലാത്ത ഈ ദമ്പതികൾക്ക് ഗോവിന്ദസ്വാമി മകനെപ്പോലെയായിരുന്നു.

ചെറുപ്പം മുതലേ ആത്മീയ കാര്യങ്ങളിലായിരുന്നു ഗോവിന്ദ സ്വാമിക്ക് താൽപ്പര്യം.

ഒറ്റക്കും കൂട്ടായും പല ക്ഷേത്രങ്ങളിലും സന്ദർശിക്കും.

ധ്യാനനിരതനായി മണിക്കൂറുകളോളം അടച്ചിട്ട മുറിയിൽ ഇരിക്കും.

പത്താം ക്ലാസ് കഷ്ടിച്ച് പാസ്സായ ശേഷം വീണ്ടും തീർഥാടനത്തിന് പുറപ്പെട്ടു.

മണിസ്വാമിയും പൊന്നമ്മയും പാലക്കാട്ടേക്ക് താമസം മാറ്റുകയും തീർഥാടനത്തിന് അവരെ അനുഗമിക്കുകയും ചെയ്തശേഷം ഏതാനും മാസങ്ങൾ ഗോവിന്ദസ്വാമി അവരുടെ കൂടെയുണ്ടായിരുന്നു. പിന്നീട് തീർഥാടനത്തിന് പോയ അദ്ദേഹം തിരിച്ചു വന്നില്ല. ആദ്യമൊക്കെ ബന്ധുക്കൾക്ക് കത്തയക്കുമായിരുന്നു. ഇപ്പോൾ ആ ബന്ധവുമില്ല. ഹിമാലയ സാനുക്കളിലെ ഏതോ ഒരാശ്രമത്തിൽ സന്ന്യാസ ജീവിതം നയിക്കുന്നതായാണ് വിവരം.

അധ്യായം 16

സുഖിക്കാനായി ഒരു ജീവിതം

പ്രിയപ്പെട്ട പ്രദീപ്,

നമ്മൾ തമ്മിൽ ഇതുവരെ നേരിട്ട് ബന്ധപ്പെട്ടിട്ടില്ല. എങ്കിലും പരസ്പരം അറിയും. നിങ്ങളുടെ അച്ഛനുമായി അടുത്ത ബന്ധമുണ്ട്. നമ്മുടെ സ്കൂളിലെ ആദ്യബാച്ചുകാരെക്കുറിച്ച് നിങ്ങൾ വിവരങ്ങൾ ശേഖരിക്കുന്നതായി ഫോണിൽ അറിയിച്ചുവല്ലോ. നിങ്ങൾക്ക് സൗകര്യമുള്ള സമയത്ത് എനിക്ക് എത്താൻ കഴിഞ്ഞെന്നുവരില്ല. കാരണം, ഞാൻ ഒരു ദീർഘയാത്രക്ക് പുറപ്പെടുകയാണ്. രാജ്യത്തിനകത്തും പുറത്തും. തിരിച്ചെത്തുന്ന ദിവസത്തെക്കുറിച്ചൊന്നും പറയാൻ പറ്റില്ല. കാരണം, എന്റെ ജീവിതംപോലെ അനിശ്ചിതമാണ് എന്റെ യാത്രകളും.

ഞാൻ ഒരുപാട് വിദേശയാത്രകൾ നടത്തി. രണ്ട് ഡസനിലേറെ രാജ്യങ്ങളിൽ. ഒരുപാട് അനുഭവങ്ങളുണ്ടായി. നിങ്ങളെപ്പോലെ എഴുതാൻ കഴിവുള്ള ഒരാളാണ് ഞാനെങ്കിൽ അതെല്ലാം പകർത്തിവെച്ചേനെ.

വെറും പത്താം ക്ലാസുകാരനായ ഞാൻ പൊരുതി നേടിയതാണ് ഇന്നത്തെ ജീവിതം. ചിലതിവിടെ തുറന്നെഴുതുകയാണ്. എന്റെ കൈപ്പട മോശമാണ്. എങ്കിലും എന്റെ അനുഭവങ്ങളും ആലോചനകളും ആവിഷ്കരിക്കാൻ സാധിക്കുന്നുണ്ട്. അതെനിക്ക് ചെറുപ്പത്തിലേയുള്ള വായനകൊണ്ട് സാധിച്ചതാണ്. പഠിക്കുമ്പോൾ ഞാൻ പാഠപുസ്തകങ്ങൾ വായിക്കുക കുറവായിരുന്നു. വായനശാലയിൽനിന്നും സ്കൂളിൽ നിന്നും പുസ്കങ്ങൾ സംഘടിപ്പിച്ചു വായിച്ചു. കഥകൾ, നോവലുകൾ, ആത്മകഥകൾ, ജീവചരിത്രങ്ങൾ, സഞ്ചാര സാഹിത്യങ്ങൾ...

സഞ്ചാരസാഹിത്യങ്ങളായിരുന്നു എനിക്ക് ഏറെയിഷ്ടം. എസ്.കെ. പൊറ്റെക്കാടിന്റെ എല്ലാ സഞ്ചാര കൃതികളും വായിച്ചു. യാത്രകളിൽ താത്പര്യമുണ്ടാവാൻ ഇതും ഒരു കാരണമായിരിക്കും. എനിക്ക് ഭാര്യ

യേയുള്ളൂ. കുട്ടികളില്ല. അതുകൊണ്ട് ഞാൻ കുറേ സ്വതന്ത്രനാണ്. മിക്ക യാത്രകളും കൂട്ടുകാരുടെ കൂടെയാണ്. അപൂർവം യാത്രകളിലേ ഭാര്യ കൂടെയുണ്ടായിട്ടുള്ളൂ. അവൾക്ക് യാത്രകൾ അത്ര ഇഷ്ടവുമല്ല. ഞാൻ യാത്രനടത്തുമ്പോൾ അവൾ അവളുടെ വീട്ടിൽ പോവും.

ചെങ്കൽ-കരിങ്കൽ ഖനനം, കരാറുപണി, പിന്നെ റിയൽ എസ്റ്റേറ്റ് എന്നിങ്ങിനെയാണ് എന്റെ ബിസിനസ്.

ചെങ്കൽപ്പണകളും കരിങ്കൽ ക്വാറികളും എന്നെ സംബന്ധിച്ചിടുത്തോളം സ്വർണ ഖനികളായിരുന്നു. എൺപതുകളുടെ തുടക്കത്തിൽ നാട്ടുകാർ കൂട്ടത്തോടെ ഗൾഫ് നാടുകളിലേക്ക് പോവുകയും നാട്ടിൽ വൻതോതിൽ പണം ഒഴുകിയെത്തുകയും ചെയ്തു. കാണെക്കാണെ നാട്ടിൽ മണിസൗധങ്ങൾ ഉയർന്നു. മണൽ, ചെങ്കല്ല്, കരിങ്കല്ല് എന്നിവക്ക് വൻ ഡിമാന്റായി. ഞങ്ങൾക്ക് രണ്ടേക്കറോളം കശുവണ്ടിത്തോട്ടമുണ്ടായിരുന്നു. നല്ല ചെങ്കല്ലുള്ള സ്ഥലമായിരുന്നു അത്. കശുമാവ് മുറിച്ചുമാറ്റി കുറച്ചുപണിക്കാരെ വെച്ച് കൽപ്പണ തുടങ്ങി. നല്ല ഒന്നാന്തരം കല്ല്. സത്യത്തിൽ ഈ ഒരു കൽപ്പണകൊണ്ടുതന്നെ ഞാൻ നാട്ടിലെ പണക്കാരനായി. അങ്ങിനെ രയരോത്ത് പ്രഭാകരൻ എന്ന ഞാൻ പ്രഭാകരൻ മേസ്ത്രിയായി.

പിന്നീട് സ്ഥലങ്ങൾ പാട്ടത്തിനെടുത്ത് പണകൾ തുടങ്ങി. ഇതോടൊപ്പം കരിങ്കൽ ക്വാറി ബിസിനസ്സും ആരംഭിച്ചു. കേരളത്തിന് പുറത്തും കരിങ്കൽ ബിസിനസ് നടത്തി. എനിക്ക് വിശ്വസ്തനായ ഒരു പങ്കാളിയെ കുടകിൽ കിട്ടിയിരുന്നു - സിദ്ധപ്പ. ഉത്തരവാദിത്വം ഏറുകയും കണക്കുകൾ ഒറ്റക്ക് കൈകാര്യം ചെയ്യാൻ സാധിക്കാതെ വരികയും ചെയ്തപ്പോൾ ഞാൻ ഓഫീസ് തുടങ്ങി. മൂന്ന് ജീവനക്കാരെ വെച്ചു. പിന്നെ കരാറുപണിയായി. പാർട്ടി ബന്ധമുണ്ടായതിനാൽ പണികിട്ടാൻ ബുദ്ധിമുട്ടേ ഉണ്ടായില്ല. കരാർ പണികൾ സത്യത്തിൽ പകുതി ലാഭമാണ്. ലാഭത്തിന്റെ നല്ലൊരു ഭാഗം സംഭാവനകളായും കൈക്കൂലിയായും നൽകണം. എന്നാലും ലാഭംതന്നെ. പാർട്ടിഫണ്ടിലേക്ക് സംഭാവന നൽകുന്നതിന് പുറമെ, നേതാക്കൾക്കും വിഹിതമുണ്ട്. ചിലർ പണം വായ്പയായാണ് ചോദിക്കുക. അത് അവർ ഒരിക്കലും തിരിച്ചു തരില്ല. കല്ലുവെട്ട് യന്ത്രങ്ങളും കരിങ്കല്ലുടക്കുന്ന യന്ത്രങ്ങളും വന്നപ്പോൾ ഒരുപാട് പ്രതിസന്ധികൾ ബിസിനസ്സിലുണ്ടായി. പക്ഷെ അതെല്ലാം തരണംചെയ്തു.

ഒടുവിലാണ് റിയൽ എസ്റ്റേറ്റ് രംഗത്തേക്ക് വന്നത്.

ഇതൊരു തുറന്നു പറച്ചിലാണ്. എല്ലാകാര്യങ്ങളും നിങ്ങൾക്ക് പ്രസിദ്ധീകരിക്കാൻ വേണ്ടിയുള്ളതല്ല. നിങ്ങൾ തയ്യാറാക്കുന്ന സുവനീറിന്

ഇതൊന്നും ആവശ്യമായി വരില്ല. സ്വന്തം ജീവിതത്തിലെ എല്ലാകാര്യങ്ങളും ആരും തുറന്നു പറയാറില്ല. അങ്ങിനെ പറയാനും പാടില്ല. എല്ലാ സത്യവും തുറന്നു പറയുന്നത് നല്ല ശീലവുമല്ല. ആർക്കെങ്കിലും പ്രയോജനപ്പെടുമെങ്കിലേ സത്യം തുറന്നു പറയാൻ പാടുള്ളു. ഇക്കാര്യങ്ങൾ തുറന്നെഴുതാൻ കാരണം, നിങ്ങൾ ഒരു എഴുത്തുകാരനും പത്രപ്രവർത്തകനുമായതിനാലാണ്. കാരണം, നിങ്ങൾക്കു വേണമെങ്കിൽ എന്റെ അനുഭവങ്ങൾ കൊണ്ട് ഒരു കഥാപാത്രത്തെ സൃഷ്ടിക്കാം. പലരുടെയും അനുഭവങ്ങൾ ചേർത്തുവെച്ചാണല്ലോ നിങ്ങൾ കഥാപാത്രങ്ങളെ സൃഷ്ടിക്കുന്നത്.

പെണ്ണും പണവും എനിക്കെന്നും ആവേശവും പ്രചോദനവുമായിരുന്നു.

എന്റെ ജീവിതത്തിലൂടെ എത്ര സ്ത്രീകൾ കടന്നുപോയി എന്നതും അതിനായി എത്ര പണം ചിലവഴിച്ചു എന്ന കാര്യവും എനിക്കിപ്പൊഴും ജിജ്ഞാസയുണ്ടാക്കുന്ന കാര്യമാണ്.

എന്റെ ജീവിതത്തിൽ മറക്കാനാവാത്ത അനുഭവം ആദ്യമുണ്ടായത് എന്റെ ഒരു അധ്യാപികയിൽ നിന്നുതന്നെയായിരുന്നു.

ഞാനപ്പോൾ ഒൻപതാം ക്ലാസ്സിലായിരുന്നു.

ആ വർഷമാണ് സുന്ദരിയായ പത്മാവതി ടീച്ചർ കണക്ക് അധ്യാപികയായി എത്തിയത്.

ക്ലാസിൽ ഏറ്റവും മുതിർന്നതും തടിമിടുക്കുള്ളതും ഞാനായിരുന്നു.

ഏഴാം ക്ലാസ് കഴിഞ്ഞ് രണ്ട് വർഷം കരിങ്കൽ ക്വാറിയിൽ കല്ലടിക്കാൻ പോയശേഷമാണ് എട്ടാം ക്ലാസിൽ ചേരുന്നത്. ക്ലാസിലെ ഏറ്റവും പിറകിലെ ബഞ്ചിലായിരുന്നു എന്റെ സീറ്റ്. പഠിക്കാൻ മോശമായതുകൊണ്ടും മറ്റു കുട്ടികളെക്കാൾ ഉയരം കൂടുതലായതുകൊണ്ടും ഏറ്റവും പിറകിലെ ബഞ്ച് ഞാൻ സ്വയം തിരഞ്ഞെടുക്കുകയായിരുന്നു. കുന്നുമ്മൽ അബ്ദുള്ളയായിരുന്നു എന്റെ തൊട്ടടുത്ത സീറ്റിൽ. അവനും എന്നെപ്പോലെ ശാരീരിക മിടുക്കുള്ളവനായിരുന്നു.

ഏഴാം ക്ലാസ് കഴിഞ്ഞ് ഒരു വർഷം ബാപ്പയുടെ കൂടെ മൽസ്യക്കച്ചവടം നടത്തിയതിന് ശേഷമാണ് അബ്ദുള്ള എട്ടാം ക്ലാസിൽ ചേർന്നത്. അവൻ പഠിക്കാൻ എന്നെക്കാൾ മോശവും പരമരസികനുമായിരുന്നു. ഏത് സംഭവത്തിനും അശ്ലീല വ്യാഖ്യാനം നൽകാനും അശ്ലീല കഥകൾ പറയാനുമുള്ള അവന്റെ കഴിവ് അപാരമാണ്. ഒരുപാട് കഥകൾ അവന്റെ ശേഖരത്തിലുണ്ട്. അതുകൊണ്ടുതന്നെ, ഒഴിവു സമയത്ത് അ

ത്തരം കഥകൾ കേൾക്കാൻ ഞാനടക്കം കുറേപ്പേർ അവന്റെ ചുറ്റും കൂടും.

ഞാൻ ആദ്യമായി സചിത്ര അശ്ലീല പുസ്തകങ്ങൾ കാണുന്നതും വായിക്കുന്നതും അവൻ കൊണ്ടു തന്നതാണ്. പുരുഷൻമാരുടെ സ്വവർഗ രതിയെക്കുറിച്ചുള്ള ഒരു പാട് അനുഭവകഥകളും അവൻ ഞങ്ങളോട് പറയും.

“നമ്മളെ കൂട്ടറാണ് ഇക്കാര്യത്തിലും ഭയങ്കരൻമാർ.. നമ്മളെ മദ്രസ്സേലെ പോക്കറ് ഉസ്താദിന്റെ സ്ഥിരം പരിപാടി ഇതാ.. പിള്ളാരെ ഉസ്താദ് മദ്രസ്സേലെ മുറിയിലേക്ക് കൂട്ടിക്കൊണ്ട് പോകും. മുപ്പരെ ആവശ്യം കഴിഞ്ഞാല് തൊട്ടടുത്ത പരീക്കുട്ടിന്റെ പീട്യേന്ന് പിള്ളർക്ക് പാലും വെള്ളോം ബന്നും വാങ്ങിക്കൊടുക്കും.. ഞാൻ ഉസ്താദിന്റെ ഒരുപാട് പാലും വെള്ളോം ബന്നും തിന്നിറ്റ്ണ്ട്...’

-ഒരു ദിവസം അവൻ നമ്മളോട് പറഞ്ഞു. ഇക്കാര്യം അറിയുന്ന ചില നാട്ടുകാർ ഉസ്താദിനെ ‘ബന്ന്’എന്ന് വിളിച്ചു.

ഒരു ദിവസം പത്മാവതി ടീച്ചർ കണക്ക് പഠിപ്പിക്കുമ്പോൾ അബ്ദുള്ള ഒരു കൊച്ചു പുസ്തകം പുറത്തെടുത്തു. അത് രഹസ്യമായി എനിക്ക് കൈമാറി. സ്ത്രീകളുടെ കുറേ നഗ്നചിത്രങ്ങളുള്ളതായിരുന്നു പുസ്തകം. ഞാനത് മുണ്ടിനടിയിൽ ഒളിപ്പിച്ച് നോക്കിത്തുടങ്ങി. സംശയം തോന്നിയ ടീച്ചർ പതുക്കെ ഞങ്ങൾ ഇരുന്ന പിൻ ബഞ്ചിനരികിലെത്തി. എന്നോട് എഴുന്നേറ്റ് നിൽക്കാൻ ആവശ്യപ്പെട്ടു. ഞാൻ ധർമ്മ സങ്കടത്തിലായി. എഴുന്നേറ്റു നിന്നാൽ മുണ്ടിനടിയിൽ ഒളിപ്പിച്ച പുസ്തകം വീഴും. ഞാൻ അവിടെത്തന്നെ ഇരുന്നു.

“നിന്നോട് പറഞ്ഞില്ലേ എഴുന്നേറ്റ് നിൽക്കാൻ...”

ടീച്ചറുടെ ശബ്ദം ഉയർന്നു.

ക്ലാസിന്റെ ശ്രദ്ധ മുഴുവൻ എന്റെ നേരെയായി.

ആ കൊച്ചു പുസ്തകം കാലിനിടയിൽ ഇറുക്കിപ്പിടിച്ച് എഴുന്നേൽക്കാൻ ശ്രമിക്കുന്നതിനിടെ അത് നിലത്ത് വീണു.

എന്റെ നെഞ്ച് പിടഞ്ഞു.

നിലത്തു വീണ പുസ്തകം എടുത്തു കൊടുക്കാൻ അബ്ദുള്ളയോട് ടീച്ചർ ആവശ്യപ്പെട്ടു.

അവൻ അതെടുത്തു കൊടുക്കുകയും ചെയ്തു. ടീച്ചർ അത് തുറന്ന് നോക്കിയശേഷം ഒന്നും സംഭവിക്കാത്തതുപോലെ തിരിച്ചുതന്നു.

ടീച്ചറുടെ വിചിത്രമായ പെരുമാറ്റത്തിൽ അത്ഭുതംതോന്നി.

സാധാരണനിലയിൽ ഇത്തരം കുറ്റങ്ങൾക്ക് കിട്ടുന്ന കുറഞ്ഞ ശിക്ഷ

ക്ലാസിൽ നിന്ന് പുറത്താക്കലായിരിക്കും. അല്ലെങ്കിൽ രക്ഷിതാവിനെയും കൂട്ടിവരാൻ ആവശ്യപ്പെടൽ. ഇതൊന്നും ഉണ്ടാവാത്തത് എന്നെ ആശ്ച ര്യപ്പെടുത്തി.

പിറ്റേദിവസം കണ്ടപ്പോൾ ടീച്ചർ ഒരു കുസൃതിച്ചിരി ചിരിച്ചു.

എന്നെ തനിച്ചുകാണുമ്പോഴെല്ലാം ആ കുസൃതിച്ചിരി ആവർത്തി ച്ചു.

അങ്ങിനെയിരിക്കെ സ്കൂൾ വാർഷികാഘോഷത്തിന്റെ ദിവസമാ യി.

ഞങ്ങളുടെ ക്ലാസിലെ കുട്ടികൾ ചങ്ങമ്പുഴയുടെ 'വാഴക്കുല' നാട ക രൂപത്തിൽ അവതരിപ്പിക്കുന്നുണ്ടായിരുന്നു. ഇപ്പോൾ പ്രശസ്ത നാട കകൃത്തായ മുരളീധരന്റെ നേതൃത്വത്തിലായിരുന്നു നാടകം അവത രിപ്പിച്ചത്. അവന് അന്നേ എഴുത്തും നാടകം സംഘടിപ്പിക്കലുമുണ്ട്.

സ്റ്റേജിന്റെ മേൽനോട്ടം ഹെഡ്മാസ്റ്റർ എന്നെയാണ് ഏൽപ്പിച്ചത്.

സഹായത്തിന് പത്തു പേരെയും വിട്ടു തന്നു.

പരിപാടി നടക്കുന്ന ദിവസം സ്റ്റേജിന്റെ കർട്ടൻ വലിക്കുന്നതിന്റെ ചുമതല എനിക്കായിരുന്നു.

മറ്റു കുട്ടികളിൽ അസൂയയുണ്ടാക്കുന്ന ചുമതലയാണത്.

പരിപാടി നടക്കുന്ന ദിവസം സ്റ്റേജിൽ കയറാൻപോലും സാധാര ണകുട്ടികൾക്ക് സാധിക്കുമായിരുന്നില്ല.

എട്ടാം ക്ലാസിന്റെ ചുമതലയായിരുന്നു പത്മാവതി ടീച്ചർക്ക്.

ടീച്ചറുടെ ക്ലാസിലെ കുട്ടികൾ ഡാൻസ് അവതരിപ്പിക്കുന്നുണ്ടായി രുന്നു.

രാത്രി എട്ടുമണിയോടെ ഡാൻസ് ആരംഭിച്ചു.

ഡാൻസിന്റെ ഒരുക്കങ്ങൾ നടത്താൻ ടീച്ചർ സ്റ്റേജിലേക്ക് വന്നു.

പരിപാടി തുടങ്ങാറായപ്പോൾ കർട്ടൻ വലിക്കാനിരുന്ന എന്റെ അ രികിൽ കസേലയിട്ട് ഇരുന്നു. പെട്ടെന്ന് കറണ്ടുപോയി.

സ്റ്റേജിൽ പൂർണ ഇരുട്ട്.

കുറച്ചുകഴിഞ്ഞപ്പോൾ ഒരു മാംസളമായ കൈ എന്റെ തോളിലൂ ടെ ചുറ്റി.

പിന്നെ കിളിർത്തു വരുന്ന എന്റെ മീശയിലേക്ക് ആ കൈ നീണ്ടു.

ചുടു നിശ്വാസം കവിളിൽത്തട്ടി.

ചുണ്ടുകൾ കവിളിൽ അമർന്നു.

ഞാൻ ആകെ കോരിത്തരിത്തരിച്ചു പോയി.

എനിക്ക് ഇതിനെല്ലാം വഴങ്ങിക്കൊടുക്കാനേ കഴിഞ്ഞുള്ളൂ.

ജനറേറ്റർ സ്റ്റാർട്ടാക്കി സ്റ്റേജിൽ വെളിച്ചം വരുന്നതുവരെ ടീച്ചറുടെ കൈകൾ എന്റെ ശരീരത്തിൽത്തന്നെയുണ്ടായിരുന്നു.

ഒരു സ്ത്രീയുടെ വൈകാരിക സ്പർശനം ഞാൻ ആദ്യമായി അറിയുന്നത് അന്നായിരുന്നു.

ഈ സംഭവത്തിന് ശേഷം ഒരു പാട് സ്ത്രീകൾ എന്റെ ജീവിതത്തിലൂടെ കടന്നുപോയി.

ഇക്കൂട്ടത്തിൽ നാട്ടുകാരും മറ്റു സംസ്ഥാനക്കാരും വിദേശികളുമുണ്ട്.

ലൈംഗികതയുടെ വൈവിധ്യങ്ങളും വൈചിത്ര്യങ്ങളും ഞാനറിഞ്ഞത് വിദേശങ്ങളിലെ സെക്സ് ക്ലബ്ബുകളിൽ നിന്നാണ്. സത്യത്തിൽ നമ്മുടെ കിടപ്പുമുറികളിൽ നടക്കുന്നത് ലൈംഗിക അനുഷ്ഠാനങ്ങളാണ് എന്ന് പലപ്പോഴും തോന്നിയിട്ടുണ്ട്. അതുകൊണ്ട് ഞാൻ നാട്ടിലൊന്നും ഇത്തരം ആവശ്യങ്ങൾക്ക് പോകാറില്ല.

ഞാനൊരു കമ്യൂണിസ്റ്റ് വിശ്വാസിയായതുകൊണ്ടാവാം, റഷ്യ, ചൈന, വിയറ്റ്നാം പെൺകുട്ടികളുമായി ബന്ധപ്പെടണമെന്ന് അതിയായി ആഗ്രഹിച്ചിരുന്നു. ആ ആഗ്രഹങ്ങളെല്ലാം സഫലമാവുകയും ചെയ്തു.

സോവിയറ്റ് യൂനിയന്റെ തകർച്ച റഷ്യയെ എങ്ങിനെ മാറ്റിത്തീർത്തു എന്നറിയാൻ അവിടെ ഇപ്പോൾ ചെല്ലണം. ലൈംഗികത്തൊഴിലാളികളുടെ ഉദാരമായ കമ്പോളമാണ് ഇപ്പോൾ റഷ്യ. ലോകത്തിലെ ഏറ്റവും വലിയ രാജ്യങ്ങളിൽ ഒന്നാണല്ലോ റഷ്യ. പുറത്തുനിന്നുള്ള ധാരാളം പേർ റഷ്യയിൽ വന്ന് ജോലിചെയ്യുന്നു. റഷ്യക്കാർ പുറത്തും പോവുന്നു. ആഡംബര പൂർണമായ ജീവിതമാണ് ഇപ്പോൾ റഷ്യക്കാർ ആഗ്രഹിക്കുന്നത്. പ്രത്യേകിച്ചും മധ്യവർഗത്തിൽപ്പെട്ട സ്ത്രീകൾ. അവർ വരുമാനത്തിന്റെ ഗണ്യമായ പങ്ക് ഫാഷൻ വസ്ത്രങ്ങളും സൗന്ദര്യവർധക വസ്തുക്കളും വാങ്ങാനായി ചിലവാക്കുന്നു.

കമ്യൂണിസം ഇല്ലാതായതോടെ മധ്യവർഗം ജീവിതം അടിച്ചു പൊളിക്കുന്നു.

കോളേജ് വിദ്യാർഥിനികളിൽ നല്ലൊരു വിഭാഗം വിദ്യാഭ്യാസച്ചിലവുകൾ കണ്ടെത്താനും ആഡംബര ജീവിതം നയിക്കുന്നതിനുമായി വേശ്യാവൃത്തിയിൽ ഏർപ്പെടുന്നുണ്ട്. അവിടെ അംഗീകൃത വേശ്യാലയങ്ങളുണ്ട്.

എന്റെ പകുതി പ്രായം പോലുമില്ലാത്ത ഒരു പെൺകുട്ടിയായിരുന്നു മൂന്ന് ദിവസം എന്നോടൊപ്പം ചിലവഴിച്ചത്. എന്റെ പ്രായക്കൂടുത

ലോ ശരീരത്തിന്റെ കറുത്ത നിറമോ ഒന്നും അവൾക്ക് പ്രശ്നമായിരുന്നില്ല. അവൾ ആഗ്രഹിച്ചതിലും ഇരട്ടിയായിരുന്നു ഞാൻ കൊടുത്ത പ്രതിഫലം. അടുത്ത തവണ വരുമ്പോൾ എന്നെത്തന്നെ വിളിക്കണേ എന്നു പറഞ്ഞ് അവളുടെ ഫോൺ നമ്പരും തന്നു.

കമ്യൂണിസ്റ്റ് ചൈനയിലെ അനുഭവം വ്യത്യസ്തമായിരുന്നു.

ചൈന കാണുക എന്ന് പറയുന്നതിനേക്കാൾ വൻമതിൽ കാണുക എന്നതായിരുന്നു എന്നെ സംബന്ധിച്ച് അർഥം.

വിശ്വാത്ഭുതങ്ങളിൽ ഒന്നായ ചൈനയിലെ വൻമതിലിനെക്കുറിച്ച് സാമൂഹ്യപാഠത്തിൽ പഠിച്ചിരുന്നു.

ഈ മനുഷ്യ നിർമിതി എന്നെ ഭയങ്കരമായി അത്ഭുതപ്പെടുത്തി. ശാഖകൾ അടക്കം 6325 കി.മീ. നീളമുള്ള വൻമതിൽ ലോകത്തിലെ ഏറ്റവും ദൈർഘ്യമുള്ള നിർമിതിയാണ്.

ചന്ദ്രനിൽ നിന്ന് നഗ്നനേത്രങ്ങൾകൊണ്ട് വൻമതിൽ കാണാം എന്ന വിശ്വാസം മുമ്പ് ഉണ്ടായിരുന്നുവത്രെ.

ക്രിസ്തുവിന് മുമ്പ് മൂന്നാം നൂറ്റാണ്ടിൽ ക്വിൻ സാമ്രാജ്യകാലത്താണ് വൻമതിലിന്റെ നിർമാണം ആരംഭിക്കുന്നത്. നൂറുവർഷം കൊണ്ടാണ് പൂർത്തിയായത്.

ചൈനയുടെ ഉത്തരമേഖലയിൽ ബോഹായ് ഉൾക്കടലിന് സമീപം ഷാൻഹായ്ഗുവാൻ എന്ന സ്ഥലത്ത് നിന്ന് മതിൽ ആരംഭിച്ച് ഗോബി മരുഭൂമിയിലെ ജിയായുഗുവാനിൽ അവസാനിക്കുന്നു.

മതിലിന് മുകളിലൂടെ പാതയും ഇരുന്നൂറ് മീറ്റർ ഇടവിട്ട് കാവൽ മാടങ്ങളുമുണ്ട്.

വൻമതിൽ കാണാൻ പോയപ്പോൾ എന്നെ ആകർഷിച്ച കാര്യം അവിടെ നിലനിൽക്കുന്ന ചില അന്ധവിശ്വാസങ്ങളായിരുന്നു.

വൻമതിലിന്റെ സമീപത്ത് നീണ്ട ചങ്ങലക്കെട്ടുകൾ കണ്ടു.

അവിടെയെത്തുന്ന നവദമ്പതികൾ ചങ്ങലയിൽ ചുവന്ന റിബൺ കൊണ്ട് കെട്ടുകയും പൂട്ടിട്ട് പൂട്ടുകയും ചെയ്യുന്നത് കണ്ടു. ഇങ്ങിനെ ചെയ്താൽ ദാമ്പത്യ ബന്ധം ദൃഢമായി നിൽക്കും എന്നാണ് വിശ്വാസം.

പട്ടികളെയും പാമ്പുകളെയും തിന്നുന്നവരാണ് ചൈനക്കാർ എന്ന് ചിലർ പറയുന്നത് ചെറുപ്പത്തിലേ കേട്ടിരുന്നു. കമ്യൂണിസ്റ്റുകാർക്കെതിരെയുള്ള നുണപ്രചാരണം എന്നാണ് കരുതിയത്. സോവിയറ്റ് യൂണിയനിൽ സ്ത്രീകൾ പൊതു സ്വത്താണ് എന്ന് ചിലർ പ്രചരിപ്പിച്ചതുപോലെ.

എന്നാൽ അതി ഭീകരൻമാരായ രാജവെമ്പാലകളെ സൂപ്പുണ്ടാക്കി

കഴിക്കുന്നതും പട്ടിയിറച്ചി വേവിച്ചു തിന്നുന്നതും ഞാൻ നേരിട്ടു കണ്ടു.

ചില കൃഷിയിടങ്ങൾ കാണാൻ ഞങ്ങൾ ഡിങ്ങ്ഹാൻ ഗ്രാമത്തിലൂടെ സഞ്ചരിക്കുന്നതിനിടയിൽ ഒരു ഹോട്ടലിൽ കയറി. അവിടെ നിന്ന് അസഹ്യമായ ഒരു തരം അളിഞ്ഞ മണം ഉയരുന്നുണ്ടായിരുന്നു. കൂറ്റൻ രാജവെമ്പാലകളെ സൂപ്പാക്കി പാത്രത്തിലാക്കിവെച്ചതിൽ നിന്നാണ് ആ ദുർഗന്ധമുയരുന്നത്. പാമ്പുകളെ കൊന്ന് ഒരു മാസത്തോളം വെള്ളത്തിൽ അളിയാൻ വെക്കും. ആതാണത്രെ സൂപ്പാക്കാൻ ഉപയോഗിക്കുന്നത്.

നഗരങ്ങളിലെ ഹോട്ടലുകളിൽ പട്ടിയിറച്ചി നിരോധിച്ചിട്ടുണ്ടെങ്കിലും നാട്ടിൻപുറങ്ങളിൽ ധാരാളമായി ഉപയോഗിക്കുന്നുണ്ട്. വേവിച്ച പട്ടിയിറച്ചിയും അത് കഴിക്കുന്നതും നേരിട്ടു കണ്ടു. നമ്മുടെ നാട്ടിലെപ്പോലെ പട്ടികളുടെ ശല്യം അവിടെക്കുറവാകാൻ കാരണമിതാവാം. നാഗാലാന്റിലും പട്ടിയിറച്ചി കഴിക്കുന്നവരുണ്ടെന്ന് കേട്ടിട്ടുണ്ട്. കേരളത്തിൽ ആരും ഇതുവരെ പട്ടിയിറച്ചി കഴിക്കുന്നതായി അറിയില്ല. അതുകൊണ്ടുതന്നെ തെരുവുപട്ടികളുടെ ശല്യം ഇവിടെ രൂക്ഷവും. പട്ടികളെ ഇവിടെനിന്ന് കയറ്റുമതി ചെയ്തു തുടങ്ങിയാൽ വിദേശനാണ്യം ലഭിക്കുന്നതിന് പുറമെ പട്ടികളുടെ ശല്യം ഒഴിഞ്ഞുകിട്ടുകയും ചെയ്യും. ഇക്കാര്യം എന്തുകൊണ്ട് സർക്കാരിന് ആലോചിച്ചുകൂടാ...

ചൂതാട്ടങ്ങളുടെയും വ്യഭിചാര ശാലകളുടെയും പറുദീസയായ മക്കാവോയിലെ അനുഭവങ്ങൾ കൂടി രേഖപ്പെടുത്തിയ ശേഷം ഞാനീ ക്കുറിപ്പ് അവസാനിപ്പിക്കാം.

ഹോങ്കോങ്ങിൽ നിന്ന് ഒരു മണിക്കൂർ കപ്പൽയാത്ര നടത്തിയാണ് ലോകത്തിലെ കോടീശ്വരൻമാരുടെ ഈ സ്വപ്ന ദ്വീപിലെത്തിയത്.

എന്റെ കൂടെ ഒരു സുഹൃത്തുമുണ്ടായിരുന്നു. ഒരു ഗൈഡും.

ആഡംബര പൂർണമായ കടൽത്തിരത്തെ ഹോട്ടലിലാണ് ഞങ്ങൾ എത്തിയത്. നേരം സന്ധ്യയായിരുന്നു. വൈദ്യുതി പ്രഭയിൽ കുളിച്ചു നിൽക്കുന്ന ഹോട്ടലിന്റെ പ്രതിബിംബം കടലിൽ പ്രതിഫലിച്ചു. ഹോട്ടലിന്റെ കവാടത്തിൽ അലങ്കാര വൈദ്യുതി ബൾബുകൾ കണ്ണടക്കുകയും തുറക്കുകയും ചെയ്തു.

മുട്ടുമറിയാത്ത ചുവന്ന ഫ്രോക്ക് ധരിച്ച കൗമാരക്കാരായ രണ്ടു പെൺകുട്ടികളാണ് ഞങ്ങളെ സ്വീകരിച്ചത്. കുടിക്കാൻ പാലോണോ ജ്യൂസാണോ ചായയാണോ വേണ്ടത് എന്നായിരുന്നു അവരുടെ ആദ്യ അന്വേഷണം.

ഞങ്ങൾ ജ്യൂസ് വാങ്ങി.

പിന്നീടവർ ചെയ്തത് ചൂതാട്ടത്തിന് പ്രേരിപ്പിക്കുകയാണ്.

ഏതായാലും ചൂതാട്ടത്തിന് ഞങ്ങൾ നിൽക്കില്ലെന്ന് ആദ്യമേ തീരുമാനിച്ചിരുന്നു.

ഞങ്ങൾക്ക് സെക്സ് ക്ലബ്ബിൽ എത്തിച്ചേരാനായിരുന്നു താത്പര്യം.

അങ്ങിനെ ഞങ്ങൾ ഹോട്ടലിന്റെ ഭാഗമായ അത്തരമൊരു ക്ലബ്ബിലെത്തി. അതിഥികളെ സ്വീകരിക്കാൻ കാത്തുനിൽക്കുന്ന പെൺകുട്ടികൾ അണിഞ്ഞൊരുങ്ങി ഞങ്ങളുടെ മുന്നിൽ പരേഡ് നടത്തി. എല്ലാവരും മുപ്പത് വയസ്സിന് താഴെ പ്രായമുള്ളവർ. ഒന്നിനൊന്ന് മെച്ചപ്പെട്ട സുന്ദരികൾ. അവരുടെ നോട്ടം കണ്ടാൽ അറിയാം, അവരുടെ കണ്ണുകൾ പറയുന്നത്, ചേട്ടാ എന്നെ വിളിക്കണം എന്നാണെന്ന്.

ഞങ്ങൾ അക്കൂട്ടത്തിൽ ബോധിച്ച ഓരോരുത്തരെ സ്വീകരിച്ചു. പിന്നീട് അവർ ഞങ്ങളെ പ്രത്യേകം മുറികളിലെത്തിച്ചു. ഒരു മണിക്കൂറാണ് സാധാരണ അനുവദിക്കുന്ന സമയം. മുൻകൂർ പണം അടക്കണം. കൂടുതൽ സമയം പെൺകുട്ടികളുടെ കൂടെ ചിലവഴിക്കണമെങ്കിൽ അധികം പണം വീണ്ടും മുൻകൂറായി അടക്കണം. കൂടുതൽ സമയം ആവശ്യപ്പെടാൻ പെൺകുട്ടികൾ നിർബന്ധിച്ചു കൊണ്ടേയിരുന്നു. അവരുടെ ഭാഷ അത്തരം സമയങ്ങളിൽ നമുക്ക് മനസ്സിലാവും. കിട്ടുന്ന പണത്തിന്റെ നിശ്ചിത ശതമാനമാണ് അവർക്ക് പ്രതിഫലമായി ലഭിക്കുന്നത്. അതിഥികൾ ടിപ്പോ പാരിതോഷികങ്ങളോ നൽകിയാൽ അതവർക്ക് സ്വന്തമായി എടുക്കാം.

കിടപ്പു മുറിയിൽ പ്രവേശിക്കുന്നതിന് മുമ്പ് വൃത്തിയായി കുളിക്കാൻ ആവശ്യപ്പെട്ടു.

പല്ലുകൾ ബ്രഷ് ചെയ്യാനും മൗത്ത് വാഷ് ഉപയോഗിച്ച് വായ കഴുകാനും.

ഇളം ചൂടുവെള്ളം പെയ്യുന്ന ഷവറുണ്ട്. നഖം വെട്ടാൻ നെയിൽ കട്ടറും പല്ലു തേക്കാൻ ബ്രഷും ഉണ്ടായിരുന്നു.

കുളിച്ചു കഴിഞ്ഞശേഷം ബോഡിസ്പ്രേയും സുഗന്ധലേപനങ്ങളും നൽകി. പിന്നീട് മുറിയിലേക്ക് പ്രവേശിച്ചു. അപ്പോഴേക്കും പെൺകുട്ടി കുളിച്ച് വസ്ത്രങ്ങൾ മാറ്റി അവിടെയെത്തി. അടിവസ്ത്രങ്ങളൊന്നും ഇല്ലാതെ, ഉള്ളിത്തൊലിപോലെ സുതാര്യമായ ഗൗൺധരിച്ചാണ് എത്തിയത്.

ശീതീകരിച്ചതും നേർത്ത ശബ്ദത്തിൽ മധുരസംഗീതം പൊഴിയുന്നതുമായ മുറിയുടെ ചില്ലലുമാരയിൽ പലതരത്തിലുള്ള മദ്യങ്ങൾ നിര

ത്തിവെച്ചിട്ടുണ്ടായിരുന്നു.

മദ്യം വേണ്ടുന്നവർ പണം വേറെ അടക്കണം.

അവൾ ചുവന്ന വൈൻ കുപ്പി പുറത്തെടുത്തു. രണ്ട് വൈൻ ഗ്ലാസുകളും.

അവൾ വൈൻ കഴിക്കാൻ ക്ഷണിച്ചു.

എനിക്ക് വിസ്കിയായിരുന്നു വേണ്ടിയിരുന്നത്. ഞാൻ വിസ്കി ആവശ്യപ്പെട്ടു.

ഇത്തരം സന്ദർഭങ്ങളിൽ ഞാൻ നന്നായി മദ്യപിക്കും.

അവൾ ഗ്ലാസിൽ പകുതി വൈൻ നിറച്ച് അൽപ്പം സിപ്പ് ചെയ്ത ശേഷം എനിക്ക് നീട്ടി. അവിടുത്തെ ഉപചാരമാവും അത്. ബാക്കി വന്നത് മുഴുവൻ ഞാൻ മോന്തി. പിന്നീട് രണ്ട് പെഗ്ഗ് വിസ്കിയും.

എന്റെ ശരീരം നന്നായി ചൂടുപിടിച്ചു തുടങ്ങിയിരുന്നു. പിന്നീട് അവൾ സമ്മാനിച്ചത് ഗർഭനിരോധന ഉറയായിരുന്നു.

അവൾ ലാസ്യവതിയായി നൃത്തംചെയ്ത് എന്നെ കെട്ടിപ്പിടിച്ച് പതുപതുത്ത കിടക്കയിലേക്ക് വീണു. ഒരു സർപ്പത്തെപ്പോലെ അവൾ എന്റെ ശരീരത്തിൽ ഇഴഞ്ഞു. പിന്നെ എല്ലാറ്റിനും ഞാൻ നിന്നുകൊടുക്കുകയേ വേണ്ടിവന്നുള്ളൂ. പൂർണമായും സ്ത്രീമേധാവിത്വ കേളികൾ. ഇതിനിടയിൽ രണ്ട് പെഗ്ഗ് വിസ്കികൂടി ഞാൻ അകത്താക്കി.

ഞാൻ അപ്പോൾ ഓർത്തത് നമ്മുടെ നാട്ടിലെ പാവം പണക്കാരെക്കുറിച്ചായിരുന്നു. അവർ കഷ്ടപ്പെട്ട് പണമുണ്ടാക്കി ഒന്നും അനുഭവിക്കാതെയും ആസ്വദിക്കാതെയും മരിക്കുന്നു.

അവൾ ഒരു മണിക്കൂർ കൂടി സമയം ആവശ്യപ്പെടാൻ എന്നെ നിർബന്ധിച്ചു കൊണ്ടിരുന്നു.

ഞാൻ അതിന് വഴങ്ങുകയും ചെയ്തു.

ഞാൻ ഒരു മാസം ബിസിനസ്സ് ചെയ്തുണ്ടാക്കിയകാശ് രണ്ടു മണിക്കൂർ കൊണ്ട് അവിടെ പൊട്ടിച്ചു.

ഇത്തരം അനുഭവങ്ങൾ ഇനിയും ഒരുപാടുണ്ട്.

അതൊന്നും വിവരിക്കുന്നില്ല. ഈ കുറിപ്പുതന്നെ കുറേ അധികമായിപ്പോയി.

സ്നേഹപൂർവം രയരോത്ത് പ്രഭാകരൻ.

അധ്യായം 17

രോഗക്കിടക്കയിൽ

വിമാനത്തിന് അസാധാരണ കുലുക്കം അനുഭവപ്പെട്ടു.

വാഹനങ്ങൾ ഗട്ടറിൽ വീഴുമ്പോഴുള്ള അനുഭവം.

ചില യാത്രക്കാരുടെ മുഖത്ത് പരിഭ്രമം പടർന്നു.

ഇക്കണോമി ക്ലാസിന്റെ മുൻനിരയിൽ ഇരുന്ന യുവതിയും സുന്ദരിയുമായ കന്യാസ്ത്രീ നെഞ്ചിൽ കുരിശുവരച്ചു. ഡൽഹിയിൽ ലാൻഡ് ചെയ്യാൻ ഇനി അധികം സമയമില്ല. നേർത്ത ശബ്ദത്തിലുള്ള ഗസലിൽ ലയിച്ചിരിക്കുകയായിരുന്നു പ്രദീപ്.

പെട്ടെന്ന് പാട്ട് നിലച്ചു.

കടുത്ത മൂടൽമഞ്ഞായതിനാൽ വിമാനം ലാന്റ് ചെയ്യുന്നതിന് ബുദ്ധിമുട്ടുണ്ടെന്ന് അറിയിപ്പുവന്നു.

പരിഭ്രമിക്കാൻ ഒന്നുമില്ലെന്നും എല്ലാവരും സീറ്റ് ബെൽട്ട് ധരിക്കണമെന്ന നിർദേശവും.

എയർ ഹോസ്റ്റസുമാരെത്തി സീറ്റു ബെൽട്ട് ധരിക്കാൻ യാത്രക്കാരെ സഹായിച്ചു.

ചില്ലുജാലകത്തിനപ്പുറം കട്ടപിടിച്ചു കിടക്കുന്ന വെളുത്ത പുകപോലെ മൂടൽമഞ്ഞ്.

വിമാനം ആകാശത്ത് വട്ടം ചുറ്റാൻ തുടങ്ങി.

സാധാരണ ലാന്റിങ്ങിന് മുമ്പ് വിമാനം വട്ടമിട്ടു പറക്കുമ്പോൾ നഗരക്കാഴ്ചകൾ ദൃശ്യമാവും. ഇപ്പോൾ ഒന്നും കാണാനില്ല.

വിമാനം ആകാശത്ത് വട്ടം ചുറ്റിക്കൊണ്ടേയിരുന്നു.

റൺവേ കാണാൻ സാധിച്ചില്ലെങ്കിൽ വിമാനം നാഗപ്പുരിലോ ഹൈദരാബാദിലോ ഇറക്കേണ്ടിവരുമെന്ന് എയർഹോസ്റ്റസുമാർ സൂചന നൽകി.

കാൽമണിക്കൂറിലേറെ വട്ടം ചുറ്റിയ ശേഷം ഡൽഹിയിൽതന്നെ വി

മാനം ലാന്റു ചെയ്തു.

യാത്രക്കാർ ആശ്വാസ നെടുവീർപ്പിട്ടു.

വിമാനത്താവളവും പരിസരങ്ങളും മൂടൽ മഞ്ഞിൽ അകപ്പെട്ടിരുന്നു.

രാത്രി മെഴുകുതിരി കത്തിച്ചു നടക്കുന്നതു പോലെ, തൊട്ടു മുന്നിലെ വഴി മാത്രമേ ദൃശ്യമായിരുന്നുള്ളൂ.

പുറത്ത് നാദിയ കാറുമായി കാത്തു നിൽക്കുന്നുണ്ടായിരുന്നു.

വിമാനങ്ങൾക്ക് ലാന്റ് ചെയ്യാൻ ബുദ്ധിമുട്ടാണെന്ന അറിയിപ്പു വന്നതിനാൽ യാത്രക്കാരെ കാത്തിരിക്കുന്നവരെല്ലാം അസ്വസ്ഥരും ആശങ്കാകുലരുമായിരുന്നു. ഇരുന്നൂറ് മീറ്ററിനുള്ളിലെ ദൃശ്യങ്ങൾ പോലും കാണാൻ പറ്റാത്തവിധം മൂടിക്കെട്ടിയ അന്തരീക്ഷമാണ് വിമാനത്താവളത്തിലും പരിസരങ്ങളിലുമെന്ന് എയർ ഹോസ്റ്റസുമാർ പറഞ്ഞു.

കാത്തിരുന്നവരെ കണ്ടപ്പോഴുള്ള സന്തോഷം പങ്കിടലിൽ അത് പ്രകടമായി.

സ്വറ്ററും മങ്കിക്യാപ്പും ധരിച്ചതിനാൽ പുറത്ത് കാത്തിരുന്നവരിൽ നിന്നും നാദിയയെ തിരിച്ചറിയാൻ പ്രദീപ് ബുദ്ധിമുട്ടി.

ഗീതാ ചൗധരി ഗുരുതരാവസ്ഥയിൽ ഡൽഹിയിലെ ഗംഗാറാം ഹോസ്പിറ്റലിലാണെന്നും ഉടൻ എത്തണമെന്നുമുള്ള നാദിയയുടെ അറിയിപ്പ് കിട്ടിയതിനെത്തുടർന്നാണ് പ്രദീപ് ഡെൽഹിക്ക് തിരിച്ചത്. ആരോഗ്യനില മോശമായിട്ടും ബന്ധുക്കളെ ആരെയും അറിയിക്കാൻ അവർ സമ്മതിക്കുന്നില്ലെന്നും തന്നെക്കാണാൻ അവർ ആഗ്രഹം പ്രകടിപ്പിരുന്നുവെന്നും നാദിയ അറിയിച്ചിരുന്നു.

ഗീതാ ചൗധരിയുടെ ഫോർഡ് കാറുമായാണ് നാദിയ എത്തിയിരിക്കുന്നത്.

പ്രദീപ് കാറിൽ കയറി.

വാഹനങ്ങൾ മഞ്ഞവെളിച്ചത്തിൽ നിരനിരയായി ഒഴുകി.

“എങ്ങിനെയുണ്ട് ദീദിയുടെ ആരോഗ്യം..?”- ബാഗിൽ നിന്ന് സ്വെറ്റർ പുറത്തെടുക്കുന്നതിനിയിൽ പ്രദീപ് തിരക്കി.

“ദീപു ഞാൻ ആകെ ടെൻഷനിലാണ്. മൂന്ന് ദിവസം ദീദി വെന്റിലേറ്ററിലായിരുന്നു. രണ്ടു ദിവസം മുമ്പാണ് റൂമിലേക്ക് മാറ്റിയത്. ഇപ്പോൾ ഏകദേശം നോർമലായി. എന്നാലും നല്ല കെയർ വേണമെന്നാണ് ഡോക്ടർ പറഞ്ഞത്... ഒരു ദിവസം രാത്രി ഹോസ്റ്റലിൽ നിന്ന് എന്നെ വിളിച്ചു വരുത്തുകയായിരുന്നു.... അസുഖം കൂടിയിട്ടും ബന്ധുക്കളെയൊന്നും വിവരമറിയിക്കാൻ അവർ സമ്മതിക്കുന്നില്ല. എനിക്ക് അവരെയൊന്നും കാണേണ്ട.. അവരൊക്കെ എന്റെ അന്ത്യം

കാണാൻ കാത്തു നിൽക്കുന്നവരാ... അവർക്ക് എന്റെ പണവും സ്വത്തും മാത്രമേ വേണ്ടൂ.. നീ എന്റെ കൂടെത്തന്നെയുണ്ടായാൽ മതി.. പ്രദീപി നെയും കാണണമായിരുന്നു..." എന്നാണ് ദീദി പറഞ്ഞത്... ഭാഗ്യത്തിന് ഇപ്പോഴത്തെ ഹോം നഴ്സ് നല്ലൊരു കുട്ടിയാ... ബിന്ദു. മലയാളി... സ്വ ന്തം അമ്മയെ എന്നപോലെ അവൾ ദീദിയെ പരിചരിക്കുന്നു... നഴ്സി ങ്ങിന് മലയാളികൾ തന്നെയാണ് നല്ലതെന്ന് എനിക്കിപ്പോൾ ബോധ്യ മായി."

"ദീദിയുടെ ആരോഗ്യനിലയെക്കുറിച്ച് നിന്റെ നിഗമനം എന്താണ്..?"

"ദീപു, എനിക്ക് സത്യത്തിൽ നല്ല ടെൻഷനുണ്ട്.. അവരുടെ ആ രോഗ്യം ഇത്ര മോശമായിട്ടും ബന്ധുക്കളെ അറിയിക്കാതിരുന്നാൽ... പെട്ടെന്ന് എന്തെങ്കിലും സംഭവിച്ചാൽ.. ഞാനാണല്ലോ കൂടെ നിൽ ക്കുന്നത്.. ഞാൻ എല്ലാ കാര്യങ്ങളും അവരുടെ ബന്ധുക്കളിൽ നിന്ന് മറച്ചുവെച്ചു എന്ന ആരോപണം ഉയർന്നെങ്കിലോ.. അവരിൽ ചിലരെ എനിക്കറിയാം. അവരുടെ നമ്പറുമുണ്ട്..."

"അത് ശരിയാണ്.. ഏതായാലും ഞാനും കൂടി ദീദിയോട് സംസാ രിച്ചു നോക്കാം.."

പ്രദീപിന്റെ മൊബൈലിൽ വന്ന കോൾ അവരുടെ സംസാരം തട സ്സപ്പെടുത്തി.

കാർ ദൗളക്കോവിലെ കടുത്ത ഗതാഗതക്കുരുക്ക് പിന്നിട്ട് ഗ്യാരാ മൂർത്തിയിലെത്തി.

ഇരുട്ടിൽ തപ്പുന്നതു പോലെയാണ് വാഹനങ്ങൾ നീങ്ങുന്നത്.

"ദീപു ഇതാണ് സ്ഥിതിയെങ്കിൽ നമ്മൾ ഇനിയും ഒരു മണിക്കൂറെ ടുത്താലെ ഹോസ്പിറ്റലിൽ എത്തൂ"

- നാദിയ അസ്വസ്ഥത പ്രകടിപ്പിച്ചു.

പ്രദീപ് ഫോണിൽത്തന്നെയായിരുന്നു.

അന്തരീക്ഷത്തിൽ ചെറിയ തെളിച്ചം അനുഭവപ്പെട്ടതായി നാദിയ ക്ക് തോന്നി.

അൽപ്പം അകലെയുള്ള കാഴ്ചകൾ ദൃഷ്ടിയിൽപ്പെട്ടുതുടങ്ങി.

"ആജ്തക്കിലെ മനീഷ് ഗുപ്തയാണ്."

-പ്രദീപ് ഫോണിൽ നിന്നും മുക്തനായി.

"വായുമലിനീകരണം രൂക്ഷമായ ഡെൽഹിയിൽ ഇന്ത്യൻ മെഡി ക്കൽ അസോസിയേഷൻ ആരോഗ്യ അടിയന്തിരാവസ്ഥ പ്രഖ്യാപിച്ച തായി മനീഷ് പറഞ്ഞു. കുട്ടികളെ പുറത്തു കളിക്കാൻ അനുവദിക്കരു തെന്നും പരാവധി സമയം വീട്ടിനകത്തുതന്നെ കഴിയണമെന്നും നിർദേ

ശിച്ചിട്ടുണ്ടത്രെ.. പഞ്ചാബിലും ഹരിയാനയിലും കൊയ്ത്തുകഴിഞ്ഞ വയലുകളിലെ വൈക്കോൽ കുറ്റികൾ കൂട്ടത്തോടെ കത്തിക്കുന്നത് ഡൽഹിയിലെ അന്തരീക്ഷം മോശമാക്കുന്നതായും റിപ്പോർട്ടുകളുണ്ടുപോലും.... ഞാൻ നാട്ടിലേക്ക് അദ്ദേഹത്തെ അറിയിക്കാതെയാണ് പോയത്.. വിളിച്ചപ്പോഴാണ് ഞാൻ നാട്ടിലാണെന്ന് പറഞ്ഞത്... തിരിച്ചെത്തിയോ എന്ന് അറിയാൻ വിളിച്ചതാ.. ഞങ്ങൾ കുറേക്കാലം ഒരു മുറിയിലായിരുന്നു".

"ഞാൻ അയാളുടെ സ്റ്റോറികൾ ശ്രദ്ധിക്കാറുണ്ട്.."

കാർ രാം മനോഹർ ലോഹ്യ ആസ്പത്രിക്കടുത്തെത്തി.

ആസ്പത്രിക്ക് മുന്നിൽ രൂപപ്പെട്ട വാഹനക്കുരുക്കിൽ കാർ നിന്നു.

"നമ്മൾ നേരെ ഗംഗാറാം ഹോസ്പിറ്റലിലേക്ക് പോകുന്നോ...?" -നാദിയ ചോദിച്ചു.

"നോ..ആദ്യം വി.പി.ഹൗസിൽ. റൂമിൽപ്പോയി ഒന്ന് ഫ്രഷാവണം... ഡ്രസ്സൊക്കെ മാറ്റണം.. മുറി പൂപ്പൽ പിടിച്ചു കിടക്കുകയാവും.. അടുത്തയാഴ്ച പാർലമെന്റ് സെഷൻ തുടങ്ങുകയല്ലേ.. എം.പി.സാബ് വിളിച്ചിരുന്നു. ചില ചോദ്യങ്ങളും റപ്രസെന്റേഷനുകളും തയ്യാറാക്കിക്കൊടുക്കണം... .പിന്നെ ടൈംസിന് വേണ്ടി കമ്യൂണിസ്റ്റ് പാർട്ടികളുടെ അവസ്ഥയെക്കുറിച്ച് ഒരു സ്റ്റോറി... പിടിപ്പത് പണിയുണ്ട്...".

"അപ്പോൾ പിന്നെ സ്കൂൾ സുവനിറിന്റെ ജോലി എപ്പോൾ തീർക്കും?"

"രണ്ടാഴ്ച കഴിഞ്ഞ് നാട്ടിൽ പോകാനാണ് ഉദ്ദേശിക്കുന്നത്. കുറച്ചു പേരെ ഇനിയും കാണാനുണ്ട്.. ഞാനാകെ ത്രില്ലിലാ... ഒരോരുത്തരുടെയും ജീവിതാനുഭവങ്ങൾ സംഭവ ബഹുലം. സത്യത്തിൽ നമ്മൾ എഴുത്തിനായി ജീവിതം തേടി അധികം അലയുകയൊന്നും വേണ്ട.. നമ്മുടെ ചുറ്റുമുള്ള സാധാരണമനുഷ്യരുടെ ജീവിതം തന്നെ ധാരാളം മതിയാകും.. എത്ര സംഭവ ബഹുലവും വൈവിധ്യവുമുള്ളതാണ് ഓരോരുത്തരുടെയും ജീവിതം..."

"പാർലമെന്റ് സെഷൻ ഒരു മാസത്തിലേറെ നീണ്ടുനിൽക്കില്ലേ..?"

"ഉണ്ടാകും... സത്യത്തിൽ എന്തൊരു ബോറാണ് നമ്മുടെ ജനപ്രതിനിധികളുടെ പ്രകടനം എന്ന് പലപ്പോഴും തോന്നിയിട്ടുണ്ട്. പലരും വിഷയത്തെക്കുറിച്ച് ഒന്നും പഠിക്കില്ല. വെറുതെ ബഹളമുണ്ടാക്കി ഇറങ്ങിപ്പോവലാണ് പാർലമെന്ററി പ്രവർത്തനമെന്ന തോന്നലാണ് പലർക്കും. ഇടതുപക്ഷത്തിന്റെ അഭാവം സഭയിൽ വല്ലാത്തൊരു ശൂന്യത സൃഷ്ടിക്കുന്നുണ്ട്.. ഗൗരവമുള്ള ചർച്ചകളേയില്ല. വളരെ ചുരുക്കം പേ

രെ പാർലമെന്റ് നടപടികൾ ശ്രദ്ധിക്കാറുള്ളു. ചോദ്യോത്തര വേള കഴിഞ്ഞാൽ മിക്കവരും സഭ വിടും. രാജ്യസഭയിലേ പലപ്പോഴും ഗൗരവമായ ചർച്ചകൾ നടക്കാറുള്ളു..".

കാർ അശോക റോഡിൽ നിന്ന് പാർലമെന്റ് സ്ട്രീറ്റിലേക്ക് കയറി.

വി.പി.ഹൗസിന്റെ കവാടത്തിൽ പതിവുപോലെ പട്ടികൾ വഴിമുടക്കിക്കിടക്കുന്നുണ്ടായിരുന്നു.

ഹോൺ മുഴക്കിയപ്പോൾ അവ മനസ്സില്ലാ മനസ്സോടെ എഴുന്നേറ്റു പോയി.

നാദിയ കാർ ഒതുക്കിയിട്ട് പുറത്തിറങ്ങി. പിന്നാലെ പ്രദീപും.

രണ്ടു പേരും മുറിയിലേക്ക് നടന്നു.

മുറിക്ക് പുറത്തെ ചുവരിൽ സ്ഥാപിച്ച ലെറ്റർ ബോക്സുകൾ നിറഞ്ഞു കവിഞ്ഞുകിടക്കുന്നു.

കത്തുകളെക്കാൾ അധികം പ്രസിദ്ധീകരണങ്ങളാണ്.

മുറി തുറന്ന് ഇരുവരും അകത്തു കയറി.

തുമ്മലിനെ ക്ഷണിച്ചു വരുത്തുന്ന പൂപ്പലിന്റെ മണം.

"മുറിയൊക്കെ തുടച്ചു വൃത്തിയാക്കിയേ ഇന്നിവിടെ കിടന്നുറങ്ങാൻ സാധിക്കു. ഇത്രയും നാൾ ഉപയോഗിക്കാതെ കിടന്നതിനാൽ മുഴുവൻ പൂപ്പലാണ്.." - ബാഗ് മേശപ്പുറത്തു വെക്കുന്നതിനിടയിൽ പ്രദീപ് പറഞ്ഞു.

ലെറ്റർ ബോക്സിൽ കുമിഞ്ഞുകൂടിയ പ്രസിദ്ധീകരണങ്ങളും കവറുകളും നാദിയ മേശപ്പുറത്തിട്ട് പരിശോധിച്ചു.

"ഞാനൊന്ന് ഫ്രഷാവട്ടെ" - പ്രദീപ് ബാത്ത് റൂമിലേക്ക് പോയി.

നാദിയ ഫോണുമായി പുറത്തിറങ്ങി.

ശൈത്യം അതിന്റെ പാരമ്യത്തിലെത്തിയതായി നാദിയക്ക് തോന്നി.

അന്തരീക്ഷം പൊടിപടലം നിറഞ്ഞതുപോലെ.

ഗേറ്റിന് പുറത്ത്, എം.പി.മാരുടെ പഴയ സർവന്റ് ക്വാർട്ടേർസിന്റെ മൂലയിൽ വൃദ്ധകളും ചെറിയ കുട്ടികളും പീഞ്ഞപ്പെട്ടികളും കടലാസുപെട്ടികളും കത്തിച്ചു തീകായുന്നു.

അന്തിയുറങ്ങാൻ ഇടമില്ലാത്തവർക്ക് ഉത്തരേന്ത്യയിലെ ശൈത്യകാലം ദുരിതകാലമാണ്.

തെരുവുകളിലും കടത്തിണ്ണകളിലും അന്തിയുറങ്ങുന്നവർ ചിലപ്പോൾ അവിടത്തന്നെ ചത്തു മരവിക്കും.

നാദിയ ദീദിയുടെ നമ്പറിലേക്ക് വിളിച്ചു.

പ്രതീക്ഷിച്ചതു പോലെ ഹോം നഴ്സ് ബിന്ദുമാണ് ഫോണെടുത്തത്.

വരാന്തയിൽ പതുക്കെ നടന്ന് നാദിയ ഫോണിൽ സംസാരം തുടർന്നു.

പ്രദീപ് പോകാൻ റെഡിയായി പുറത്തിറങ്ങി നാദിയയെ വിളിച്ചു.

"ദീദി കുറച്ചു മുമ്പുവരെ നമ്മളെ അന്വേഷിച്ചതായി ബിന്ദു പറഞ്ഞു."

"വേഗം പുറപ്പെടാം... അയാം റെഡി".

മുറിയുടെ വാതിൽ പൂട്ടി രണ്ടു പേരും പുറപ്പെട്ടു.

നിർത്തിയിട്ട കാറിനടിയിൽ രണ്ടു കൂറ്റൻ പട്ടികൾ അഭയം തേടിയിരുന്നു.

കാറിന്റെ ചൂടാവാം അവയെ ആകർഷിച്ചത്.

കാർ സ്റ്റാർട്ടു ചെയ്തപ്പോൾ അവ ആലസ്യത്തോടെ എഴുന്നേറ്റ് പിൻമാറി.

സമയം സന്ധ്യമയങ്ങാറായി.

തെരുവു വിളക്കുകൾ പ്രകാശിച്ചു തുടങ്ങി.

"നമുക്കെന്തെങ്കിലും കഴിക്കണ്ടേ.. തീൻഹട്ടി ജങ്ഷനിൽ പോകാം. അവിടെ നല്ല തണ്ടൂരി റൊട്ടിയും പനീറും കിട്ടും. നല്ല വിശപ്പുണ്ട്" -പ്രദീപ് നിർദേശിച്ചു.

"എനിക്കൊരു കോഫി മതി... കഴിക്കാനൊന്നും വേണ്ട."

കാർ പ്രസ് ക്ലബ്ബ് ജംങ്ഷൻ ചുറ്റി നീങ്ങി...

"നാദിയാ നീ ആ ഹോട്ടൽ കാണുന്നില്ലേ...?" തണ്ടൂരി പൊറോട്ട കഴിക്കുന്നതിനിടയിൽ പ്രദീപ് തൊട്ടപ്പുറത്തുള്ള നക്ഷത്ര ഹോട്ടൽ ചൂണ്ടിക്കാണിച്ചു.

"അതല്ലേ ഹോട്ടൽ റമദാ പ്ലാസ..?"

"അതെ.. എനിക്ക് ആ ഹോട്ടൽ കാണുമ്പോൾ ശവഗന്ധം തികട്ടിവരും"

"എന്താ കാര്യം..?"

"സംഭവം നടന്നിട്ട് കാൽ നൂറ്റാണ്ടായി".

പ്രദീപ് സംഭവത്തിലേക്ക് കടന്നു;

"ദേശീയ ശ്രദ്ധപിടിച്ചു പറ്റിയ തണ്ടൂരി കേസിന് ആസ്പദമായ സംഭവം നടന്നത് ആ ഹോട്ടലിന് പുറത്തെ തുറന്ന ഭാഗ്യ റസ്റ്റോറന്റിലായിരുന്നു ".

"തണ്ടൂരി കേസോ... ഞാൻ കേട്ടിട്ടില്ല..."

-നാദിയ സംഭവത്തെക്കുറിച്ചുള്ള തന്റെ അജ്ഞത വെളിപ്പെടുത്തി.

പ്രദീപ് സംഭവം വിശദീകരിച്ചു;

"സംഭവം നടന്നത് 1995 ജൂലായി രണ്ടിന് രാത്രി... യൂത്ത് കോൺ

ഗ്രസ് ഡൽഹി സംസ്ഥാന അധ്യക്ഷനും എം.എൽ.എയുമായ സുശീൽശർമ, ഭാര്യയും യൂത്ത് കോൺഗ്രസ് സംസ്ഥാന ജനറൽ സെക്രട്ടറിയുമായ നൈനാസാഹ്നിയെ ഗോൾ മാർക്കറ്റിലുള്ള വീട്ടിൽ വെടിവെച്ചു കൊന്ന് മൃതദേഹം തുണ്ടം തുണ്ടമാക്കി ശർമയുടെ ഉടമസ്ഥതയിലായിരുന്ന ഭാഗ്യ റസ്റ്റോറന്റിലെ തണ്ടൂരി അടുപ്പിൽ വെച്ച് അർധരാത്രി കത്തിക്കാൻ ശ്രമിച്ചു. എന്നാൽ പരിസരത്ത് ഡ്യൂട്ടിയിലുണ്ടായിരുന്ന അബ്ദുൾ നസീർ കുഞ്ഞ് എന്ന മലയാളി പോലീസുകാരന്റെ ജാഗ്രത കാരണം ശർമ കയ്യോടെ പിടിക്കപ്പെട്ടു. സമാനതകൾ ഏറെയില്ലാത്ത ഈ കേസിൽ ജില്ലാക്കോടതി ശർമക്ക് വധശിക്ഷ നൽകി. ഹൈക്കോടതി ശിക്ഷ ശരിവെച്ചു. പ്രതി നൽകിയ അപ്പീലിൽ സുപ്രീം കോടതി ജീവപര്യന്തമാക്കി ചുരുക്കി. പിന്നീട് കേരള ഗവർണറായിരുന്ന അന്നത്തെ ചീഫ് ജസ്റ്റിസ് പി. സദാശിവത്തിന്റെ നേതൃത്വത്തിലുള്ള ബഞ്ചാണ് ശിക്ഷ ഇളവു ചെയ്ത്. സുശീൽശർമ മുമ്പ് ഇത്തരം കേസുകളിൽ പ്രതിയല്ലാത്തതും സമൂഹത്തിനെതിരെയുള്ള അതിക്രമങ്ങളിലൊന്നും മുമ്പ് പങ്കെടുക്കാത്തതും പരിഗണിച്ചാണ് സുപ്രീം കോടതി ശിക്ഷ ഇളവു ചെയ്തത്.."

"എന്തായിരുന്നു ഈ അരും കൊലക്ക് കാരണം...? " -പ്രദീപ് വാഷ് ബേസിനടുത്തേക്ക് നടക്കുന്നതിനിടയിൽ നാദിയ ചോദിച്ചു.

"സംശയമായിരുന്നു കാരണം... പഠനകാലത്ത് നൈനാ സാഹ്നിയുടെ കാമുകനായിരുന്നു മത്ലൂബ് കരിം. ഇവർ വിവാഹിതരാവാൻ ആഗ്രഹിക്കുകയും ചെയ്തിരുന്നു. കരീമും കോൺഗ്രസ് പ്രവർത്തകൻ. ഇവർ വ്യത്യസ്ത മതത്തിൽപ്പെട്ടവരായതിനാൽ വീട്ടുകാർ എതിർത്തു. അതിനാൽ വിവാഹിതരാവാനുള്ള തീരുമാനത്തിൽ നിന്നും അവർ പിൻമാറി. എന്നാൽ സൗഹൃദം തുടർന്നു. ഇക്കാര്യം ശർമക്കും അറിയാമായിരുന്നു. സംഭവദിവസം രാത്രി ശർമ വീട്ടിലെത്തുമ്പോൾ ഭാര്യ നൈന മദ്യപിച്ചു കൊണ്ട് ആരോടോ സംസാരിച്ചു കൊണ്ടിരുന്നു. ഭർത്താവിനെക്കണ്ടപ്പോൾ അവർ പെട്ടെന്ന് ഫോൺ കട്ടു ചെയ്തു. സംശയം തോന്നിയ ശർമ ഫോൺ റീഡയൽ ചെയ്തു. അപ്പോൾ ഫോൺ എടുത്തത് കരീമായിരുന്നു. ഇതിനെച്ചൊല്ലി നടന്ന വാക്കേറ്റത്തിനൊടുവിൽ ശർമ തന്റെ പിസ്റ്റൾ എടുത്ത് ഭാര്യയെ വെടിവെച്ചു. തലക്ക് വെടിയേറ്റ നൈന തൽക്ഷണം മരിച്ചു വീണു. അർധരാത്രി തന്റെ മാരുതിക്കാറിൽ ഭാര്യയുടെ മൃതദേഹം കയറ്റി ശർമ നേരെയെത്തിയത് തന്റെ ഉടമസ്ഥതയിലുള്ള ഭാഗ്യ റസ്റ്റോറന്റിലാണ്. തിരക്കെല്ലാം ഒഴിഞ്ഞശേഷം മൃതദേഹം കാറിൽ നിന്ന് പുറത്തെടുത്ത് വെട്ടിനുറുക്കി

വലിയ തണ്ടൂരിയടുപ്പിൽ കത്തിക്കാൻ തുടങ്ങി. റസ്റ്റോറന്റ് മാനേജർ കേശവകുമാറിനെ വിളിച്ച് നേരത്തെ ഇതിന് ശട്ടം കെട്ടിയിരുന്നു. ഈ സമയത്താണ് സ്ഥലത്ത് ഡ്യൂട്ടിയിലുണ്ടായിരുന്ന പോലീസുകാരന് മനുഷ്യശരീരം കത്തുന്ന മണം അനുഭവപ്പെട്ടതും റസ്റ്റോറന്റിലെ കത്തുന്ന അടുപ്പിന് സമീപം രണ്ടുപേരെ സംശയകരമായ സാഹചര്യത്തിൽ കാണുന്നതും ".

"സുശീൽ ശർമ ഇപ്പോൾ എവിടെ..?" - കാറിനടുത്തേക്ക് നടക്കുന്നതിനിടയിൽ നാദിയ ചോദിച്ചു.

"അടുത്ത കാലത്ത് പുറത്തിറങ്ങി. ശിക്ഷിക്കപ്പെട്ട് ജയിലിൽപ്പോയി ഇരുപത് വർഷവും ഒരുമാസവും രണ്ട് ദിവസവും കഴിഞ്ഞ് 2015 സപ്തംബർ 22 നാണ് പരോൾ കിട്ടുന്നത്. ശർമ പരോളിൽ പുറത്തിറങ്ങിയത് പത്രങ്ങളിൽ പ്രധാന വാർത്തയായിരുന്നു. ഒരു സെക്കന്റിൽ തോന്നിയ അവിവേകത്തിന് എന്റെ ജീവിതത്തിലെ ഇരുപത് വർഷം നഷ്ടമായി എന്നായിരുന്നു പത്രക്കാരോട് അയാൾ പ്രതികരിച്ചത്. ഞാനും ഈ സംഭവത്തെക്കുറിച്ച് എഴുതിയിരുന്നു. അതാണ് കൃത്യമായ ഓർമ. സംഭവം കോൺഗ്രസ്സിനും വൻ തിരിച്ചടിയായി. 1996-ലെ പൊതു തിരഞ്ഞെടുപ്പിൽ രാജ്യ വ്യാപകമായി ഈ വിഷയം പ്രതിപക്ഷം പ്രചാരണായുധമാക്കി ".

രണ്ടുപേരും കാറിൽക്കയറി.

"ഇന്നെന്താണ് വേറെ പരിപാടി...?"- കാർ സ്റ്റാർട്ടു ചെയ്യുന്നതിനിയിൽ നാദിയ ചോദിച്ചു.

"ഒന്നും തീരുമാനിച്ചിട്ടില്ല. കുറേനാൾ കൂടി എത്തിയതല്ലേ... ചിലപ്പോൾ പ്രസ് ക്ലബ്ബിൽ പോകും.. ചിലരെയൊക്കെ വിളിക്കാനുണ്ട്..."

"ഏത് വഴിക്കാ നമ്മൾ പോകുന്നത്..?" കാർ നീങ്ങുന്നതിനിടെ നാദിയ തിരക്കി.

"രാജേന്ദ്ര നഗർ വഴി ...ഡൽഹിയിലെ റൂട്ടൊക്കെ പഠിച്ചോ...?"

"പിന്നെ.. ദീദി ഹോസ്പിറ്റലിൽ അഡ്മിറ്റായ ശേഷം നിത്യവും നഗരം ചുറ്റലല്ലേ.. ഒരുവക സ്ഥലങ്ങളൊക്കെ പഠിച്ചു."

"രാജേന്ദ്രനഗർ ഡൽഹിയിലെ പോഷ് ഏരിയകളിൽ ഒന്നാണ്. ബിസിനസ്സുകാരായ സിഖ് കാരാണ് ഇവിടുത്തെ താമസക്കാരിൽ നല്ലൊരു പങ്ക്... ഇന്ദിരാഗാന്ധി കൊല്ലപ്പെട്ടപ്പോൾ ഏറ്റവും കൂടുതൽ കൊലയും കൊള്ളിവെപ്പും നടന്ന മേഖലകളിൽ ഒന്ന് ഇതാണ്. മാതൃഭൂമി ലേഖകനായിരുന്ന എൻ.അശോകൻ നേരിട്ട അനുഭവം എന്നോട് പറഞ്ഞിട്ടുണ്ട്.."

-പ്രദീപൻ ആ സംഭവത്തിലേക്ക് കടന്നു;

സ്റ്റീരിയോയിൽ നിന്ന് ഒഴുകിക്കൊണ്ടിരുന്ന റഫി ഗാനങ്ങളുടെ ശബ്ദം നാദിയ അൽപ്പം കുറച്ചു.

"ഡൽഹിയിൽ ഉണ്ടായിരുന്നിട്ടും ഇന്ദിരാഗാന്ധിയുടെ വധം റിപ്പോർട്ട് ചെയ്യാൻ കഴിയാതെ പോയ ആളായിരുന്നു എൻ.അശോകൻ. അത് അദ്ദേഹത്തിന്റെ കരിയറിലെ വൻ നഷ്ടമാണ്. മാധ്യമപ്രവർത്തകർക്ക് വീണുകിട്ടുന്ന അവസരമാണ് ഇത്തരം സംഭവങ്ങൾക്ക് ദൃക്സാക്ഷിയാവുകയെന്നത്." -പ്രദീപ് സംഭവം വിവരിച്ചു.

"തലേദിവസം നാട്ടിൽനിന്ന് കുറേ സുഹൃത്തുക്കൾ ഡൽഹി കാണാൻ വന്നതുകൊണ്ട് അദ്ദേഹം രണ്ട് ദിവസം അവധിയെടുത്ത് അവരോടൊപ്പം ചുറ്റിക്കറങ്ങി. ഇന്ദിരാഗാന്ധി വധിക്കപ്പെട്ടതറിഞ്ഞതോടെ ഡൽഹി നഗരത്തിന് അക്ഷരാർഥത്തിൽ തീപിടിച്ചു. സിഖുകാരായ അംഗരക്ഷകരാണ് പ്രധാനമന്ത്രി ഇന്ദിരാഗാന്ധിയെ വെടിവെച്ചുകൊന്നതെന്ന് അറിഞ്ഞതോടെ സംയമനം നഷ്ടപ്പെട്ട കോൺഗ്രസ്സുകാർ സിഖുകാർക്കും അവരുടെ സ്ഥാപനങ്ങൾക്കും നേരെ ആക്രമണം അഴിച്ചുവിട്ടു. നൂറുകണക്കിന് സിഖുകാർ ജീവനോടെ ചുട്ടെരിക്കപ്പെട്ടു. ആയിരക്കണക്കിനാളുകൾ എല്ലാം ഇട്ടെറിഞ്ഞ് ജീവനും കൊണ്ടോടി. അവരുടെ വീടും സ്ഥാപനങ്ങളും കൊള്ളയടിക്കപ്പെട്ടു. നഗരത്തിന്റെ നിയന്ത്രണം സമൂഹവിരുദ്ധരുടെയും മോഷ്ടാക്കളുടെയും കൈകളിലായി. ഫ്രിഡ്ജും ആഭരണങ്ങളും വാച്ചും ഇലക്ട്രോണിക്സ് സാധനങ്ങളും കൂട്ടത്തോടെ കൊള്ളയടിക്കുകയും പിന്നീട് സ്ഥാപനങ്ങൾക്ക് തീയിടുകയും ചെയ്തു.

അശോകേട്ടനും കൂട്ടുകാരും തിരിച്ചു വരുന്ന വഴി രാജേന്ദ്രനഗറിൽ തിരിച്ചടിക്കൊരുങ്ങുന്ന സിഖുകാരടെ മുന്നിൽ അകപ്പെട്ടു. അവരുടെ കൈകളിൽ കൃപാണങ്ങളും റിവോൾവറുകളും വടികളും പെട്രോൾ നിറച്ച കന്നാസുകളും എരിയുന്ന തീപ്പന്തങ്ങളുമെല്ലാമുണ്ട്.... പത്രത്തിന്റെ ഐഡന്റിറ്റി കാർഡ് ഉള്ളതുകൊണ്ടുമാത്രം തലനാരിഴക്ക് രക്ഷപ്പെട്ടു".

നാദിയ എല്ലാം നിശ്ശബ്ദമായി കേട്ടിരുന്നതേയുള്ളൂ.

കാർ ഗംഗാറാം ഹോസ്പിറ്റലിന്റെ പാർക്കിങ്ങ് ഏരിയയിൽ എത്തി.

"റൂം നമ്പർ ഏതാ ?.." -പ്രദീപ് തിരക്കി

"302"

വാതിലിന് മുട്ടിയപ്പോൾ ബിന്ദുവാണ് വാതിൽ തുറന്നത്.

രണ്ടുപേരും അകത്ത് കടന്ന് വാതിൽ ചാരി.

"മാഡം നല്ല ഉറക്കത്തിലാണ്... കുറച്ചു നേരത്തെ നിങ്ങളെ അന്വേ

ഷിച്ചിരുന്നു... ഇപ്പോൾ ഒരു ഇഞ്ചക്ഷൻ എടുത്തിരുന്നു.. അതിന്റെ മയക്കമാണ്...' -ബിന്ദു വിശദീകരിച്ചു.

ശബ്ദം കേട്ടതു കൊണ്ടാവാം അവർ കണ്ണുതുറന്നു.

പ്രദീപിനെയും നാദിയയെയും കണ്ടപ്പോൾ അവരുടെ കണ്ണുകൾ വിടർന്നു.

ചുണ്ടിൽ പുഞ്ചിരി വിരിഞ്ഞു.

രണ്ടുപേരും കട്ടിലിൽ ദീദിയുടെ അരികിൽ ഇരുന്നു.

അവർ ഒന്നും സംസാരിക്കാതെ ഇരുവരുടെയും കൈകൾ കോർത്ത് നെഞ്ചോട് ചേർത്തുപിടിച്ചു.

അധ്യായം-18

വൻമരം വീണനാളുകൾ

ഞായറാഴ്ചയാണ്.

മനസ്സിനെയും ശരീരത്തെയും ഒരുപോലെ ആലസ്യം ബാധിക്കുന്ന ദിവസം.

ശൈത്യകാലത്തെ ഞായറാഴ്ച വിശേഷിച്ചും.

പ്രഭാത സവാരിക്ക് ശേഷം പ്രദീപിന് പുറത്തിറങ്ങാൻ തോന്നിയില്ല.

പുറത്ത് രക്തം ഉറഞ്ഞ് പോകുന്ന തണുപ്പാണ്. പതിവു നടത്തത്തിന് ശേഷം തിരിച്ചെത്തി ചായയും ഓംലറ്റും ബ്രഡ്ഡും കഴിച്ചു. നല്ലചൂടുള്ള വെള്ളത്തിൽ കുളിയും.

തണുപ്പ് കൂടിയതിന് ശേഷം പ്രഭാത സവാരിക്കാർ കുറവാണ്.

പലരും നടത്തം വി.പി.ഹൗസിലെ വരാന്തയിൽ ഒതുക്കി.

സമയം പത്തുമണി കഴിഞ്ഞു. പുറത്ത് പൊടി മൂടിക്കെട്ടിയ അന്തരീക്ഷം തന്നെ.

പ്രദീപ് ലെറ്റർ ബോക്സ് പരിശോധിച്ചു.

കുറേ പ്രസിദ്ധീകരണങ്ങളുടെ കൂട്ടത്തിൽ 'മാതൃഭൂമി' വാരികയും കിടക്കുന്നു.

മറിച്ചു നോക്കിയപ്പോൾ എൻ.എസ്. മാധവന്റെ ലേഖനമുണ്ട്. ഇന്ദിരാഗാന്ധി കൊല്ലപ്പെട്ടതും തുടർന്നുള്ള ദിവസങ്ങളിലും ഡൽഹി നഗരത്തിൽ സിക്കുകാർക്കെതിരെ നടന്ന ആക്രമണങ്ങളും കൂട്ടക്കൊലകളുമാണ് ഉള്ളടക്കം. ഇതേ പശ്ചാത്തലത്തിലുള്ളതാണ് അദ്ദേഹത്തിന്റെ 'വൻ മരങ്ങൾ വീഴുമ്പോൾ' എന്ന കഥ. ഉണ്ണികൃഷ്ണൻ തിരുവാഴിയോടിന്റെ 'ദൃക്സാക്ഷി' എന്ന, ഇതേ ഉള്ളടക്കമുള്ള നോവൽ മുമ്പ് വായിച്ചത് പ്രദീപ് ഓർത്തു.

1984 ഒക്ടോബർ 31 ന് ഇന്ദിരാഗാന്ധി കൊല്ലപ്പെടുമ്പോൾ എൻ.എസ്.

മാധവൻ ഗ്രാമീണ കൃഷി മന്ത്രാലയത്തിൽ ഡെപ്യൂട്ടി സെക്രട്ടറിയായിരുന്നു.

മലയാളം മിഷൻ തയ്യാറാക്കുന്ന 'ഞങ്ങളുടെ ഡൽഹി' എന്ന പുസ്തകത്തിൽ ഉൾപ്പെടുത്താൻ തയ്യാറാക്കിയതാണ് ലേഖനം.

മലയാളികളായ എഴുത്തുകാരുടെ ഡൽഹി അനുഭവങ്ങളാണ് പുസ്തകത്തിൽ.

പ്രദീപ് ആ ലേഖനത്തിലൂടെ എരിയുന്ന അന്നത്തെ ഡൽഹി കണ്ടു.

ആധുനിക ഇന്ത്യാ ചരിത്രത്തിലെ രക്തപങ്കിലമായ മറ്റൊരധ്യായം.

സഫ്ദർജങ്ങ് റോഡിലെ അവരുടെ ഔദ്യോഗിക വസതിയിൽ വെടിയേറ്റു വീഴുമ്പോൾ അവർ ധരിച്ച വസ്ത്രം ചില്ലുകൂട്ടിൽ പ്രദർശിപ്പിച്ചിട്ടുണ്ട്.

ഇപ്പോൾ അതൊരു മ്യൂസിയമാണ്.

മതഭ്രാന്തൻമാരായ അംഗരക്ഷകർ സത്വന്ത് സിങ്ങും ബിയാന്ത് സിങ്ങും ഉതിർത്ത മുപ്പതോളം വെയിയുണ്ടകൾ തുളച്ചുകയറിയ, ചോരയിൽ കുതിർന്ന ആ വസ്ത്രം കണ്ടപ്പോഴൊക്കെ ആ കറുത്ത നാളുകൾ പ്രദീപ് ഭാവനയിൽ കണ്ടിരുന്നു.

ആ ദിവസത്തിന് ശേഷമുള്ള പത്തുദിവസങ്ങൾ ഡൽഹിയിൽ നിന്ന് എങ്ങിനെയെങ്കിലും രക്ഷപ്പെടണമെന്ന് പലരും ആഗ്രഹിച്ച നാളുകളാണെന്ന് എൻ.എസ്. മാധവൻ എഴുതുന്നു.

"അന്നത്തെ ഒരു പ്രധാന സംഭവം ഇന്ത്യയും പാക്കിസ്താനും തമ്മിലുള്ള ക്രിക്കറ്റ് പരമ്പരയായിരുന്നു. കളിച്ച രണ്ട് ടെസ്റ്റുകളും സമനിലയിൽ കലാശിച്ചു. സുനിൽ ഗവാസ്കറായിരുന്നു ഇന്ത്യയുടെ ക്യാപ്റ്റൻ. നിഷ്പക്ഷ അമ്പയർമാർ കളി നിയന്ത്രിക്കുവാൻ ഇല്ലാതിരുന്ന ആ നാളുകളിൽ ഗവാസ്കർ പാക്കിസ്താനി അമ്പയർമാരുടെ പക്ഷപാതത്തെക്കുറിച്ച് തുടർച്ചയായി പ്രസ്താവനകൾ ഇറക്കിയിരുന്നു. പാക്കിസ്താന്റെ സൗമ്യനായ ക്യാപ്റ്റൻ സഹീർ അബ്ബാസ്, അവയെല്ലാം ഗവാസ്കറുടെ സമ്മർദ തന്ത്രമാണെന്ന് പറഞ്ഞതല്ലാതെ കൂടുതൽ പ്രതികരിച്ചില്ല. ഇതിനിടയിൽ, ഒന്നാമത്തെ ഏകദിന മൽസരത്തിൽ ഇന്ത്യ തോറ്റു. പാക്കിസ്താൻ പരമ്പര ഇന്ത്യക്ക് വിജയരഹിതമായി തുടർന്നു.

ഒക്ടോബർ 31 നിർണായകമായ രണ്ടാമത്തെ ഏകദിന മൽസരമായിരുന്നു.

ഇന്ത്യാ–പാക്കിസ്താൻ നിയന്ത്രണ രേഖക്ക് സമീപത്തുള്ള സിയാൽ

ക്കോട്ടിലായിരുന്നു മൽസരം. ഗവാസ്കർക്ക് പരിക്കു പറ്റിയതിനെത്തുടർന്ന് മൊഹീന്ദർ അമർനാഥായിരുന്നു ക്യാപ്റ്റൻ. കാറിലെ റേഡിയോവിൽ ദൃക്സാക്ഷി വിവരണം കേൾക്കുമ്പോൾ, തുടക്കത്തിൽ രണ്ടു വിക്കറ്റുകൾ വീണെങ്കിലും ദിലീപ് വെങ്ങ്സർക്കാരും സന്ദീപ് പട്ടേലും നന്നായി ബാറ്റ് ചെയ്യുന്നുണ്ടായിരുന്നു. പത്തു മണിയോടടുപ്പിച്ച് ഞാൻ ഓഫീസ് മുറിയിൽ നിന്ന് പുറത്തിറങ്ങിയപ്പോൾ കൃഷി ഭവനിലെ ഇടനാഴിയിൽ ആളുകൾ ചെറിയ ട്രാൻസിസ്റ്ററുമായി കൂട്ടം കൂടി നിന്ന് കേൾക്കുന്നുണ്ടായിരുന്നു. സർക്കാർ നിയമമനുസരിച്ച് ദൃക്സാക്ഷി വിവരണം കേട്ട് സമയം കളയാതിരിക്കാൻ ട്രാൻസിസ്റ്ററുകൾ ഓഫീസുകളിൽ നിരോധിച്ചിരുന്നു. പാത്തും പതുങ്ങിയും ചെയ്യേണ്ട കാര്യം ജീവനക്കാർ പരസ്യമായി ചെയ്യുന്നത് എന്നെ അത്ഭുതപ്പെടുത്തി. അപ്പോഴാണ് ഒരാൾ എന്റെ ചെവിയിൽ പറഞ്ഞത്; 'ഇന്ദിരാ ഗാന്ധിക്ക് വെടിയേറ്റു.. എയിംസിൽ ശസ്ത്രക്രിയ നടക്കുകയാണ്...' ഏതാണ്ട് അതേസമയത്തു തന്നെയാണ് സിയാൽക്കോട്ടിലെ കളക്ടർ ഇസ്മയിൽ ഖുറേഷിക്ക് പഞ്ചാബിലെ ചീഫ് സെക്രട്ടറിയുടെ ഫോൺ വന്നത്. 'കളി നിർത്തുക. ഇന്ത്യയുടെ പ്രധാനമന്ത്രി ഇന്ദിരാ ഗാന്ധിക്ക് വെടിയേറ്റിരിക്കുന്നു'- പാക്കിസ്താന്റെ രാഷ്ട്രപതി ജനറൽ സിയാ ഉൾ ഹക്കിന്റെ നേരിട്ടുള്ള കൽപ്പനയാണ്'

ലേഖനം വായിച്ചു കഴിഞ്ഞപ്പോൾ, താൻ ജനിക്കുകപോലും ചെയ്യാത്ത കാലത്തേതും ആധുനിക ഇന്ത്യയുടെ ചരിത്രത്തിലെ ഏറ്റവും രക്ത പങ്കിലവുമായ അധ്യായങ്ങളിലൊന്നുമായ സംഭവം പ്രദീപിന്റെ മുന്നിൽ ചുരുൾ നിവർന്നു.

പ്രദീപ് ലേഖനം വായിച്ച് മുഴുമിപ്പിച്ചപ്പോഴാണ് 'ടൈംസ്' ഡെപ്യൂട്ടി എഡിറ്റർ ഗുപ്തയുടെ ഫോൺ വന്നത്.

'ഇന്ത്യയിൽ ഇനി ഇടതുപക്ഷം ചെയ്യേണ്ടത്' എന്ന വിഷയത്തെക്കുറിച്ച് കവർ സ്റ്റോറിയാണ് ഉദ്ദേശിക്കുന്നതെന്നും നാലു ദിവസം കൊണ്ട് മാറ്റർ കിട്ടണമെന്നും ഗുപ്ത അറിയിച്ചു.

ഇടതു പക്ഷത്തിൽ ഇപ്പോഴും പ്രത്യാശ വെച്ചു പുലർത്തുന്ന താങ്കൾ എഴുതുന്നതാണ് നല്ലതെന്നും അദ്ദേഹം പകുതി തമാശയായും പകുതി കാര്യമായും പറഞ്ഞു.

ഒരു ദിവസം സ്വസ്ഥമായി ഇരുന്നാൽ മാറ്റർ ശരിയാക്കാം. അതിന് മുമ്പ് കുറച്ചു പേരുമായി ഡിസ്കഷൻ ആവശ്യമാണ്. കുറച്ചു റഫറൻസും. ജോണിനെയും ആർ.വെങ്കിടേഷിനെയും വിളിക്കണം. അവർക്ക് ചില നിർദേശങ്ങൾ നൽകാനുണ്ടാവും. കുറേക്കാലമായി

ഇടതുപക്ഷത്തിന്റെ സൂക്ഷ്മ നിരീക്ഷകരാണവർ...

എന്തിനാണ് സി.പി.ഐയും സി.പി.എമ്മും രണ്ടു പാർട്ടികളായി തുടരുന്നത് എന്ന കാര്യത്തിലായിരുന്നു എന്നും പ്രദീപിന്റെ സംശയം.

രണ്ടു പാർട്ടികളും തമ്മിലുള്ള വ്യത്യാസത്തെക്കുറിച്ച് ഒരിക്കൽ പ്രസ്ക്ലബ്ബ് അങ്കണത്തിലെ അന്തിച്ചർച്ചയിൽ ഗുജറാത്ത് സമാചാർ ലേഖകൻ ചൗധരി പറഞ്ഞതും കൂട്ടച്ചിരിയുയർത്തിയതുമായ കമന്റ് പ്രദീപിന് ഓർമ വന്നു.

"സി.പി.എമ്മും സി.പി.ഐയും തമ്മിലുള്ള പ്രധാന വ്യത്യാസം, എ.കെ.ജി. ഭവനിൽ പത്രസമ്മേളനത്തിന് പോയാൽ ചായയും ബിസ്കറ്റും ആദ്യംകിട്ടും. അജോയ് ഭവനിൽ പത്ര സമ്മേളനം കഴിഞ്ഞേ കാപ്പിയും ബിസ്കറ്റും കിട്ടൂ.. ഡൽഹിയിലെ പാർട്ടി ഓഫീസുകളിൽ കിട്ടുന്ന ഏറ്റവും മോശമായ ചായ എ.കെ.ജി. ഭവനിൽ പത്രക്കാർക്ക് വിതരണം ചെയ്യുന്നതാണ്.. അജോയ് ഭവനിൽ പതിറ്റാണ്ടുകളായി ഒരേ ബ്രാന്റ് ബിസ്കറ്റുകളാണ് വിതരണം ചെയ്യുന്നത്...."

ജ്യോതിബസുവിന് പ്രധാനമന്ത്രിയാകാനുള്ള അവസരം ഇല്ലാതാക്കിയ 'ചരിത്രപരമായ മണ്ടത്തരം', രാഷ്ട്രപതി സ്ഥാനത്തേക്ക് അബ്ദുൾ കലാമിനെ പിന്തുണക്കാതിരുന്നത്, ആണവക്കരാർ വിഷയത്തിൽ മൻമോഹൻസിങ് സർക്കാരിനുള്ള പിന്തുണ ഇടതുപക്ഷം പിൻവലിച്ചത്, ബംഗാളിൽ പാർട്ടിക്ക് സംഭവിച്ച സമ്പൂർണ പരാജയം, ദേശീയ തലത്തിലേറ്റ തിരിച്ചടി, കമ്യൂണിസ്റ്റ് പാർട്ടികളുടെ പുനരേകീകരണം എന്ന, സി.പി.ഐ. മുന്നോട്ടുവെക്കുന്ന കാഴ്ചപ്പാട് തുടങ്ങിയ വിഷയങ്ങൾ ലേഖനത്തിൽ കൊണ്ടു വരണമെന്ന് പ്രദീപ് ഉറപ്പിച്ചു.

തൊണ്ണൂറ് തൊട്ടുള്ള കാലത്ത് ഇടതുപക്ഷം സ്വീകരിച്ച സമീപനങ്ങളെ വിമർശനബുദ്ധ്യാ പരിശോധിക്കുന്ന സോമനാഥ് ചാറ്റർജിയുടെ 'വിശ്വാസ്യതയുടെ ഓർമക്കുറിപ്പുകൾ ' എന്ന പുസ്തകം ഷെൽഫിൽ നിന്നും പുറത്തെടുത്ത് കട്ടിലിൽ കിടന്ന് പേജുകളിലൂടെ വീണ്ടും കണ്ണോടിച്ചു..

അറിയാതെ ചെറിയ മയക്കം കണ്ണുകളെ ബാധിച്ചുതുടങ്ങിയിരുന്നു.

ഒരു ഫോൺ കോൾ പ്രദീപിനെ ഉണർത്തി.

വെങ്കിടേശാണ്.

ഉടൻ മെഹ്റൗളി കുത്തബ് ഗ്രീൻ അപ്പാർട്ട്മെന്റിൽ എത്തുകയാണെങ്കിൽ സംസാരിക്കാമെന്നും വൈകുന്നേരം വേറെ എൻഗേജ്മെന്റുകൾ ഉണ്ടെന്നും വെങ്കിടേഷ് അറിയിച്ചു.

ഉച്ച ഭക്ഷണം ഇവിടെ നിന്നാവാമെന്നും വെങ്കിടേഷ് കൂട്ടിച്ചേർത്തു.

പ്രദീപ് വേഗം എഴുന്നേറ്റ് റെഡിയായി.

യാത്രകളിൽ പലപ്പോഴും ഭക്ഷണമാണ് പ്രശ്നമാവാറുള്ളത്.

ഉച്ചക്ക് ചോറ് തന്നെ വേണമെന്ന നിർബന്ധം ഇനിയും ഉപേക്ഷിക്കാൻ സാധിച്ചിട്ടില്ല. രാത്രി എന്തായാലും പ്രശ്നമില്ല. രാത്രി ഭക്ഷണം പലപ്പോഴും സുഹൃത്തുക്കളുടെ കൂടെയായിരിക്കും. ചിലപ്പോൾ നേതാക്കളുടെ അത്താഴവിരുന്നുകൾ. ഇടക്കിടെ പഞ്ചനക്ഷത്ര ഹോട്ടലുകളിൽ ലഞ്ചോടുകൂടിയ പത്ര സമ്മേളനമോ പാർട്ടിയോ.

ഈ മഹാനഗരത്തിൽ താങ്ങാവുന്ന ചിലവിൽ താമസസ്ഥലം കണ്ടെത്തുന്നതിനുള്ള ബുദ്ധിമുട്ട് അനുഭവിച്ചവർക്കേ പറയാൻ പറ്റൂ. ആവശ്യക്കാരുടെ അടിയന്തിര സ്വഭാവം മുതലെടുക്കാൻ ഇടനിലക്കാർ എത്രയോ കാണും.

മുറി പൂട്ടി പുറത്തിറങ്ങാൻ ഒരുങ്ങിയപ്പോൾ പ്രദീപിന്റെ പോക്കറ്റിൽ നിന്ന് ഫോൺ ശബ്ദിച്ചു. നാദിയയുടെ കോളാണ്.

ദീദിയുടെ കൂടെ ഹോസ്പിറ്റലിലാണുള്ളതെന്ന് നാദിയ അറിയിച്ചു.

"ഞാൻ മെഹ്റളിയിൽ വെങ്കിടേശിന്റെ വീട്ടിലേക്ക് പുറപ്പെടുകയാണ്... അൽപ്പം ധൃതിയുണ്ട്.. വരുന്നോ..?"- പ്രദീപ് ക്ഷണിച്ചു.

"ഓ.. നിങ്ങൾ രാഷ്ട്രീയം ചർച്ച ചെയ്യാൻ പോവുകയല്ലേ.. ഞാൻ അധികപ്പറ്റാവും.."

"നീ കേൾക്കാൻ പാടില്ലാത്ത രാഷ്ട്രീയമൊന്നും ചർച്ച ചെയ്യില്ല.. വരുന്നെങ്കിൽ ഉടൻ എത്തു. ഞാൻ കാത്തിരിക്കാം.. നമ്മുടെ മലയാളി ജേണലിസ്റ്റല്ലേ.. പരിചയപ്പെടാം.."

"വരുന്നതിന് തടസ്സമൊന്നുമില്ല.. ദീദി ഇപ്പോൾ മയക്കത്തിലാണ്.. കൂടെ ബിന്ദുവുണ്ട്.. പിന്നെ വേറൊരു പ്രധാന കാര്യം പറയാനുണ്ട്.. അത് നേരിൽപ്പറയാം.."

"എന്നാൽ വരൂ. ലഞ്ച് അവിടുന്ന് കഴിക്കാം.. വെങ്കിടേഷിന്റെ വൈഫിനെ കിച്ചണിൽ സഹായിക്കുകയും ചെയ്യാം."

പ്രദീപ് വീണ്ടും സോമനാഥ് ചാറ്റർജിയുടെ പുസ്തകം വായന തുടർന്നു.

നാദിയ കാറിൽ എത്തിച്ചേർന്നു.

ഇരുവരും യാത്രയായി.

വെങ്കിടേഷിന്റെ അപ്പാർട്ടുമെന്റിൽ 'ഗണശക്തി'യുടെ ലേഖകൻ ബോസും ഉണ്ടായിരുന്നു.

പ്രദീപ് നാദിയയെ ജെ.എൻ.യു.വിലെ സുഹൃത്ത് എന്ന നിലയിൽ പരിചയപ്പെടുത്തി.

നാദിയ വെങ്കിടേഷിന്റെ ഭാര്യ ഡോ. ചിത്രയുടെ കൂടെ അകത്തേക്ക്

പോയി.

മൂന്നു പേരും വരാന്തയിൽ ഇരുന്നു.

"വിഷയം ചർച്ച ചെയ്യുമ്പോൾ എല്ലാ വശവും പരിശോധിക്കണ്ടേ.. അതു കൊണ്ടാണ് ബോസിനെയും വിളിച്ചു വരുത്തിയത്. വ്യക്തി പരമായി എന്ത് അഭിപ്രായമായാലും പാർട്ടിയുടെ ഔദ്യോഗിക നിലപാടേ ബോസ് പറയൂ..." - ചിരിച്ചു കൊണ്ട് വെങ്കിടേഷ് പറഞ്ഞു.

രണ്ടു പേരും ചിരിയിൽ പങ്കാളിയായി.

"ചില കാര്യങ്ങളിൽ അഭിപ്രായമാരായാനാണ് ഞാൻ വിളിച്ചത്..." - പ്രദീപ് മുഖവുരയായി തുടങ്ങി വെച്ചു.

"1996 ലെ പൊതു തിരഞ്ഞെടുപ്പിൽ ബി.ജെ.പി. ഏറ്റവും വലിയ ഒറ്റക്കക്ഷിയാവുകയും എന്നാൽ ഭൂരിപക്ഷം ഇല്ലാതിരിക്കുകയും ചെയ്ത സാഹചര്യത്തിൽ കേന്ദ്രത്തിൽ ഒരു മതേതര സർക്കാർ ഉണ്ടാക്കുന്നതിന് കോൺഗ്രസ് പിന്തുണ വാഗ്ദാനം നൽകിയിരുന്നു. അവർ ജ്യോതി ബസുവിനെ പ്രധാനമന്ത്രി സ്ഥാനത്തേക്ക് നിർദേശിക്കുകയും ചെയ്തു. എന്നാൽ സി.പി.എം. കേന്ദ്രകമ്മിറ്റി ഈ നിർദേശം ആവർത്തിച്ച് നിരാകരിച്ചു... ഈ അവസരം പാഴാക്കിയതിനെ ചരിത്രപരമായ മണ്ടത്തരമെന്ന് ജ്യോതി ബസു വിശേഷിപ്പിച്ചു... സത്യത്തിൽ അന്നു കാണിച്ചത് മണ്ടത്തരം തന്നെയല്ലേ...?'

"സത്യത്തിൽ മണ്ടത്തരം തന്നെയാണ് അന്ന് കാണിച്ചത് "- വെങ്കിടേഷ് തുടർന്നു ; "ഇന്ത്യൻ കമ്യൂണിസ്റ്റ് പാർട്ടിയുടെ ചരിത്രത്തിലെ അപൂർവ അവസരം തന്നെയാണ് അന്ന് നഷ്ടമാക്കിയത്. ഇനി അത്തരമൊരു അവസരം കിട്ടുമെന്നും പറയാൻ സാധിക്കില്ല. ഈ സംഭവത്തിന് ശേഷം ഞാൻ ജ്യോതി ബസുവിനെ കണ്ടിരുന്നു. അദ്ദേഹത്തിന് വ്യക്തിപരമായി ഏതെങ്കിലും തരത്തിലുള്ള നിരാശയുണ്ടായതായി എനിക്ക് തോന്നിയിട്ടില്ല. അദ്ദേഹം പറഞ്ഞത്, ബംഗാളിലെ ബ്യൂറോക്രസിയെക്കുറിച്ച് എനിക്കു നന്നായി അറിയാം, എന്നാൽ ഡെൽഹിയിലെ ബ്യൂറോക്രസി എങ്ങിനെയെന്ന് അറിയില്ല എന്നായിരുന്നു. അധികാരം ഏറ്റെടുത്താൽത്തന്നെ ഉദ്യോഗസ്ഥ മേധാവികൾ ഭരണം സുഗമമായി കൊണ്ടുപോകാൻ അനുവദിക്കണമെന്നില്ല എന്നാണ് പറഞ്ഞതിന് അർഥം..."

".വാസ്തവത്തിൽ ബംഗാളികളും ഇക്കാര്യത്തിൽ കടുത്ത നിരാശയുള്ളവർ തന്നെയായിരുന്നു.." -ബോസ് പറഞ്ഞു; "ജ്യോതി ബാബു പ്രധാന മന്ത്രിയായെങ്കിൽത്തന്നെ എത്രകാലം കോൺഗ്രസ്സുകാർ പിന്തുണക്കുമെന്ന് കണ്ടറിയണം.. ഒരു സി.പി.എം. നേതാവിനെ പ്രധാ

നമന്ത്രി സ്ഥാനത്ത് ദീർഘകാലം നിലനിർത്താനുള്ള സഹിഷ്ണുത കോൺഗ്രസ്സുകാർ കാണിക്കുമോ.? അവരുടെ ചരിത്രം അത്തരമൊരു വിശ്വാസം വെച്ചു പുലർത്താൻ നമ്മെ അനുവദിക്കുന്നുണ്ടോ..? കേരളത്തിലെയും മറ്റും നേതാക്കൾ അങ്ങിനെയൊരു നിർദേശം വന്നപ്പോൾത്തന്നെ എതിർപ്പുമായി രംഗത്തെത്തിയത് നമ്മൾ മറന്നിട്ടില്ലല്ലോ..."

"കിട്ടുന്ന അത്തരം അവസരം ഉപയോഗപ്പെടുത്തുന്നത് തന്നെയാണ് നല്ലത്. ഒരു പ്രത്യേക സാഹചര്യത്തിൽ സി.പി.ഐ. നേതാക്കളായ സി. അച്യുതമേനോനും പി.കെ. വാസുദേവൻ നായരും മുസ്‌ലിം ലീഗ് നേതാവ് സി.എച്ച്. മുഹമ്മദ്കോയയും കേരളത്തിന്റെ മുഖ്യ മന്ത്രിമാരായില്ലേ.... ഇപ്പോൾ സങ്കൽപ്പിക്കാൻ പോലുമാവുമോ ഇങ്ങിനെയൊരു കാര്യം.. ഈ നേതാക്കളുടെ പാർട്ടിയുടെ ശക്തിയല്ല, മറിച്ച് നേതാക്കളുടെ കഴിവും സ്വീകാര്യതയുമായിരുന്നു അന്നൊക്കെ പരിഗണിച്ചത്.. ചരിത്രത്തിലെ ഇത്തരം അവസരങ്ങൾ ഒഴിവാക്കുന്നത് മണ്ടത്തരം തന്നെയാണ്. ദേവഗൗഡ-ഗുജ്റാൾ മന്ത്രിസഭകളിൽ സി.പി.ഐ. നേതാവ് ഇന്ദ്രജിത്ത് ഗുപ്ത ആഭ്യന്തരമന്ത്രിയായിരുന്നു. കമ്യൂണിസ്റ്റുപാർട്ടികളുടെ നേതൃത്വത്തിൽ നടന്ന പുന്നപ്ര-വയലാർ, കയ്യൂർ, കരിവെള്ളൂർ സമരങ്ങൾ സ്വാതന്ത്ര്യ സമരങ്ങളായി അംഗീകരിച്ചത് ആ സർക്കാരല്ലേ.. ക്വിറ്റ് ഇന്ത്യ സമരത്തിൽ പങ്കെടുക്കാത്തതിന്റെ പേരിൽ കമ്യൂണിസ്റ്റുകാരെ ആക്ഷേപിക്കുന്നവർക്കുള്ള മറുപടിയല്ലേ അത്..." പ്രദീപ് അഭിപ്രായപ്പെട്ടു.

വെങ്കിടേഷിന്റെ ഭാര്യ ഡോ. ചിത്രയും നാദിയയും കൊണ്ടുവന്ന ചായ സ്വീകരിക്കുന്നതിനിടയിൽ അവരുടെ സംഭാഷണം മുറിഞ്ഞു.

ചായ കുടിക്കുന്നതിനിടയിൽ പ്രദീപാണ് ചർച്ച വേറൊരു വിഷയത്തിലേക്ക് മാറ്റിയത്.

"ഇന്ത്യയിലെ ഇടതുപക്ഷം പിന്നെയും പ്രത്യയശാസ്ത്ര ശാഠ്യങ്ങൾ തുടർന്നില്ലേ.. അമേരിക്കയുമായുള്ള ഇന്ത്യയുടെ ആണവക്കരാറിന്റെ പേരിൽ യു.പി.എ. സർക്കാരിനുള്ള പിന്തുണ ഇടതുപക്ഷം പിൻവലിച്ചതും 2008 ജൂലായ് 28 ന് നടന്ന അവിശ്വാസപ്രമേയത്തെ സമാജ്‌വാദി പാർട്ടിയുടെ സഹായത്തോടെ സർക്കാർ അതിജീവിച്ചതും നാം കണ്ടു. ഇടതുപക്ഷത്തിന്റെ പിന്തുണയോടെ മാത്രം നിലനിൽക്കുന്ന ഡോ. മൻമോഹൻ സിങ്ങ് സർക്കാരിനെ സമ്മർദത്തിലാക്കി കരാറിൽ നിന്ന് പിന്തിരിപ്പിക്കാൻ കഴിയുമെന്നായിരുന്നു ഇടതുപക്ഷം കണക്കു കൂട്ടിയത്. അന്നത്തെ സി.പി.എം. കേന്ദ്ര നേതൃത്വം തന്നെയായിരുന്നു ഈ നിലപാടുകളുടെ ചാമ്പ്യൻമാർ... ജനങ്ങളെ നേരിട്ട് ബാധിക്കാ

ത്തതും അവർക്ക് അജ്ഞാതവുമായ വിഷയങ്ങളായിരുന്നു അതെല്ലാം.... ഇനി 2002 ലെ രാഷ്ട്രപതി തിരഞ്ഞെടുപ്പ് നോക്കുക... ഡോ. എ.പി.ജെ. അബ്ദുൾകലാമിനെ പൊതുസമ്മതനായ രാഷ്ട്രപതി സ്ഥാനാർഥിയായി അന്നത്തെ വാജ്പേയി സർക്കാർ പ്രഖ്യാപിച്ചു. എന്നാൽ ഇടതുപക്ഷം ഇതംഗീകരിക്കാതെ ക്യാപ്റ്റൻ ലക്ഷ്മിയെ സ്ഥാനാർഥിയാക്കി നിർത്തി. ഡോ.അബ്ദുൽകലാമിൽ സി.പി.എമ്മിലെ ഒരു വിഭാഗം ആരോപിച്ച കുറ്റം അദ്ദേഹം മിസൈൽ വികസിപ്പിച്ചു എന്നത് മാത്രമായിരുന്നു.. ഡോ. കലാമിനെപ്പോലെ ജനങ്ങൾക്ക്, പ്രത്യേകിച്ചും വിദ്യാർഥികൾക്കും കുട്ടികൾക്കും സ്വീകാര്യനായ രാഷ്ട്രപതി സമീപകാല ചരിത്രത്തിൽ വേറെയുണ്ടായിരുന്നോ....'

"ആണവക്കരാർ വിഷയത്തിൽ സ്വീകരിച്ച നിലപാടുമൂലം പാർട്ടിക്കുണ്ടായ ഏറ്റവും വലിയ നഷ്ടം സോമനാഥ് ചാറ്റർജിയെ നഷ്ടപ്പെടുത്തിയെന്നതാണ്" -ബോസ് പറഞ്ഞു.

'അദ്ദേഹത്തിന്റെ വിശ്വാസ്യതയുടെ ഓർമക്കുറിപ്പുകൾ ' എന്ന പുസ്തകത്തിൽ പറഞ്ഞത് ഇങ്ങിനെ;

പ്രദീപ് ബാഗിൽ നിന്നും പുസ്തകമെടുത്ത് പ്രസക്തഭാഗങ്ങൾ വായിച്ചു:

"സി.പി.എമ്മുമായി എന്റെ ബന്ധവും ഈ അവിശ്വാസപ്രമേയത്തെത്തുടർന്ന് പ്രതിസന്ധിയിൽ അകപ്പെട്ടു. 2008 ജൂലായ് 20 ന്, സ്പീക്കർ സ്ഥാനം രാജിവെച്ച് പ്രമേയത്തിനെതിരായി വോട്ടുചെയ്യണമെന്ന് പാർട്ടി എന്നോട് നിർദേശിച്ചു. ആദ്യമായാണ് ഇങ്ങിയൊരു നിർദേശം. ഞാൻ പ്രമേയത്തിനെതിരായി വോട്ടു ചെയ്തിരുന്നുവെങ്കിലും അത് വോട്ടെടുപ്പ് ഫലത്തെ ബാധിക്കുമായിരുന്നില്ലെന്നാണ് പിന്നീടുള്ള സംഭവങ്ങൾ തെളിയിച്ചത്. പാർട്ടിയുടെ തിട്ടൂരത്തിന് മുന്നിൽ ഞാൻ തല കുനിക്കാൻ വിസമ്മതിച്ചതിന് പ്രധാനമായും സ്പീക്കർ എന്ന നിലയിൽ പാർട്ടിക്ക് എന്നോട് കൽപ്പിക്കാനാവുകയില്ല എന്നതിന്റെയും ഞാൻ നിഷ്പക്ഷത പുലർത്താൻ ബാധ്യസ്ഥനാണ് എന്നതിന്റെയും പേരിലാണ്. അപ്പോൾ പാർട്ടി ജനറൽ സെക്രട്ടറി തന്റെ രോഷം പുറത്തുകാട്ടി എന്നെ തൽക്ഷണം പുറത്താക്കുകയായിരുന്നു. എന്റെ മാതാപിതാക്കൾ മരിച്ചതിന് ശേഷം എന്റെ ജീവിതത്തിലെ ഏറ്റവും ദുഃഖകരമായ ദിവസമായിരുന്നു 2008 ജൂലായി 23..."

"പാർട്ടിയിൽ ഉടലെടുക്കുന്ന വിഭാഗീയതയും അഭിപ്രായ വ്യത്യാസങ്ങളും കാരണം എത്ര പേരുടെ രാഷ്ട്രീയ ജീവിതമാണ് ബലികൊടുക്കപ്പെടുന്നത്... സഖാവ് സോമനാഥിനെപ്പോലെയുള്ള ഒരാൾ ഇനിയുണ്ടാവു

മോ..” -ആരോടെന്നില്ലാതെ ബോസ് പ്രതികരിച്ചു.

“പല കാരണങ്ങൾ കൊണ്ടും ഇന്ത്യയിലെ ഇടതുപക്ഷം ദുർബല മായിക്കൊണ്ടിരിക്കുന്ന സന്ദർഭമാണിത്.. സി.പി.ഐ. മുന്നോട്ടുവെക്കുന്ന കമ്യൂണിസ്റ്റു പാർട്ടികളുടെ പുനരേകീകരണം എന്ന കാഴ്ചപ്പാട് ഏറെ പ്രസക്തമാണ്... മാവോവാദികളെയടക്കം യോജിപ്പിക്കാൻ കഴിയണം.. വാസ്തവത്തിൽ ഗോത്രവർഗക്കാരെ അഭിസംബോധന ചെയ്യാൻ മുഖ്യധാരാ കമ്യൂണിസ്റ്റു പാർട്ടികൾക്ക് ഇപ്പോഴും സാധിക്കുന്നില്ല..” -വെങ്കിടേഷാണ് ഈ അഭിപ്രായം പറഞ്ഞത്.

ചർച്ചകൾ പിന്നെയും നീണ്ടു.

ഊണ് കഴിച്ച് പ്രദീപും നാദിയയും യാത്ര പറഞ്ഞിറങ്ങവെ, വെങ്കിടേഷ് കൈ വീശിക്കൊണ്ട് ആശംസാരൂപത്തിൽ പറഞ്ഞു; “നിങ്ങൾ എന്നും കൂടെയുണ്ടാവണം...ആൾ ദി ബെസ്റ്റ്...”

നാദിയയും പ്രദീപും ചിരിച്ചുകൊണ്ട് കാറിൽക്കയറി.

“എന്താ ഒരു പ്രധാന കാര്യം സംസാരിക്കാനുണ്ടെന്ന് പറഞ്ഞത്..?”-പ്രദീപ് തിരക്കി.

“ദീദി ഇന്നലെ രാത്രി ഒരു തടിച്ച കവർ എന്നെ ഏൽപ്പിച്ച ശേഷം പറഞ്ഞു, നീ ഈ കവർ ഭദ്രമായി ലോക്കറിൽ സൂക്ഷിക്കണമെന്നും എന്റെ മരണശേഷം മാത്രമേ തുറന്നു നോക്കാവൂ എന്നും...”

“ഐ തിങ്ക് ഷി ഈസ് പാസ്സിങ്ങ് ത്രൂ ഹർ ലാസ്റ്റ് ഡേയ്സ്...” -പ്രദീപ് ആത്മഗതമെന്നോണം പറഞ്ഞു.

നാദിയ കുറേ സമയത്തേക്ക് ഒന്നും പ്രതികരിക്കാതെ കാറോടിച്ചു.

“ചിലപ്പോൾ അവരുടെ അന്ത്യാഭിലാഷങ്ങളായിരിക്കും.... മരണാനന്തര ക്രിയകൾ സംബന്ധിച്ചുള്ളത്” -പ്രദീപ് പറഞ്ഞു.

നാദിയ പിന്നെയും ഒന്നും പ്രതികരിച്ചില്ല.

ഗംഗാറാം ഹോസ്പിറ്റൽ ലക്ഷ്യമാക്കി യാത്ര തുടർന്നു.

നാദിയയുടെ മനസ്സിൽ എന്തൊക്കെയോ ആശങ്കകൾ നിറയുന്നതുപോലെ.

അധ്യായം 19

ഗോവിന്ദൻ മത്തായി

ഒരു രാഷ്ട്രീയപ്പാർട്ടി പ്രവർത്തകൻ കൊല്ലപ്പെട്ടതിനെത്തുടർന്ന് പ്രഖ്യാപിച്ച ഹർത്താലിന്റെ പിറ്റേന്നായിരുന്നു ആ യാത്ര.

വാഹനങ്ങൾ തടസ്സപ്പെടുത്താൻ ഇട്ട കല്ലുകളും തടിക്കഷണങ്ങളും റോഡരികിൽ പലയിടത്തും കിടപ്പുണ്ട്.

ടയറുകൾ കത്തിക്കരിഞ്ഞതിന്റെ അവശിഷ്ടങ്ങളും ഗന്ധവും.

പലയിടത്തും പോലീസുകാരുണ്ട്.

പ്രദീപിനൊപ്പം നാട്ടിലെ സുഹൃത്തുക്കളായ മുരളിയും ശശിയും.

"പെങ്ങളുടെ കല്ല്യാണത്തിന് രണ്ടാഴ്ചയേ ഉള്ളൂ.. ഇതുപോലെ സംഘർഷങ്ങളും കൊലപാതകങ്ങളും നീണ്ടുപോയാൽ വലിയ പ്രശ്നങ്ങളായിരിക്കും... ചെറുക്കന്റെ വീടാണെങ്കിൽ സംഘർഷ മേഖലയിലുമാണ്. എവിടെ കുഴപ്പം നടന്നാലും അതിന്റെ പ്രതികരണം അവിടെയുണ്ടാകും.. കഴിഞ്ഞവർഷം ഇരു പാർട്ടികളിലുംപെട്ട നാലുപേരാണ് അവിടെ കൊല്ലപ്പെട്ടത്. മരിച്ചവരെല്ലാം അയൽപക്കക്കാർ. കേസിലെ പ്രതികളും അയൽക്കാർതന്നെ... ഈ കല്ല്യാണത്തിന് ആർക്കും താത്പര്യമില്ലായിരുന്നു.. പിന്നെ അവർ തമ്മിൽ അത്രയും അടുപ്പമായ സ്ഥിതിക്ക്..." -ശശി ഉത്കണ്ഠ മറച്ചുവെച്ചില്ല.

ഈ വിഷയത്തെക്കുറിച്ച് ആരും പ്രതികരിച്ചില്ല.

"ഓരോ ചായ കുടിച്ചാലോ.. എനിക്കീ സമയത്ത് പതിവുള്ളതാ... ഏതെങ്കിലും തട്ടുകട കണ്ടാൽ നിർത്തണം.." -മുരളി നിർദേശിച്ചു.

"ശരിയാ... ആവാം." -ശശിയും പറഞ്ഞു.

കുറച്ചുകൂടി മുന്നോട്ടുപോയപ്പോൾ റോഡരികിൽ തട്ടുകട കണ്ടു -'മണിച്ചേട്ടൻ തട്ടുകട'.

കടയുടെ മുന്നിൽ കലാഭവൻ മണിയുടെ കൂറ്റൻ ബോർഡുമുണ്ട്.

നീല നിറമുള്ള പ്ലാസ്റ്റിക്ക് ഷീറ്റ് വലിച്ചു കെട്ടിയുണ്ടാക്കിയ കടയു

ടെ മുന്നിൽ കാർ നിർത്തി.

മൂന്നുപേരും ഇറങ്ങി ചായ ആവശ്യപ്പെട്ടു.

റോഡരികിലിട്ട മുഷിഞ്ഞ ഉയരം കുറഞ്ഞ ബെഞ്ചിലിരുന്ന് രണ്ട് ചെറുപ്പക്കാർ ആഹാരം കഴിക്കുന്നുണ്ട്.

കാഴ്ചയിൽ മറുനാട്ടുകാരാണെന്ന് തോന്നി.

കടയുടെ മേശപ്പുറത്തെ കൊച്ചു ചില്ലലമാരയിൽ കപ്പ, ബീഫ്, പലതരം പലഹാരങ്ങൾ എന്നിവ നിറഞ്ഞു നിൽക്കുന്നു.

മധ്യവയസ്കനും മുഷിഞ്ഞ വേഷധാരിയുമായ കടക്കാരൻ ചായ നൽകിയ ശേഷം വിനയത്തോടെ ചോദിച്ചു "..സാറെ കഴിക്കാൻ എന്തെങ്കിലും എടുക്കട്ടെ... ബീഫ്.. കപ്പ... അരിപ്പത്തിരി... ഉണ്ടക്കായി.."

"എനിക്ക് കഴിക്കാനൊന്നും വേണ്ട.. നിങ്ങൾക്ക് വേണമെങ്കിൽ വാങ്ങിക്കോളൂ..." -പ്രദീപ് ചായ കുടിക്കുന്നതിനിടയിൽ പറഞ്ഞു.

"എനിക്ക് ഒരു പത്തിരി" -മുരളി ആവശ്യപ്പെട്ടു.

കടക്കാരൻ പത്തിരിയെടുക്കാനായി അലമാരി തുറക്കുന്നതിനിടയിൽ മൊബൈൽ ഫോൺ ശബ്ദിച്ചു; "..ഓടപ്പഴംപോലൊരു പെണ്ണിനെ..."

ഫോണിൽ സംസാരിക്കവെ, അയാൾ ഒരലർച്ചയായിരുന്നു

"എന്റെ പടച്ചോനേ.. ഞാനെന്തായി കേക്കുന്നേ... എന്റെ മോനെ ഓര് കൊന്നു..."

അയാളുടെ കയ്യിൽനിന്ന് ഫോണും പലഹാരം നൽകാൻ എടുത്ത പ്ലെയിറ്റും നിലത്തു വീണു.

പിന്നെ അയാളും അവിടെ കുഴഞ്ഞുവീണു നിലവിളിക്കാൻ തുടങ്ങി.

"എന്റെ മോനെ ഓര് കൊന്നു... ഓനിപ്പം ബീഫും കൊണ്ടുത്തന്ന് സൈക്കിളില് പൊരക്കേക്ക് പോയിറ്റേ ഉള്ളൂ..."

അയാൾ നിലത്ത് വീണ് നിലവിളിച്ചു കൊണ്ടേയിരുന്നു..

ആരും സാന്ത്വനപ്പെടുത്താനില്ലാതെ..

എന്തോ ദുരന്തസൂചനയെന്നോണം സമീപത്തെ കടകൾ ഷട്ടറുകൾ താഴ്ത്തുന്ന ശബ്ദം.

"നമുക്ക് വേഗം പോകാം... എന്തൊക്കെയോ സംഭവങ്ങൾ നടക്കുന്നുണ്ട്... നമ്മൾ ഇവിടെ നിന്നതുകൊണ്ട് ഒരു പ്രയോജനവുമില്ല. വേഗം പുറപ്പെടാം. ഈ പാവം മനുഷ്യനെ സഹായിക്കാൻ നമുക്കാവില്ല. നമുക്ക് ഉടൻ പോലീസിൽ വിവരം അറിയിക്കാം...' -പ്രദീപ് നിർദേശിച്ചു.

മുരളി അമ്പത് രൂപ നോട്ട് മേശപ്പുറത്ത് വെച്ചു.

എല്ലാവരും വേഗം കാറിൽക്കയറി.

അവിടെ ഭക്ഷണം കഴിച്ചുകൊണ്ടിരുന്ന മറുനാട്ടുകാർ എന്തു ചെയ്യണമെന്നറിയാതെ പരിഭ്രമിച്ചു നിന്നു.

സൈറൺ മുഴക്കിക്കൊണ്ട് ഒരു ആംബുലൻസ് കുതിച്ചുപായുന്നു.

പിന്നാലെ പോലീസ് ജീപ്പും.

പെട്ടെന്ന് റോഡെല്ലാം വിജനമായി.

കടകളെല്ലാം അടച്ചു.

പോലീസ് വാഹനങ്ങൾ തലങ്ങും വിലങ്ങും ഓടുകയായി.

കാർ കുതിച്ചുപാഞ്ഞു.

ആരും ഒന്നും സംസാരിച്ചില്ല.

വഴിക്കുവെച്ച് പോലീസ് കാറിന് കൈകാണിച്ചു.

പോലീസുകാർ കാർ പരിശോധിച്ച ശേഷം വിട്ടു.

കാർ വയനാടൻ ചുരം കയറാൻ തുടങ്ങിയപ്പോഴേ എല്ലാവരുടെയും ശ്വാസോച്ഛ്വാസം സാധാരണ നിലയിലായുള്ളൂ.

ചുരംകയറി, പേരിയ ടൗണിൽ ചില സാധനങ്ങൾ വാങ്ങാനായി കാർ നിർത്തിയപ്പോൾ ഒരു കടയുടെ മുന്നിൽ കുറേ ചെറുപ്പക്കാർ കൂട്ടം കൂടി നിന്ന് കൗതുകത്തോടെ മൊബൈൽ ഫോൺ ദൃശ്യങ്ങൾ കാണുകയായിരുന്നു.

മുരളി അവരുടെ അടുത്ത് ചെന്ന് ആ ദൃശ്യം കണ്ടു.

കഴുത്ത് അറ്റുതൂങ്ങിയ ഒരു കൗമാരക്കാരന്റെ മൃതദേഹം റോഡരികിൽ കിടക്കുന്നു.

തൊട്ടപ്പുറത്ത് വീണുകിടക്കുന്ന സൈക്കിൾ.

ഒരുമണിക്കൂർ മുമ്പ് കൊല്ലപ്പെട്ടതാണെന്നും പെരുംപുന്ന ബസാറിൽ തട്ടുകട നടത്തുന്നയാളുടെ മകനാണെന്നും അവർ പറഞ്ഞു. കൊല്ലപ്പെട്ട ചെറുപ്പക്കാരന് പ്രത്യേകിച്ച് രാഷ്ട്രീയബന്ധമൊന്നും ഇല്ലെന്നും അവർ കൂട്ടിച്ചേർത്തു.

സ്ഥലത്തെത്തിയ ഒരു പോലീസുകാരൻ സുഹൃത്ത് വാട്സാപ്പിൽ അയച്ചു കൊടുത്തതാണത്രെ ചിത്രം.

മുരളിക്കൊന്നും പറയാൻ സാധിച്ചില്ല.

കാറിൽ ഇക്കാര്യങ്ങൾ സംസാരിക്കുന്നതിനിടെ, ജില്ലയിൽ സംഘർഷബാധിതമായ നാലു പഞ്ചായത്തുകളിൽ നിരോധനാജ്ഞ പ്രഖ്യാപിച്ചിട്ടുണ്ടെന്നും ജില്ലാ ഹർത്താലാണെന്നും മുരളിയുടെ വാട്സാപ്പിൽ സന്ദേശം കിട്ടി.

"നമ്മൾ ഇവിടെ രണ്ടുദിവസം കുടുങ്ങിയതുതന്നെ.. ആർക്കും തിര

ക്കില്ലെങ്കിൽ പ്രശ്നമില്ലായിരുന്നു. വയനാടൊക്കെ ഒന്നു കൂടി ചുറ്റിക്കാണാം. പക്ഷെ എല്ലാവർക്കും തിരക്കുതന്നെ.."

-ശശി നിരാശ പങ്കുവെച്ചു.

"നമ്മൾ ബോയ്സ് ടൗണിൽ എത്താനായി.. ഇവിടെ എവിടെയോ ആണ് ഗോവിന്ദൻ മത്തായിയുടെ വീട്.. റോഡരികിൽ ചെറിയ ഹോട്ടൽ നടത്തുന്നു എന്നാണ് കിട്ടിയ വിവരം.. അദ്ദേഹം നാട്ടിൽ അടുത്ത കാലത്തൊന്നും വന്നിട്ടില്ലെന്നാണ് പറഞ്ഞത്.. നമുക്ക് ഇവിടെയിറങ്ങി അന്വേഷിക്കാം... പറ്റുന്ന സ്ഥലമുണ്ടെങ്കിൽ കൊണ്ടുവന്ന ഭക്ഷണവും കഴിക്കാം... സമയം ഒരു മണിയാവാറായി..." -പ്രദീപ് നിർദേശിച്ചു.

ഒരു വളവുതിരിഞ്ഞപ്പോൾ റോഡരികിൽ ആസ്ബസ്റ്റോസ് കൊണ്ട് നിർമിച്ച ചെറിയൊരു ഹോട്ടൽ കണ്ടു.

ഹോട്ടൽ തുറന്നിട്ട നിലയിലാണ്. പക്ഷെ ആളൊന്നുമില്ല.

കാർ നിർത്തി പ്രദീപ് റോഡിൽക്കണ്ട ചെറുപ്പക്കാരനോട് തിരക്കി.

"മത്തായിച്ചേട്ടനെ കുറച്ചു മുമ്പ് ഇവിടെ കണ്ടിരുന്നു. വീട്ടിൽ ഊണ് കഴിക്കാൻ പോയിട്ടുണ്ടാവും... ആ കാണുന്നതാണ് ചേട്ടന്റെ വീട്.." -അയാൾ അൽപ്പം അകലെ ഓടുമേഞ്ഞ ചെറിയൊരു വീട് ചൂണ്ടിക്കാണിച്ചു.

"ഈ കട നടത്തുന്നത് അദ്ദേഹമല്ലേ...? "

"കട ചേട്ടന്റേതാണ്.. എന്നാൽ കട നടത്തുന്നത് ഒരു മുസ്തഫയാണ്.. വാടകയ്ക്ക് കൊടുത്തിരിക്കുകയാ.. മൂന്ന് മണിയാകുമ്പോഴേ തുറക്കൂ.."

"ആളെങ്ങനെ..?"

"ആള് പാവം.. പക്ഷെ ഫുൾ ടൈം വെള്ളമാ... നിങ്ങൾ എവിടുത്തുകാരാ..?"

"ഞങ്ങൾ അദ്ദേഹത്തിന്റെ നാട്ടുകാരാ.. ചില ആവശ്യങ്ങൾക്ക് കാണാനായി വന്നതാ.."

"എന്നാൽ നിങ്ങൾ അവിടെക്കയറിയിരിക്ക്.. ഞാൻ ചേട്ടനെ വിളിച്ചിട്ടുവരാം."

മൂന്നു പേരും ഹോട്ടലിൽക്കയറിയിരുന്നു.

കുറച്ചു കഴിഞ്ഞപ്പോൾ ചെറുപ്പക്കാരന്റെ കൂടെ കറുത്ത് മെലിഞ്ഞ് കഷണ്ടി കയറിയ ആൾ ധൃതിയിലെത്തി.

മൂന്നു പേരും എഴുന്നേറ്റ് അദ്ദേഹത്തെ ബഹുമാനിച്ചു.

"നാട്ടുകാർ വന്നിട്ടുണ്ടെന്ന് പറഞ്ഞു... സത്യത്തിൽ എനിക്ക് നാട്ടി

ലെ പുതിയ ചെറുപ്പക്കാരെയൊന്നും അറിയില്ല... എന്തെങ്കിലും വിശേഷമുണ്ടോ...?"

വന്നതിന്റെ ഉദ്ദേശ്യങ്ങൾ പ്രദീപ് വിവരിച്ചു കൊടുത്തു.

അദ്ദേഹം ബെഞ്ചിലിരുന്ന് ഇടതു കൈത്തണ്ടയിൽ മുഖം താങ്ങി കുറേസമയം ഇരുന്നു.

ആകാംക്ഷയോടെ ആദ്ദേഹത്തിന്റെ പ്രതികരണം കാത്ത് മറ്റുള്ളവരും.

"അങ്ങിനെയൊന്നും എളുപ്പത്തിൽ പറഞ്ഞുതീർക്കാവുന്ന കഥയല്ല എന്റേത്... ഈ നട്ടുച്ച ഇക്കാര്യമൊന്നും പറയാൻ പറ്റുന്ന സമയവുമല്ല... ഞാൻ ഭക്ഷണം പോലും കഴിച്ചില്ല.. വയനാട്ടിൽ യാത്രക്ക് വരുന്നവർ എന്തെങ്കിലും കരുതും... എന്തെങ്കിലും ഉണ്ടോ...?"

കാര്യം ഊഹിച്ച പ്രദീപ് മുരളിയെ നോക്കി ചിരിച്ചു.

അതുവരെ ഒന്നും സംസാരിക്കാതെ കടയുടെ മുറ്റത്തു നിന്ന ചെറുപ്പക്കാരൻ ചിരിച്ചു കൊണ്ട് പിൻവാങ്ങി.

"എന്നാൽ ചേട്ടാ നമുക്ക് ചെറുതായൊന്ന് കൂടാം... ഇവിടെ പറ്റുമോ..? " -മുരളി അന്വേഷിച്ചു.

"പറ്റാതെ എന്താ ഇതെന്റെ കടയല്ലേ... കച്ചവടം ചെയ്യുന്ന പയ്യൻ മൂന്നു മണിക്കേ വരൂ.. വൈകുന്നേരമാകുമ്പോഴേ കച്ചോടം കിട്ടൂ.."

മുരളിയും ശശിയും കാറിന്റെ ഡിക്കിയിൽ നിന്ന് ഭക്ഷണസാധനങ്ങളും ഒരു കുപ്പി മദ്യവും പുറത്തെടുത്തു.

മേശക്ക് ചുറ്റുമിരുന്ന് നാലുപേരും രണ്ട് പെഗ്ഗ് വീതം കഴിച്ചു.

പിന്നെ ചോറും കറികളും വിളമ്പി.

ലഹരി ഗോവിന്ദൻ മത്തായിയെ ഉദാരനായ മനുഷ്യനാക്കി.

ഒന്നും മറച്ചുവെക്കാതെ, എല്ലാം തുറന്നു പറയുന്ന മനുഷ്യൻ.

പത്താം ക്ലാസ് കഴിഞ്ഞശേഷം തൊഴിൽ തേടിയാണ് ചിറ്റാടൻകണ്ടി ഗോവിന്ദൻ വയനാട്ടിലെത്തിയത്.

കാപ്പിത്തോട്ടത്തിലായിരുന്നു ആദ്യം ജോലി.

പിന്നീട് ചായത്തോട്ടത്തിലായി.

പത്താം ക്ലാസ് പാസായവർ തൊഴിലാളികളുടെ കൂട്ടത്തിൽ വേറെ ആരും ഉണ്ടായിരുന്നില്ല. അതിനാൽ തൊഴിലാളികൾക്കിടയിൽ ഗോവിന്ദന് സ്വീകാര്യത വർധിച്ചു. ഇരുനിറവും തിളങ്ങുന്ന കണ്ണുകളും ചുരുളൻമുടിയും എപ്പോഴും പ്രസരിപ്പോടെ കാണുകയും ചെയ്യുന്ന ഗോവിന്ദനെ എല്ലാവർക്കും ഇഷ്ടമായിരുന്നു.

ഗോവിന്ദൻ കൃത്യമായി പത്രം വായിക്കും. നാട്ടു കാര്യങ്ങളും ലോക കാര്യങ്ങളും മനസ്സിലാക്കും. കമ്യൂണിസ്റ്റുകാരനായ ഗോവിന്ദന് നല്ല

രാഷ്ട്രീയ ധാരണകളുമുണ്ട്. തോട്ടം തൊഴിലാളി യൂണിയന്റെ വാർഷിക സമ്മേളനം ഗോവിന്ദനെ സെക്രട്ടറിയായി തിരഞ്ഞെടുത്തു.

യൂണിയൻ പ്രസിഡണ്ട് സെയ്തലവി.

സെയ്തലവിയുടെ ഏക മകൾ നബീസ.

അതി സുന്ദരിയാണ് നബീസ.

കാഴ്ചയിൽ ഉമ്മ ഖദീജയുടെ അതേ ഛായ.

ഖദീജ വീട്ടിൽ ഒതുങ്ങിക്കഴിഞ്ഞു.

കുസൃതിപ്പെണ്ണായ നബീസയെ മനസ്സുകൊണ്ട് ആഗ്രഹിക്കാത്തവർ ആ പ്രദേശത്ത് ആണായി ഒരുത്തനും ഉണ്ടായിരുന്നില്ല.

സെയ്തലവിയുടെ അകന്ന ബന്ധത്തിലുള്ളതും ഇറച്ചി വിൽപ്പനക്കാരനുമായ സത്താർ നേരത്തെ അവളിൽ കണ്ണുവെച്ചിരുന്നു.

വീട്ടിൽ ആരുമില്ലാത്ത സമയത്ത് അവൻ ഒരു ദിവസം വീട്ടിലെത്തുകയും പ്രേമാഭ്യർഥന നടത്തുകയും ചെയ്തിരുന്നു.

നബീസ അവനെ കളിയാക്കിവിട്ടു.

പിന്നീട് അവൻ ഒരു ദിവസം എത്തി നബീസയെ കടന്നു പിടിച്ചു.

നബീസ അവനെ ചെരിപ്പുകൊണ്ട് തല്ലി.

ഏഴാം ക്ലാസുവരെ പഠിച്ച നബീസ നാട്ടിലെ മറ്റു മുസ്ലീം പെൺകുട്ടികളിൽ നിന്നും വ്യത്യസ്തയായിരുന്നു.

നാട്ടുകാരുമായെല്ലാം നന്നായി ഇടപെട്ടു.

പാർട്ടി ജാഥകളിലും സമ്മേളനങ്ങളിലും ബാപ്പയോടൊപ്പം പങ്കെടുത്തു.

യൂണിയൻ കാര്യങ്ങൾക്കും മറ്റുമായി ഗോവിന്ദൻ സെയ്തലവിയുടെ വീട്ടിൽ ഇടക്കിടെ പോകും.

കുടുംബവുമായി നല്ല അടുപ്പത്തിലായി. ആ അടുപ്പം ഗോവിന്ദനും നബീസയുമായുള്ള പ്രണയമായി വികസിച്ചു.

ഇതിനിടയിൽ സെയ്തലവി ഹൃദ്രോഗ ബാധിതനായി.

ആദ്യം മാനന്തവാടിയിലെ ജില്ലാ ആസ്പത്രിയിലും പിന്നീട് കോഴിക്കോട് മെഡിക്കൽ കോളേജ് ആസ്പത്രിയിലും ചികിത്സ നടത്തി.

ചികിത്സയുടെ നേതൃത്വം ഗോവിന്ദനായിരുന്നു.

ആരോഗ്യം ഒരുവിധം തിരിച്ചു കിട്ടിയപ്പോൾ സെയ്തലവി തോട്ടം പണി ഉപേക്ഷിച്ച് റോഡരികിൽ പലചരക്കുകട തുറന്നു. എന്നാൽ അധികകാലം അദ്ദേഹം ജീവിച്ചിരുന്നില്ല. ഒരുദിവസം കടയിൽ അദ്ദേഹം കുഴഞ്ഞുവീണു. ആസ്പത്രിയിൽ ബോധം തെളിഞ്ഞപ്പോൾ കൂടെയുണ്ടായിരുന്ന സഖാക്കളോടും ഭാര്യയോടും സെയ്തലവി പറഞ്ഞത് ന

ബീസയെ ഗോവിന്ദന് കല്യാണം കഴിച്ചു കൊടുക്കണം എന്നായിരുന്നു. വൈകാതെ അദ്ദേഹം എന്നന്നേക്കുമായി കണ്ണടക്കുകയും ചെയ്തു.

യൂണിയന്റെയും പാർട്ടിയുടെയും നേതൃത്വത്തിൽ ലളിതമായി ഇവരുടെ വിവാഹം നടത്തി.

സെയ്തലവിയുടെ ബന്ധുക്കൾ ഈ വിവാഹത്തിന് എതിരായിരുന്നു. ഗോവിന്ദന്റെ വീട്ടുകാരും.

അതിനാൽ ഇരുവരുടെയും ബന്ധുക്കളാരും വിവാഹത്തിൽ പങ്കെടുക്കാനെത്തിയില്ല. പാർട്ടി സഖാക്കൾ മാത്രമാണ് കല്ല്യാണത്തിൽ പങ്കെടുത്തത്.

ഇരുവരുടെയും കുടുംബങ്ങളിൽ നിന്ന് ആരും വിവാഹത്തിനെത്താത്തതിനാൽ നബീസക്ക് ദുഖമുണ്ടായിരുന്നു.

അവൾ ആദ്യരാത്രിയിൽ അക്കാര്യം ഗോവിന്ദനോട് പറയുകയും ചെയ്തു.

"നീ അതുകൊണ്ടൊന്നും ബേജാറാകണ്ട, നമ്മുടെ കൂടെ പാർട്ടിയില്ലേ... നമ്മുടെ ബന്ധുക്കൾ സഖാക്കളല്ലേ.."

ജീവിതസുരക്ഷയെക്കുറിച്ച് ഭർത്താവ് നൽകിയ ഉറപ്പിൽ നബീസയുടെ ആശങ്കകൾ അകന്നു.

അതുവരെ വാടകവീട്ടിൽ താമസിച്ച ഗോവിന്ദൻ ഭാര്യാവീട്ടിൽ താമസമാക്കി.

ബ്രാഞ്ച് സമ്മേളനത്തിൽ ഗോവിന്ദൻ പാർട്ടിയുടെ ബ്രാഞ്ച് സെക്രട്ടറിയായി തിരഞ്ഞെടുക്കപ്പെട്ടു.

ഗോവിന്ദൻ തോട്ടം പണി ഉപേക്ഷിച്ച് സെയ്തലവിയുടെ കച്ചവടം ഏറ്റെടുത്തു.

ഇതിനിടയിൽ ഗോവിന്ദൻ ഒരു പെൺകുഞ്ഞിന്റെ അച്ഛനായിക്കഴിഞ്ഞിരുന്നു.

നിർഭാഗ്യമെന്ന് പറയട്ടെ, ഹൃദയവാൽവിന് ഗുരുതരമായ തകരാറോടു കൂടിയാണ് കുഞ്ഞിന്റെ ജനനം.

പെറ്റുവീണ സമയത്ത് കുഞ്ഞിന് നീല നിറമായിരുന്നു.

അതോടെ ആ ചെറിയ കുടുംബത്തിലെ ആഹ്ലാദം നിലച്ചു.

അഞ്ചു വയസ്സ് കഴിഞ്ഞശേഷം ഓപ്പറേഷൻ വേണമെന്ന് കോഴിക്കോട് മെഡിക്കൽ കോളേജിലെ ഡോക്ടർമാർ വിധിയെഴുതി.

അതുവരെ തുടർച്ചയായ ചികിത്സ.

മരുന്നിനും യാത്രക്കുമായി പ്രതിമാസം ഭീമമായ ചിലവ്.

പലപ്പോഴും കടം വാങ്ങേണ്ടിവന്നു.

അങ്ങിനെയിരിക്കെ, കൂലി വർധന ആവശ്യപ്പെട്ട് തോട്ടത്തിൽ തൊഴിലാളി പണിമുടക്ക് ആരംഭിച്ചു.

രണ്ട് ഒത്തുതീർപ്പ് ചർച്ചകൾ പരാജയപ്പെട്ടതോടെ സമരം കമ്പനിയാപ്പീസ് പടിക്കലേക്ക് മാറി.

കമ്പനിയാപ്പീസ് തുടർച്ചയായി പിക്കറ്റ് ചെയ്തു.

ഒരു ദിവസം പിക്കറ്റിങ്ങ് നടത്തുന്ന തൊഴിലാളികൾക്ക് നേരെ കമ്പനിയുടമയുടെ ഗുണ്ടകൾ മിന്നലാക്രമണം നടത്തി.

ഗോവിന്ദൻ ഉൾപ്പെടെയുള്ള തൊഴിലാളികൾക്ക് പരിക്കേറ്റു.

മാനന്തവാടിയിൽ നിന്നാണ് ഗുണ്ടകളെ കൊണ്ടുവന്നതെന്ന് അന്വേഷണത്തിൽ വ്യക്തമായി.

ഗുണ്ടാത്തലവൻ സെയ്താലി.

ഇയാളുടെ ഭാര്യാ വീട് കമ്പനിയുടെ തൊട്ടടുത്താണെന്ന് സഖാക്കൾ നടത്തിയ അന്വേഷണത്തിൽ മനസ്സിലായി.

പഴയ വാഹനങ്ങൾ വാങ്ങി വിൽപ്പന നടത്തുന്ന ഇയാൾ ഇടക്കിടെ ഭാര്യാ വീട്ടിൽ വരാറുണ്ടെന്നും വിവരം കിട്ടി.

അയാൾക്ക് തിരിച്ചടി നൽകാൻ തീരുമാനിച്ചു.

ഇരു കാലുകളും തല്ലിയൊടിക്കാനായിരുന്നു തീരുമാനം.

ഇതിനായി നാലു പേരെ ചുമതലപ്പെടുത്തി.

ഒരു ദിവസം വൈകുന്നേരം സെയ്താലി ബസ്സിറങ്ങി നടന്നു പോകുന്നത് സഖാക്കൾ കണ്ടു.

അയാൾ ചാരായഷാപ്പിൽക്കയറി നന്നായി മദ്യപിച്ചേ പോകാറുള്ളൂ.

വിവരം കിട്ടിയ ഉടൻ ചുമതലപ്പെടുത്തിയ സഖാക്കൾ ഒത്തുചേർന്നു.

മദ്യപിച്ച് ഭാര്യാ വീട്ടിലേക്ക് പോവുകയായിരുന്ന സെയ്താലിക്ക് നേരെ വഴിയിൽ സായുധരായി ഒളിച്ചിരുന്ന സഖാക്കൾ ചാടി വീണു.

സംഘം ചേർന്ന് മർദിക്കുന്നതിനിടയിൽ സെയ്താലി അരയിൽ ഒളിപ്പിച്ചിരുന്ന കത്തിയെടുത്ത് വീശി.

ഒരു സഖാവിന്റെ വലതു കൈത്തണ്ടക്ക് കുത്തേറ്റു.

പിന്നെ കാത്തുനിന്നില്ല, അവന്റെ കത്തിപിടിച്ചു വാങ്ങി തിരിച്ചു പ്രയോഗിച്ചു.

വയറിന് കുത്തേറ്റ് കുടൽമാല പുറത്തുചാടി.

അയാൾ കുറേ ഓടി ഒരു വീട്ടിന്റെ മുന്നിൽ വീണു മരിച്ചു.

സംഭവം അറിഞ്ഞ ഗോവിന്ദൻ ഉടൻ കടയടച്ച് വീട്ടിലേക്ക് പോയി.

വിവരമറിഞ്ഞ് നാട്ടുകാർ സംഭവ സ്ഥലത്തേക്ക് ഓടി.

കുറേക്കഴിഞ്ഞപ്പോൾ മാനന്തവാടിയിൽ നിന്നും പോലീസ് എത്തി മൃതദേഹം ജില്ലാ ആസ്പത്രിയിലേക്ക് മാറ്റി.

രാത്രി വീട്ടിൽ നിന്നും ഗോവിന്ദനെ പോലീസുകാർ പിടിച്ചു കൊണ്ടുപോയി.

സംഭവത്തിൽ പങ്കില്ലാത്തതിനാൽ പോലീസ് തന്നെ പിടിക്കില്ലെന്നായിരുന്നു ഗോവിന്ദൻ കരുതിയത്.

വിവരണാതീതമായ പീഡനങ്ങളാണ് അന്ന് രാത്രി ഗോവിന്ദന് മാനന്തവാടി പോലീസ് സ്റ്റേഷനിൽ അനുഭവിക്കേണ്ടി വന്നത്.

ക്രൂരനായ എസ്.ഐ.റാവുത്തരുടെ നേതൃത്വത്തിൽ ഗോവിന്ദനെ തല്ലിച്ചതച്ചു.

കൊടിൽ കൊണ്ട് മീശ പിഴുതെടുത്തു.

രണ്ട് പല്ലുകൾ ലോക്കപ്പിൽ കൊഴിഞ്ഞു വീണു.

അഞ്ചു പേരെ പ്രതിയാക്കി കേസ് റജിസ്റ്റർ ചെയ്തു.

ഒന്നാം പ്രതി ഗോവിന്ദൻ.

സംഭവത്തിൽ പങ്കെടുത്ത രണ്ടുപേർ മാത്രമേ പ്രതിപ്പട്ടികയിൽ ഉണ്ടായിരുന്നുള്ളൂ.

മറ്റു മൂന്നുപേരും തോട്ടം തൊഴിലാളി യൂനിയന്റെ പ്രവർത്തകർ.

യൂണിയൻ പണംപിരിച്ച് കേസ് നടത്തി.

പ്രോസിക്യൂഷൻ സാക്ഷികളിൽ കുറേപ്പേർ കള്ളസാക്ഷികളായിരുന്നു.

പക്ഷെ, അവർ പ്രോസിക്യൂട്ടർ പഠിപ്പിച്ചതുപോലെ കോടതിയിൽ മൊഴിനൽകി.

വിചാരണക്കൊടുവിൽ ഒരാളെ ജില്ലാക്കോടതി വെറുതെ വിട്ടു .

ഗോവിന്ദൻ ഉൾപ്പെടെ നാലുപേർക്ക് ജീവപര്യന്തം കഠിന തടവ്.

നാലുപേരെയും കണ്ണൂർ സെൻട്രൽ ജയിലിൽ അടച്ചു.

മൂന്നു വർഷം കഴിഞ്ഞപ്പോഴാണ് ഹൈക്കോടതി അപ്പീൽ പരിഗണിച്ചത്.

ഹൈക്കോടതിയും കീഴ്ക്കോടതി വിധി ശരിവെച്ചു.

ഗോവിന്ദൻ ജയിലിലായതോടെ ഭാര്യ നബീസ തീർത്തും പ്രതിസന്ധിയിലായി.

വീട്ടിൽ നിത്യവൃത്തിക്ക് പോലും വകയില്ലാതായി.

ഉമ്മ ഖദീജക്കും വയ്യാതായിരുന്നു.

മകളുടെ ചികിത്സയുടെ ബാധ്യതകൾ വേറെ.

ജയിലിൽ കഴിയുന്ന സഖാക്കളുടെ വീട്ടിലേക്ക് വല്ലപ്പോഴും അരിയും

ഭക്ഷണ സാധനങ്ങളും യൂണിയൻകാർ എത്തിച്ചിരുന്നു.

ജീവിതത്തിൽ ഇതുവരെ ഒരു കൂലിപ്പണിക്കും പോയിട്ടില്ലെങ്കിലും അതിന് നബീസ നിർബന്ധിക്കപ്പെടുന്നതായിരുന്നു സാഹചര്യങ്ങൾ.

ഭാര്യയുടെ സുരക്ഷിതത്വത്തെക്കുറിച്ചായിരുന്നു ഗോവിന്ദന്റെ ആശങ്ക.

ഭാര്യയുടെ കത്തുന്ന സൗന്ദര്യത്തിൽ അപകടം പതിയിരിക്കുന്നുണ്ടെന്ന തോന്നൽ ഗോവിന്ദന് എപ്പോഴുമുണ്ട്.

ഭാര്യ അങ്ങിനെ എളുപ്പത്തിൽ ആർക്കും കീഴടങ്ങുന്നവളല്ല എന്ന് ഗോവിന്ദന് ഉറപ്പുണ്ട്. എങ്കിലും സാമ്പത്തികമായ നിലനിൽപ്പില്ലായ്മയാണ് ഏതൊരു മനുഷ്യന്റെയും ചെറുത്തു നിൽപ്പുകൾ ദുർബലമാക്കുന്നത്.

ഒരു ദിവസം സന്ധ്യ കഴിഞ്ഞപ്പോൾ സത്താർ നബീസയുടെ വീട്ടിലെത്തി.

ഉമ്മയും മകളും അകത്തുണ്ട്.

കോലായിയിലിട്ട പഴയ പ്ലാസ്റ്റിക്ക് കസേരയിൽ ഇരുന്ന് മണ്ണെണ്ണ വിളക്കിന്റെ വെളിച്ചത്തിൽ അയൽവീട്ടിൽ നിന്നും വാങ്ങിക്കൊണ്ടു വന്ന കഥാ പുസ്തകം വായിക്കുകയായിരുന്നു നബീസ.

നബീസയുടെ ചെരിപ്പു കൊണ്ടുള്ള അടിയേറ്റ് പോയതിന് ശേഷം സത്താർ ആ വീട്ടിൽ വന്നിരുന്നില്ല.

മുറ്റത്ത് നിന്ന് അനുമതി ചോദിച്ചതിന് ശേഷമേ അയാൾ കോലായിലേക്ക് കടന്നുള്ളു.

നബീസ എഴുന്നേറ്റ് അദ്ദേഹത്തോട് കസേരയിൽ ഇരിക്കാൻ ആവശ്യപ്പെട്ടു.

അപ്രതീക്ഷിതമായി, അസമയത്തുള്ള സത്താറിന്റെ വരവ് നബീസയിൽ ഭയപ്പാടുണ്ടാക്കി.

പക്ഷെ, പരിഭ്രമമൊന്നും പുറത്തുകാട്ടിയില്ല.

ഉമ്മയെ വിളിച്ച് സത്താർ വന്ന കാര്യം അറിയിച്ചു.

ഖദീജ ചുവരിലും വാതിൽപ്പടിയിലും പിടിച്ച് പുറത്തേക്കുവന്നു.

സത്താർ കസേരയിൽനിന്നും എഴുന്നേറ്റ് ഖദീജയെ ബഹുമാനിച്ചെന്ന് വരുത്തി .

പിന്നെ അയാൾ മൗനത്തിലായി.

“നീ എന്താ കുറേക്കാലത്തിന് ശേഷം ഈ രാത്രി സമയത്ത് ഇങ്ങോട്ടുവന്നേ..”- ഖദീജ കാരണം ആരാഞ്ഞു.

നബീസ അകത്തു കയറി വാതിൽപ്പടിയും പിടിച്ച് നിൽക്കുകയാണ്.

എന്തിനാണ് ഇയാൾ ഇപ്പോൾ ഇങ്ങോട്ട് വന്നതെന്ന് അറിയാനുള്ള ആകാംക്ഷയായിരുന്നു നബീസക്ക്.

എന്തായാലും സഹായിക്കാനായിരിക്കില്ല എന്നുറപ്പ്.

മട്ടും ഭാവവും കണ്ടിട്ട് അക്രമിക്കാനല്ലെന്നും തോന്നുന്നു.

കുറേ നേരത്തെ മൗനത്തിന് വിരാമമിട്ട് അയാൾ പറഞ്ഞു;

"ഞാൻ ഇപ്പം ഒര് പ്രധാന കാരിയം പറയാൻ ബന്നതാ... നബീസേന കെട്ടിയ ഗോയിന്നൻ ജയിലിലായി... ജീവപര്യന്തം തടവ്ന്ന് വെച്ചാ മരിക്ക്ന്ന വരെ ജയിലില് കെടക്കണംന്ന്ല്ലേ... നബീസക്ക് അത്രക്കൊന്നും പ്രായോം ആയിറ്റില്ലല്ലോ."

"അതിനിപ്പം നിനിക്കെന്താ ചെയ്യാൻ പറ്റ്വാ സത്താറേ..."

-ഖദീജ ശാന്തമായി ആരാഞ്ഞു.

പിന്നെയും നീണ്ട മൗനം.

മുറ്റത്തേക്ക് കാർക്കിച്ചു തുപ്പി കണ്ഠം ശുദ്ധിവരുത്തിയ ശേഷം അയാൾ തുടർന്നു;

"കയിഞ്ഞതെല്ലാം കയിഞ്ഞു... നബീസ എത്ര കാലാ ഇങ്ങനെ ഒറ്റക്ക് കയ്യാ... എനക്കോളെ കെട്ടിച്ചു തെരോ... ഞാൻ ഓളേം കുട്ടീനീം പൊന്നു പോലെ നോക്കിക്കോളാ... എന്റെ പണ്ടേയ്ള്ള ഒരാശയാ..."

"അപ്പോ നിന്റെ കെട്ട്യോളേയും രണ്ട് പിള്ളേരേയും എന്ത് ചെയ്യും...?" ഖദീജ ശാന്തമായിത്തന്നെ അന്വേഷിച്ചു.

"ഓളെ ഞാൻ ഒഴിവാക്കും.."

"സത്താറെ എറങ്ങ്.. എത്ര വേഗത്തിലാ നീ പറഞ്ഞത് കെട്ട്യോളേം കുട്ട്യോളേയും ഒഴിവാക്കുംന്ന്. നീ നെബീസാനെ കെട്ടീന്നെന്നെ വിചാരിക്കുക.. ഇവളക്കാളും മൊഞ്ചുള്ള പെണ്ണിനെ കിട്ടുംന്ന് തോന്ന്യാ നീ ഇവളീം ഒഴിവാക്കൂലേ.."

സത്താർ പരുങ്ങിയിരിപ്പാണ്.

"പോകാനല്ലേ പറഞ്ഞത്.. ഞാൻ എനിയും ചെരിപ്പെടുക്കണോ?... ആ പഴയ ചെരിപ്പ് ഇപ്പോഴും ഇവിടുണ്ട്.."

- ആ കനത്ത ശബ്ദം വന്നത് അകത്തു നിന്നായിരുന്നു.

സത്താർ ഇളിഭ്യനായി മുറ്റത്തേക്കിറങ്ങി.

പിന്നെ ഇരുട്ടിലേക്ക് നടന്നു.

പിന്നെ അകത്തു നിന്ന് ഉയർന്നത് തേങ്ങലായിരുന്നു.

കുറച്ചുനാൾ കഴിഞ്ഞപ്പോൾ നബീസ തോട്ടത്തിൽ പണിക്കിറങ്ങി.

മറ്റു തൊഴിലാളികൾക്കെല്ലാം നബീസയോട് സഹതാപമായിരുന്നു.

തോട്ടം തൊഴിലാളിയായ തോമസ് ഇടപെട്ട് നബീസക്ക് തൊട്ടടുത്ത കോൺവെന്റിൽ തൂപ്പുജോലി വാങ്ങിക്കൊടുത്തു.

നബീസയെ സംബന്ധിച്ചിടത്തോളം അത് വലിയ ആശ്വാസമായിരുന്നു.

രാവിലെ ഒൻപത് മണിമുതൽ വൈകുന്നേരം നാലുമണിവരെ ജോലി.

ഭക്ഷണം അവിടുന്നു കിട്ടും.

നബീസയുടെ കുടുംബസ്ഥിതി മനസ്സിലാക്കിയ ഇടവക വികാരി ഒരു ദിവസം നബീസയെ വിളിച്ച് കുറേക്കാര്യം സംസാരിച്ചു.

ക്രിസ്തുമതം സ്വീകരിക്കാനുള്ള ഉപദേശമായിരുന്നു അത്.

മതം മാറിയാലുള്ള ഗുണങ്ങളെക്കുറിച്ച് വികാരി വിശദമായി സംസാരിച്ചു.

പള്ളിയിലെ ജോലി സ്ഥിരപ്പെടുത്തുന്നതിന് പുറമെ ഹൃദ്രോഗിയായ മകളുടെ ചികിത്സയും ഏറ്റെടുക്കാമെന്ന് ഉറപ്പുനൽകി.

ജയിലിൽ കഴിയുന്ന ഗോവിന്ദന് പരോൾ കിട്ടുമ്പോൾ പള്ളിയിലെത്തി മാമൂദീസ മുക്കിയാൽ മതിയെന്നും അവർ അറിയിച്ചു.

നബീസ പള്ളിക്കാരുടെ വാഹനത്തിൽ കണ്ണൂർ സെൻട്രൽ ജയിലിൽ ചെന്ന് ഇക്കാര്യത്തിൽ അനുമതി തേടി.

ഗോവിന്ദൻ ആദ്യം ഒന്നും പറഞ്ഞില്ല. പിരിയാൻ നേരത്ത് പറഞ്ഞു;

“ജാതീലും മതത്തിലും വിശ്വാസമില്ലാത്തവർക്ക് എന്തായാലും എന്താ..”

ഗോവിന്ദന്റെ ഈ നിസ്സംഗമായ മറുപടിയെ അനുമതിപത്രമായി അവർ വ്യാഖ്യാനിച്ചു.

ഭാര്യയുടെയും മകളുടെയും സുരക്ഷക്കപ്പുറം ഗോവിന്ദന് മറ്റൊരാലോചനയും ഇല്ലായിരുന്നു.

അങ്ങിനെ ഗോവിന്ദൻ മത്തായിയായി.

നബീസ മറിയവും.

മകൾക്ക് പേര് എലിസബത്ത്.

വർഷങ്ങൾ പിന്നെയും കഴിഞ്ഞു.

എലിസബത്തിന്റെ മരുന്നുകൾ നിർത്തി മറിയം മകളെയും കൂട്ടി പോട്ടയിൽ ധ്യാനമിരിക്കാൻപോയി.

ഒരുമാസത്തിനിടയിൽ എലിസബത്ത് മരിക്കുകയും ചെയ്തു.

ഖദീജ മരിച്ചപ്പോൾ ഗോവിന്ദൻ പരോളിൽ വന്നു.

പള്ളിയിൽ പോയി മാമൂദീസമുക്കി മതം മാറ്റത്തിന്റെ നടപടി ക്രമ

ങ്ങൾ പൂർത്തിയാക്കി.

അതോടെ അയാൾ നാട്ടുകാർക്ക് ഗോവിന്ദൻ മത്തായിയായി.

പരോൾ കാലത്ത് മറിയത്തിന്റെ ഉദരത്തിൽ മത്തായി നിക്ഷേപിച്ച ജീവകോശം ഇരുവിളയായി വളർന്നു.

ജനിച്ച ഇരട്ടക്കുട്ടികൾക്ക് തോമസ്സെന്നും ജേക്കബ് എന്നും പേര് നൽകി.

പത്തുവർഷം തടവുശിക്ഷ കഴിഞ്ഞ് പുറത്തിറങ്ങിയ ഗോവിന്ദൻ മത്തായി പാർട്ടി ഓഫീസിൽ പോയി.

പക്ഷെ ജില്ലാ സെക്രട്ടറി അയാളെ തിരിച്ചറിഞ്ഞില്ല.

അമിതമായി മദ്യപിച്ചതുകാരണം ഗോവിന്ദൻ മത്തായി മയക്കത്തിൽ വീണിരുന്നു.

പ്രദീപ് വിവരങ്ങൾ കുറിച്ചെടുത്ത ഡയറി മടക്കിവെച്ചു.

അർധമയക്കത്തിൽ അയാൾ പുലമ്പി ;

"ഥൂ... എനക്ക് മതോംല്ല ഒരു മൈരൂംല്ല... ജീവിക്കാൻ ഓരോ വേഷം കെട്ടല്.. പാർട്ടിക്കാർക്ക് എന്നെ വേണ്ടേങ്കിലും ഞാനിപ്പോം കമ്യൂണിസ്റ്റ്കാരൻ തന്ന്യാ.. ധ്യാനത്തിന് കൊണ്ടോയി അവര് എന്റെ മോളെക്കൊന്നു.. ഒരു കണക്കിന് നന്നായി... എന്തിനാ ഇങ്ങെനെയൊര് ജീവിതം... ഥൂ.."

തുപ്പലിൽ പുറത്തുവന്ന കഫം അയാളുടെ കവിളിൽക്കൂടി ഒലിച്ചിറങ്ങി.

അധ്യായം 20

ചിറകുകളില്ലാതെ പറവകൾക്കൊപ്പം

"ദാ.. അതാണ് മലമുഴക്കി വേഴാമ്പൽ "- ഏറെ ഉയരത്തിൽ വളർന്ന ചീനിമരത്തിലേക്ക് അശോകൻ ചൂണ്ടിക്കാട്ടി.

വൃക്ഷത്തിന്റെ പൊത്തിനടുത്ത് മഞ്ഞ തൊപ്പിവെച്ച് അഴകിന്റെ നിറകുടമായി ആ പക്ഷി ഇരിക്കുന്നത് പ്രദീപ് കണ്ടു.

അശോകന്റെ ക്യാമറ ആ പക്ഷിക്ക് നേരെ പലവട്ടം കണ്ണുചിമ്മിത്തുറന്നു.

ക്യാമറയുടെ എൽ.സി.ഡി. സ്ക്രീനിൽ നോക്കി ചിത്രത്തിന്റെ പൂർണത ഉറപ്പുവരുത്തി.

ക്യാമറ തോളിൽ തൂക്കിയ ശേഷം അശോകൻ വിവരിച്ചു .

"പാണ്ടൻ വേഴാമ്പൽ, കോഴി വേഴാമ്പൽ എന്നീ ഇനങ്ങൾ കൂടിയുണ്ട്. എന്നാൽ മലമുഴക്കി വേഴാമ്പലിനാണ് കൂടുതൽ അഴക് .. വംശനാശ ഭീഷണി നേരിടുന്ന പക്ഷികളിൽ ഒന്നാണിത്. മരവിത്തലച്ചി എന്നും ഇവക്ക് പേരുണ്ട്. മലമുഴക്കി വേഴാമ്പലുകളെ സാധാരണയായി മഴക്കാടുകളിലാണ് കാണാറ്. കുരിയാർ കുറ്റി, നെല്ലിയാമ്പതി, ചെന്തുരുണി, ആനക്കുന്തിചോല, പെരുംകുന്ന്, വാൽപ്പാറ, വാഴച്ചാൽ, അതിരപ്പിള്ളി എന്നിവിടങ്ങളിലും ഈ പക്ഷികളെ ധാരാളമായി കാണുന്നുണ്ട്... വളരെ ശ്രദ്ധയുള്ള പക്ഷിയാണ് അത് നമ്മളെത്തന്നെ നിരീക്ഷിക്കുന്നുണ്ട്. എന്തെങ്കിലും സംശയം തോന്നിയാൽ പറന്നുപോകും... ആ പൊത്തിൽ പെൺപക്ഷിയും കുഞ്ഞുങ്ങളും ഉണ്ടാവണം. ഇരതേടി നടക്കുന്നത് ആൺപക്ഷികളാണ്. പാമ്പുകൾ, ഓന്ത്, ചെറുപക്ഷികൾ, പഴങ്ങൾ എന്നിവയാണ് പ്രധാന ഭക്ഷണം. പല വൃക്ഷങ്ങളുടെയും വിത്തുകൾ വിതക്കുന്നതിനാൽ ഇവക്ക് കാട്ടിലെ കർഷകൻ എന്ന പേരുണ്ട്."

ഏറെനേരം സംശയത്തോടെ നോക്കിയിരുന്ന വേഴാമ്പൽ ചിറകടി

ച്ചു പറന്നുപോയി.

"ഇനി അത് തിരിച്ചുവരണമെങ്കിൽ മണിക്കൂറുകൾ കഴിയണം.."

-നിരാശയോടെ അശോകൻ പറഞ്ഞു.

ചിറകുകളില്ലാതെ പറവകൾക്കൊപ്പം പറക്കുന്ന അശോകനെത്തേടി പ്രദീപ് എത്തിയത് ആറളം വന്യജീവി സങ്കേതത്തിലാണ്.

വേഴാമ്പലുകളെക്കുറിച്ചുള്ള ഗവേഷണത്തിലാണിപ്പോൾ അശോകൻ.

"കുറച്ചു നടന്നാൽ നമുക്കിനിയും വേഴാമ്പലുകളെക്കാണാം. അവിടെ ഒരു കാട്ടുഞാവലിന്റെ പൊത്തിൽ പെൺവേഴാമ്പൽ അടയിരിക്കുന്നുണ്ടാവണം. ഞാൻ അവയെ കുറേ ദിവസമായി നിരീക്ഷിച്ചു വരികയാണ്. മുട്ടയിടാൻ പക്ഷി പൊത്തിൽ കടന്നാൽ അവ മരത്തിന്റെ തോലും വിസർജ്യവുമെല്ലാം ചേർത്ത് മരപ്പൊത്ത് ഭദ്രമായി അടക്കും. ആൺ പക്ഷികൾ കൊണ്ടുവരുന്ന ഇര സ്വീകരിക്കുന്നതിന് കൊക്ക് നീട്ടാൻ മാത്രമേ പിന്നെ ഇടമുണ്ടാകൂ. ഒന്നോ രണ്ടോ മുട്ടകളേ ഉണ്ടാവൂ. ഒരുമാസം കൊണ്ട് അവ വിരിയും. മുട്ട വിരിഞ്ഞ് രണ്ടാഴ്ചക്ക് ശേഷം പെൺപക്ഷി കൂട് വിട്ടു പുറത്തുവരും. കടുത്ത സദാചാരനിഷ്ഠയുള്ള പക്ഷി കൂടിയാണ് വേഴാമ്പലുകൾ. ഇവ ഒറ്റ ഇണയെ മാത്രമേ സ്വീകരിക്കൂ. അമ്പത് വർഷം വരെ ഇവ ജീവിക്കും. വിചിത്രമായ ജീവിതരീതിയുള്ള പക്ഷി.. "

വേഴാമ്പലുകളെക്കുറിച്ചുള്ള പഠനത്തിനാണ് അശോകൻ ആറളം വന്യജീവി സങ്കേതത്തിൽ എത്തിയത്.

ഇതിനായി വനം വകുപ്പിന്റെ പ്രത്യേക അനുമതിയും ലഭിച്ചിട്ടുണ്ട്.

വഴികാട്ടിയായി ആദിവാസി യുവാവ് രാജുവിനെയും വനംവകുപ്പ് വിട്ടുകൊടുത്തു.

അവന് ദിവസം നാനൂറ് രൂപ അലവൻസ് നൽകണം.

താമസിക്കാനുള്ള ഏർപ്പാടുകളും വനം വകുപ്പ് ഒരുക്കിക്കൊടുത്തു.

നിശ്ചിത ഫീസ് നൽകണമെന്ന് മാത്രം.

അശോകന് എല്ലാ സൗകര്യങ്ങളും ചെയ്തുകൊടുത്തത് ഫോറസ്റ്റ് റേഞ്ചർ മധുസൂദനൻ.

വടക്കേവീട്ടിൽ അശോകന്റെ ജീവിതം പക്ഷികളോടൊപ്പമാണെന്ന് പറയാം.

വീട്ടിൽ പശുക്കളും നായ്ക്കളും പൂച്ചകളും കോഴികളും ഉണ്ടായിരുന്നു.

ഇവയെയെല്ലാം അശോകന് ഇഷ്ടമായിരുന്നു. എന്നാൽ ഇവയെക്കാ

ളിഷ്ടം വീട്ടുവളപ്പിൽ നിറയെ വളർന്നിരിക്കുന്ന കൂറ്റൻ വൃക്ഷങ്ങളിൽ ചേക്കേറാൻ വരുന്ന പലതരം പക്ഷികളോടായിരുന്നു.

സി. ആർ. നീലകണ്ഠന്റെ 'കേരളത്തിലെ പക്ഷികൾ' വായിച്ചതിന് ശേഷമാണ് പക്ഷികളെ ഏറെ ശ്രദ്ധിക്കാൻ തുടങ്ങിയത്.

പക്ഷികളെക്കുറിച്ചുള്ള രാജ്യത്തെ തന്നെ ആദ്യ ആധികാരിക ഗ്രന്ഥമാണിത്.

നൂറ്റിയമ്പതോളം പക്ഷികളെ ഈ പുസ്തകത്തിൽ പരിചയപ്പെടുത്തുന്നുണ്ടെന്ന് അശോകൻ പ്രദീപിനോട് പറഞ്ഞു.

"പ്രീ ഡിഗ്രിക്ക് പഠിക്കുമ്പോൾ 'കൃഷ്ണപ്പരുന്ത്' എന്ന പാഠം പഠിക്കാനുണ്ടായിരുന്നു. ഇത് കൗതുകത്തോടെ പഠിച്ചു. പക്ഷികളെക്കുറിച്ച് താത്പര്യമുണ്ടാവാൻ ഈ പാഠം നിമിത്തമായി.."

പ്രമുഖമായ ഒരു സ്വകാര്യ കമ്പനിയിലെ ജോലി ഉപേക്ഷിച്ചാണ് അശോകൻ പക്ഷികളെക്കുറിച്ചുള്ള ഗവേഷണത്തിനിറങ്ങിയത്.

വീട്ടിൽ സാമ്പത്തിക ബുദ്ധിമുട്ടുകളില്ലാത്തതിനാലാണ് ജോലി ഉപേക്ഷിച്ച് പക്ഷികളെക്കുറിച്ചുള്ള പഠനത്തിനിറങ്ങാൻ പറ്റിയത്.

"കുടുംബത്തിൽ അധികം എതിർപ്പൊന്നും ഉണ്ടായിരുന്നില്ല. പക്ഷെ, കുടുംബക്കാരിൽ ചിലർ പറഞ്ഞു അവന് വട്ടാണ്... ഇത്രയും നല്ല ജോലി കളഞ്ഞിട്ട് പക്ഷികളുടെ പിന്നാലെ ആകാശം നോക്കി നടക്കുന്നു"-അശേകൻ ചിരിച്ചുകൊണ്ട് കൂട്ടിച്ചേർത്തു.

അശോകന്റെ വീട്ടിൽ നിന്ന് മൂന്ന് കിലോമീറ്റർ അകലെയുള്ള ചിറയിൽകാവ് അപൂർവ പക്ഷികളുടെ സങ്കേതമായിരുന്നു.

നിബിഡവനങ്ങളുടെ സ്വച്ഛതയിൽ അറുപതിൽപരം പക്ഷികൾ ചിറയിൽകാവിൽ ചേക്കേറി. വെള്ളവും പഴങ്ങളും ചെറുജീവികളും ഇഷ്ടം പോലെ ലഭിക്കുന്നതായിരുന്നു ആ ആവാസകേന്ദ്രം.

അവിടെ കണ്ടുവരുന്ന 'മലമ്പുള്ള്' എന്ന ഒരുതരം പ്രാപ്പിടിയനായിരുന്നു അശോകന്റെ ശ്രദ്ധാകേന്ദ്രം.

ഈ പക്ഷിയെ നിരന്തരം നിരീക്ഷിക്കാൻ തുടങ്ങി.

അവയുടെ ഭക്ഷണരീതി, കൂടുകൂട്ടൽ... തുടങ്ങിയ കാര്യങ്ങൾ.

ഒരു വലിയ മരക്കൊമ്പിൽ ഒളിത്താവളം പോലെയുള്ള ഏറുമാടമുണ്ടാക്കി ചിലപ്പോൾ ദിവസം മുഴുവൻ നിരീക്ഷിക്കും.

രാവിലെ ഭക്ഷണവും വെള്ളവും നോട്ട് പുസ്തകവും എടുത്താണ് പക്ഷിനിരീക്ഷണത്തിനിറങ്ങുക.

ശക്തിയുള്ള ബൈനോക്കുലർ ഉപയോഗിച്ചാണ് നിരീക്ഷണം.

പക്ഷിയുടെ ജീവിതരീതികൾ നിരീക്ഷിച്ച് നോട്ടിൽ അപ്പപ്പോൾ രേഖ

പ്പെടുത്തും. 'ബോംബെ നാച്ചുറൽ ഹിസ്റ്ററി സൊസൈറ്റി 'യിലെ ഡോ. വിഭുപ്രകാശിന്റെ നേതൃത്വത്തിലുള്ള സംഘം വന്ന് പ്രത്യേകം കെണി യുണ്ടാക്കി ഒരു പക്ഷിയെ പിടിക്കുകയും അതിന്റെ കാലിൽ ലോഹം കൊണ്ടുണ്ടാക്കിയ പ്രത്യേകം റിങ് ഇടുകയും ചെയ്തു. തീയതിയും കോഡ് നമ്പറും രേഖപ്പെടുത്തിയ റിങ് കാലിലിട്ട ഈ പക്ഷിയെ ഇതേ വനത്തിൽ പിന്നെയും പത്തു വർഷത്തോളം കണ്ടു. ഈ പക്ഷികൾക്ക് പതിനഞ്ചു വയസ്സുവരെ ആയുസ്സുണ്ടാവും.

പക്ഷിയെക്കുറിച്ച് മനസ്സിലാക്കിയ വിവരങ്ങൾ വെച്ച് എഴുതിയ പുസ്തകത്തിന്റെ അവസാന മിനുക്ക് പണിയിലാണ് അശോകൻ.

ഏതാനും മാസം മുമ്പാണ് വേഴാമ്പലുകളെക്കുറിച്ചുള്ള പഠനം ആരംഭിച്ചത്.

“പ്രദീപ്, ഞാൻ വനങ്ങളിൽ എത്തുമ്പോൾ എന്നെത്തന്നെ മറ ക്കും. എത്ര സ്വച്ഛമാണിവിടം.. ഇവിടെ വന്നാൽ ഞാൻ ഒരാഴ്ചയിൽ അധികം താമസിക്കും. നല്ല കുളിരുള്ള അന്തരീക്ഷം. കൊടും വേന ലിലും ചൂടറിയില്ല. രാവിലെയും വൈകുന്നേരവും പുഴയിൽ പോയി കുളിക്കും..' -വനമധ്യത്തിലെ ചെമ്മൺ പാതയിലൂടെ നടക്കുന്നതി നിടയിൽ അശോകൻ പറഞ്ഞു.

“മൃഗങ്ങളെ കാണാറുണ്ടോ.. നമ്മൾ ഇവിടെ കുരങ്ങുകളെയല്ലാതെ മറ്റൊന്നിനെയും കണ്ടില്ല...”-പ്രദീപ് ആരാഞ്ഞു.

“ആനകളെ കാണും. ഇന്നലെ രാത്രി നമ്മൾ താമസിക്കുന്ന ഡോർ മെട്രിയുടെ മുന്നിൽ ആനക്കൂട്ടം വന്നിരുന്നു.. പുലി, കടുവ, കരടി, മ്ലാവ്, പന്നി, കുറുക്കൻ, മുയൽ എന്നീ മൃഗങ്ങളെല്ലാം ഉണ്ട്. സിംഹ വാലൻ ഉൾപ്പെടെ അഞ്ചിനം കുരങ്ങുകളും”.

“ആനകൾ ആറളത്ത് വലിയ ഭീഷണിയാണല്ലേ..? ആദിവാസിക ളെ ആക്രമിച്ചതായി പലപ്പോഴും വാർത്തകൾ കാണാം..”

വനത്തിൽവെച്ച് ഇതുവരെ ആരെയും ആനയോ മറ്റ് ജീവികളോ ആക്രമിച്ചിട്ടില്ലെന്ന് റേഞ്ചർ മധുസൂദനൻ പറഞ്ഞു. ആറളം ഫാമിലേ ക്കു ആനകൾ കടക്കുന്നതാണ് പ്രശ്നം. ചക്ക, കൈതച്ചക്ക, കശുമാങ്ങ എന്നിവയുടെ മണം ആനകളെ ആകർഷിക്കും. ആനകൾ കൂട്ടത്തോടെ ഫാമിലേക്കു കടക്കും. തെങ്ങും വാഴകളുമെല്ലാം നശിപ്പിക്കും... പലയിട ത്തും ഇങ്ങിനെ മൃഗങ്ങളും മനുഷ്യരും തമ്മിലുള്ള സംഘർഷമാണ്..”

“വേറെ എന്തൊക്കെയാ ഇവിടെ കാണുന്ന പക്ഷികൾ ?”

“ഇരുന്നൂറ്റി അമ്പതിലധികം പക്ഷികൾ ഇവിടെയുണ്ട്. ഇവിടുത്തെ മറ്റൊരു സവിശേഷത, പ്രത്യേകതരം ശലഭങ്ങളുടെ സാന്നിധ്യമാണ്.

'ശലഭദേശാടനം 'എന്ന പ്രതിഭാസം ഇവിടുത്തെ സവിശേഷതയാണ്. നിത്യഹരിതവനത്തിലും അർധനിത്യഹരിത വനത്തിലും കാണുന്നതാണ് ഈ പ്രതിഭാസം. 'കോമൺ ആൽബട്രോസ്' എന്ന ഇനത്തിൽപ്പെട്ട ക്രീം നിറമുള്ള ശലഭങ്ങളുണ്ട്. ഇവയുടെ മുട്ടവിരിഞ്ഞു ലാർവകൾ വളരുന്നത് ചൂട്ട എന്നുവിളിക്കുന്ന ചെടികളുടെ തളിരിലകൾ തിന്നാണ്. അവക്ക് ചിറകുകൾ വന്നാൽ അനുയോജ്യമായ ആവാസവ്യവസ്ഥ തേടി കിലോമീറ്ററുകളോളം സഞ്ചരിക്കും. നവംബറിനും ഫെബ്രുവരിക്കും ഇടയിലായിരിക്കും ശലഭദേശാടനം. കൂട്ടത്തിൽ ആയിരക്കണക്കിന് ശലഭങ്ങൾ ഉണ്ടാവും. പൊതുവിൽ ആയുസ്സ് കുറഞ്ഞ ജീവികളാണ് ശലഭങ്ങൾ. നല്ല വെയിലുള്ളപ്പോഴായിരിക്കും ഇവയുടെ സഞ്ചാരം. വെയിൽ ചായുമ്പോൾ അവ യാത്ര നിർത്തി ചിറകു ചായ്ക്കും. വെയിൽ മൂക്കുമ്പോൾ വീണ്ടും യാത്ര തുടരും. അതിജീവനത്തിനുള്ള ഈ സഞ്ചാരത്തിനിടയിൽ ഇവയെ പക്ഷികൾ ആഹാരമാക്കും. അല്ലെങ്കിൽ ചത്തു വീഴും..".

"സാറെ.. കാട്ടിൽ അനക്കം.. ആനയുണ്ടെന്നു തോന്നുന്നു.."

– പിന്നിൽ നിശ്ശബ്ദമായി നടന്നിരുന്ന ആദിവാസി യുവാവ് രാജു മുന്നറിപ്പ് നൽകി.

മൂന്ന്പേരും ചെവിയോർത്തു നിന്നു.

രാജു മൂക്ക് വിടർത്തി മണം പിടിച്ചു.

ഉൾക്കാട്ടിൽ ആനയുടെ സാന്നിധ്യം.

ചുള്ളിക്കമ്പുകൾ ഒടിയുന്ന ശബ്ദം.

"സാറെ ആനയ്ണ്ട്.. മണം ബെര്ന്ന്ണ്ട്..." –രാജു ഉറപ്പിച്ചു.

അവർ വേഗത്തിൽ പിന്തിരിഞ്ഞു നടന്നു

ഫോറസ്റ്റ് ഓഫീസിൽ തിരിച്ചെത്തുമ്പോൾ റേഞ്ചർ മധുസൂദനൻ അവിടെയുണ്ടായിരുന്നു.

"യാത്ര എങ്ങിനെ?.. അനുഭവമായോ..? മൃഗങ്ങളെ കാണാൻ പറ്റിയോ?"

അന്വേഷണം പ്രദീപിനോടായിരുന്നു.

"യാത്ര രസം തന്നെ.. മൃഗങ്ങളെയൊന്നും കണ്ടില്ല.. കുറച്ച് കുരങ്ങുകളെ കണ്ടു.. വേഴാമ്പലിനെയും. പിന്നെ ആന ചില്ലകൾ ഓടിക്കുന്ന ശബ്ദവും."

"ഓ. അതാ നിങ്ങൾ നേരത്തേ മടങ്ങിയത് അല്ലേ.." ചിരിച്ചുകൊണ്ട് റേഞ്ചർ ചോദിച്ചു.

പ്രദീപും അശോകനും ചിരിയിൽ പങ്കു ചേർന്നു.

"ഡൽഹിയിൽനിന്ന് അശോകനെ കാണാൻ ഒരു ജേണലിസ്റ്റ് വരുന്നുണ്ട് എന്ന് രണ്ടുദിവസം മുമ്പേ വിവരം കിട്ടിയിരുന്നു.. ഒഫീഷ്യൽ ആണോ പേർസണൽ ആണോ എന്നൊന്നും അറിഞ്ഞില്ല.."

റേഞ്ചർ കുശലാന്വേഷണത്തിലേക്കു കടന്നു.

"തികച്ചും പേഴ്സണൽ " -പ്രദീപ് മറുപടി പറഞ്ഞു.

"അതായത്, ഞങ്ങൾ പഠിച്ച ഹൈസ്കൂളിന്റെ സുവർണ ജൂബിലി ആഘോഷം നടക്കുന്നു. സ്കൂളിലെ ആദ്യ ബാച്ച് എസ്.എസ്.എൽ.സി.ക്കാരെ കണ്ടെത്തി, അവർ ഇപ്പോൾ എന്ത് ചെയ്യുന്നു എന്ന് അന്വേഷിക്കുന്ന ശ്രമകരമായ ജോലിയിലാണ്. പ്രദീപ് അതിനായി ലീവെടുത്തു വന്നിരിക്കുകയാണ്.. ആദ്യ ബാച്ചുകാരിൽ ഒരാളാണ് ഞാൻ... "

-മറുപടി പറഞ്ഞത് അശോകനാണ്.

"നല്ല ഐഡിയ.. പ്രദീപ് നന്നായി ബുദ്ധിമുട്ടുന്നുണ്ടാവുമല്ലോ എല്ലാവരെയും കണ്ടെത്താൻ ?"

"കുറച്ച് യാത്രകൾ നടത്തി. കുറച്ചുപേരെ കൂടി കാണാനുണ്ട്. ഇറങ്ങിയപ്പോഴാണ് ത്രിൽ കൂടിയത്. ഇവരുടെ അനുഭവങ്ങൾ ഒരു സുവനീറിൽ ഒതുക്കാൻ കഴിയുമെന്ന് തോന്നുന്നില്ല."

"എല്ലാവരും നാട്ടിൽ തന്നെയുണ്ടോ ?" -റേഞ്ചർ അന്വേഷിച്ചു.

"ഇല്ല. ചിലർ മരിച്ചുപോയി. ചിലർ പുറത്ത് എവിടെയൊക്കെയോ ജീവിക്കുന്നു.. ചുരുക്കം ചിലർ നാട്ടിൽ".

"ശരി നമുക്ക് ഭക്ഷണം കഴിക്കാം. അതിന് ശേഷം സംസാരിക്കാം. രണ്ടുമണിയാകാറായി"

-റേഞ്ച് ഓഫീസർ രണ്ടുപേരെയും കാന്റീനിലേക്ക് നയിച്ചു.

ആദിവാസി യുവാവ് രാജു വിനയപൂർവ്വം മാറി നിൽക്കുന്നുണ്ടായിരുന്നു.

അശോകൻ വിളിച്ചപ്പോൾ പിന്നാലെ രാജുവും കൂടെക്കൂടി.

"ഞങ്ങളുടെ നേതൃത്വത്തിൽ നടന്ന ഒരു പക്ഷി സർവ്വേയെക്കുറിച്ച് എഴുതിയ ഫീച്ചർ ഒരു വാരിക പ്രസിദ്ധീകരിച്ചിട്ടുണ്ട്. അതിന്റെ ഒരു കോപ്പി കയ്യിലുണ്ട്. കുറേ വിവരങ്ങൾ ഇതിലുണ്ട്.'"

മുറിയിൽ തിരിച്ചെത്തിയ അശോകൻ ബാഗിൽ നിന്ന് വാരിക എടുത്ത് പ്രദീപിന് നൽകി.

ഒരുപാട് പക്ഷികളുടെ വർണ്ണചിത്രങ്ങൾ ഉൾപ്പെടെയുള്ള ഫീച്ചർ പ്രദീപ് താത്പര്യത്തോടെ വായിച്ചു തുടങ്ങി.

'ചിറകുകളില്ലാതെ പറവകൾക്കൊപ്പം' എന്നാണ് ഫീച്ചറിന്റെ തലക്കെട്ട്. ഫീച്ചർ ഇങ്ങിനെ വിശദീകരിച്ചു;

“അപൂർവമായിരുന്നു ആ യാത്ര. കാണാക്കിളികളെ തേടിയുള്ള ആ യാത്ര മലബാറിലെ ആറു ജില്ലകളിൽ. കാടുകളിലും കടൽത്തീരങ്ങളിലും പുൽമേടുകളിലും കൂടിയുള്ള യാത്ര. നിബിഡ വനങ്ങളിലൂടെ, ചെങ്കുത്തായ മലമ്പാതകളിലൂടെ, അറിയപ്പെടാത്ത ചിറകടികൾ പിന്തുടർന്ന് കാൽനടയായി ആയിരത്തി അഞ്ഞൂറോളം കിലോമീറ്ററുകൾ.

ഇതുവരെ രേഖപ്പെടുത്താത്ത പക്ഷികളെ തേടിയുള്ള ആ യാത്ര വെറുതെയായില്ല. 314 ഇനം പക്ഷികളെ പുതുതായി ആ യാത്രയിൽ കണ്ടെത്തി.

വിഖ്യാത പക്ഷി നിരീക്ഷകൻ സലിം അലിയുടെ നേതൃത്വത്തിൽ 1933ൽ തിരു -കൊച്ചി മേഖലകളിൽ പൂർത്തിയാക്കിയ ദൗത്യത്തിന്റെ മാതൃക പിന്തുടർന്നാണ് അഞ്ചംഗ സംഘം യാത്ര തിരിച്ചത്. 2010 കേരളപ്പിറവിദിനത്തിൽ യാത്രതിരിച്ചു. 2011 ഒക്ടോബർ 31ന് ദൗത്യം പൂർത്തിയാക്കി. ഒരു വർഷത്തിനിടയിൽ 1500 കിലോമീറ്ററുകൾ നടന്നു. കടൽത്തീരം തൊട്ട്, സമുദ്രനിരപ്പിൽ നിന്ന് 2200 മീറ്റർ ഉയരത്തിൽ കിടക്കുന്ന നിത്യഹരിത വനങ്ങൾ വരെ. വനം -വന്യ ജീവി വകുപ്പ് പ്രിൻസിപ്പൽ ചീഫ് കൺസർവേറ്റർ ടി. എം. മനോഹരന്റെ മേൽനോട്ടത്തിലായിരുന്നു സർവേ.

ആറു മലബാർ ജില്ലകളിൽപ്പെട്ട പന്ത്രണ്ട് വനം ഡിവിഷനുകളിൽ.

പുറംകടൽ, കടൽത്തീരങ്ങൾ, തണ്ണീർത്തടങ്ങൾ, അഴിമുഖങ്ങൾ, നിത്യ ഹരിതവനങ്ങൾ, അർധ നിത്യഹരിത വനങ്ങൾ, ആർദ്ര ഇലപൊഴിയും കാടുകൾ, വരണ്ട ഇലപൊഴിയും കാടുകൾ, വരണ്ട കുറ്റിക്കാടുകൾ, ചോല വനങ്ങൾ, പുൽമേടുകൾ, തോട്ടങ്ങൾ എന്നിങ്ങിനെ വ്യത്യസ്ത ഭൂമണ്ഡലങ്ങളിലൂടെയുള്ള സഞ്ചാരം.

വന്യമൃഗങ്ങൾ സ്വൈരവിഹാരം നടത്തുന്ന വനങ്ങളിൽ കിടന്നുറങ്ങി. അവിടെ വെച്ച് ഭക്ഷണം പാകം ചെയ്തു. കാട്ടരുവികളിൽ കുളിച്ചു.

ഈ സർവേയിൽ കണ്ടെത്തിയ 341ഇനം പക്ഷികൾ, അതുവരെ രേഖപ്പെടുത്തിയ പക്ഷികളുടെ എണ്ണത്തിന്റെ എഴുപത്തിനാല് ശതമാനം വരും. ഇവയിൽ നൂറ്റി ആറെണ്ണം ദേശാടന പക്ഷികളും ഇരുന്നൂറ്റി മുപ്പത്തി ഒമ്പതെണ്ണം സ്ഥിരം വാസികളും.

റാണീപുരം, കോട്ടഞ്ചേരി, ബ്രഹ്മഗിരി, ബാണാസുരമല, കുറിച്ചിയർമല, വണ്ണാത്തിമല, വെള്ളരിമല, ശിരുവാണി, ചെമ്പ്ര തുടങ്ങിയ പ്രദേശങ്ങളിൽ സർവ്വേ നടന്നു.

ആഗോളതലത്തിൽ വംശനാശ ഭീഷണി നേരിടുന്ന ഇരുപത്തി മൂന്ന്

ഇനങ്ങളെ കണ്ടെത്തി. പതിനഞ്ചു സ്ഥാനീയ പക്ഷികളെയും വന്യജീവി സംരക്ഷണ നിയമത്തിന്റെ ഒന്നാം ഷെഡ്യൂളിൽ പെടുന്ന മുപ്പത്തിനാല് ഇനങ്ങളെയും തിരിച്ചറിഞ്ഞു.

പ്രാപ്പരുന്ത്, ചുട്ടിക്കഴുകൻ, കാതിലക്കഴുകൻ, പാറനിരങ്ങൻ, പച്ചവരമ്പൻ, ചെറിയ മീൻപരുന്ത്, കൊഴിക്കിളിപൊന്നൻ, ഗൗളിക്കിളി, കള്ളിക്കുയിൽ, പൊടിപൊന്മാൻ, വൻതത്ത എന്നിവ സർവേയിൽ കണ്ടെത്തിയ അപൂർവ പക്ഷികളാണ്.

മഞ്ഞചിന്നൻ, ചെറുതേൻകിളി, പച്ചപ്പൊടിക്കുരുവി, ചിന്ന കുട്ടുറുവൻ, ബുൾ ബുൾ, മൈന എന്നിവയാണ് മലബാർ ഭാഗത്ത് ഏറെയും കണ്ടെത്തിയത്.

അപൂർവ ഇനം ദേശാടന പക്ഷികളുടെ താവളമാണ് തണ്ണീർ തടങ്ങളും അഴിമുഖങ്ങളും.

കാട്ടാമ്പള്ളി, ചെമ്പല്ലിക്കുണ്ട്, ഏഴോം, കുണിയൻ, കിഴുന്ന, മടക്കര, ഏഴിമല, തൃക്കരിപ്പൂർ, കൗവ്വായി, ചന്ദ്രഗിരി, ബേക്കൽ, ചാലിയം തുടങ്ങിയ പ്രദേശങ്ങൾ.

ഞങ്ങളെ ആശ്ചര്യപ്പെടുത്തിയ ഒരു കാര്യം, കഴുകൻമാരുടെ തിരോധാനമാണ്.

ഒരു കഴുകൻപോലും ശ്രദ്ധയിൽപ്പെട്ടില്ല.

കന്നുകാലികളുടെയും വന്യ ജീവികളുടെയും ജഡങ്ങൾ തിന്നാണ് കഴുകന്മാർ ജീവിക്കുന്നത്.

പാഴ്സികൾ മരിച്ചാൽ മൃതദേഹം കഴുകന്മാർക്കു നൽകും.

ഇപ്പോൾ കഴുകന്മാർ ഇല്ലാത്തതിനാൽ പാഴ്സികളുടെ മൃതദേഹം കുഴിച്ചു മൂടുകയാണ് പതിവ്.

വന്യജീവികളുടെ സെൻസസിനെക്കാൾ സങ്കീർണമാണ് പക്ഷികളുടെ സർവേ.

കാൽപ്പാടുകൾ നോക്കിയാണ് വന്യജീവികളുടെ കണക്കെടുപ്പ്.

ആധുനിക ഉപകരണങ്ങളുടെ സഹായത്തോടെയാണ് പക്ഷികളെക്കുറിച്ചുള്ള പഠനം.

വളരെ ഉയരത്തിൽ പറക്കുന്ന പരുന്തുകളുടെയും രണ്ടു കിലോമീറ്റർ അകലെയുള്ള ചെറുപക്ഷികളുടെയും ചിത്രമെടുക്കാൻ കഴിയുന്ന ശക്തിയേറിയ ലെൻസുള്ള കനോൺ ഇ. ഒ. എസ്. 50 ഡി ക്യാമറയാണ് സർവ്വേയുടെ പ്രധാന ഉപകരണം. ഇതിന് പുറമെ ബൈനോക്കുലർ, സ്പോട്ടിങ് സ്കോപ്, ഗ്ലോബൽ പൊസിഷനിംങ് സിസ്റ്റം, പെഡോമീറ്റർ എന്നിവയും.

ഒരു നിശ്ചിത ദൂരം സഞ്ചരിച്ച്, ആ പരിധിയിൽ കാണുന്ന പക്ഷികളെ രേഖപ്പെടുത്തുന്ന രീതിയാണ് സ്വീകരിച്ചത്.

സലിം അലി പക്ഷികളെ വെടിവെച്ചു വീഴ്ത്തിയാണ് പഠിച്ചത്. പ്രത്യേക രാസവസ്തുക്കൾ ചേർത്ത് അവയെ സ്റ്റഫ് ചെയ്തു സൂക്ഷിക്കുന്നു.

തിരുവനന്തപുരം മ്യൂസിയത്തിൽ ഇങ്ങിനെ പിടിച്ച 1584 പക്ഷികളെ സ്റ്റഫ് ചെയ്തു സൂക്ഷിച്ചിട്ടുണ്ട്."

ഫീച്ചർ വായിച്ച പ്രദീപ് നീണ്ട മയക്കത്തിന് ശേഷമാണ് എഴുന്നേറ്റത്.

തൊട്ടടുത്ത കട്ടിലിൽ മയക്കത്തിലായിരുന്ന അശോകനും ഉണർന്നു.

"വാ നമുക്ക് പുഴയിൽപോയി കുളിച്ചുവരാം. അതിന് ശേഷം മറ്റു കാര്യങ്ങൾ സംസാരിക്കാം" -അശോകൻ ക്ഷണിച്ചു.

വസ്ത്രം മാറി രണ്ടുപേരും പുഴയിലേക്ക് നടന്നു.

അധ്യായം 21

കുടജാദ്രി

കുണ്ടും കുഴിയും ഉരുളൻകല്ലുകളും അഗാധഗർത്തങ്ങളും നിറഞ്ഞ കാട്ടുപാതയിലൂടെ ഒരു മണിക്കൂർ നീണ്ട ജീപ്പ് യാത്ര കഴിഞ്ഞ് പുറത്തിറങ്ങുമ്പോഴേക്കും വാലിൽപ്പിടിച്ച് ചുഴറ്റിയെറിഞ്ഞ പാമ്പിന്റെ അവസ്ഥയിലായിരുന്നു എല്ലാവരും.

നട്ടെല്ലും വാരിയെല്ലുകളും നുറുങ്ങിപ്പോയപോലെ.

പൊടിമണ്ണ് നിറഞ്ഞുകിടക്കുന്നതും ദുർഘടവുമായ റോഡിലൂടെ എത്ര അനായാസമായാണ് ചെറുപ്പക്കാരനായ ഡ്രൈവർ ജീപ്പോടിച്ചത്. ക്ഷോഭിച്ച കടലിൽ കട്ടമരത്തിൽ മീൻ പിടിക്കാൻ പോവുന്ന മുക്കുവൻമാരെപ്പോലെ, നിരന്തരം നേടുന്ന അനുഭവം അവരുടെ ജോലി അയത്ന ലളിതമാക്കിയതാവും.

കഷ്ടിച്ച് ഒരു ജീപ്പിന് മാത്രം കടന്നുപോകാനേ വനം വകുപ്പിന്റെ നിയന്ത്രണത്തിലുള്ള റോഡിന് വീതിയുള്ളൂ. എങ്കിലും, എതിർദിശയിൽനിന്ന് ഇടയ്ക്കിടെ കുന്നിറങ്ങി വരുന്ന ജീപ്പുകൾക്ക് വഴിയൊരുക്കുകയും ചെയ്യുന്നു.

“കൊല്ലൂർ മൂകാംബിക ക്ഷേത്രത്തിൽനിന്ന് കുടജാദ്രിയിലേക്കും തിരിച്ചും സർവീസ് നടത്തുന്ന ജീപ്പുകളാണിത്.. എട്ടുപത്തു ജീപ്പുകൾ ഇങ്ങിനെ വരുന്നുണ്ട്...” - ജീപ്പ് ഡ്രൈവർ രമേശ്, കന്നഡ കലർന്ന മലയാളത്തിൽ പറഞ്ഞു.

മൂകാംബിക -ഷിമോഗ റൂട്ടിൽ കരകാട്ടെ എന്ന സ്ഥലത്തിറങ്ങി നടന്ന് മലകയറിയും കുടജാദ്രിയിൽ എത്താം. വനത്തിലൂടെയും മലഞ്ചെരിവിലെ ഒറ്റയടിപ്പാതയിലൂടെയും മൂന്ന് മണിക്കൂറിലധികം നടക്കണം. വൻ മരങ്ങളുടെ തണൽപ്പറ്റി, പ്രകൃതിയുടെ വന്യമായ സൗന്ദര്യം ആസ്വദിച്ചുകൊണ്ടുള്ള ആ യാത്ര അവിസ്മരണീയമായിരിക്കും. സാഹസികരായ ചെറുപ്പക്കാരനാണ് ആ വഴി പൊതുവിൽ തിരഞ്ഞെടുക്കു

ക...” - ഇവിടെ പലവട്ടം വന്നിട്ടുള്ള മുരളി പറഞ്ഞു.

“കുടജാദ്രി മലനിരകളുടെ താഴ്‌വാരത്താണ് പ്രസിദ്ധമായ കൊല്ലൂർ മൂകാംബിക ക്ഷേത്രം. ഇതിന്റെ മൂലക്ഷേത്രം കുടജാദ്രിയിലെ ആദിമൂകാംബിക.

സമുദ്രനിരപ്പിൽ നിന്നും 1343 മീറ്റർ ഉയരത്തിൽ, സഹ്യപർവത നിരയിൽ കിടക്കുന്ന കുടജാദ്രിയിലാണ് ശങ്കരാചാര്യർ തപസ്സനുഷ്ഠിച്ച് സർവജ്ഞ പീഠം കയറിയതെന്ന് സങ്കൽപ്പം.

മലമുകളിൽ ആദി ശങ്കരന്റെ പ്രതിഷ്ഠയുണ്ട്...” ഫോട്ടോഗ്രാഫർ മോഹനൻ കൂട്ടിച്ചേർത്തു.

ആദിമൂകാംബിക ക്ഷേത്രത്തിന് തൊട്ടുമുകളിൽ, കർണാടക പൊതുമരാമത്ത് വകുപ്പിന്റെ അതിഥി മന്ദിരത്തിന് മുന്നിലാണ് യാത്ര അവസാനിച്ചത്.

അവിടെ നിന്ന് താഴേക്ക് നോക്കിയപ്പോൾ, പൂർത്തിയാക്കിയ യാത്രയുടെ സാഹസികത എല്ലാവരും ഒരിക്കൽ കൂടി ഓർത്തു.

“സാർ, ചായയോ മറ്റോ ഇപ്പോൾ വേണോ...” - അതിഥി മന്ദിരത്തിന്റെ നടത്തിപ്പുകാരൻ കൂടിയായ രമേശ് ചോദിച്ചു.

“ഏതായാലും ഓരോ ചായ കുടിക്കാം അല്ലേ? എന്നിട്ടൊന്നു ഫ്രഷാവാം..” പ്രദീപ് എല്ലാവരോടുമായി തിരക്കി.

“ആവാം.. എനിക്ക് വിത്ത് ഔട്ട്..” - അഞ്ചംഗ സംഘത്തിലെ മുതിർന്ന സുകുമാരൻ പറഞ്ഞു.

“ആറു ചായ.. ഒന്ന് വിത്തൗട്ട്..” - യാത്രാക്ഷീണം മാറ്റാൻ, അതിഥി മന്ദിരത്തിന്റെ വെറും നിലത്തിരുന്ന് മുരളി വിളിച്ചു പറഞ്ഞു.

“ജീപ്പിൽ നിന്ന് ബാഗുകൾ മാറ്റി മുറിയിലേക്ക് വെക്കാം..”, -രാജൻ നിർദേശിച്ചു.

പിന്നിൽ അടുക്കിവെച്ചിരുന്ന ബാഗുകൾ രാജനും രാജീവനും ചേർന്ന് അതിഥി മന്ദിരത്തിന്റെ കോലായിലേക്ക് മാറ്റിവെച്ചു. ഇതിലൊന്നും ശ്രദ്ധിക്കാതെ, അസ്തമയ സൂര്യന്റെ മനോഹര ദൃശ്യം ക്യാമറയിൽ പകർത്തുകയായിരുന്നു മോഹനൻ.

“സ്വാമി പവിത്രാനന്ദ ഇവിടെയുണ്ടോ എന്ന് നോക്കണ്ടേ..? കുറച്ച് സ്ഥലമല്ലേ നോക്കാനുള്ളൂ മുരളി ഒന്ന് നോക്കിയിട്ട് വരൂ.. നിനക്കല്ലേ അദ്ദേഹത്തെ കണ്ടാൽ തിരിച്ചറിയുക” -ചായ കുടിച്ചശേഷം പ്രദീപ് നിർദേശിച്ചു.

മുരളി ക്ഷേത്രത്തിനടുത്തേക്ക് ഇറങ്ങിപ്പോയി.

കുറച്ച് കഴിഞ്ഞപ്പോൾ മുരളി ചെറുചിരിയോടെ തിരിച്ചെത്തി.

ലക്ഷ്യം സഫലമായതിന്റെ സംതൃപ്തി മുരളിയുടെ മുഖത്ത്

"ആൾ ഇവിടെയുണ്ട്. ക്ഷേത്രത്തിനടുത്ത കടയിൽ ഇരിക്കുന്നു".

"ആശ്വാസം.... വന്നത് വെറുതെയായില്ല. കുടജാദ്രിയിൽ ഒരിക്കൽ കൂടി എത്തണമെന്ന ആഗ്രഹവും നടന്നു.. ആളെ കാണുകയും ചെയ്തു" -പ്രദീപും സംതൃപ്തി രേഖപ്പെടുത്തി.

പ്രദീപിന് കണ്ടെത്താൻ ബാക്കിയുള്ളവരിൽ ഒരാളാണ് സ്വാമി പവിത്രാനന്ദ എന്ന കണ്ടമ്പേത്ത് പവിത്രൻ. മറ്റ് നാലുപേരോടൊപ്പം ഒരു കൊലപാതകത്തിൽ പങ്കെടുത്തെങ്കിലും പവിത്രനൊഴികെ മറ്റ് മൂന്നു പേരെ ജില്ലാക്കോടതി ശിക്ഷിച്ചു. സംശയത്തിന്റെ ആനുകൂല്യം നൽകി പവിത്രനെ വെറുതെ വിട്ടു. ഹൈക്കോടതിയും ജില്ലാ കോടതിയുടെ ശിക്ഷ ശരിവെച്ചു. ഒരു ക്രൂരമായ ക്വട്ടേഷൻ കൊലയായിരുന്നു അത്. പക്ഷേ, ഉദ്ദേശിച്ച ആളല്ല കൊല്ലപ്പെട്ടത്. ആൾ മാറിപ്പോയി.

ഭൂമി ഇടപാടുകാർ തമ്മിലുള്ള തർക്കമാണ് ഒരു നിരപരാധിയുടെ കൊലയിൽ കലാശിച്ചത്.

നാട്ടിലെ ഭൂമി ഇടപാടുകാരാണ് തൈക്കണ്ടിയിൽ ഭാസ്കരനും പുതുക്കുടി രവീന്ദ്രനും.

രവീന്ദ്രൻ കുറേക്കാലം ഗൾഫിലായിരുന്നു. ഭാസ്കരൻ നേരത്തെ ഈ രംഗത്തുണ്ട്. രവീന്ദ്രൻ ഗൾഫിൽ നിന്ന് നാട്ടിലേക്ക് മടങ്ങിയപ്പോൾ ഭാസ്കരനുമായി ചേർന്ന് റിയൽ എസ്റ്റേറ്റ് ബിസിനസ് ആരംഭിച്ചു.

കുറേ ഭൂമി വാങ്ങിയതിന്റെ മുതൽ മുടക്കിൽ നല്ലൊരു പങ്ക് രവീന്ദ്രന്റേതായിരുന്നു. ഇതിൽ കുറേ ഭൂമി ഭാസ്കരൻ സ്വന്തം പേരിൽ രജിസ്റ്റർ ചെയ്തു. ഇത് സംബന്ധിച്ച് ഇവർ തമ്മിൽ തർക്കമുണ്ടാവുകയും രണ്ടുതവണ കയ്യേറ്റത്തിന്റെ വക്കത്തുവരെ എത്തുകയും ചെയ്തു.

ഇരുവരും രണ്ടു പാർട്ടികളിൽ പെട്ടത് പ്രശ്നം രൂക്ഷമാക്കി. ഒടുവിൽ പാർട്ടിതലത്തിൽ പ്രശ്നമെത്തി. മധ്യസ്ഥചർച്ചയിൽ 15 ലക്ഷം രൂപ ഭാസ്കരൻ രവീന്ദ്രന് കൊടുക്കാനുണ്ടെന്ന് കണ്ടെത്തി. ഇത് അംഗീകരിക്കാൻ ഭാസ്കരൻ തയ്യാറായില്ല. വാങ്ങിയ പണത്തിനൊന്നും രേഖയില്ല എന്നായിരുന്നു ഭാസ്കരന്റെ വാദം. തെളിവുകൾ ഹാജരാക്കാൻ മധ്യസ്ഥത വഹിച്ചവർ രവീന്ദ്രനോട് ആവശ്യപ്പെട്ടു. പിറ്റേദിവസം പകൽ 12മണിക്ക് പഞ്ചായത്ത് ഓഫീസിൽ രേഖകളുമായി എത്തണമെന്നായിരുന്നു പഞ്ചായത്ത് പ്രസിഡണ്ട് ഉൾപ്പെടെ, മധ്യസ്ഥത വഹിക്കുന്നവർ ആവശ്യപ്പെട്ടത്.

രവീന്ദ്രൻ സമ്മതിച്ചു.

എന്നാൽ ഭാസ്കരൻ ആലോചിച്ചത് വേറൊരു വഴിയാണ്.

തെളിവുമായി വരുന്ന വഴി രവീന്ദ്രനെ വഴിയിൽവെച്ച് ശരിപ്പെടുത്തുക. രവീന്ദ്രൻ പതിവായി വരുന്ന വഴിയിൽ പതിയിരുന്നോ ബസ് കാത്തിരിപ്പ് കേന്ദ്രത്തിൽ വെച്ചോ. ഇതിനായി പവിത്രന്റെ നേതൃത്വത്തിൽ നാലുപേരെ ചുമതലപ്പെടുത്തി. കനത്ത പ്രതിഫലവും വാഗ്ദാനം നൽകി.

പവിത്രൻ രാഷ്ട്രീയക്കളരിയിൽ ആയുധപരിശീലനം നേടിയ ആളാണ്.

തുടക്കം ശാഖയിൽ. സജീവ രാഷ്ട്രീയം വിട്ടശേഷം ഭൂമി ഇടപാടുകാരുടെയും ബ്ലെയിഡ് ഇടപാടുകാരുടെയും ക്വട്ടേഷൻ സംഘത്തിലെത്തി.

കൊല്ലുക, കയ്യോ കാലോ വെട്ടിമാറ്റുകയോ തല്ലിയൊടിക്കുകയോ ചെയ്യുക എന്നീ കാര്യങ്ങൾ ചെയ്യാൻ പ്രത്യേകം നിരക്കുകളാണ്.

രവീന്ദ്രനെ കൊല്ലാൻ കാൽ ലക്ഷം രൂപക്ക് കരാർ ഉറപ്പിച്ചു. ഒരു ജീപ്പും ഏർപ്പാടാക്കിക്കൊടുത്തു. കേസിന്റെ ചിലവും ഭാസ്കരൻ വഹിക്കും. ഉദ്ദേശിച്ച സ്ഥലത്തുവെച്ച് തന്നെ സംഭവം നടന്നു. എന്നാൽ ആൾ മാറിപ്പോയി. വെളുത്ത ഷർട്ടിട്ട് വെയ്റ്റിങ് ഷെൽട്ടറിൽ ഇരിക്കുന്ന ആൾ എന്നാണ് സംഘത്തിന് കിട്ടിയ അറിയിപ്പ്.

എന്നാൽ, സംശയം ജനിപ്പിക്കുന്ന തരത്തിൽ പഴയൊരു ജീപ്പ് അവിടെ ചുറ്റിത്തിരിയുകയും അതിലുള്ളവർ സൂക്ഷിച്ചു നോക്കുകയും ചെയ്യുന്നതിൽ സംശയം തോന്നിയ രവീന്ദ്രൻ പെട്ടെന്ന് അവിടുന്ന് പിന്മാറി.

അപ്പോൾ, വെളുത്ത ഷർട്ട് ധരിച്ചെത്തിയ മറ്റൊരാൾ അവിടെ എത്തുകയും ചെയ്തു.

പെട്ടെന്ന് അവിടെയെത്തിയ ജീപ്പിൽ നിന്ന് ചാടിയിറങ്ങിയ മൂന്നുപേർ അയാളെ പിടികൂടി വെട്ടിക്കൊന്നു.

സംഭവം നടക്കുമ്പോൾ രണ്ടു സ്ത്രീകളും ഒരു കുട്ടിയും ബസ് വെയ്റ്റിങ് ഷെഡ്ഡിൽ ഉണ്ടായിരുന്നു. അവരുടെ നിലവിളി കേട്ട് ആളുകൾ ഓടിയെത്തുമ്പോഴേക്കും അക്രമികൾ രക്ഷപ്പെട്ടു.

വെട്ടേറ്റ ആൾ അവിടെത്തന്നെ മരിച്ചുവീണു.

പോലീസ് എത്തി മൃതദേഹം ജില്ലാആസ്പത്രിയിലേക്ക് മാറ്റി.

മകളുടെ വിവാഹ നിശ്ചയം അറിയിക്കാൻ ബന്ധുവീട്ടിൽ വന്ന ഒരു പാവപ്പെട്ട നെയ്ത്തു തൊഴിലാളി കരുണാകരൻ എന്ന ആളാണ് മരിച്ച

ത്.

"എന്തിനാണ് എന്നെ വെട്ടുന്നത്.. നിങ്ങൾക്ക് ആളു മാറിപ്പോയോ.." എന്നദ്ദേഹം കെഞ്ചിക്കൊണ്ടു കൊലയാളികളോട് ചോദിച്ചു കൊണ്ടേയിരുന്നു.

മൂന്ന് ദിവസത്തിനുള്ളിൽ എല്ലാ പ്രതികളും പിടിയിലായി.

പോലീസ് സ്റ്റേഷനിൽ അതിഭീകരമായ മർദനത്തിന് നാലുപേരും ഇരയായി.

കൊലയാളി സംഘത്തെ നയിച്ചത് പവിത്രനാണെങ്കിലും വെട്ടിക്കൊന്ന സംഘത്തിൽ ഉണ്ടായിരുന്നില്ല. പവിത്രനാണ് ജീപ്പോടിച്ചത്.

കേസിലെ പ്രധാന സാക്ഷികൾ സംഭവം കണ്ട സ്ത്രീകളും കുട്ടികളും. പ്രതികളുടെ തിരിച്ചറിയൽ പരേഡിൽ പവിത്രനെ സാക്ഷികൾക്ക് തിരിച്ചറിയാൻ കഴിഞ്ഞില്ല.

കേസ് നടത്താൻ പ്രതികൾക്ക് പലതും വിൽക്കേണ്ടിവന്നു. കേസ് നടത്തിപ്പിന് യാതൊരു സഹായവും ഭാസ്കരൻ നൽകിയതുമില്ല.

രണ്ടുവർഷത്തിന് ശേഷം കേസിന്റെ വിധി വന്നു. സംശയത്തിന്റെ ആനുകൂല്യം നൽകി പവിത്രൻ ശിക്ഷയിൽനിന്ന് രക്ഷപ്പെട്ടു. മറ്റ് മൂന്നുപേർക്ക് ജീവപര്യന്തം തടവ് ശിക്ഷ. വിവാഹം നിശ്ചയിച്ച മകൾ അച്ഛന്റെ വിയോഗം താങ്ങാനാവാതെ തൂങ്ങി മരിച്ചു. കുടുംബം അനാഥമായി.

പവിത്രൻ ഭാര്യയോട് പോലും പറയാതെ നാടുവിട്ടു. പിന്നെ സന്ന്യാസി വേഷത്തിലായി യാത്ര.

ജയിലിൽ കിടക്കുന്ന മറ്റുള്ളവർ പുറത്തു വന്നാൽ തന്നോട് പ്രതികാരം ചെയ്യുമോ എന്ന ഭയം പവിത്രനുണ്ടായിരുന്നു.

അവരെല്ലാം കേസ് സ്വന്തം നിലയിലാണ് നടത്തിയത്.

ഇതിനിടയിൽ പവിത്രന്റെ ഏക മകൻ വൈശാഖ് ബൈക്കപകടത്തിൽ മരിച്ചു. പവിത്രൻ എവിടെയാണെന്ന് അറിയാത്തതിനാൽ മകന്റെ വിയോഗം അറിയിക്കാൻ ആർക്കും കഴിഞ്ഞിരുന്നുമില്ല.

ഭർത്താവിനെ കാണാതാവുകയും മകൻ അപകടത്തിൽ മരിക്കുകയും ചെയ്തതോടെ പവിത്രന്റെ ഭാര്യ വിനോദിനിയുടെ മനോനില തെറ്റി. ഹരിദ്വാറിലേക്കു പോയ ചില നാട്ടുകാർ പവിത്രനെ അവിടെ സന്ന്യാസി വേഷത്തിൽ കണ്ടിരുന്നു. എന്നാൽ നാട്ടുകാരെ കണ്ടപ്പോൾ പവിത്രൻ അപ്രത്യക്ഷനായി.

കുറേക്കാലത്തിന് ശേഷം സ്വാമി പവിത്രാനന്ദ എന്ന പേര് സ്വീകരിച്ച് പല ക്ഷേത്രങ്ങളിലും മാറിമാറി താമസിച്ചു.

കുടജാദ്രിയിലും കൊല്ലൂർ മൂകാംബിക ക്ഷേത്രത്തിലും സ്വാമി പവിത്രാനന്ദയെ കണ്ടതായി വിവരം കിട്ടിയതിനെത്തുടർന്നാണ് പ്രദീപും കൂട്ടുകാരും എത്തിയത്.

സ്വാമി പവിത്രാനന്ദജിയെ മുറിയിൽ കൊണ്ടുപോയി മുരളി വേണ്ട വിധത്തിൽ സൽക്കരിച്ചു.

കഞ്ചാവിന് അടിപ്പെട്ട സ്വാമി കൂടുതൽ അളവിൽ മദ്യപിക്കുക കൂടി ചെയ്തതോടെ എല്ലാവിവരവും പച്ചയായി പറഞ്ഞു. കഞ്ചാവ് വിറ്റാണ് പവിത്രൻ ഇപ്പോൾ യാത്ര ചെയ്യുന്നതും ജീവിക്കുന്നതും. കാവി ഒരു രക്ഷാകവചമായി. ഹരിദ്വാറിലും മറ്റും സന്ന്യാസിമാർ തന്നെയാണ് കഞ്ചാവിന്റെ ഏജന്റുമാർ.

തന്റെ ജീവിതം പറഞ്ഞു തീർത്ത സ്വാമി പവിത്രാനന്ദ, കട്ടിലിൽ കമിഴ്ന്നു കിടന്ന് ഒരു കുഞ്ഞിനെപ്പോലെ തേങ്ങിക്കരഞ്ഞു.

“ഞാൻ ഇനി ഒരിക്കലും നാട്ടിലേക്കില്ല. ഞാൻ ചെയ്ത കുറ്റങ്ങൾക്ക് ഇനിയും ശിക്ഷ അനുഭവിക്കാനുണ്ട്. എന്റെ ഏകമകന്റെ മൃതദേഹം പോലും കാണാൻ കഴിയാത്ത പാപിയാണ് ഞാൻ...” അയാൾ പുലമ്പി.

പുറത്ത് ചൂളം കുത്തുന്ന കാറ്റ്. മലകൾക്കു ചുറ്റുമുള്ള മഴക്കാടുകളെ മഞ്ഞുമൂടിക്കഴിഞ്ഞിരുന്നു.

അധ്യായം 22

മറിയക്കുട്ടി എന്ന ഫാത്തിമ

"ബഹുമാനപ്പെട്ട പോലീസ് സബ് ഇൻസ്പെക്ടർ അവർകളുടെ സമക്ഷത്തിങ്കലേക്ക് ചിത്രാരി അംശം ദേശത്തു താമസിക്കും ലാലീലകത്ത് കുഞ്ഞി മൊയ്തീൻ മകൾ ഫാത്തിമ സമർപ്പിക്കുന്ന സങ്കട ഹരജി.

എന്റെ ഭർത്താവ് കുളത്തിൻകരയിൽ ഉസ്മാൻ എന്നോട് ചെയ്ത ക്രൂരതകളാണ് ചുവടെ വിവരിക്കുന്നത്. ഇയാളിൽ നിന്നും എന്നെ രക്ഷിക്കാൻ ആവശ്യമായ നടപടി സ്വീകരിക്കണമെന്ന് താഴ്മയോടെ അപേക്ഷിച്ചു കൊള്ളുന്നു.

ഒരു അറവുകാരനാണ് ഉസ്മാൻ. പത്താം ക്ലാസ് കഴിഞ്ഞ ഉടനെയായിരുന്നു എന്റെ വിവാഹം. ദരിദ്ര കുടുംബത്തിലെ അംഗമാണ് ഞാൻ. എന്റെ ബാപ്പ ഹോട്ടൽത്തൊഴിലാളിയാണ്. മൂത്ത മകളായ എന്റെ താഴെ മൂന്ന് പെൺകുട്ടികളാണ്. സ്വർണവും സ്ത്രീധനമായി വലിയ തുകയും കൊടുക്കാൻ കഴിയാത്തത് കൊണ്ടാണ് എന്നേക്കാൾ പതിനഞ്ചു വയസ്സ് മൂത്ത മൂന്നാം കെട്ടുകാരനായ ഉസ്മാനെക്കൊണ്ട് എന്നെ കല്യാണം കഴിപ്പിച്ചത്.

ആദ്യരാത്രി തന്നെ കുടിച്ച് ലക്ക് കെട്ട നിലയിലാണ് അയാൾ മുറിയിൽ വന്നത്. എന്നോട് ഒരു വാക്ക് പോലും ഉരിയാടാതെ ഒരു വന്യമൃഗത്തെപ്പോലെ അയാൾ എന്നെ കീഴ്പ്പെടുത്തി. അയാളുടെ ആക്രമണത്തിൽ ഞാൻ ഭയന്ന് നിലവിളിച്ചപ്പോൾ അയാൾ എന്റെ വായ പൊത്തിപ്പിടിച്ചു. അന്ന് എന്റെ ശരീരമാകെ പരിക്കായിരുന്നു.

അപമാനവും ലജ്ജയും കാരണം ആരോടും പറഞ്ഞില്ല. അയാളുടെ പല്ലും നഖവും കൊണ്ടും മറ്റും എന്റെ മാറിലും സ്വകാര്യ ഭാഗങ്ങളിലും പറ്റിയ മുറിവുകൾ പഴുക്കാൻ തുടങ്ങിയപ്പോൾ ഞാൻ ഉമ്മയോട് പറഞ്ഞു. 'അങ്ങിനെയൊക്കെ ഉണ്ടാവും' എന്ന് മാത്രമാണ് ഉ

മ്മ പറഞ്ഞത്.

തുടർന്നുള്ള രാത്രികളിലും ഞാൻ ഇതുതന്നെയനുഭവിച്ചു.

അസഹ്യമായപ്പോൾ ഒരു ദിവസം രാത്രി മുറിയിൽ നിന്നും ഞാൻ ഇറങ്ങിയോടി .

കുറച്ചകലെയുള്ള വലിയുപ്പയുടെ വീട്ടിൽ അഭയം തേടി. വലിയുപ്പ ഹംസ ഹാജി പ്രൈമറി സ്കൂൾ അധ്യാപകനും കാര്യവിവരമുള്ള ആളുമാണ്. പിന്നെ കുറേനാൾ ഞാൻ വലിയുപ്പയുടെ വീട്ടിൽ തന്നെയായി താമസം.

രണ്ടുദിവസം കഴിഞ്ഞപ്പോൾ ഉസ്മാൻ ആ വീട്ടിലെത്തി വലിയുപ്പയോട് കയർത്തു.

വലിയുപ്പ അയാളെ കണക്കിന് ശകാരിക്കുകയും പരിഹസിക്കുകയും ചെയ്തു.

ഉസ്മാൻ പ്രശ്നം പള്ളിക്കാരുടെ അടുക്കലെത്തിച്ചു.

എന്റെയും ഉസ്മാന്റെയും വീട്ടുകാരെ വിളിച്ച് പള്ളിക്കമ്മിറ്റി ഭാരവാഹികൾ മധ്യസ്ഥചർച്ച നടത്തി.

പള്ളിക്കമ്മിറ്റിക്കാർ എന്നെയാണ് കുറ്റപ്പെടുത്തിയത്.

കെട്ടിയോന്റെ ആഗ്രഹത്തിന് നിന്ന് കൊടുക്കേണ്ടത് പെണ്ണിന്റെ കടമയാണെന്ന് അവർ പറഞ്ഞു. ഉടൻ അയാളുടെ കൂടെ പോകണമെന്നും ആവശ്യപ്പെട്ടു.

എന്നെ അവർ ബലം പ്രയോഗിച്ചു കൊണ്ടുപോകും എന്നുറപ്പാണ്. എന്നെ വീണ്ടും അയാൾ ദ്രോഹിക്കും. അതിനാൽ എന്നെ അയാളിൽ നിന്ന് രക്ഷിക്കണമെന്നും തുടർന്നു പഠിക്കാൻ സൗകര്യമുണ്ടാക്കണമെന്നും താഴ്മയോടെ അപേക്ഷിക്കുന്നു.

....

നഗരത്തിലെ കാരുണ്യ ചാരിറ്റബിൾ ട്രസ്റ്റ് നടത്തുന്ന അനാഥമന്ദിരത്തിലെ അന്തേവാസികളിലൊരാളാണിപ്പോൾ ലാലീലകത്ത് ഫാത്തിമയെന്ന് നീണ്ടനാളത്തെ അന്വേഷണത്തിനൊടുവിലാണ് പ്രദീപ് അറിഞ്ഞത്. ഗുരുതര രോഗങ്ങൾ ബാധിച്ച അവർ ഇപ്പോൾ ഫാത്തിമയല്ല, മേരിക്കുട്ടിയാണ്.

മേരിക്കുട്ടിയുമായി സംസാരിക്കുന്നതിന് ട്രസ്റ്റ് അധികൃതർ പ്രദീപിന് അനുമതി നൽകി.

സ്ത്രീകളും പുരുഷൻമാരുമായി നൂറ്റിയമ്പതിൽപരം അന്തേവാസികളുള്ള ആ അനാഥമന്ദിരത്തിൽ നാലു വർഷത്തോളമായി മേരിക്കുട്ടി കഴിയുന്നു.

അറുപത്തഞ്ചോളം വയസ്സുള്ള അവർക്ക് ഇരുപത് വയസ്സെങ്കിലും അധികം തോന്നിക്കും. എങ്കിലും നിഗൂഢമായ സൗന്ദര്യം അവരിൽ കുടികൊള്ളുന്നതായി പ്രദീപിന് തോന്നി.

ക്ലാവ് പിടിച്ച ഓട്ടുവിളക്കു പോലെ, തേച്ചുമിനുക്കിയാൽ ചിലപ്പോൾ പഴയ തിളക്കമുണ്ടാവും.

മാനേജരുടെ മുറിയുടെ തൊട്ടടുത്ത ചെറിയ മുറിയിലാണ് പ്രദീപിന് മേരിക്കുട്ടിയുമായി സംസാരിക്കാൻ സൗകര്യമുണ്ടാക്കിയത്.

പരിചയപ്പെട്ടശേഷം, പ്രദീപ് അവരെ കാണേണ്ടിവന്ന കാര്യങ്ങൾ സംസാരിച്ചു.

കുറേ സമയം ആലോചിച്ചിരുന്ന ശേഷം അവർ ഒന്നും പറയാത്തെ മുറിയിൽ നിന്നും എഴുന്നേറ്റുപോയി.

അവർക്ക് ഒന്നും പറയാൻ താത്പര്യമില്ലെന്ന് കരുതി പ്രദീപ് നിരാശപ്പെട്ടിരിക്കുമ്പോഴുണ്ട്, പഴകി തുരുമ്പെടുത്തുതുടങ്ങിയ ഒരു ട്രങ്ക് പെട്ടിയും താങ്ങിയെടുത്ത് മുറിയിൽ തിരിച്ചുവരുന്നു.

ചെറിയ പൂട്ട് കൊണ്ട് പൂട്ടിയതാണ് ആ പെട്ടി.

പെട്ടിയുടെ പുറത്ത് ഇംഗ്ലീഷിൽ മേരിക്കുട്ടി എന്ന് ചോക്ക് കൊണ്ട് എഴുതിയിട്ടുണ്ട്.

നിലത്ത് വെച്ച പെട്ടിക്കുമുന്നിലിരുന്ന്, ഉടുത്ത പഴയ സാരിയുടെ കോന്തലയിൽ കെട്ടിയിരുന്ന താക്കോലെടുത്ത് ഏറെ പണിപ്പെട്ട് അത് തുറന്നു.

അതിൽ നിന്ന് കുറേ നോട്ട് പുസ്തകങ്ങളും കടലാസ് കെട്ടുകളും പുറത്തെടുത്തു.

ഏറെ പഴക്കമുള്ള നോട്ട് പുസ്തകങ്ങൾ പുറത്തെടുത്തപ്പോൾ അവർ പലതവണ തുമ്മി, ചുമച്ചു.

പ്രദീപ് കർചീഫ് കൊണ്ട് മൂക്ക് പൊത്തി.

മേശപ്പുറത്ത് വെച്ച നോട്ട് പുസ്തകങ്ങൾ പ്രദീപ് വെറുതെ മറിച്ചു നോക്കി.

കാലപ്പഴക്കത്താൽ കടലാസുകൾ നിറം മങ്ങിയിരുന്നെങ്കിലും അതിലെ വടിവൊത്ത അക്ഷരങ്ങൾ ജീവസ്സുറ്റതായിരുന്നു.

“മോനെ, ഞാൻ പലപ്പോഴായി എന്റെ ഓർമ്മകൾ കുറിച്ച് വെച്ചതാണിത്. എനിക്ക് എഴുതാനും വായിക്കാനുമൊക്ക കുട്ടിക്കാലത്തേ ഇഷ്ടമായിരുന്നു. ഒരു എഴുത്തുകാരിയാവണമെന്ന് മോഹിച്ചിരുന്നു...”

കുറേനേരം വെറുതെ പുറത്തേക്കു നോക്കി ആലോചിച്ചിരുന്ന ശേഷം അവർ തുടർന്നു ;

"ക്ലാസിലെ ഏക മുസ്ലിം പെൺകുട്ടി ഞാനായിരുന്നു. ഏഴാം ക്ലാസ് പാസ്സായി രണ്ടുകൊല്ലം കഴിഞ്ഞ ശേഷമാണ് എട്ടാം ക്ലാസ്സിൽ ചേർന്നത്. കരുണാകരൻമാഷും പദ്മനാഭൻമാഷും വീട്ടിൽ വന്ന് എന്നെ എട്ടാം ക്ലാസ്സിൽ ചേർത്തു പഠിപ്പിക്കാൻ ഉപ്പയോട് നിർബന്ധിക്കുകയായിരുന്നു. വലിയുപ്പയുടെ സഹായത്തോടെയാണ് പഠിച്ചത്... എന്റെ ക്ലാസ്സിൽ മലയാളത്തിന് എനിക്കും മുരളിക്കുമാണ് കൂടുതൽ മാർക്ക് കിട്ടാറുണ്ടായിരുന്നത്. നമ്മൾ തമ്മിൽ മത്സരം തന്നെ ഉണ്ടാവാറുണ്ട്. ഇംഗ്ളീഷിൽ പതിവായി മുരളിക്ക് തന്നെ ഒന്നാം സ്ഥാനം. അവൻ ഇംഗ്ലീഷ് നോവലുകളൊക്കെ ആ സമയത്തേ വായിക്കും.

എനിക്ക് അവൻ ഒരുപാട് പുസ്തകങ്ങൾ വായിക്കാൻ കൊണ്ടുത്തരും. അവൻ ഏതൊക്കെയോ ലൈബ്രറിയിൽ പോയി പുസ്തകമെടുക്കും.. ബഷീറിന്റെ ബാല്യകാലസഖിയൊക്കെ വായിച്ചത് അവൻ കൊണ്ടുതന്നിട്ടാ..."

ചുളിവുകൾ വീണ അവരുടെ മുഖത്ത് കൗമാരത്തിന്റെ തെളിച്ചം പടരുന്നതുപോലെ..

"അവൻ കൊണ്ട്വന്ന പുസ്തകങ്ങൾ വായിച്ച് നമ്മൾ മജീദിനെയും സുഹ്റയെയും പോലെയായി..." - അവർ പരിസരം മറന്നു പൊട്ടിച്ചിരിച്ചു.

ചിരിയിൽ പ്രദീപും പങ്കുചേർന്നു.

"ഇക്കാര്യമൊന്നും മുരളിമാഷ് എന്നോട് പറഞ്ഞില്ലല്ലോ ?" - പ്രദീപിന്റെ പ്രതികരണം കേട്ട് അവർ വീണ്ടും ചിരിച്ചു .

"അതൊക്കെ കുറച്ചു കാലം മാത്രം നിലനിന്ന സന്തോഷത്തിന്റെ നാളുകളാണ് മോനെ... എനിക്ക് സന്തോഷം തരുന്ന ഓർമകൾ ഇതൊക്കെയേ ഉള്ളൂ.." -അവരുടെ മുഖം വീണ്ടും ഇരുണ്ടു.

രണ്ടുപേർ മാത്രമുള്ള മുറിയിൽ കുറച്ചുനേരം മൗനം തളം കെട്ടിനിന്നു.

"മോനിത് എടുത്തോളൂ "- നോട്ട് പുസ്തകങ്ങൾ ചൂണ്ടി മറിയക്കുട്ടി പറഞ്ഞു

"എന്റെ ജീവിതകഥ ഇതിലുണ്ട്.. അടുക്കും ചിട്ടയുമൊന്നുമില്ലാതെ എഴുതിയതാണ്. എന്നാലും പ്രധാന സംഭവങ്ങളെല്ലാം കാണും... മോൻ എഴുത്തുകാരനല്ലേ.. പഴയ കടലാസിൽ എഴുതിയ എന്റെ ഓർമകൾക്ക് നീ നല്ല ഭാഷകൊണ്ട് ജീവൻ നൽകൂ... ഞാനൊരു എഴുത്തുകാരിയായിരുന്നെങ്കിൽ എന്റെ ജീവിതകഥയെഴുതി വിറ്റാൽ മതിയായിരുന്നു ജീവിക്കാൻ... എന്നെപ്പോലെ ജീവിച്ച ഒരാൾ എഴുതിയ പുസ്തകത്തിന് വ

ലിയ പ്രശസ്തി കിട്ടിയല്ലോ...

പിന്നെ, ഒരു കാര്യം... ഞാനിവിടെ ഉണ്ടെന്ന് ആരോടും പറയരുത്. പക്ഷെ, മുരളിമാഷോട് പറയണം. എനിക്ക് അവനെ ഒന്ന് കാണണം.. ഞാനിപ്പോൾ ശരീരം വിറ്റ് ജീവിക്കുന്ന പഴയ ഫാത്തിമയല്ല, അഭയാർത്ഥിയായി, അനാഥ മന്ദിരത്തിൽ ജീവിക്കുന്ന മറിയക്കുട്ടിയാണെന്ന് പറയണം...".

അവർ വിങ്ങിപ്പൊട്ടി.

ആവശ്യം കഴിഞ്ഞ ശേഷം തിരിച്ചു തരാം എന്ന് പറഞ്ഞ് നോട്ടുപുസ്തകവുമായി പ്രദീപ് യാത്ര പറഞ്ഞിറങ്ങി.

മറിയക്കുട്ടി കൈമാറിയ നോട്ട് പുസ്തകത്തിലെ കുറിപ്പുകൾ ചേർത്ത് വെച്ച് പ്രദീപ് അവരുടെ ജീവിത ചിത്രം തയ്യാറാക്കാൻ ശ്രമിച്ചു.

പള്ളിക്കമ്മിറ്റിക്കാരുടെ മധ്യസ്ഥ ചർച്ച ഉസ്മാന് അനുകൂലമായാണ് കലാശിച്ചത്.

പള്ളിക്കമ്മിറ്റി പ്രസിഡന്റ് ഹസ്സൻകുട്ടി ഹാജി ഉസ്മാന് വേണ്ടി ശക്തിയായി വാദിക്കുക തന്നെ ചെയ്തു. "..പത്തു നാല്പത് വയസ്സു കഴിഞ്ഞ ഒരുത്തന് പതിനഞ്ചു വയസ്സുള്ള മൊഞ്ചത്തി പെണ്ണിനെ കിട്ടുമ്പം കൊറച്ചു ആക്രാന്തൊക്കെ കാണിക്കും.. അതിന് ഓന കുറ്റം പറഞ്ഞിറ്റിന്താ കാര്യം..?" - കുടവയർ കുലുക്കി ചിരിച്ചു.

രണ്ട് ഭാര്യമാരും ഏഴു മക്കളുമുള്ള ഹാജിയുടെ അഭിപ്രായം കേട്ട് ഫാത്തിമയുടെ വലിയുപ്പ ഹംസ ഹാജി ക്ഷോഭിച്ചുകൊണ്ട് പറഞ്ഞു;

"ഹാജിക്കും പെൺമക്കളുണ്ടെന്ന കാര്യം ഓർമിക്കണം.. ഇങ്ങിനെയൊരുത്തൻ അവർക്ക് പുയ്യാപ്ലയായി കിട്ടാതിരിക്കട്ടെ.."

മധ്യസ്ഥ ചർച്ച കഴിഞ്ഞ രാത്രി ഉസ്മാൻ മദ്യപിച്ചു മദോന്മത്തനായി ഫാത്തിമ താമസിക്കുന്ന വീട്ടിലെത്തി. കൂടെ അതേ അവസ്ഥയിൽ ഒരു കൂട്ടുകാരനും . വീടിന്റെ മുറ്റത്ത് നിന്ന് ഉസ്മാൻ ഫാത്തിമയെ വിളിച്ചു.

"പാത്തൂട്ടി... പാത്തൂട്ടി.."

മണ്ണെണ്ണ വിളക്കുമായി അകത്തുനിന്ന് ആദ്യം പുറത്തു വന്നു നോക്കിയത് ഹംസ ഹാജിയും ഭാര്യ മുത്തുബീവിയും. തുടർന്ന് ഫാത്തിമയും.

ആടിക്കുഴഞ്ഞ് മുറ്റത്ത് നിൽക്കുന്ന ഉസ്മാനെക്കണ്ട് ഫാത്തിമ നിലവിളിച്ചു കൊണ്ട് അകത്തേക്കോടി.

"എന്താ ഉസ്മാനെ ഈ സമയത്ത്..?" -ഹംസ ഹാജി ചോദിച്ചു.

"ഞാൻ പാത്തൂന കൂട്ടാൻ വന്നതാ..."

ഇരുകാലിൽ നിൽക്കാൻ ബുദ്ധിമുട്ടിക്കൊണ്ട് ഉസ്മാൻ പറഞ്ഞു.

"ഈ കോലത്തിലാ നീ ആ കുട്ടിയെ കൂട്ടിക്കൊണ്ടു പോകാൻ വരേണ്ടത്... അതാരാ മറ്റോൻ?"

"ഞാൻ എന്റെ കെട്ട്യോള കൂട്ടാൻ വന്നതാ.. എനക്ക് നേരമുള്ള സമയത്തല്ലേ വരാൻ പറ്റൂ.. അതെന്റെ ചങ്ങായിയാ ലത്തീഫ് "

"നീ നാളെ പകൽ വെളിച്ചത്തില് വാ.. ഈ സമയത്ത് നിങ്ങളെ കൂടെ ആ കുട്ട്യെ അയക്കാൻ പറ്റൂല."

"ഞാൻ കെട്ടിയ പെണ്ണിനെ എന്റെ കൂടെ വിടൂലാന്ന് പറയാൻ നിങ്ങളാരാ... രാത്രീലല്ലേ കെട്ട്യോളക്കൊണ്ടാവശ്യം.."

"ഞാൻ നിന്നോട് തർക്കത്തിനില്ല... ഓള് നിന്റെ കൂടെ വരാൻ തയ്യാറുണ്ടെങ്കിൽ കൂട്ടിക്കോളീ".

"പാത്തൂ, നീ അന്റെ കൂടെ വരൂല്ലേ.. നിന്നെ കൂട്ടാനാ ഞാൻ വന്നത്..?"

"ഞാൻ നിങ്ങളെ കൂടെ വരില്ല.. കൊന്നാലും വരില്ല.. എന്റെ ശവേ നിങ്ങക്ക് കൊണ്ട് പോകാൻ പറ്റൂ"

അകത്തു നിന്ന് ഫാത്തിമയുടെ ദൃഢമായ മറുപടി.

"നീ വരില്ലെങ്കില് നിന്ന ഞാൻ വലിച്ചിറക്കി കൊണ്ടുപോകും... വാടാ ലത്തീഫേ."

ഉസ്മാൻ വീട്ടിനകത്തേക്ക് കയറാൻ ശ്രമിച്ചു.

"ഫാത്തിമ നീ കെട്ടിയ പെണ്ണാണെങ്കിൽ ഈ വീട് എന്റേതാ.. എന്റെ അനുമതിയില്ലാതെ ഈ വീട്ടിൽ കയറാൻ പറ്റൂല്ല.."- ഹംസ ഹാജി ക്ഷുഭിതനായി മുറ്റത്തേക്കിറങ്ങി.

അതുവരെ അല്പം മാറിനിന്ന് രംഗം നിരീക്ഷിക്കുകയായിരുന്ന ലത്തീഫ് മുറ്റത്തേക്കിറങ്ങി വന്നു.

"ഓൻ കെട്ടിയ പെണ്ണിനെ വീട്ടുകൊടുക്കൂലാന്ന് പറയാൻ മാഷെക്കെന്താ ഇത്ര വാശി.. ഓള് നിങ്ങളെ പള്ളക്കാ കെടപ്പ്.."

ഹംസ ഹാജിക്ക് നേരെ വിരൽ ചൂണ്ടി ലത്തീഫ് കയർത്തു.

"കടക്കെടാ നായിന്റെമോനെ എന്റെ മുറ്റത്തിന് പുറത്തേക്ക്.. ന്യായം പറയാൻ നിന്നെ ഇപ്പൊ ആരാ വിളിച്ചത് " -ഹംസഹാജി ലത്തീഫിനടുത്തേക്ക് ഓടിയടുത്തു.

ബഹളം കേട്ട് പരിസര വാസികൾ അടുത്തു കൂടി.

ഫാത്തിമ കട്ടിലിൽ കമിഴ്ന്ന് കിടന്ന് തേങ്ങിക്കരഞ്ഞു.

വിവരമറിഞ്ഞെത്തിയ നാട്ടുകാർ രണ്ട് ചേരിയായി.

സമുദായക്കാരെല്ലാം ഫാത്തിമയെ ഉസ്മാന്റെ കൂടെ വിടണം എന്ന അഭിപ്രായക്കാരായിരുന്നു. കാരണം, പള്ളിക്കമ്മിറ്റിയുടെ നേതൃത്വത്തിൽ നടന്ന മധ്യസ്ഥതയിലെടുത്ത തീരുമാനം അതാണ്.

ഫാത്തിമയെ ഈ സമയത്ത് ഉസ്മാന്റെ കൂടെ വിടരുതെന്ന അഭിപ്രായക്കാരായിരുന്നു ചിലർ.

സ്വന്തം സമുദായക്കാരുടെ നിർദേശത്തെ നിരസിക്കാൻ പറ്റാത്ത നിലയിലായിരുന്നു ഹംസ ഹാജി.

തീരുമാനമറിഞ്ഞപ്പോൾ ഫാത്തിമ കട്ടിലിൽ നിന്നും ചാടിയെണീറ്റു പറഞ്ഞു ;

“ഞാൻ ഓന്റെ കൂടെ പോകാം... അത് അവസാനത്തെ പോക്കായിരിക്കും. എന്നെ അന്വേഷിച്ചു ആരും വരേണ്ട.”

അവൾ മുറിയിലേക്ക് പോയി ഒരു സഞ്ചിയിൽ വസ്ത്രങ്ങൾ കുത്തിനിറച്ച് എന്തോ ദൃഢ നിശ്ചയം ചെയ്തിട്ടെന്നപോലെ മുറ്റത്തിറങ്ങി.

ആർക്കും ഒന്നും പറയാൻ കഴിഞ്ഞില്ല. അവൾ ഇറങ്ങി ഇരുട്ടിലേക്ക് നടന്നു. പിന്നാലെ വിജയഭാവത്തിൽ ഉസ്മാനും. ഏറ്റവും പിന്നിൽ ടോർച്ച് തെളിച്ച് ലത്തീഫും.

ആരും ഒരക്ഷരം മിണ്ടിയില്ല.

ഉസ്മാനെയും ഫാത്തിമയെയും വീട്ടിനടുത്ത് വിട്ട ശേഷം ലത്തീഫ് പോയി. വീട്ടിന് മുറ്റത്തേക്കുള്ള കല്ലൊതുക്ക് ഇറങ്ങുന്നതിനിടെ പിന്നിലേക്ക് മാറിയ ഫാത്തിമ, ഉസ്മാനെ പിടിച്ച് ഒറ്റത്തള്ള്. പിന്നെ തുണിസഞ്ചിയുമായി ഒരറ്റയോട്ടം. ഓട്ടത്തിനിടയിൽ അവൾ ഒരലർച്ച കേട്ടു. തിരിഞ്ഞു നോക്കിയില്ല.

ഫാത്തിമ ഓടുകയാണ്. പ്രത്യേകിച്ച് ലക്ഷ്യമൊന്നുമില്ലാത്ത ഓട്ടം.

കല്ലുകളും കുഴികളും നിറഞ്ഞ ചെമ്മൺ പാതയിലൂടെ അവൾ ഓടി. കല്ലിൽ കാൽതട്ടി പലവട്ടം വീഴാറായി.

ഓടി ഓടിത്തളർന്ന് അവൾ ഒരു മരച്ചുവട്ടിൽ ഇരുന്നു. അവൾ നായയെപ്പോലെ നാക്ക് നീട്ടി കിതച്ചു.

ഒരിറക്ക് വെള്ളം കിട്ടിയിരുന്നെങ്കിൽ എന്നവൾ ആശിച്ചു.

കിതപ്പ് അൽപ്പം ശമിച്ചപ്പോൾ അവൾ കാതോർത്തു.

തന്നെത്തേടി ആരെങ്കിലും വരുന്നുണ്ടോ...?

ഇല്ല. ആളനക്കമൊന്നും കേൾക്കാനില്ല.

രണ്ടാൾ പൊക്കത്തിലുള്ള ആ കല്ലൊതുക്കിൽ നിന്ന് വീണ് അയാൾ മരിച്ചു കാണുമോ..?

എങ്കിൽ രക്ഷപ്പെട്ടു. പരിക്കൊന്നുമില്ലാതെ രക്ഷപ്പെട്ടെങ്കിൽ അവൻ പിന്നാലെ ഓടി എത്തേണ്ടതാണ്. പാതിരക്ക് അവന്റെ നിലവിളി ആരും കേട്ടിരിക്കാൻ ഇടയില്ല.

വീണ്ടും വലിയുപ്പയുടെ വീട്ടിലേക്ക് പോയാലോ..?

വേണ്ട. അത് വീണ്ടും പ്രശ്നങ്ങൾ ഉണ്ടാക്കും.

തന്നെ അവിടെ സംരക്ഷിച്ചു നിർത്താൻ വലിയുപ്പക്ക് ആയില്ലല്ലോ.

താൻ കാരണം പള്ളിക്കമ്മിറ്റിക്കാർ വലിയുപ്പയെ ഒറ്റപ്പെടുത്തേണ്ട.

പെട്ടെന്ന്, തൊട്ടടുത്ത് നിന്ന് ഒരു കുറുക്കന്റെ നീണ്ട ഓരിയിടൽ.

അവൾ പേടിച്ചുവിറച്ചുപോയി.

ആ ഒറ്റപ്പെട്ട ഓരിയിടലിന് തൊട്ടടുത്ത കുന്നിൻ ചെരുവിൽനിന്ന് കൂട്ടത്തോടെയുള്ള പ്രതികരണം.

അവൾ എഴുന്നേറ്റ് ഒരു കല്ലെടുത്ത് ശബ്ദം കേട്ട ഭാഗത്തേക്ക് നീട്ടിയെറിഞ്ഞു.

കുഞ്ഞായിരിക്കുമ്പോഴേ കുറുക്കൻമാരെ ഫാത്തിമക്ക് പേടിയാണ്.

രാത്രി കുറുക്കൻമാരുടെ ഓരി ദൂരെനിന്ന് കേൾക്കുമ്പോൾ ഉമ്മയുടെ നെഞ്ചോട് ചേർന്ന് കിടക്കും.

“ഇല്ലമോളേ.. കുറുക്കൻമാരൊന്നും ചെയ്യില്ല.. കുറുക്കൻമാർക്ക് മനുഷ്യമ്മാരെ പേടിയാ.. മോള് പേടിക്കണ്ടാ..”- മാറോട് ചേർത്ത് പിടിച്ച് തലമുടിയിഴകളിൽ വിരലോടിച്ചുകൊണ്ട് ഉമ്മ പറയാറുള്ള ആശ്വാസ വാക്കുകൾ അവളെ ധൈര്യപ്പെടുത്തി.

അൽപ്പസമയം കഴിഞ്ഞപ്പോൾ അൽപ്പമകലെ നിന്ന് കാൽപ്പെരുമാറ്റം.

ഫാത്തിമ നടുങ്ങി.

കാതുകൂർപ്പിച്ചപ്പോൾ, കുറച്ചുപേർ വരുന്നതായി തോന്നി.

അടക്കിപ്പിടിച്ച ശബ്ദവും കേൾക്കുന്നുണ്ട്.

അവനും കൂട്ടരും തന്നെ അന്വേഷിച്ചു വരികയായിരിക്കും.-അവൾ ഉറപ്പിച്ചു.

പതുക്കെ എഴുന്നേറ്റ് ഫാത്തിമ റോഡരികിലെ കാട്ടിലേക്ക് നടന്ന് ഒരു മരത്തിന് മറഞ്ഞിരുന്നു.

കാൽപ്പെരുമാറ്റം അടുത്തെത്തി.

അവളുടെ നെഞ്ചിടിപ്പ് ശക്തിയായി.

ശ്വാസം മുട്ടുന്നതുപോലെ.

മങ്ങിക്കത്തുന്ന ടോർച്ച് ലൈറ്റിന്റെ വെട്ടത്തിൽ നടന്നു വരുന്നവരെ ഫാത്തിമ കണ്ടു.

ചാരു കസേരയിൽ ഒരാളെ താങ്ങിക്കൊണ്ട് നാലുപേർ.

മുന്നിൽ ടോർച്ച് ലൈറ്റടിച്ച് ഒരാൾ.

താൻ തള്ളിയിട്ട ഭർത്താവിന് ഗുരുതരമായ പരിക്ക് പറ്റിയിരിക്കുന്നെന്നും അയാളെയും കൂട്ടി ആസ്പത്രിയിലേക്ക് പോവുകയാണെന്നും അവൾക്ക് മനസ്സിലായി.

മൂസ്സാൻഹാജിയുടെ വീട്ടിൽ ജീപ്പുണ്ട്.

അവിടേക്കായിരിക്കും അവർ പോകുന്നുണ്ടാവുകയെന്നും ഫാത്തിമ ഊഹിച്ചു.

നേരം പാതിര കഴിഞ്ഞു. മരക്കൊമ്പിലിരുന്ന് ഏതൊക്കെയോ പക്ഷികൾ ചിലക്കുന്നുണ്ട്. ഇനിയെങ്ങോട്ട് പോകും..?

ഉത്തരം കണ്ടെത്താൻ അവൾക്ക് കഴിഞ്ഞില്ല.

കുറേക്കഴിഞ്ഞപ്പോൾ അവൾ എഴുന്നേറ്റ് റോഡ് ലക്ഷ്യമാക്കി നടന്നു.

റോഡരികിൽ നിൽക്കുമ്പോൾ ഏതോ വാഹനത്തിന്റെ ശബ്ദം കേട്ടു. വാഹനം അടുത്തെത്തി. വരുന്നത് വരട്ടെയെന്ന് കരുതി അവൾ കൈ കാണിച്ചു.

പേട്ടയിൽ നിന്ന് വൈക്കോലുമായി വരുന്ന ലോറിയായിരുന്നു അത്. കൂറ്റൻ വൈക്കോൽക്കൂന ഇഴഞ്ഞു വരുന്നതായേ തോന്നൂ. ലോറി നിന്നു.

"എവിടുത്തേക്കാ കുട്ടീ ഈ സമയത്ത്...?"

-ലോറിയിൽ നിന്ന് നീണ്ട തലയിൽ നിന്ന് പരുക്കൻ ശബ്ദമുയർന്നു.

"അങ്ങോട്ട്.."-പരിഭ്രമത്തിനിടയിൽ അവൾ പറഞ്ഞു.

"എങ്ങോട്ട്..?"- വീണ്ടും പരുക്കൻ ശബ്ദം.

അവൾ നിന്ന് കിതച്ചതല്ലാതെ വേറെയൊന്നും പറയാൻ കഴിഞ്ഞില്ല.

"നീ എന്താ കുട്ടീ ഈ പാതിരക്ക് ഒറ്റക്ക്...നീ എങ്ങിനെ ഈടയെത്തി.. നിനക്ക് എങ്ങോട്ടാ പോണ്ടത്..?"

"ഏട്ടാ.. എന്നെ പള്ളിമുക്കിലിറക്കിയാ മതി... സ്ഥലം ഞാൻ പറഞ്ഞുതരാ.. എന്റെ ഉമ്മക്ക് സുഖല്ല്യാന്ന് വിവരം വന്ന് ജീപ്പിന് നോക്കീറ്റ് കിട്ടീറ്റില്ല.. വേറാരും കൂടെ വരാനില്ല...." പെട്ടെന്ന് തോന്നിയ ഒരു യുക്തി അവൾ പറഞ്ഞു.

"ഉം. കേറ്.... മുസ്തവേ നീ ആ ഡോറ് തൊറന്ന് കൊടുക്ക്.." -പരുക്കൻ ശബ്ദം ഒന്നയഞ്ഞു.

ക്ലീനർ ചെറുക്കൻ തുറന്നു കൊടുത്ത വാതിലിലൂടെ ഫാത്തിമ അള്ളിപ്പിടിച്ച് ലോറിക്കകത്ത് കയറി.

ക്ലീനർ സഞ്ചി വാങ്ങി അവളെ അകത്തു കയറിയിരിക്കാൻ സഹായിച്ചു.

രണ്ടു പേർക്കിടയിൽ ഫാത്തിമ ശ്വാസം മുട്ടിയിരുന്നു.

തുണിസഞ്ചി മടിയിൽ ഒതുക്കിവെച്ചു.

ലോറി ഞരങ്ങി നീങ്ങി.

ഫാത്തിമ ഇരുവരെയും മാറിമാറി നോക്കി.

ഡ്രൈവർ തടിമാടനാണ്. കാഴ്ചയിൽ മധ്യ വയസ്കൻ.

ക്ലീനർ മെലിഞ്ഞ് നീണ്ടതും.

ഡ്രൈവർ പേര് ചോദിച്ചു.

അവൾ ശരിയായ പേര് തന്നെ പറഞ്ഞു.

“അപ്പോള് നമ്മളെ ആളാന്ന് അല്ലേ..?”

- ഡ്രൈവറുടെ ചോദ്യം അവൾക്ക് ആശ്വാസം പകരുകയാണ് ചെയ്തത്.

അയാളുടെ മറ്റ് ചോദ്യങ്ങൾക്ക് ഫാത്തിമ പകുതി സത്യം കലർത്തി മറുപടി പറഞ്ഞു.

“നിന്നെപ്പോലുള്ള പെങ്കുട്ട്യള് നട്ടപ്പാതിരക്ക് ഇങ്ങിനെ പോയാലോ.. ഈ കാലം അത്ര നന്നല്ല.. നമ്മളായത് കൊണ്ട് നിനക്കൊന്നും പറ്റൂല്ല..” - ശാസനാരൂപത്തിലുള്ള ഡ്രൈവറുടെ പ്രതികരണം കരുതലുള്ള ഒരു രക്ഷിതാവിന്റെതാണെന്ന് ഫാത്തിമക്ക് തോന്നി.

അമിതഭാരവുമായി ലോറി ഇഴഞ്ഞു നീങ്ങി.

നേരം വെളുത്തു തുടങ്ങി.

കുറേ പീടികകളും മറ്റുമുള്ള സ്ഥലമെത്തിയപ്പോൾ അവിടെ ഇറങ്ങണമെന്ന് ഫാത്തിമ ആവശ്യപ്പെട്ടു.

ഡ്രൈവർ ലോറി നിർത്തി.

ഫാത്തിമ പരിസരമാകെ നോക്കി.

പലയിടത്തായി ആൾക്കാരുണ്ട്.

ഒരു ചായക്കടയിൽ മൂന്നാലുപേർ ചായ കുടിക്കുന്നു.

അതുവരെ മയക്കത്തിലായിരുന്ന ക്ലീനർ വാതിൽ തുറന്ന് പുറത്തിറങ്ങി ഫാത്തിമക്ക് വഴിയൊരുക്കി.

“എടാ.. മുസ്തവേ നമ്മക്ക് ഓരോ ചായ കുടിച്ചാലോ.?”

ചായക്കട ശ്രദ്ധയിൽപ്പെട്ട ഡ്രൈവർ ചോദിച്ചു.

ക്ലീനർ കോട്ടുവായിട്ടുകൊണ്ട് സമ്മതം മൂളി.

റോഡിൽ ഇറങ്ങിനിന്ന ഫാത്തിമയെ ഡ്രൈവർ ചായകുടിക്കാൻ ക്ഷണിച്ചു.

അപ്പോഴാണ് ഇരുവരും പരസ്പരം മുഖാമുഖം കണ്ടത്.

"വേണ്ട ഇക്കാ.."- അവൾ വിനയപൂർവം ക്ഷണം നിരസിച്ചു.

"നമ്മള് ഇത് വരെ വന്നില്ലേ.. ഓരോ ചായ കുടിക്കാന്ന്.."- ഡ്രൈവർ ക്ഷണം ആവർത്തിച്ചു.

വാസ്തവത്തിൽ ഫാത്തിമയുടെ തൊണ്ട വരളുന്നുണ്ടായിരുന്നു.

മൂന്ന് പേരും ചായക്കടയിലേക്ക് നടന്നു.

അസമയത്ത് ഒരു പെൺകുട്ടി ലോറിയിൽ മറ്റ് രണ്ടാളോടൊത്ത് വരുന്നത് കൊണ്ടാവാം, അവിടെ ചായകുടിച്ചു കൊണ്ടിരുന്നവർ ശ്രദ്ധിച്ചു.

ചായക്കടക്കരികിൽ വെളുത്ത നിറമുള്ള കാർ നിർത്തിയിട്ടുണ്ടായിരുന്നു.

കാറിൽ ചാരി നിന്ന് ചായ കുടിക്കുന്ന ഒരു ചെറുപ്പക്കാരൻ തന്നെ പ്രത്യേകം ശ്രദ്ധിക്കുന്നതായി ഫാത്തിമക്ക് തോന്നി.

ലോറി പോയി.

തുണിസഞ്ചിയും തൂക്കി, ഉറക്കച്ചടവുള്ള കണ്ണുകളുമായി എങ്ങോട്ട് പോകണമെന്നറിയാതെ ഒരു പീടികത്തിണ്ണയിലേക്ക് ഫാത്തിമ നടന്നു.

ആ ചെറുപ്പക്കാരൻ പതുക്കെ നടന്ന് ഫാത്തിമയുടെ അരികിലെത്തി സ്നേഹത്തോടെ കാര്യങ്ങൾ അന്വേഷിച്ചു.

ചില ചോദ്യങ്ങൾക്കുത്തരം പറഞ്ഞും ചിലതിന് പറയാതെയും അവൾ ഒഴിഞ്ഞു മാറാൻ ശ്രമിച്ചു.

ഒടുവിൽ അയാൾ ചോദിച്ചു; "എന്റെ കൂടെ വരുന്നോ.. പേടിക്കേണ്ട. ഞാൻ തനിച്ചേയുള്ളൂ. എന്റെ കാറാണത്. യാത്ര കഴിഞ്ഞ് വരുന്നതാ. ചായ കുടിക്കാൻ ഇറങ്ങിയതാണ്... ഞാൻ ബുദ്ധിമുട്ടൊന്നും ഉണ്ടാക്കില്ല..... വാ.."

ഫാത്തിമ അയാളുടെ മുഖത്തു തന്നെ സൂക്ഷിച്ചു നോക്കി.

ഇയാൾ തന്റെ രക്ഷകനായി അവതരിച്ചതാണോ....?

അയാളുടെ കണ്ണിൽ കത്തിനിന്നത് കാമത്തേക്കാളും സ്നേഹവും അനുകമ്പയുമാണെന്ന് അവൾക്ക് തോന്നി.

"വരാം"

- അവൾക്ക് വേറെ അധികമൊന്നും ആലോചിക്കാനില്ലായിരുന്നു.

ഫാത്തിമയുടെ ആ സമ്മതം രേഖപ്പെടുത്തൽ, സംഭവ ബഹുലമായ ഒരു ജീവിതയാത്രയുടെ തുടക്കമായിരുന്നു.

പിന്നീടുള്ള മൂന്നരപ്പതിറ്റാണ്ടിനിടയിൽ എത്രയോ തെരുവുകളിൽ, വൻ നഗരങ്ങളിലെ ഹോട്ടൽ മുറികളിൽ, സ്വകാര്യ വസതികളിൽ, നൃത്തശാലകളിൽ, മദ്യ സൽക്കാര മേളകളിൽ, ആഘോഷ പരിപാടികളിൽ അവളുടെ ശരീരം കാഴ്ച വസ്തുവും ഭോഗവസ്തുവുമായി.

എത്രയോ രാഷ്ട്രീയ നേതാക്കളുടെയും വ്യവസായികളുടെയും ഉദ്യോഗസ്ഥ മേധാവികളുടെയും ശരീരത്തിന് അവൾ ചൂടു പകർന്നു. ഇതിനിടയിൽ, ഒരു കാമുകന്റെ സമ്മർദത്തിൽപ്പെട്ട് മതം മാറി. അങ്ങിനെ ഫാത്തിമ മറിയക്കുട്ടിയായി.

മതം മാറിയാൽ വിവാഹം കഴിക്കാമെന്ന ആ കാമുകന്റെ വാഗ്ദാനം ഒരു ചതിയായിരുന്നു.

ചർമ്മത്തിന് ചുളിവ് വീണു കഴിഞ്ഞതോടെ അവളെ ആർക്കും വേണ്ടാതായി. എല്ലാം മറന്ന് ജീവിതം ആഘോഷിച്ചതിന് തിരിച്ചു കിട്ടിയത് അകാല വാർധക്യവും മാറാവ്യാധികളും.

അധ്യായം 23

ഒരു പ്രളയ കാലത്ത്

മാംസം അറുത്തെടുത്ത ശരീരം പോലെ, ചതുരപ്പാറ ചോരയൊലിപ്പിച്ചുനിന്നു. അഞ്ച് ഏക്കറിലധികം മല പ്രളയജലത്തിൽ കുത്തിയൊഴുകിപ്പോയി. മാനംമുട്ടെ വളർന്നുനിന്ന വൻമരങ്ങളും റബ്ബറും തെങ്ങും കവുങ്ങും വാഴകളും മൂന്ന് വീടുകൾക്കൊപ്പം തുടച്ചു നീക്കപ്പെട്ടു.

ഈ വീടുകളിലെ ഇരുപത്പേർ അത്ഭുതകരമായി രക്ഷപ്പെട്ടെങ്കിലും ഒരു കുടുംബത്തിലെ മൂന്നുപേർ മണ്ണിന്നടിയിലായി. അമ്മയും വിദ്യാർത്ഥികളായ രണ്ട് പെൺമക്കളും. ഗൃഹനാഥൻ ഗുരുതര പരിക്കുകളോടെ രക്ഷപ്പെട്ടു.

ചരിത്രത്തിലെ ഏറ്റവും വലിയ പ്രളയവും ഉരുൾപൊട്ടലും കേരളത്തിലാകെ കൊടുംനാശം വിതച്ച നാളുകളിലായിരുന്നു ഈ ദുരന്തവും.

വടക്കേ അറ്റത്തെ ഒന്നും തെക്കേ അറ്റത്തെ രണ്ടും ജില്ലകൾ ഒഴികെ, മറ്റെല്ലാ ജില്ലകളിലും പ്രളയം കണക്കില്ലാത്ത നാശം വിതച്ചു. കുട്ടനാട് രണ്ടുമാസത്തോളം വെള്ളത്തിനടിയിലായി. മൂവായിരത്തി അഞ്ഞൂറോളം ദുരിതാശ്വാസ ക്യാമ്പുകൾ സംസ്ഥാനത്താകെ തുറന്നു. ഒന്നേമുക്കാൽ ലക്ഷത്തോളം കുടുംബങ്ങളിൽപെട്ട ഏഴു ലക്ഷത്തോളം പേർ അഭയാർഥികളായി. മുന്നൂറോളം പേർ മരിച്ചു. ആയിരത്തിലധികം വീടുകൾ പൂർണമായും 26,000 വീടുകൾ ഭാഗികമായും തകർന്നു. 40,000 ഹെക്ടർ സ്ഥലത്തെ കൃഷി നശിച്ചു.

അര ലക്ഷത്തോളം കന്നുകാലികളും രണ്ട് ലക്ഷത്തിലധികം കോഴികളും താറാവുകളും ചത്തൊടുങ്ങി. പതിനായിരത്തിലധികം കിലോമീറ്റർ റോഡുകളും 134 പാലങ്ങളും തകർന്നു. നെടുമ്പാശ്ശേരി വിമാനത്താവളം ആഴ്ചയോളം അടച്ചിട്ടു. റെയിൽ ഗതാഗതവും താറുമാറായി.

പമ്പ നിറഞ്ഞു കവിയുകയും ഗതിമാറി ഒഴുകുകയും ചെയ്തു. ശബരിമലയിൽ നിറപുത്തരിക്ക് ചരിത്രത്തിലാദ്യമായി ഭക്തർക്ക് വിലക്ക് ഏർ

പ്പെടുത്തി.

ഈ പ്രളയം ഇല്ലാതാക്കിയത് നാരങ്ങാട്ട് തമ്പാന്റെ സ്വകാര്യ ജീവിതത്തിലെ ഏറ്റവും നിഗൂഢമായ ഒരു രഹസ്യത്തിന്റെ തെളിവിനെക്കൂടിയായിരുന്നു.

ചതുരപ്പാറയിലെ ഉരുൾ പൊട്ടലിൽ കുത്തിയൊഴുകിപ്പോയ ഭൂമിയോട് ചേർന്നുള്ള തോട്ടത്തിലെ ഷെഡിൽ ഒരു ശിലാപ്രതിമ കണക്കെ, നിർവികാരനായി ഇരിക്കുകയാണ് തമ്പാൻ.

വീട്ടിൽനിന്നും എഴുപത് കിലോമീറ്റർ അകലെയുള്ള ഈ മലമുകളിൽ തമ്പാൻ ആദ്യം എത്തിയത് ഇരുപത്തിനാലാം വയസ്സിൽ.

മലേഷ്യയിൽ ജോലിയുള്ള സഹോദരൻ നാരങ്ങാട്ട് സഹദേവൻ നാട്ടിലേക്ക് മടങ്ങിയത് വൻ ധനാഢ്യനായാണ്. കയ്യിൽ ഇഷ്ടം പോലെ പണം. ആ പണം കൊണ്ട് പല ഭാഗങ്ങളിലും ഭൂമി വാങ്ങിക്കൂട്ടി. റബ്ബർ കൃഷി തുടങ്ങുകയെന്ന ഉദ്ദേശ്യത്തോടെ കിഴക്കൻ മലയോരത്തെ ചതുരപ്പാറയിൽ അഞ്ചേക്കർ സ്ഥലം വിലക്ക് വാങ്ങി.

ജീപ്പുകൾക്കു മാത്രം പോകാൻ കഴിയുന്ന, ഉരുളൻ കല്ലുകൾ നിറഞ്ഞ റോഡ് മാത്രമേ അവിടെക്കുള്ളൂ.

റബ്ബർ നട്ടു. ഇടവിളയായി ഇഞ്ചിയും.

കൃഷി നോക്കി നടത്താനുള്ള ചുമതല സഹദേവൻ ഇളയ സഹോദരനായ തമ്പാനെ ഏൽപ്പിച്ചു. പത്താം ക്ലാസ് പാസ്സായശേഷം നാട്ടിൽ ടാക്സി ജീപ്പോടിക്കുകയായിരുന്നു തമ്പാൻ. ജീപ്പും സഹദേവൻ വാങ്ങിക്കൊടുത്തത്.

കൃഷികാര്യങ്ങൾക്കായി നിത്യേനെയെന്നോണം തമ്പാൻ ജീപ്പോടിച്ച് ചതുരപ്പാറയിലേക്ക് പോകും.

പണിക്കാരായ ആണുങ്ങളെ നാട്ടിൽ നിന്ന് കൊണ്ടുപോകും. പെണ്ണുങ്ങളെ അവിടെ നിന്ന് കൂട്ടി.

ഭക്ഷണം പാചകം ചെയ്യാനും പണിയായുധങ്ങളും വളവും മറ്റും സാമഗ്രികൾ സൂക്ഷിക്കാനും മുളയും ഓടും ഉപയോഗിച്ച് ഷെഡ്ഡുണ്ടാക്കി. പനമ്പ് കൊണ്ട് ഒരു മുറിയും.

അതിൽ ഒരാൾക്ക് കിടന്നുറങ്ങാനുള്ള സൗകര്യമുണ്ട്. കാട്ടുകല്ലുകൾ നിരത്തിവെച്ച് അതിന്മേൽ മരപ്പലകയിട്ടാണ് കട്ടിലുണ്ടാക്കിയത്.

സുന്ദരമായ പ്രദേശമായിരുന്നു ചതുരപ്പാറ. ഷെഡിൽ നിന്ന് നോക്കിയാൽ പച്ച പുതച്ചു നിൽക്കുന്ന കിഴക്കൻ മലയോരത്തിന്റെ ദൃശ്യങ്ങൾ കാണാം.

മഞ്ഞുകാലത്ത് മലഞ്ചെരിവുകൾ കോടമഞ്ഞു പുതച്ചുകിടക്കും. ആ

കൊടും തണുപ്പിൽ കമ്പിളി കൊണ്ട് മൂടിപ്പുതച്ചു കിടക്കുന്നതിന്റെ സുഖമൊന്നുവേറെ.

തമ്പാൻ പലപ്പോഴും ആ ഷെഡിൽ തന്നെ താമസിച്ചു. മഞ്ഞും കുളിരും ആസ്വദിച്ചു.

കാട്ടു പന്നികളും മുള്ളൻ പന്നികളും മുയലുകളും ഇഷ്ടം പോലെ മേഞ്ഞു നടക്കുന്നതാണ് ഈ കാട്ടുപ്രദേശം.

തോട്ടത്തിൽ ഇടവിളയായി നട്ട മരച്ചീനിയും ചേമ്പും ചേനയുമെല്ലാം പന്നികൾ കൂട്ടത്തോടെ നശിപ്പിച്ചു.

കൃഷി നശിപ്പിക്കുന്ന പന്നികളെ വേട്ടയാടാൻ തമ്പാൻ കൂട്ടുകാരനായ ജോസഫിനെ കൂടെ കൂട്ടി. ജോസഫിന് ലൈസൻസുള്ള തോക്കുണ്ട്. ജോസഫിന്റെ അപ്പന്റെ പേരിലാണ് ലൈസൻസ്. ജോസഫ് വന്നാൽ ഇറച്ചി ഉറപ്പ്. മൃഗങ്ങളെ വേട്ടയാടാനുള്ള അവന്റെ വൈദഗ്ധ്യം വേറെ തന്നെ. രാത്രിയും പകലുമെന്ന വ്യത്യാസമില്ലാതെ പന്നി മുതൽ കാട്ടുകോഴികൾ വരെ ജോസഫിന്റെ തോക്കിന് ഇരയായി. പന്നിയെ കിട്ടിയാൽ ഇറച്ചി കുറച്ചുമാത്രം എടുത്ത് ബാക്കി നാട്ടുകാർക്ക് വിതരണം ചെയ്തു. അതിനാൽ ജോസഫ് വരുന്ന ദിവസം നോക്കി നാട്ടുകാരും കാത്തിരുന്നു. വെടിവെച്ചു പിടിക്കുന്ന മൃഗത്തിന്റെ ഇറച്ചി പോലീസ്, വനം വകുപ്പ് ഉദ്യോഗസ്ഥർക്ക് കൃത്യമായി എത്തിച്ചു കൊടുക്കുന്നതിനാൽ അവരെ ഭയപ്പെടേണ്ടിയും വന്നില്ല. തങ്ങളുടെ കൃഷി നശിപ്പിക്കുന്ന കാട്ടു മൃഗങ്ങളെ കൊന്നൊടുക്കുന്നതിൽ നാട്ടുകാരും സന്തോഷിച്ചു.

ഈ സമയത്താണ് അവറാച്ചൻ എന്ന തോട്ടത്തിൽ എബ്രഹാം തമ്പാന്റെയും ജോസഫിന്റെയും സൗഹൃദവലയത്തിൽപ്പെടുന്നത്. കുറച്ചകലെയുള്ള കരിങ്കൽ ക്വാറിയിലെ പണിക്കാരനാണ് അവറാച്ചൻ. അവറാച്ചനും ചില കൂട്ടുകാരും ചേർന്ന് രഹസ്യമായി ചാരായം വാറ്റിയിരുന്നു. കശുവണ്ടി സീസണിലാണ് സജീവമായി വാറ്റു നടക്കുക.

കശുമാങ്ങ നീരുകൊണ്ടുണ്ടാക്കുന്ന ചാരായത്തെ വെല്ലാൻ ലോകത്തിൽ ഒരു മദ്യവുമില്ലെന്ന് അവർ വീമ്പ് പറയും.

കശുവണ്ടി സീസണിലാണ് നായാട്ടും കൊഴുക്കുക. വീണുകിടക്കുന്ന കശുവണ്ടി തിന്നാൻ പന്നികളും മുള്ളൻ പന്നികളും വരും. അവയിൽ പലതും ജോസഫിന്റെ തോക്കിന് ഇരയാവും. മഴക്കാലം തുടങ്ങി പുൽനാമ്പുകൾ മുളയ്ക്കുമ്പോൾ തിന്നാൻ മുയലുകളും. നെറ്റിയിൽ കെട്ടിവെക്കുന്ന പ്രത്യേകം ടോർച്ചാണ് മുയലുകളെ വെടിവെക്കാൻ അത്യാവശ്യം വേണ്ടത്. ശക്തിയേറിയ വെളിച്ചം കണ്ണിൽ പതിക്കുമ്പോൾ മുയ

ലുകൾ അതിൽ മയങ്ങി നിൽക്കും. അപ്പോഴേക്കും വെടി പൊട്ടിയിരിക്കും.

താമ്പാന്റെ തോട്ടത്തിലെ ഷെഡ് കൂട്ടുകാരുടെ താവളമായി. പന്നിയിറച്ചിയും കപ്പയും വാറ്റു ചാരായവും ഇവരുടെ കൂട്ടായ്മകളെ കൊഴുപ്പിച്ചു.

ഒരുദിവസം പെരുമഴയത്ത് തമ്പാൻ ജീപ്പിൽ ചതുരപ്പാറയിലേക്ക് വരുമ്പോൾ സുന്ദരിയായ യുവതി ആൺകുട്ടിയെയും ചേർത്തു പിടിച്ച് കുന്ന് കയറുന്നു. ശക്തിയായ മഴയിലും കാറ്റിലും ഇരുവരും നനഞ്ഞു കുളിച്ചിരുന്നു.

ജീപ്പ് വരുന്നത് കണ്ട് മടിച്ചുമടിച്ചാണെങ്കിലും അവർ കൈകാണിച്ചു.

തമ്പാൻ ജീപ്പ് നിർത്തി

'ചേട്ടാ ചതുരപ്പറക്കാ ഒന്ന് വന്നോട്ടെ... പനിയായിട്ട് കൊച്ചിനെ ആസ്പത്രീല് കാണിക്കാൻ കൊണ്ട് പോയതാ.. '

അവർ അപേക്ഷിച്ചു.

'ഓ കേറിക്കോളൂ... ' തമ്പാൻ സ്നേഹപൂർവ്വം അനുമതി നൽകി.

അവർ ജീപ്പിന്റെ പിന്നിലെ സീറ്റിൽ കുട്ടിയേയും കൊണ്ട് ആയാസപ്പെട്ട് കയറാൻ ശ്രമിക്കുന്നത് കണ്ട് തമ്പാൻ മുന്നിലെ സീറ്റിൽ തന്നെ ഇരിക്കാൻ ക്ഷണിച്ചു.

'വേണ്ട ചേട്ടാ, ബേക്കില് ഇരുന്നോളാം..' അവർ പറഞ്ഞു.

'അവിടെ വളച്ചാക്കും കൈക്കോട്ടും സാധനങ്ങളും ഒക്കെയുണ്ട്.. മുന്നിൽ തന്നെയിരുന്നോളൂ '

അവർ മടിച്ചു മടിച്ചാണെങ്കിലും മുന്നിലെ സീറ്റിൽ ഇരുന്നു.

രണ്ടുപേരും പൂർണമായും നനഞ്ഞിരുന്നു.

കുട്ടി നനഞ്ഞു വിറച്ചത് കാരണം അമ്മയോട് പറ്റിച്ചേർന്നിരുന്നു.

തമ്പാൻ ഒരു തോർത്ത് കൊടുത്തിട്ടു പറഞ്ഞു: 'ഇതാ കുട്ടിയുടെ തല തോർത്തി കൊടുക്കൂ.. തണുപ്പ് കൂടണ്ട.'

അവർ തോർത്ത് വാങ്ങി കുട്ടിയുടെ തല തോർത്തി.

'എന്താ പേര് ' തമ്പാൻ ചോദിച്ചു.

'എൽസി... ചേട്ടനെ അറിയായിരിക്കും കോറേല് പണിയുള്ള അവറാച്ചന്റെ ഭാര്യയാ... '

'ഓ.. അവറാച്ചൻ ചേട്ടന്റെ ഭാര്യയാണോ. ചേട്ടനെ അറിയാം. തോട്ടത്തിൽ വരാറുണ്ട്'

വിരൂപനായ അയാൾക്ക് ഇത്രയും സുന്ദരിയായ ഭാര്യയോ എന്ന് താമ്പാന്റെ മനസ്സ് പറഞ്ഞു.

'മോന്റെ പേരോ..? '

'ബെന്നി '

'മോന് ഇന്നലയേ പനിയാ. ഞാൻ ചേട്ടനോട് ഇവനെക്കൂട്ടി ഹെൽത്ത് സെന്ററിൽ പോകാൻ പറഞ്ഞതാ... പോയില്ല.. രാവിലെ പത്തുമണിയായിട്ടും എണീറ്റിട്ടില്ല. ഇന്നിപ്പം ജാസ്തിയായി. ഏഴാം ക്ലാസ്സിൽ പഠിക്കുന്ന കുട്ടിയാ... പനി പിടിച്ച് കെടന്നാ ക്ളാസ് പോവൂലേ...'

എൽസി സംസാരിച്ചു കൊണ്ടേയിരുന്നു.

'ചേട്ടന്റെ ജീപ്പ് പോകുന്നത് കാണാറുണ്ട്.. ചേട്ടന്റെ തോട്ടത്തില് പണിക്കു വരുന്ന വത്സമ്മയും ജാനകിയേടത്തിയും എന്റെ അയൽ വീട്ടുകാരാ.. അവരും പറയാറുണ്ട് ചേട്ടനെപ്പറ്റി '

'നിങ്ങൾ ജോലിക്കൊന്നും പോവാറില്ലേ...? ' തമ്പാൻ ചോദിച്ചു.

'ആദ്യം ചേട്ടന്റെ കൂടെ കൊറേല് പോയിരുന്നു. പിന്നെ ഇവനായതിനു ശേഷം പണിക്കൊന്നും പോയില്ല.. ടെയിലറിങ് അറിയാം. വീട്ടില് മെഷ്യനും ഉണ്ട്.. പക്ഷേങ്കില് പണിയൊന്നും കിട്ടൂല ചേട്ടാ. ആൾക്കാര് കീറിയതും പറഞ്ഞതും മാത്രേ കൊണ്ടുതരൂ.. ചേട്ടന്റെ തോട്ടത്തില് പണിയുണ്ടോ.. കഞ്ഞി വെക്കാനും മറ്റോ... ഇവൻ സ്കൂളില് പോയാൽ ഞാൻ ഒറ്റക്കാ..... '

തമ്പാൻ ആഗ്രഹിച്ചത് തന്നെയാണ് എൽസി ചോദിച്ചത്.

'അങ്ങിനെയാണെങ്കില് നിങ്ങള് അടുത്ത തിങ്കളാഴ്ച മുതല് പണിക്ക് വന്നോളൂ..' തമ്പാൻ ഉറപ്പ് കൊടുത്തു.

കുഴികളിലും ഉരുളൻ കല്ലുകളിലും ചാടി ജീപ്പ് എൽസിയുടെ വീടിനടുത്തെത്തി.

മഴ തെല്ല് ശമിച്ചിരുന്നു.

റോഡിൽക്കൂടി മഴവെള്ളം കുത്തിയൊഴുകുന്നുണ്ട്.

എൽസിയും മകനും അവിടെ ഇറങ്ങി. അവർ കൈവീശി യാത്ര പറഞ്ഞു.

ഇരുവരും കാഴ്ചയിൽ നിന്ന് മറയുന്നതു വരെ തമ്പാൻ നോക്കിനിന്നു.

കുറേ നടന്നപ്പോൾ എൽസി തിരിഞ്ഞു നോക്കി വീണ്ടും കൈ വീശി.

ഈ മലമൂട്ടിൽ ഇത്ര സുന്ദരിയായ പെണ്ണോ...?

തമ്പാനെ എന്തോ ഒരു സുഖാലസ്യം പിടികൂടി.

ആ ആലസ്യത്തിലാണ് തുടർന്നങ്ങോട്ട് ജീപ്പോടിച്ചത്.

അടുത്ത തിങ്കളാഴ്ച എൽസി തോട്ടത്തിൽ ജോലിക്ക് വന്നു.

അതുവരെ കഞ്ഞിവെച്ചിരുന്ന വത്സമ്മക്ക് മറ്റു ജോലി നൽകി എൽസിയെ ആ ചുമതലയിൽ നിയോഗിച്ചു.

മറ്റുള്ളവർ തോട്ടത്തിന്റെ പല ഭാഗങ്ങളിലും ജോലി ചെയ്യുമ്പോൾ പലപ്പോഴും ഷെഡിൽ തമ്പാനും എൽസിയും മാത്രമായി.

ഇവർ പല നാട്ടു കാര്യങ്ങളും തമാശകളും കൈമാറി.

പെരുമഴ പെയ്യുന്ന ഒരു ദിവസം തോട്ടത്തിൽ പണിക്കാർ ആരുമുണ്ടായിരുന്നില്ല. പണിക്കാർ ഉണ്ടോ എന്ന് അന്വേഷിക്കാനെന്നോണം എൽസി എത്തി. അവൾ പതിവിന് വിപരീതമായി കുറച്ച് അണിഞ്ഞൊരുങ്ങിയിട്ടാണ് വന്നിരിക്കുന്നതെന്ന് തമ്പാന് തോന്നി. വൃത്തിയുള്ള കൈലിയും ബ്ലൗസും ധരിച്ചിട്ടുണ്ട്. പൗഡറിടുകയും പൊട്ട് തൊടുകയും ചെയ്തിട്ടുണ്ട്. സാധാരണ പണിക്ക് വരുമ്പോൾ എൽസി പൗഡറിടാറില്ല.

'ചേട്ടാ ഇന്ന് പണിക്കാർ ആരുമില്ലേ..? '

ഷെഡിന്റെ കോലായിൽ നിന്ന് എൽസി ആരാഞ്ഞു.

'പണിക്കാർ ആരുമില്ല.. ഞാൻ മാത്രം'

'അല്ലേലും ഈ കോരിച്ചൊരിയുന്ന മഴേത്ത് ആര് പണിക്ക് വരാനാ..' എൽസി പറഞ്ഞു.

'ഏതായാലും നീ ഇവിടെ വന്ന സ്ഥിതിക്ക് പണി തരാം.. ഈ വളച്ചാക്ക് പിടിച്ച് അകത്തേക്ക് കയറ്റി വെക്കാൻ സഹായിക്കണം . എനിക്ക് ഒറ്റക്ക് ചെയ്യാൻ ബുദ്ധിമുട്ടാ.'

'അതിനെന്താ ചേട്ടാ പിടിക്കാലോ'

വളച്ചാക്ക് പിടിച്ച് അകത്തു കയറ്റി വെക്കുന്നതിനിടയിൽ രണ്ട് പേരുടെയും തലകൾ കൂട്ടിമുട്ടി.

'തലവേദനിച്ചോ' തമ്പാൻ മൃദുവായി ചോദിച്ചു.

'ഇല്ല സാരമില്ല.'

'ഞാൻ തടവിത്തരാം.'

തമ്പാൻ അവളുടെ നെറ്റിയിൽ മൃദുവായി തടവിക്കൊടുത്തു.

'അയ്യോ.. വേണ്ട.. എനിക്ക് വേദനയൊന്നും പറ്റിയില്ല 'അവൾ തമ്പാന്റെ കൈ പിടിച്ചുമാറ്റി.

തമ്പാൻ അവളുടെ കൈ അമർത്തിപ്പിടിച്ചു.

'അയ്യോ വേണ്ട.. ആരെങ്കിലും കണ്ടാൽ... ' എൽസി പിടിയിൽനിന്ന് കുതറി മാറാൻ ശ്രമിക്കുന്നതുപോലെ നടിച്ചു.

'ഇന്ന് ഇവിടെ ആരും വരില്ല.. അവറാച്ചൻ വീട്ടിലുണ്ടോ..?'

'ഇന്ന് വെള്ളം കയറീട്ട് കൊറേല് പണിയില്ല... എന്തോ ആവശ്യത്തിന് മൊതലാളീന്റെ കൂടെ താലൂക്ക് ആപ്പീസില് പോയിന്.. എനി പാതിരാക്കോ മറ്റോ ആ വരവാ..'

പറഞ്ഞു തീരും മുമ്പേ എൽസി തമ്പാന്റെ കരവലയത്തിൽ അമർ

ന്നിരുന്നു. അവളുടെ മുഖത്ത് നേർത്ത മഴത്തുള്ളികൾ വീണു കിടപ്പുണ്ട്. വസ്ത്രങ്ങളിലും.

മഴത്തുള്ളികളേറ്റ് ഈറനായ അവളുടെ ശരീരം തമ്പാൻ മാറോട് ചേർത്തു പിടിച്ചു.

അവൾ ചെറുതായി കിതക്കുന്നുണ്ടായിരുന്നു. നെഞ്ചിടിപ്പ് വ്യക്തമായി കേൾക്കാം.

അവളുടെ ശരീരം കുഴഞ്ഞു. അവളുടെ നിശ്വാസത്തിന്റെ ചൂട് അയാളുടെ ഇന്ദ്രിയങ്ങളെ ഉത്തേജിപ്പിച്ചു.

മരപ്പലക കൊണ്ട് രൂപപ്പെടുത്തിയ കട്ടിലിൽ അവളെ തന്നോട് ചേർത്തുപിടിച്ചു കിടത്തുന്നതിനിടയിൽ തമ്പാൻ അവളുടെ ചെവിയിൽ പറഞ്ഞു:

'നീ ഇന്നിവിടെ വന്നത് ഇതിന് തന്നെയല്ലേ..?'

അവൾ വികാരാവേശത്തോടെ പറഞ്ഞു 'എനിക്ക് ചേട്ടനെ പെരുത്ത് ഇഷ്ടാ...'

'എനിക്ക് നിന്നെയും '

പുറത്ത് കനത്ത മഴ പെയ്യുന്നുണ്ടായിരുന്നു.

അയാൾ അവളിലും പെരുമഴയായി പെയ്തു.

മദ്യലഹരിയിൽ, അർദ്ധബോധാവസ്ഥയിൽ എത്തി, പാതിര കഴിഞ്ഞ് ബോധം തെളിയുമ്പോൾ എന്തൊക്കെയോ കാട്ടിക്കൂട്ടുന്ന ഭർത്താവിന്റെ കോപ്രായങ്ങൾ മാത്രം അനുഭവിച്ച അവൾ ഒരു പുരുഷന്റെ കരുത്ത് ആദ്യമായി അനുഭവിക്കുകയായിരുന്നു. ഇതൊരു തുടക്കം മാത്രമായിരുന്നു.

പിന്നെ പലപ്പോഴും പലയിടത്തു വെച്ചും അവർ ഒത്തു ചേർന്നു.

എൽസി പൂർണ ഗർഭിണിയായപ്പോൾ ജോലിക്ക് വരുന്നത് നിർത്തി.

ഏതാനും മാസം കഴിഞ്ഞപ്പോൾ തമ്പാൻ വിവാഹിതനായി.

ജോലിക്കാരെല്ലാം എത്തിയെങ്കിലും പ്രസവിച്ചു കിടക്കുന്നതിനാൽ എൽസിക്ക് തമ്പാന്റെ വിവാഹത്തിൽ പങ്കെടുക്കാൻ കഴിഞ്ഞില്ല.

ഇതിനിടയിൽ സഹദേവൻ വിദേശത്ത് നിന്ന് നാട്ടിലെത്തുകയും മറ്റ് സംരംഭങ്ങൾ തുടങ്ങുന്നതിന് പണം സ്വരൂപിക്കാൻ ചതുരപ്പാറയിലെ തോട്ടം വിൽക്കുകയും ചെയ്തു.

നീണ്ടകാലത്തിന് ശേഷം ഒരു പള്ളിപ്പെരുന്നാളിനാണ് തമ്പാനും എൽസിയും വീണ്ടും കണ്ടുമുട്ടി.

മകൻ ബെന്നി ഒൻപതാം ക്ലാസിലെത്തിയിരുന്നു. അവന് കളിക്കോപ്പുകളും പലഹാരങ്ങളും തമ്പാൻ വാങ്ങിക്കൊടുത്തു. അമ്മയുടെ വി

രൽത്തുമ്പിൽ തൂങ്ങി നിന്ന ഓമനത്വമുള്ള മകളുടെ കവിളിൽ തമ്പാൻ മൃദുവായി നുള്ളി. അവൾ നാണം കുണുങ്ങി.

തമ്പാൻ പേര് ചോദിച്ചു ഓമനിച്ചു.

'എലിസബത്ത് ' നാണത്തോടെ അവൾ പറഞ്ഞു.

ബെന്നി കൂട്ടുകാരോടൊപ്പം പള്ളിപ്പറമ്പിലെ സ്റ്റാളുകൾക്ക് മുന്നിൽ മതിമറന്നു നിൽക്കുമ്പോൾ എൽസി ഒരു നിഗൂഢമായ രഹസ്യം തമ്പാനെ അറിയിച്ചു. 'ഈ മോള് ചേട്ടന്റെയാ '

തമ്പാന്റെ തലച്ചോറിലൂടെ ഒരു മിന്നൽ പിണർ പാഞ്ഞുപോയി.

'നേരോ..? ' പരിഭ്രമവും ഉൽക്കണ്ഠയും കലർന്ന ചോദ്യം.

'ചേട്ടന്റെ ഛായ തന്നെയാ ഇവൾക്കും... ആരെങ്കിലും സംശയിക്കുമോ എന്നാണ് എന്റെ പേടി.' ഒരു കുസൃതിച്ചിരിയോടെ എൽസി പറഞ്ഞു.

അന്നവർ അങ്ങിനെ പിരിഞ്ഞു.

അധികം കഴിയുന്നതിനു മുമ്പേ തമ്പാന് സൗദിയിലേക്ക് വിസ ശരിയായി.

വിദേശത്തേക്ക് യാത്ര തിരിക്കും മുമ്പ് എൽസിയെ കാണാൻ ആഗ്രഹിച്ചെങ്കിലും നടന്നില്ല.

തമ്പാൻ പിന്നീട് 16 വർഷത്തോളം ഗൾഫിലായിരുന്നു. ഇതിനിടയിൽ തമ്പാന്റെ ഭാര്യ ബിന്ദു രണ്ട് പെൺമക്കളെ പ്രസവിച്ചു.

പത്തു വർഷം കുടുംബവും തമ്പാനോടൊപ്പം ഗൾഫിൽ. ഈ കാലയളവിലൊന്നും എൽസിയെയും മകളെയും തമ്പാൻ കണ്ടില്ല. ഏതാണ്ട് വിസ്മരിക്കപ്പെട്ടപോലെയായി.

ഗൾഫിലെ ജോലി മതിയാക്കി നാട്ടിൽ തിരിച്ചെത്തിയ തമ്പാൻ റിയൽ എസ്റ്റേറ്റ് ബിസിനസിലേക്ക് കടന്നു. പത്താം ക്ലാസിൽ സഹപാഠിയായ കുന്നുമ്മൽ അബ്ദുള്ളയുമായി ചേർന്ന് പലയിടത്തും ഭൂമി വാങ്ങുകയും വിൽക്കുകയും ചെയ്തു.

പഴയ വീടിനടുത്ത് കൊട്ടാര സദൃശമായ പുതിയ വീട് വെച്ചു. തമ്പാൻ നാട്ടിലെ വലിയ കാശുകാരനായി. നാട് മുഴുവൻ പ്രളയത്തിൽ മുങ്ങിയ ഒരുദിവസം പത്രത്തിൽ കണ്ട ഒരു വാർത്തയാണ് തമ്പാനെ വീണ്ടും ചതുരപ്പാറയിൽ എത്തിച്ചത്.

ചതുരപ്പാറയിലുണ്ടായ ക്വാറി അപകടത്തിൽ രണ്ടുപേർ മരിച്ചു എന്നായിരുന്നു ആ വാർത്ത. മരിച്ച രണ്ടുപേരുടെയും ഫോട്ടോയും പത്രത്തിലുണ്ടായിരുന്നു. അതിലൊരാൾ അവറാച്ചനായിരുന്നു. മണ്ണിടിഞ്ഞു വീണാണ് ഇരുവരും മരിച്ചത്.

ശവമടക്കം കഴിഞ്ഞ് നാലാം ദിവസമാണ് തമ്പാൻ ചതുരപ്പാറയി

ലെത്തിയത്. ചതുരപ്പാറയിലേക്കുള്ള റോഡ് ടാർ ചെയ്തതാണെങ്കിലും കുണ്ടും കുഴിയുമുണ്ട്.

എൽസിയും മകളും എങ്ങിനെയിരിക്കും എന്നറിയാനുള്ള അതിയായ ഉൽക്കണ്ഠ തമ്പാനുണ്ടായിരുന്നു.

പരസ്പരം കണ്ടിട്ട് വർഷങ്ങളായി. കണ്ടാൽ തിരിച്ചറിയുമോ ആവോ. എൽസിക്ക് പ്രായം അമ്പതിനോടടുത്തുകാണും. എലിസബത്ത് സുന്ദരിയായി വളർന്നിരിക്കണം.

കാർ വീട്ടിലേക്കുള്ള വഴിയരികിൽ നിർത്തി തമ്പാൻ നടന്നു.

വീട് പഴയ സ്ഥലത്ത് തന്നെ പുതുക്കി പണിതിരിക്കുന്നു. കുറച്ചുകൂടി സൗകര്യമുള്ള വീട്. വീടിന്റെ കോലായിലിട്ട കസേരയിൽ ഇരുന്ന രണ്ടുപേർ അപരിചിതനെക്കണ്ടപ്പോൾ എഴുന്നേറ്റു നിന്നു.

പ്രായമുള്ള ഒരാളും ചെറുപ്പക്കാരനും.

അവർ തമ്പാനെ കസേരയിൽ ഇരിക്കാൻ ക്ഷണിച്ചു

തമ്പാൻ സ്വയം പരിചയപ്പെടുത്തി.

'സംഭവം അറിഞ്ഞു. പത്രത്തിൽ വായിച്ചിരുന്നു. എനിക്ക് അവറാച്ചനെ പരിചയമുണ്ട്.. ഞാൻ കുറച്ചുകാലം ഇവിടെ തോട്ടം നടത്തിയിരുന്നു.'

'എന്ത് ചെയ്യാം.. കർത്താവ് അവനെ നേരത്തെ കൊണ്ടുപോയി.. ഇത് അവറാച്ചന്റെ മൂത്ത മോനാ ബെന്നി. പട്ടാളത്തിലാ.. വിവരം അറിഞ്ഞു വന്നതാ.. ഞാൻ എൽസീന്റെ കാരണവർ. പേര് സെബാസ്റ്റ്യൻ.' പ്രായം കൂടിയ ആൾ പരിചയപ്പെടുത്തി.

അയാൾ തുടർന്നു; 'രണ്ട് കുട്ട്യോളാ അവറാച്ചന്.. മോള് പ്രീ ഡിഗ്രി വരെ പഠിച്ചു. ഇപ്പം ടൈലറിംഗിന് പോകുന്നുണ്ട്.. '

'രണ്ട് പേരെയും കുട്ടിയായപ്പോൾ കണ്ടിട്ടുണ്ട് ' തമ്പാൻ പറഞ്ഞു.

'എൽസി അകത്തുണ്ട്. വിളിക്കാം.. മോനെ അമ്മയെ വിളിക്കൂ..' അയാൾ പറഞ്ഞു.

ബെന്നി അകത്തുപോയി അമ്മയെയും കൂട്ടി വന്നു.

തമ്പാനും അവരും കുറച്ചു സമയം ഒന്നും മിണ്ടാതെ നോക്കിനിന്നു. അവരുടെ കണ്ണുകൾ എന്തൊക്കെയോ സംസാരിച്ചു. പിന്നെ അവർ പൊട്ടിക്കരഞ്ഞു.

എല്ലാ ഓർമകളും അവരുടെ മനസ്സിലേക്ക് ഇരമ്പിയെത്തുന്നുണ്ടാവണം.

പ്രായം അവരുടെ ശരീരത്തെ ഉലച്ചിരിക്കുന്നു. എങ്കിലും സൗന്ദര്യത്തിനു ഒരു കുറവുമില്ല. കുറേ തടിച്ചിട്ടുണ്ട്.

'ഞാൻ തമ്പാനാണ്.. ഓർമ്മയുണ്ടോ?'

തന്നെ തിരിച്ചറിഞ്ഞു എന്ന് മനസ്സിലായിട്ടും തമ്പാൻ വെറുതെ ചോദിച്ചു

'ചേട്ടന് ഒരു മാറ്റവും ഉണ്ടായിട്ടില്ലല്ലോ.. പിന്നെങ്ങനെയാ മറന്നു പോവ്വാ... ഇപ്പോഴെങ്കിലും ഇങ്ങോട്ട് വരാൻ തോന്നിയല്ലോ ' വിതുമ്പലിനിടയിൽ അവർ പറഞ്ഞു.

'മോളെവിടെ? ' തമ്പാൻ ചോദിച്ചു.

'മോളെ, ചിഞ്ചു.. പുറത്ത് വാ..' എൽസി വിളിച്ചു.

'മോളുടെ പേര് എലിസബത്തെന്നാ.. വിളിപ്പേരാ ചിഞ്ചു ' സെബാസ്റ്റ്യൻ വിശദീകരിച്ചതോടെ തമ്പാന്റെ മനസ്സിൽ പെട്ടെന്നുടലെടുത്ത സംശയം മാറിക്കിട്ടി.

ഒരു യുവതി വാതിൽ പിടിച്ച് പുറത്തേക്കു നോക്കി നിന്നു.

തമ്പാൻ ഒരിക്കലേ നോക്കിയുള്ളൂ.

തന്റെ മൂത്ത മകൾ ശ്രീജ ഇവിടെത്തിയോ എന്ന് ഒരുവേള തോന്നിപ്പോയി. ഒരു വ്യത്യാസവുമില്ല.

പിന്നെ ആ കുട്ടിയെയോ എൽസിയെയോ നോക്കാനുള്ള ധൈര്യം തമ്പാന് ഉണ്ടായിരുന്നില്ല.

വൈകാതെ ആ വീട്ടിൽ നിന്ന് തമ്പാൻ ഇറങ്ങുകയും ചെയ്തു.

ചായ കുടിക്കാനുള്ള ക്ഷണം പോലും സ്നേഹപൂർവ്വം നിരസിച്ചു.

സുഹൃത്തുമായി ചേർന്ന് തമ്പാൻ ആരംഭിച്ച റിയൽ എസ്റ്റേറ്റ് ബിസിനസ്സ് തകർച്ചയിലേക്ക് നീങ്ങിക്കൊണ്ടിരുന്നു.

രണ്ടുപേരുടെയും പേരിൽ രജിസ്റ്റർ ചെയ്യാൻ തീരുമാനിച്ച അഞ്ചേക്കർ ഭൂമി അബ്ദുള്ള സ്വന്തം പേരിൽ രജിസ്റ്റർ ചെയ്തു. സംഭവം തമ്പാൻ അറിയുമ്പോഴേക്കും അബ്ദുള്ള ഗൾഫിലേക്ക് കടന്നു. കൂടാതെ ഭൂമി വാങ്ങാൻ ഏൽപ്പിച്ച അഞ്ച് ലക്ഷം രൂപയും അബ്ദുള്ള അടിച്ചെടുത്തു. ഒന്നിനും രേഖയുമില്ല. ഇതോടെ തമ്പാന്റെ ബിസിനസ് വഴിമുട്ടി. ലക്ഷങ്ങളുടെ ബാധ്യത വന്നു. ഒടുവിൽ കയ്യിലുള്ള മിച്ചവും ഭാര്യയുടെ ആഭരണങ്ങൾ വിറ്റുകിട്ടിയ പണവും ഉപയോഗിച്ച് തമ്പാൻ, തന്റെ യൗവനം കരുപ്പിടിപ്പിച്ച ചതുരപ്പാറയിലേക്കു വീണ്ടും ചേക്കേറി. അവിടെ രണ്ടേക്കർ തരിശുഭൂമി വിലക്കെടുത്ത് ഇഞ്ചി കൃഷി തുടങ്ങി.

നേരത്തെ റബ്ബർ തോട്ടം തുടങ്ങിയ ഭൂമിയിൽ നിന്നും കുറേ അകലെയാണ് പുതുതായി വാങ്ങിയ ഭൂമി. അവിടെയും ഒരു ഷെഡ്ഡ് പണിതു. കൂട്ടുകാരന്റെ ചതിയിൽ തകർന്നുപോയ പോയ സാമ്പത്തികഭദ്രത തിരിച്ചു പിടിക്കാനുള്ള സമരത്തിന്റെ തുടക്കമായിരുന്നു അത്.

എൽസിയുടെ മകൾ എലിസബത്ത് അപ്പോഴേക്കും വിവാഹിതയായി രണ്ട് പെണ്മക്കളുടെ അമ്മയായിക്കഴിഞ്ഞിരുന്നു. നഗരത്തിൽ ടെയ്‌ലറിങ് ഷോപ്പ് നടത്തുന്ന ജെയിംസ് ആണ് എലിസബത്തിനെ കല്യാണം കഴിച്ചത്. അതൊരു പ്രണയവിവാഹമായിരുന്നു. എലിസബത്ത് ജെയിംസിന്റെ തയ്യൽ പരിശീലന കേന്ദ്രത്തിൽ പഠിക്കാൻ പോയിരുന്നത്. നാട്ടിൽ പേരുകേട്ട ടൈലർ കൂടിയായിരുന്നു ജെയിംസ്.

ജയിംസിന്റെ ഫാഷൻ ടൈലറിംഗ് ഷോപ്പും തൊട്ടടുത്ത ഫാഷൻ ഫാൻസിയും ആ മലയോര പട്ടണത്തിലെ പ്രധാന സ്ഥാപങ്ങളായിരുന്നു. പുതുതായി പ്രചരിക്കുന്ന ട്രെൻഡുകളും ഫാഷനുകളും അനുസരിച്ച് ഡ്രെസ്സുകൾ ജെയിംസ് തയ്ച്ചു കൊടുത്തു. പെൺകുട്ടികൾ പാവാടയിൽ നിന്ന് ചുരിദാറിലേക്കും ആൺകുട്ടികൾ മുണ്ടിൽ നിന്ന് പാന്റിലേക്കും പരിവർത്തനം ചെയ്യുന്ന കാലമായിരുന്നു അത്. ടെയിലറിംഗ് ഷോപ്പ് ജെയിംസും ഫാൻസി ഷോപ്പ് എലിസബത്തും നടത്തുന്നു.

ചതുരപ്പറയിൽ തന്നെ തമ്പാൻ ഭൂമിയെടുക്കാൻ പ്രധാന കാരണം താൻ ജന്മം നൽകിയ ആദ്യത്തെ മകളെ ഇടയ്ക്കിടെ കാണാനുള്ള അഭിവാഞ്ഛയായിരുന്നു.

തോട്ടത്തിൽ പോയി വരുന്ന വഴി പലപ്പോഴും തമ്പാൻ വണ്ടി നിർത്തി ഷോപ്പിൽ ഇറങ്ങും. തന്റെ ഷർട് തയ്ക്കാൻ കൊടുക്കുന്നതും അവിടെയാണ്.

ജെയിംസും എലിസബത്തും തമ്പാനെ തമ്പേട്ടൻ എന്നാണ് വിളിക്കുക. പരിചയക്കാർ വിളിക്കുന്നത് കേട്ടാണിത്.

'മോളെ നീ എന്നെ അച്ഛാ എന്ന് വിളിക്കൂ' എന്ന് പറയാൻ തമ്പാൻ പലപ്പോഴും ആഗ്രഹിച്ചിട്ടുണ്ട്.

സ്വന്തം രക്തത്തിൽ പിറന്ന മകൾ അന്യനെപ്പോലെ ചേട്ടൻ എന്ന് വിളിക്കുന്നത് കേൾക്കുമ്പോൾ തമ്പാൻ ഹൃദയം നുറുങ്ങുന്ന വേദന അനുഭവിക്കാറുണ്ട്.

പക്ഷെ, ഈ ലോകത്ത് രണ്ടുപേർ മാത്രമറിയുന്ന ഒരു നിഗൂഢമായ യാഥാർത്ഥ്യം മൂന്നാമത് ഒരാളെ അറിയിക്കാത്തിടത്തോളം അവൾ തന്നെ ചേട്ടാ എന്നുതന്നെ വിളിച്ചോട്ടെ എന്ന് തമ്പാനും ഉറപ്പിച്ചു.

വിവാഹം കഴിഞ്ഞ് ആദ്യ വർഷം തന്നെ ചതുരപ്പറയിൽ അര ഏക്കർ ഭൂമി വിലക്കുവാങ്ങി ജെയിംസ് ചെറിയ വീടുണ്ടാക്കി.

ഈ നൂറ്റാണ്ടിലെ ഏറ്റവും വലിയ പേമാരിയെതുടർന്ന് ചതുരപ്പറയിൽ ഉണ്ടായ ഉരുൾപൊട്ടലിൽ ജയിംസിന്റെ വീടാണ് പൂർണമായും തകർന്നുപോയത്. എലിസബത്തും മക്കളായ ക്ലാരയും റോസമ്മയും

മണ്ണിനടിയിൽ പെട്ട് മരിച്ചു. ജെയിംസ് ഗുരുതരമായ പരിക്കുകളോടെ രക്ഷപ്പെട്ടു.

ദുരന്ത വർത്തയറിഞ്ഞ് മൂന്നാം ദിവസമാണ് തമ്പാൻ ചതുരപ്പറയിൽ എത്തുന്നത്. തമ്പാനെ അന്വേഷിച്ച് പ്രദീപും ദുരന്ത ഭൂമിയിലെത്തി.

തകർന്നുപോയ വീടുകളുടെ അവശിഷ്ടങ്ങളിൽ നിന്നും രക്ഷാപ്രവർത്തകർ ജെ. സി. ബി. കൊണ്ട് മണ്ണ് നീക്കി പല സാധനങ്ങളും പുറത്തെടുത്തു കൊണ്ടിരുന്നു. ഒടുവിൽ കിട്ടിയത് ഒരു തയ്യിൽ മിഷ്യനും ഒരു കസേരയും.

വിവിധ ഭാഗങ്ങളിൽ നിന്നുള്ള വെള്ളപ്പൊക്കത്തിന്റെ വാർത്തകൾ ജനത്തെ നടുക്കി. വൈദ്യുതി നിലച്ചിട്ട് നാലു ദിവസമായതിനാൽ നാട്ടുകാർക്ക് ടി. വി. വാർത്തകൾ കാണാൻ പറ്റുന്നില്ല.

കുട്ടനാട്ടിലും ചെങ്ങന്നൂരിലും പത്തനംതിട്ടയിലും വീട്ടിനകത്ത് കുരുങ്ങിപ്പോയവരെ രക്ഷിക്കാൻ നാവികസേനയുടെ ഹെലിക്കോപ്റ്ററുകൾ എത്തി. സൈനികരും മത്സ്യത്തൊഴിലാളികളും പോലീസും അഗ്നിശമനസേനവിഭാഗങ്ങളും നാട്ടുകാരും രക്ഷാ പ്രവർത്തനങ്ങളിൽ മുഴുകി.

മീൻ പിടിക്കാൻ പോകുന്ന ഫൈബർ ബോട്ടുകൾ ലോറികളിൽ കയറ്റി നൂറ് കണക്കിന് മൽസ്യത്തൊഴിലാളികൾ ദുരന്ത മുഖത്തേക്കെത്തി. ആയിരക്കണക്കിന് ജനങ്ങളെ രക്ഷിച്ച മൽസ്യത്തൊഴിലാളികൾ ജനങ്ങളുടെ ഹീറോ ആയി.

തമ്പാനെ തേടിയെത്തിയ പ്രദീപ് സ്വയം പരിചയപ്പെടുത്തുകയും വന്നതിന്റെ ഉദ്ദേശം വ്യക്തമാക്കുകയും ചെയ്തു.

തമ്പാൻ ഒന്നും പറഞ്ഞില്ല. അദ്ദേഹം ഇരിക്കുന്ന പഴയൊരു പ്ലാസ്റ്റിക് കസേരക്ക് സമീപം പകുതി തീർന്ന മദ്യക്കുപ്പിയും വെള്ളവുമുണ്ട്. നല്ല ലഹരിയിലായിരുന്നു തമ്പാൻ.

ഷെഡിലെ ചെറിയ മുറിയിലേക്ക് പ്രദീപ് വെറുതെ കണ്ണോടിച്ചു. കുറച്ച് അലൂമിനി പത്രങ്ങൾ, കുറേ മദ്യ കുപ്പികൾ, സോഡയുടെയും വെള്ളത്തിന്റെയും പ്ലാസ്റ്റിക് കുപ്പികൾ, പഴയ വസ്ത്രങ്ങൾ.. 'പ്രദീപാ.. ഞാനെന്തു പറയണം... എന്റെ മൂത്ത മകളും അവളുടെ രണ്ട് മക്കളുമാണ് പോയത്.. ഉരുൾപൊട്ടലിൽ മണ്ണിനടിയിൽ പെട്ട് മരിച്ച എലിസബത്ത് എനിക്ക് ജനിച്ച ആദ്യത്തെ മകളാണെന്ന് അറിയുന്ന മൂന്നാമത്തെ ആളാണ് നിങ്ങൾ. ഇക്കാര്യം ഞാനും എലിസബത്തിന്റെ അമ്മ എൽസിയും മാത്രമേ അറിയൂ. ആർക്കെങ്കിലും സംശയം ഉണ്ടായിരുന്നോ എന്നൊന്നും എനിക്കറിയില്ല..

തോട്ടം കാണാൻ എന്റെ കൂടെ വരാൻ ഭാര്യയും മക്കളും കുറേ നിർ

ബന്ധിച്ചു. പക്ഷെ, ഞാൻ ഓരോ തവണയും ഓരോ കാരണങ്ങൾ പറഞ്ഞ് ഒഴിവായി.

യാദൃച്ഛികമായി അവർ എന്റെ ആദ്യത്തെ മകളെ കാണുമോ എന്ന ഭയമാണ് കാരണം. എന്റെ മകൾ ശ്രീജയെ കണ്ടാൽ എലിസബത്തിനെ പിന്നെ കാണേണ്ട. അതേ പകർപ്പ്. രണ്ടുപേരുടെയും വലത്തേ കവിളിൽ, ചെവിയുടെ താഴെയായി കറുത്ത മറുകുണ്ട്.

സ്വന്തം മക്കളുടെ മൃതദേഹം കാണേണ്ടി വരിക ഏതൊരാൾക്കും സഹിക്കാവുന്നതല്ല. ഞങ്ങൾ വ്യത്യസ്ത മതക്കാരായതിനാൽ മകളുടെ അന്ത്യ കർമങ്ങളിൽ പങ്കുകൊള്ളാൻ പോലും എനിക്ക് സാധിച്ചില്ല.. പാപികൾക്ക് ദൈവം കൊടുക്കുന്ന ശിക്ഷയാണത്.. ഞാനൊരു പാപിയാണ് കുട്ടീ...'

തമ്പാൻ കൊച്ചു കുഞ്ഞിനെപ്പോലെ പൊട്ടിക്കരഞ്ഞു..

അധ്യായം 24

ഒസ്യത്ത്

പ്രൊഫസർ ഗീതാ ചൗധരിയുടെ ഭൗതികാവശിഷ്ടങ്ങൾ യമുനാ നദിയുടെ ഓളങ്ങൾ ഏറ്റുവാങ്ങി. യമുനയുടെ തീരത്തെ നിഗംബോധിഘട്ടിൽ നടന്ന ശവസംസ്കാരച്ചടങ്ങിൽ ജെ.എൻ.യു.വിലെ അധ്യാപകരും വിദ്യാർത്ഥികളും ഉൾപ്പെടെ വലിയൊരു ജനാവലി പങ്കുകൊണ്ടു. എന്നാൽ, കുടുംബക്കാരിൽ അധികം പേരൊന്നും സംബന്ധിച്ചിരുന്നില്ല. എത്തിയ ഏതാനും പേർ ഉപചാരം പോലെ വന്നു പോയി എന്നു മാത്രം.

ആസ്പത്രിരേഖകളിലും മറ്റും നാദിയ തന്നെയായിരുന്നു ഒപ്പുവെച്ചിരുന്നത്. യാതൊരുവിധ മതപരമായ ചടങ്ങുകളോ മരണാനന്തര കർമങ്ങളോ പാടില്ലെന്ന് അവർ പ്രത്യേകം എഴുതിവെച്ചിരുന്നു.

ഗുരുതരമായ അവസ്ഥയെ തരണം ചെയ്ത് അവരുടെ ആരോഗ്യം സാധാരണ നിലയിലേക്ക് വന്നിരുന്നു. എങ്കിലും താൻ അധികകാലം ജീവിച്ചിരിക്കില്ലെന്നും അതുവരെ അപ്പാർട്ടുമെന്റിൽ വായിച്ചും പാട്ടുകൾ കേട്ടും കഴിയാമെന്നും അവർ ആഗ്രഹിച്ചു.

എപ്പോഴും കൂടെയുണ്ടാവാൻ നാദിയയോട് അഭ്യർത്ഥിക്കുകയും ചെയ്തു.

കർശനമായ വ്യവസ്ഥയോടെയാണ് ഡോക്ടർമാർ ആസ്പത്രിയിൽ നിന്ന് ഡിസ്ചാർജ് അനുവദിച്ചത്. എന്തെങ്കിലും ബുദ്ധിമുട്ടുകൾ ഉണ്ടെങ്കിൽ ഉടൻ വിളിക്കണമെന്നും ആംബുലൻസ് അയക്കുമെന്നും അവരെ ചികിത്സിക്കുന്ന ഡോക്ടർ ഗുപ്ത നാദിയയെ പ്രത്യേകം ഓർമപ്പെടുത്തിയിരുന്നു.

ആസ്പത്രിയിൽ നിന്ന് അപ്പാർട്ടുമെന്റിലേക്ക് തിരിച്ചെത്തിയപ്പോൾ അവർ നല്ല ആഹ്ലാദത്തിലായിരുന്നു. നാദിയയുടെ ഗവേഷണ പ്രബന്ധം തയ്യാറാക്കുന്നതിന് വേണ്ട നിർദേശങ്ങളും നൽകിക്കൊണ്ടിരുന്നു.

നാദിയ മകളെപ്പോലെ കൂടെ നിന്ന് അവരെ പരിചരിച്ചു. സഹായത്തിനു ഹോം നഴ്സുമുണ്ട്.

അപ്പാർട്ട്മെന്റിലെ മറ്റു താമസക്കാരിൽ പലരും നാദിയ ഗീതാ ചൗധരിയുടെ മകൾ തന്നെയാണെന്ന് കരുതുകയും ചെയ്തു.

ഗീതാചൗധരി ആവശ്യപ്പെട്ടതനുസരിച്ച് യേശുദാസിന്റെയും മുഹമ്മദ് റഫിയുടെയും കുറേ പാട്ടുകൾ നാദിയ ശേഖരിച്ചു.

യേശുദാസിന്റെ ഹിന്ദി പാട്ടുകൾ ഗീതാ ചൗധരിക്ക് ഏറെ ഇഷ്ടമായിരുന്നു. പിന്നീടാണ് ശ്രേയാ ഘോഷാലിന്റെ പാട്ടുകൾ ശ്രദ്ധിക്കാൻ തുടങ്ങിയത്.

ശ്രേയയുടെ കുറേ പാട്ടുകളും നാദിയ ശേഖരിച്ചു.

മലയാള സിനിമകൾ അവർ അധികം കാണാറില്ലെങ്കിലും സിനിമാപാട്ടുകൾ അവർ പതിവായിക്കേട്ടു. ശ്രേയാഘോഷാലിന്റെ ഉച്ചാരണശുദ്ധിയെക്കുറിച്ച് അവർ വിസ്മയം പ്രകടിപ്പിച്ചു.

ചില പാട്ടുകൾ നാദിയയെക്കൊണ്ട് പാടിക്കുകയും ചെയ്യും.

അവരുമായി സിനിമാപ്പാട്ടുകളെക്കുറിച്ച് ചർച്ച ചെയ്യാൻ നാദിയക്കിഷ്ടവുമാണ്. ചിത്രയുടെ പാട്ടുകളാണ് നാദിയക്ക് ഏറെയിഷ്ടം. അവ നാദിയ എപ്പോഴും മൂളിനടക്കും.

അപ്പാർട്ടുമെന്റിലേക്ക് മടങ്ങിയെത്തി ഒരുമാസം കഴിഞ്ഞപ്പോഴാണ് വീണ്ടും അവർക്ക് കടുത്ത ശ്വാസംമുട്ടലും നെഞ്ചുവേദനയും അനുഭവപ്പെട്ടത്.

ഉടൻ തന്നെ ആംബുലൻസിൽ ഗംഗാറാം ഹോസ്പിറ്റലിൽ എത്തിക്കുകയും ചെയ്തു.

പ്രദീപിനെ കാണാൻ അവർ ആഗ്രഹം പ്രകടിപ്പിച്ച ഉടനെ നാദിയ വിവരം അറിയിച്ചു. പിറ്റേന്ന് പുലർച്ചെ പ്രദീപ് എത്തുമ്പോഴേക്കും അവർ അതീവ ഗുരുതരാവസ്ഥയിലായിക്കഴിഞ്ഞിരുന്നു. പ്രദീപിനോട് എന്തൊക്കെയോ പറയാൻ ശ്രമിച്ചുവെങ്കിലും കഴിഞ്ഞില്ല.

കിടക്കയിൽ അടുത്തടുത്തിരുന്ന പ്രദീപിന്റെയും നാദിയയുടെയും കൈകൾ അവർ ചേർത്തുപിടിച്ചു.

ഇരുവരുടെയും കണ്ണുകൾ ഈറനണിഞ്ഞു.

വൈകാതെ അവരെ വെന്റിലേറ്ററിലേക്ക് മാറ്റി.

വേണ്ടപ്പെട്ടവരെ വിവരം അറിയിക്കാൻ ഡോക്ടർ നിർദേശിച്ചു.

അടുത്ത ബന്ധുക്കളുടെ നമ്പറുകൾ നാദിയയുടെ മൊബൈൽ ഫോണിലുണ്ടായിരുന്നു.

കുറേ കുടുംബക്കാർ ഡൽഹിയിൽത്തന്നെയുണ്ട്. അവരെയെല്ലാം വി

വരം അറിയിച്ചു. പിറ്റേന്ന് വെളുപ്പിന് നാലുമണിക്ക് ഗീതാ ചൗധരിയുടെ മരണം രേഖപ്പെടുത്തി.

തന്റെ ശവസംസ്കാരം നടത്തുന്നത് സംബന്ധിച്ച് അവർ ഒരു കുറിപ്പ് നേരത്തെ തയ്യാറാക്കി നാദിയയെ ഏൽപ്പിച്ചിരുന്നു.

ജെ.എൻ.യു.വിൽ പ്രത്യേക അനുസ്മരണ യോഗം ചേരണമെന്ന ധാരണയോടെയാണ് അവിടെനിന്ന് ശവസംസ്കാരത്തിനെത്തിയവർ പിരിഞ്ഞത്.

ശവസംസ്കാര ചടങ്ങ് കഴിഞ്ഞ് എല്ലാവരും പിരിഞ്ഞശേഷം ഗീതാ ചൗധരിയുടെ കരോൾ ബാഗിലെ അപ്പാർട്ട്മെന്റിലേക്കാണ് പ്രദീപും നാദിയയും എത്തിയത്.

അവർ ആസ്പത്രിയിൽ ഉപയോഗിച്ച വസ്ത്രങ്ങളും കുറച്ചു പാത്രങ്ങളും മെഡിക്കൽ രേഖകളും ഉണ്ടായിരുന്നു.

ശവസംസ്കാരച്ചടങ്ങിനെത്താൻ സാധിക്കാത്ത അപ്പാർട്ട്മെന്റിലെ ചില താമസക്കാരെത്തി നാദിയയെ അനുശോചനം അറിയിച്ച് തിരിച്ചുപോയി.

അപ്പാർട്ടുമെന്റിന്റെ പോർട്ടിക്കോയിലും ടെറസ്സിലും മറ്റും ഗീതാ ചൗധരി ഓമനിച്ചു വളർത്തിയിരുന്ന ചെടികൾ, അവരുടെ വിയോഗം താങ്ങാൻ കഴിയാത്തതുകൊണ്ടെന്നോണം വാടിക്കുഴഞ്ഞിരുന്നു.

കുറച്ചു ദിവസത്തെ നെട്ടോട്ടത്തിനിടയിൽ അവക്ക് വെള്ളം കൊടുക്കാൻ നാദിയ മറന്നു പോയിരുന്നു. ആന്തൂറിയത്തോടായിരുന്നു ഗീതാ ചൗധരിക്ക് ഏറെ പ്രിയം. പലതരം ആന്തൂറിയങ്ങൾ ഉണ്ട്. എവിടെപ്പോയാലും പുതിയ ഇനം ആന്തൂറിയങ്ങൾ കണ്ടാൽ അവർ വാങ്ങും.

നാദിയ പൈപ്പ് തുറന്ന് എല്ലാ ചെടികളും നനച്ചു.

പ്രദീപും സഹായിച്ചു.

വെള്ളം കിട്ടിയപ്പോൾ അവ ആലസ്യം വിട്ട് മെല്ലെ കണ്ണ് തുറന്നു.

പെട്ടെന്ന് ഓർമവന്നിട്ടെന്നപോലെ നാദിയ ടെറസിനു പുറത്തെ മൺപാത്രത്തിൽ വെള്ളം നിറച്ചു വെച്ചു. പക്ഷികൾക്ക് കുടിക്കാൻ കരുതിവെക്കുന്നതാണത്.

കാക്കകളും പരുന്തുകളുമാണ് വെള്ളം കുടിക്കാൻ എത്തുക.

മുടന്തനായ ഒരു കാക്ക പതിവായെത്തും.

തൊട്ടടുത്തുള്ള വലിയ അരയാലാണ് പരുന്തുകളുടെ താവളം.

ഭക്ഷണം കിട്ടാത്തതുകൊണ്ടാവാം പൂച്ചകൾ എവിടെയോ പോയി.

പ്രദീപ് ദൂരെ മാറി നിന്ന് ഫോൺ ചെയ്യുകയാണ്.

നാദിയ ജോലി പൂർത്തിയാക്കിയശേഷം സോഫയിൽ കുറേ സമയം

നീണ്ടുനിവർന്നിരുന്നു. പിന്നീട് രണ്ടുപേരും കുളിച്ച് വസ്ത്രങ്ങൾ മാറ്റി. കാപ്പിയും ബിസ്കറ്റും കഴിച്ചു.

പിന്നീട് ഇരുവരും വി.പി.ഹൗസിലെ പ്രദീപിന്റെ മുറിയിലേക്ക് പോയി.

ഒരാഴ്ചക്ക് ശേഷമാണ് പ്രദീപും നാദിയയും അപ്പാർട്ട്മെന്റിൽ തിരിച്ചെത്തിയത്.

രാത്രി ജെസ്മിയോടും നഹാസിനോടും അവിടെയെത്താൻ ആവശ്യപ്പെട്ടിരുന്നു. ഒന്നര മാസം മുമ്പാണ് നഹാസും ജെസ്മിയും വിവാഹിതരായത്. രജിസ്റ്റർ വിവാഹമായിരുന്നു.

ഇരുവരുടെയും അടുത്ത ബന്ധുക്കളെയും സുഹൃത്തുക്കളെയും മാത്രമേ വിവാഹത്തിന് ക്ഷണിച്ചിരുന്നുള്ളൂ അന്ന് വൈകുന്നേരം കോൺസ്റ്റിറ്റ്യൂഷൻ ക്ലബ്ബിൽ ചെറിയ അത്താഴവിരുന്നും ഉണ്ടായിരുന്നു.

മയൂർ വിഹാർ ഫേസ് ത്രീയിലെ നഹാസിന്റെ അപ്പാർട്ട്മെന്റിലാണ് താമസം.

രാത്രി ഏഴുമണിയോടെ ജെസ്മിയും നഹാസും എത്തുമ്പോഴേക്കും പ്രദീപും നാദിയയും ഗീതാ ചൗധരിയുടെ വലിയൊരു ഛായാചിത്രം പുഷ്പഹാരങ്ങൾ കൊണ്ട് അലങ്കരിച്ചിരുന്നു.

നാദിയ രണ്ടുപേർക്കും കാപ്പി നൽകി.

നാദിയ അകത്തുചെന്ന് ഷെൽഫ് തുറന്ന് ഒരു ബ്രീഫ് കേസ് കൊണ്ടുവന്ന് മേശപ്പുറത്തുവെച്ചു.

"ദീദി വളരെ രഹസ്യമായി എന്നെ ഏൽപ്പിച്ച രേഖയാണ് ഇതിലുള്ളത്. എന്റെ മരണത്തിന് ശേഷം മാത്രമേ തുറക്കാവൂ എന്ന് പറഞ്ഞാണ് ഏൽപ്പിച്ചത്. നമുക്കിത് തുറന്ന് നോക്കാം."- നാദിയയുടെ വെളിപ്പെടുത്തൽ ജെസ്മിയുടെയും നഹാസിന്റെയും മുഖത്ത് വിസ്മയം പടർത്തി.

നാദിയ ബ്രീഫ് കേസിൽ നിന്ന് ഒരു കവർ പുറത്തെടുത്ത് പൊട്ടിച്ച് രേഖ പുറത്തെടുത്തു.

ഇംഗ്ലീഷിൽ ടൈപ്പ് ചെയ്ത രേഖ നിശ്ശബ്ദം വായിക്കുന്നതിനിടയിൽ നാദിയയുടെ കണ്ണുകൾ നിറയുന്നുണ്ടായിരുന്നു.

പലവട്ടം കർച്ചീഫ് കൊണ്ട് കണ്ണു തുടച്ചു.

വായിച്ചു കഴിഞ്ഞ ശേഷം നാദിയ അത് നഹാസിനു കൈമാറി.

ഒരു ഭാവപ്പകർച്ചയും കൂടാതെ നഹാസ് രേഖ വായിച്ച ശേഷം പ്രദീപിന് കൊടുത്തു. പ്രദീപിന്റെ മുഖത്ത് പല ഭാവങ്ങളും മിന്നി മറഞ്ഞു. ഒടുവിലാണ് ജെസ്മി വായിച്ചത്. ജെസ്മി നാദിയയെ കെട്ടിപ്പിടിച്ച് പൊട്ടിക്കരഞ്ഞു. എല്ലാവരുടെയും കണ്ണുകൾ ഈറനായി.

ഗീതാ ചൗധരിയുടെ എല്ലാ സ്വത്തുക്കളുടെയും ഏക അവകാശിയായി നാദിയയെ നിയമപരമായി അധികാരപ്പെടുത്തുന്ന പ്രമാണമായിരുന്നു അത്.

രണ്ട് ബാങ്കുകളിലുള്ള 80 ലക്ഷം സ്ഥിരനിക്ഷേപവും അപ്പാർട്ടുമെന്റും ലോക്കറിലുള്ള ഇരുപത് പവന്റെ ആഭരണങ്ങളും കാർ ഉൾപ്പെടെയുള്ള സാധന സാമഗ്രികളും ഇതിൽപ്പെടും.

അതേ സമയം, തിരുവനന്തപുരത്ത് ഗീതാ ചൗധരിയുടെ ഭർത്താവ് കാർത്തികേയൻനായരുടെ പേരിലുണ്ടായിരുന്ന 40 സെന്റ് ഭൂമിയും പഴയ വീടും അവിടെയുള്ള ഒരു സന്നദ്ധ സംഘടനക്ക് കൈമാറാനും പ്രമാണം വ്യവസ്ഥ ചെയ്യുന്നു.

അവിടെ തളം കെട്ടി നിന്ന മൗനത്തിന് വിരാമം കുറിച്ചത് നാദിയയാണ്.

"ഞാനൊരു നിർദേശം മുന്നോട്ട് വെക്കാം... നമുക്ക് ദീദിയുടെ സ്മരണക്കായി ഒരു ചാരിറ്റബിൾ സൊസൈറ്റി രൂപീകരിക്കാം. ആ സൊസൈറ്റിക്ക് നമുക്ക് ഈ സ്വത്തുക്കൾ കൈമാറാം. ഡൽഹിയിലെ ചേരിപ്രദേശങ്ങളിൽ കഴിയുന്ന ഒരുപാട് കുട്ടികളുണ്ട്. പല ദേശക്കാരായവരുടെ മക്കൾ. നമുക്ക് ആ കുട്ടികളിൽ മിടുക്കരായവരെ കണ്ടെത്തി നല്ല വിദ്യാഭ്യാസം നൽകുന്നതിനുള്ള സമഗ്ര പദ്ധതി ആവിഷ്കരിക്കാം. സമാന മനസ്കരുമായി ഇതിനായി കൈകോർക്കാം.. ഈ അപ്പാർട്ട്മെന്റ് നമുക്ക് ഓഫീസ് ആയും ഉപയോഗിക്കാം.."

"നല്ല ഐഡിയ.. ഞാൻ പൂർണമായും പിന്തുണക്കുന്നു..."- പ്രദീപ് വ്യക്തമാക്കി.

"നിങ്ങൾ എന്ത് തീരുമാനിച്ചാലും ഞങ്ങൾ പിന്തുണക്കും "- നഹാസും ജെസ്മിയും പറഞ്ഞു.

"എന്നാൽ ഞങ്ങൾ തീരുമാനിക്കുകയല്ലേ "- എല്ലാവരോടുമായി നാദിയ ചോദിച്ചു.

എല്ലാവരും കയ്യടിച്ചു.

"അങ്ങിനെ സുപ്രധാനമായ തീരുമാനം നമ്മളെടുത്തു. ഗീതാ ചൗധരിയെന്ന മനുഷ്യസ്നേഹിയുടെ ഓർമ്മകൾ നിലനിർത്താൻ ഉതകുന്ന തീരുമാനം. നമുക്ക് മറ്റുകാര്യങ്ങൾ പിന്നെ തീരുമാനിക്കാം". -നാദിയ വ്യക്തമാക്കി.

കുറച്ചുനേരം നീണ്ടുനിന്ന നിശ്ശബ്ദതയ്ക്ക് ശേഷം ജെസ്മി പറഞ്ഞു;

ദീദിയുടെ ആഗ്രഹം സഫലമാക്കാൻ ഒരു സുപ്രധാന തീരുമാനം നമ്മൾ എടുത്തു. എന്നാൽ അവരുടെ ഒരു അന്ത്യാഭിലാഷം കൂടി സഫല

മാകാനുണ്ട്. അത് മറ്റൊന്നുമല്ല, നിങ്ങൾ രണ്ടുപേരും ഒന്നാവുക എന്നത്. ഈ തീരുമാനവും ഇന്ന് തന്നെയെടുക്കുക.. ഈ മുറിയിൽ വെച്ച്.. പുഞ്ചിരിക്കുന്ന ദീദിയുടെ ഈ ചിത്രത്തെ സാക്ഷി നിർത്തി.... ഞങ്ങൾ രണ്ട് മുല്ലമാലകൾ കൊണ്ടുവന്നിട്ടുണ്ട്. അത് നിങ്ങൾ പരസ്പരം കഴുത്തിലിടുക. മറ്റു ചടങ്ങുകളുടെ തീയതിയും സ്ഥലവും നമുക്ക് പിന്നീട് നിശ്ചയിക്കാം...".

പ്രദീപും നാദിയയും അന്തംവിട്ട് പരസ്പരം നോക്കി.

"നടന്നതെല്ലാം നാടകീയമാണ്. സാധാരണ ജീവിതത്തിൽ സംഭവിക്കാത്തത്. മനുഷ്യബന്ധങ്ങളുടെ പുതിയ അധ്യായം രചിച്ചാണ് ഗീതാ ചൗധരി കടന്നുപോയത്. ജാതിയും മതവും കുലമഹിമയും സ്നേഹത്തിന് മുന്നിൽ ഒന്നുമല്ലെന്ന വലിയ സത്യം അവർ നമ്മളെ പഠിപ്പിച്ചു. അങ്ങിനെയുള്ള വലിയ മനസ്സുള്ള ഒരാളുടെ സ്മരണയിൽ നിങ്ങൾ ഒന്നാവുന്നതല്ലേ നല്ലത്.. ഏത് തീർത്ഥാടന കേന്ദ്രത്തിൽ ലഭിക്കും ഇതിനെക്കാളും വിശുദ്ധമായ അന്തരീക്ഷം.."- നഹാസ് പറഞ്ഞു.

"വരൂ"- ജെസ്മി ബാഗ് തുറന്ന് പൂമാല കയ്യിലെടുത്ത് രണ്ടുപേരെയും വിളിച്ചു.

"എല്ലാം ആസൂത്രണം ചെയ്താണ് വന്നിരിക്കുന്നത് അല്ലേ..?"

- നാദിയ ജെസ്മിക്ക് നേരെ കള്ളനോട്ടമെറിഞ്ഞു ചോദിച്ചു.

"നിനക്ക് ഓർമ്മയുണ്ടോ..? അന്ന് അന്തമാൻ യാത്രയിൽ ഹോട്ടൽ മുറിയിൽ വെച്ച് നടത്തിയ പ്രഖ്യാപനം.. അതാണ് നമ്മളെ വേഗം വിവാഹത്തിലെത്തിച്ചത്.. അന്ന് ഞങ്ങൾക്ക്മേൽ നീ പ്രയോഗിച്ച അധികാരവും സ്വാതന്ത്ര്യവും ഇപ്പോൾ തിരിച്ചു പ്രയോഗിക്കുന്നു"- ജെസ്മി ഓർമപ്പെടുത്തി.

രണ്ടുപേരും പൂമാല വാങ്ങി ഗീതാ ചൗധരിയുടെ ചിത്രത്തിന് മുന്നിൽ വണങ്ങി പരസ്പരം മാല ചാർത്തി.

നഹാസും ജെസ്മിയും ഇരുവർക്കും ഹസ്തദാനം നൽകി.

പിന്നീട് രണ്ട് പുഷ്പഹാരങ്ങളും ആ ചിത്രത്തിൽ ചാർത്തി. നാദിയ കുഞ്ഞിനെപ്പോലെ പൊട്ടിക്കരഞ്ഞു.

നാദിയയുടെ ഫോൺ ശബ്ദിച്ചു.

തൊട്ടടുത്തുള്ള റെസ്റ്റോറന്റിൽ നിന്നാണ്.

നാദിയ നിർദേശം നൽകി.

കുറച്ചു കഴിഞ്ഞപ്പോൾ കാളിങ് ബെൽ മുഴങ്ങി.

നാദിയ വാതിൽ തുറന്നു.

രണ്ട് ചെറുപ്പക്കാർ ഒരു ട്രേയിൽ ഭക്ഷണ സാധനങ്ങളുമായി വന്നു.

തണ്ടൂരി പൊറോട്ടയും ചപ്പാത്തിയും പനീറും ഗോബിമഞ്ചൂരിയനും. ഭക്ഷണം കഴിക്കുന്നതിനിടയിൽ നഹാസ് നാദിയയോട് അന്വേഷിച്ചു

"വീട്ടുകാരോട് കാര്യങ്ങൾ പറഞ്ഞോ"

"എല്ലാം പറഞ്ഞു.. നിന്റെ ഇഷ്ടം പോലെ ചെയ്യൂ എന്ന് ഉമ്മ പറഞ്ഞു... അത് ബാപ്പയുടെയും അഭിപ്രായമാകാനാണിട... എല്ലാവരും അടുത്ത മാസം വരുന്നുണ്ട്. അതുവരെ ഇപ്പോൾ നടന്നത് നമ്മൾ അറിഞ്ഞാൽ മതി. എന്നെ ഇവിടേക്ക് പഠിക്കാൻ അയച്ചത് അബദ്ധമായെന്ന് അവർക്ക് തോന്നുന്നുണ്ടാവും.." – നാദിയ പറഞ്ഞു.

"ഞങ്ങളുടെ കാര്യത്തിൽ പ്രതീക്ഷിച്ചത്ര എതിർപ്പുണ്ടായില്ല അല്ലേ" – നഹാസിനെ നോക്കി ജെസ്മി പറഞ്ഞു.

"നിങ്ങൾ ഒരേ സമുദായക്കാരല്ലേ.. ഞങ്ങളുടെ കാര്യം അങ്ങനെയല്ലല്ലോ " -പ്രദീപ് ഓർമിപ്പിച്ചു.

"പുതിയ സമുദായങ്ങൾ ഉണ്ടാവുന്നത് ഇങ്ങിനെയാണല്ലോ "- ചിരിച്ചുകൊണ്ട് നഹാസ് കൂട്ടിച്ചേർത്തു.

"ഇപ്പോൾ ഒരാളുടെ കുറവ് അനുഭവപ്പെടുന്നില്ലേ.. സ്മിതയുടെ. അവൾ വിദേശത്തുനിന്ന് വിളിച്ചിരുന്നു.. രണ്ടാഴ്ച കഴിഞ്ഞു വരും.."-നാദിയ അറിയിച്ചു.

ഭക്ഷണം കഴിച്ച ശേഷം ഇരുവർക്കും ശുഭരാത്രി നേർന്നുകൊണ്ട് നഹാസും ജെസ്മിയും യാത്ര പറഞ്ഞിറങ്ങി.

അവരെ യാത്രയാക്കി പ്രദീപും നാദിയയും റൂമിൽ തിരിച്ചെത്തി മുറിയുടെ കുറ്റിയിട്ടു.

മൊബൈൽ ഫോൺ നോക്കിക്കൊണ്ട് പ്രദീപ് പറഞ്ഞു;

"മോഹൻദാസ് മാഷുടെ മെസ്സേജ് കണ്ടോ. സുവനീർ വേഗം തയ്യാറാക്കണമെന്ന്. അടുത്ത മാസം ആദ്യം റിലീസ് ചെയ്യണമത്രെ.

"എന്ത് മറുപടി കൊടുത്തു"

"കൊടുത്തില്ല, കൊടുക്കാൻ പോകുന്നു... എന്റെ നാദിയാ, എല്ലാം സ്വപ്നം പോലെ തോന്നുന്നു. മുൻകൂട്ടി കാണാൻ കഴിയാത്ത ദിശയിലൂടെയാണ് നമ്മുടെ ജീവിതം സഞ്ചരിക്കുന്നത്. നമ്മുടെ അനുഭവങ്ങൾ ചേർത്ത് എഴുതിയാൽ തന്നെ അതൊരു വലിയ നോവലാകും. അതെല്ലാം എന്റെ മനസ്സിൽ രൂപപ്പെട്ടിട്ടുണ്ട്. ഞാൻ നേരിട്ട് കണ്ട കണ്ണാടിപ്പൊയിൽ ഹൈസ്കൂളിലെ ആദ്യബാച്ച് വിദ്യാർഥികളുടെ അനുഭവങ്ങളും നമ്മളും ഗീതാ ചൗധരിയും തമ്മിലുള്ള ബന്ധങ്ങളുമൊക്കെ കോർത്തിണക്കിയാൽ അതൊരു വലിയൊരു ക്യാൻവാസാകും.."

മോഹൻദാസിന് അയക്കാൻ പ്രദീപ് വാട്സ് ആപ്പിൽ വിശദമായ മ

റുപടി തയ്യാറാക്കിത്തുടങ്ങി.

നാദിയ സോഫയിൽ പ്രദീപിനോട് ചേർന്നിരുന്ന് മറുപടി ടൈപ്പ് ചെയ്യുന്നത് ശ്രദ്ധിച്ചു.

"മാഷേ, നമ്മുടെ സ്കൂളിലെ ആദ്യ ബാച്ച് വിദ്യാർത്ഥികളിൽ ജീവിച്ചിരിക്കുന്നവരിൽ കുറേപ്പേരെ ഞാൻ കണ്ടെത്തി. ചിലർ പലയിടങ്ങളിലുമാണ്. സാധാരണ മനുഷ്യരായ അവരുടെ ജീവിതാനുഭവങ്ങൾ എത്ര വിചിത്രവും വ്യത്യസ്തവുമാണ് . ഇവരുടെ ജീവിതം കേവലം ഒരു സുവനീറിലെ ഏതാനും വരികളിൽ ഒതുക്കേണ്ടതല്ല. ഓരോരുത്തരുടേയും ജീവിതാനുഭവങ്ങൾ പകർത്തിയെഴുതിയാൽ ഓരോ പുസ്തകമാക്കാം. എനിക്ക് മൂന്ന് മാസം അനുവദിച്ചു തരൂ. ഞാൻ എന്റെയും അവരുടെയും അനുഭവങ്ങൾ ചേർത്ത് ഒരു നോവൽ എഴുതുന്നു. ഇതിനിടയിൽ ഞാൻ വേറൊരു ജോലിയും ഏറ്റെടുക്കുന്നില്ല.

നമ്മളെല്ലാം സുഖവും കുറേക്കൂടി മെച്ചപ്പെട്ട ജീവിത സൗകര്യങ്ങളും തേടി സഞ്ചരിക്കുന്നവരാണ്. എല്ലാ ജീവികളും ഇത്തരത്തിൽ സഞ്ചാരങ്ങൾ നടത്തുന്നു. പക്ഷികളും ചില ശലഭങ്ങൾ പോലും ദേശാടനം നടത്തുന്നു. അനുയോജ്യമായ ആവാസവ്യവസ്ഥ തേടിയുള്ള സഞ്ചാരത്തിനിടയിൽ അവ എവിടെയെങ്കിലും വീണ് ചത്തൊടുങ്ങുന്നു. മനുഷ്യാവസ്ഥയും അതുപോലെ തന്നെ. നമ്മൾ പലതും മോഹിക്കുന്നു. അത് നേടുന്നതിനുള്ള സഞ്ചാരത്തിനിടയിൽ ചിലപ്പോൾ വഴിയിൽ ജീവിതം അവസാനിക്കുന്നു. അതുകൊണ്ട് ഞാൻ എഴുതാൻ പോകുന്ന നോവലിന് 'ശലഭ ദേശാടനം' എന്ന പേര് ആലങ്കാരികമായി നിശ്ചയിക്കുന്നു. നമ്മുടെ നാടും നാട്ടുകാരും പ്രകൃതിയും അതിലുണ്ടാവും. അതിനോടൊപ്പം എന്റെ ഇപ്പോഴത്തെ ലാവണമായ ഡൽഹിയും അവിടുത്തെ ജീവിതവും രാഷ്ട്രീയവും. വിചിത്രമായ മനുഷ്യബന്ധങ്ങളും എന്റെ വൈയക്തികാനുഭവങ്ങളുമെല്ലാം. ഞാൻ ഒരു നോവലിനായി നേരത്തെ കണ്ടെത്തിയ പ്രമേയം മാറ്റിവെച്ച് ഈ വിഷയം സ്വീകരിക്കുന്നു..".

"എന്താ ഇതുപോരെ ?" - പ്രദീപ് ചോദിച്ചു.

"ഓ.. എഴുതാൻ പോകുന്നത് ആത്മകഥാപരമായ നോവലാണോ.. അത് ഞാനും അറിഞ്ഞില്ല. അപ്പോൾ ഞാനും ഒരു കഥാപാത്രമായിരിക്കും... മോശമായി ചിത്രീകരിക്കല്ലേ.." -നാദിയ ചിരിച്ചു.

"തീർച്ചയായും ആത്മാംശം ഉണ്ടാവും. എല്ലാ എഴുത്തിലും എഴുത്തുകാരന്റെ ആത്മാംശം ഏറിയും കുറഞ്ഞും ഉണ്ടാവും".

"ശരി. എഴുതൂ.. സമയം വൈകി. ഉറങ്ങണ്ടേ.. പ്രദീപ് ഇന്ന് ആദ്യമാ

യിട്ടല്ലേ ഇവിടെ താമസിക്കാൻ പോകുന്നത്. ഇവിടെ മൂന്ന് കിടപ്പു മുറികളുണ്ട് ഏത് വേണമെങ്കിലും സ്വീകരിക്കാം".

പ്രദീപ് വികാരാവേശത്തോടെ നാദിയയെ നോക്കി.

"നമ്മൾ ഒന്നായിക്കഴിഞ്ഞില്ലേ.. ആണും പെണ്ണും പരസ്പരം മാല ചാർത്തിയാൽ അവർ ഭാര്യാഭർത്താക്കന്മാരായില്ലേ..".

നാദിയ പ്രദീപിന്റെ കണ്ണിലേക്കു തന്നെ നോക്കി നിന്നു.

നാദിയ എഴുന്നേറ്റു.

അവൾ ഉറങ്ങാറുള്ള മുറിതുറന്നു.

"എങ്കിൽ വരൂ.. "

-അവൾ പ്രദീപിനെ കിടപ്പു മുറിയിലേക്ക് ക്ഷണിച്ചു.

പുറത്തെ വിളക്കുകൾ അണഞ്ഞു.

പ്രദീപ് മുറിയിലേക്ക് കടന്നു.

മുറിയുടെ വാതിലുകൾ അടഞ്ഞു.

രാത്രിയുടെ നിശ്ശബ്ദതയിൽ തൊട്ടടുത്ത അരയാലിൽ ചേക്കേറാൻ എത്തിയ പക്ഷികളുടെ ചിറകടികൾ കേൾക്കാമായിരുന്നു.

.....ശുഭം.....

www.ingramcontent.com/pod-product-compliance
Lightning Source LLC
LaVergne TN
LVHW101421051026
849519LV00005BC/1836